ಯುನೆಸ್ಕೊ

ವಿಶ್ವ ಪರಂಪರೆ ತಾಣಗಳು

(ವಿಶ್ವ ಸಂಸ್ಥೆ ಗುರುತಿಸಿರುವ)

ಜಾಯ್ಸ್ ಪಿ.ಜೋಸ್ ಎಂ.ಎ. ಇಂಗ್ಲಿಷ್ ಮತ್ತು ಎಂಬಿಎ

www.mastermindbooks.com
Mob : 94488 89270

© ವಾಸನ್ ಪಬ್ಲಿಕೇಷನ್ಸ್

ಪ್ರಥಮ ಮುದ್ರಣ : 2012

ಕನ್ನಡಕ್ಕೆ: ಬಿ. ಅರವಿಂದ

ಪ್ರಕಾಶಕರು :

ವಾಸನ್ ಪಬ್ಲಿಕೇಷನ್ಸ್

೨೫, ವಾಸನ್ ಟವರ್ಸ್, ಡಾ|| ಟಿ.ಸಿ.ಎಂ. ರಾಯನ್ ರಸ್ತೆ

(ಗುಡ್ಸ್‌ಶೆಡ್ ರಸ್ತೆ) ಬೆಂಗಳೂರು-೫೬೦ ೦೫೩

ದೂರವಾಣಿ : ೦೮೦-೨೬೭೦ ೫೬೭೯

info@mastermindbooks.com

wwww .mastermindbooks.com

ಅಕ್ಷರ ವಿನ್ಯಾಸ :

ಸನ್‌ಶೈನ್ ಡಿಟಿಪಿ ಸೆಂಟರ್

ಬೆಂಗಳೂರು

ಮುದ್ರಣ :

ಶ್ರೀನಿಧಿ ಗ್ರಾಫಿಕ್ಸ್

ಮುನ್ನುಡಿ

ನಮ್ಮ ದೇಶದಿಂದ ಆರಂಭಿಸಿ, ಇಡೀ ವಿಶ್ವವನ್ನೇ ಸುತ್ತಿ ಬಂದರೂ, ನಮಗೆ ಕಣ್ಮನ ಸೆಳೆಯುವ ತಾಣಗಳು ಕಾಣಸಿಗುತ್ತವೆ. ಪಾರಂಪರಿಕವಾಗಿ, ಕಲಾತ್ಮಕವಾಗಿ ಗಮನ ಸೆಳೆಯುವ ಇವುಗಳ ಸೃಷ್ಟಿ ಕಾರ್ಯದಲ್ಲಿ ಮನುಷ್ಯನ ಪ್ರಯತ್ನ ಎಷ್ಟಿರಬಹುದು ಲೆಕ್ಕಹಾಕಿ! ಒಂದಲ್ಲ, ಎರಡಲ್ಲ ಅಸಂಖ್ಯವಾಗಿರುವ ಈ ತಾಣಗಳು, ಇಡೀ ಜಗತ್ತಿನ ಎಲ್ಲ ರಾಷ್ಟ್ರಗಳನ್ನೂ ಆವರಿಸಿವೆ. ಒಂದೇ ಒಂದು ದೇಶದಲ್ಲಿಯೂ 'ನಮ್ಮಲ್ಲಿ ಯಾವುದೇ ಪಾರಂಪರಿಕ ತಾಣ ಅಥವಾ ಸಾಂಸ್ಕೃತಿಕ ತಾಣ ಇಲ್ಲ' ಎಂಬುದಾಗಿ ಹೇಳುವಂತಿಲ್ಲ. ಕೇವಲ ಮರುಭೂಮಿಯನ್ನೇ ಹಾಸಿ ಹೊದ್ದಿರುವ ದೇಶಗಳಲ್ಲಿಯೂ ಕೂಡ ವಿಶ್ವ ಪರಂಪರೆಯ ತಾಣ ಎನ್ನಬಹುದಾದ ಸ್ಥಳಗಳಿವೆ.

ಹೀಗಾಗಿಯೇ ವಿಶ್ವಸಂಸ್ಥೆಯು ಕೆಲವು ದಶಕಗಳ ಹಿಂದೆ, ವಿಶ್ವದ ಎಲ್ಲೆಡೆ ವ್ಯಾಪಿಸಿರುವ ವಿವಿಧ ನಾಗರಿಕತೆಗಳು ಮತ್ತು ಸಂಸ್ಕೃತಿ ತಾಣಗಳ ಪಟ್ಟಿಯನ್ನು ಸಿದ್ಧಪಡಿಸಿ ಜಗತ್ತಿಗೆ ಪರಿಚಯಿಸಲು ತೀರ್ಮಾನಿಸಿತು. ಆದರೆ ಎಷ್ಟೇ ಪ್ರಯತ್ನಗಳನ್ನು ಮಾಡಿದರೂ, ಇಷ್ಟು ದೊಡ್ಡ ವಿಶ್ವದಲ್ಲಿ ಹಲವಾರು ವಿಸ್ಮಯಗಳ ತಾಣಗಳು ಮೊದಲ ಪಟ್ಟಿಯಲ್ಲಿ ಸೇರ್ಪಡೆಯಾಗದೇ ಉಳಿದವು. ಆಗ ವಿಶ್ವಸಂಸ್ಥೆಯು ಪ್ರತಿ ವರ್ಷ ಪಾರಂಪರಿಕ ತಾಣಗಳ ಪಟ್ಟಿಯನ್ನು ಪರಿಷ್ಕರಣೆ ಮಾಡಲು ನಿರ್ಧರಿಸಿ, ಇದಕ್ಕಾಗಿ ಸ್ವಯಂ ಸೇವಕರ ನಿಯೋಜನೆಯನ್ನು ಮಾಡಿತು. ವಿಶ್ವಸಂಸ್ಥೆಯ ಎಲ್ಲ ಸದಸ್ಯ ದೇಶಗಳಲ್ಲೂ ಸ್ವಯಂ ಸೇವಕರು ಸಂಚಾರ ಮಾಡಿ, ಪಾರಂಪರಿಕ ತಾಣಗಳ ಪಟ್ಟಿಗೆ ಸೇರ್ಪಡೆಯಾಗಬೇಕಾದ ಸ್ಥಳಗಳನ್ನು ಗುರುತಿಸುವ ಕಾರ್ಯ ನಡೆಯುವಂತೆ ಈಗ ವಿಶ್ವಸಂಸ್ಥೆಯು

ವ್ಯವಸ್ಥೆ ಮಾಡಿದೆ. ಇದಕ್ಕೆ ಆಯಾ ದೇಶಗಳಲ್ಲಿನ ಸರ್ಕಾರಗಳೂ ತಮ್ಮ ಸಹಕಾರವನ್ನು ನೀಡುತ್ತಿವೆ. ಪ್ರಸ್ತುತ ಪುಸ್ತಕದಲ್ಲಿ ನೀಡಲಾದ ಪಾರಂಪರಿಕ ತಾಣಗಳ ಪಟ್ಟಿಯೂ ಕೂಡ ಅಂತಿಮವೇನಲ್ಲ. ಮತ್ತೆ ಮುಂಬರುವ ವರ್ಷ ಗಳಲ್ಲಿ ಇದು ಪರಿಷ್ಕರಣೆಗೆ ಒಳಗಾಗುತ್ತದೆ. ಹೊಸ ಹೊಸ ತಾಣಗಳು ಸೇರ್ಪಡೆಯಾಗುತ್ತವೆ.

ಈ ಕಿರು ಪುಸ್ತಕವು ಪಾರಂಪರಿಕ ತಾಣಗಳ ಒಂದು ಸಮಗ್ರ ನೋಟವನ್ನು ಕೊಡುತ್ತದೆ. ಪ್ರಸಕ್ತ ಪುಸ್ತಕದಲ್ಲಿ ವಿಶ್ವಸಂಸ್ಥೆಯು ಇದುವರೆಗೆ ಗುರುತಿಸಿರುವ ಎಲ್ಲ ಪ್ರಮುಖ ಪಾರಂಪರಿಕ ತಾಣಗಳೂ ಸೇರ್ಪಡೆಯಾಗಿವೆ.

– ಪ್ರಕಾಶಕರು

ವಿಷಯ ಸೂಚಿ

ವಿಶ್ವ ಸಂಸ್ಥೆ ಗುರುತಿಸಿರುವ ವಿಶ್ವ ಪರಂಪರೆ ತಾಣಗಳು

1. ಅಪ್ರವಾಸಿ ಘಾಟ್:

ಇದು ಮಾರಿಷಿಯಸ್‌ನ ಪೋರ್ಟ್ ಲೂಯಿಸ್‌ನಲ್ಲಿರುವ ಕಟ್ಟಡ ಸಮುಚ್ಚಯ. ಬ್ರಿಟಿಷ್ ಸಾಮ್ರಾಜ್ಯವು ಒಪ್ಪಂದದ ಮೇರೆಗೆ ಭಾರತೀಯ ಕೂಲಿ ಗಳನ್ನು ಮೊದಲು ಕರೆತಂದ ಪ್ರದೇಶ ಇದು. ವಲಸೆಗಾರರ ಇತಿಹಾಸದಲ್ಲಿ ಇದು ಬಹಳ ಮುಖ್ಯ ಪ್ರದೇಶ ಎನಿಸಿರುವುದರಿಂದ ಇದನ್ನು ವಿಶ್ವ ಪರಂಪರೆ ತಾಣಗಳ ಪಟ್ಟಿಗೆ ಸೇರಿಸಲಾಗಿದೆ.

2. ಎಬೊಮಿ:

ದಹೊಮಿಯ ಪುರಾತನ ರಾಜಧಾನಿಯಾದ ಬೆನಿನ್ ಪ್ರದೇಶದಲ್ಲಿರುವ ಪಟ್ಟಣ. ಈ ರಾಜ್ಯವು ಸುಮಾರು 1625ರಲ್ಲಿ ಸ್ಥಾಪಿತವಾಯಿತು. ಸುಮಾರು 142 ಚದರ ಕಿ.ಮಿ. ವ್ಯಾಪಿಸಿದ್ದು, 78,341 ಜನಸಂಖ್ಯೆಯನ್ನು ಹೊಂದಿದೆ. ಪುರಾತನ ಅವಶೇಷಗಳಿಗೆ ಪ್ರಸಿದ್ಧ. ಅತ್ಯಂತ ಕಡಿಮೆ ಜನಸಂಖ್ಯೆ ಹೊಂದಿರು ವುದು ಹಾಗೂ ಆತಿಥ್ಯ ನೀಡುವುದು ಇಲ್ಲಿಯ ಜನತೆಯ ವೈಶಿಷ್ಟ್ಯ.

೩. ಅಬು ಮೆನಾ:

ಪುರಾತನ ಈಜಿಪ್ತ್‌ನ ಅವಶೇಷಗಳ ನಗರ. ಕ್ರಿಶ್ಚಿಯನ್ ಧಾರ್ಮಿಕ ಯಾತ್ರಾ ಸ್ಥಳ. ಅಲೆಕ್ಸಾಂಡ್ರಿಯಾದಿಂ ವಾಯವ್ಯಕ್ಕೆ 45 ಕಿ.ಮೀ. ದೂರದಲ್ಲಿದೆ. ಇಲ್ಲಿ ಕೆಲವೇ ಕೆಲವು ಕಟ್ಟಡಗಳು ಸುಸ್ಥಿತಿಯಲ್ಲಿವೆ. ಬಹುತೇಕ ಕಟ್ಟಡಗಳ ತಳಪಾಯವನ್ನು ನೋಡಿ ಅವು ಇದ್ದಿರಬಹುದಾದ ರೀತಿಯನ್ನು ಊಹಿಸಿಕೊಳ್ಳಬಹುದು. ಈ ನಗರವನ್ನು 1979ರಲ್ಲಿ ವಿಶ್ವ ಪರಂಪರೆ ತಾಣಗಳ ಪಟ್ಟಿಗೆ ಸೇರಿಸಲಾಯಿತು.

4. ಅಕಾಕಸ್ ಪರ್ವತಶ್ರೇಣಿ:

ಪಶ್ಚಿಮ ಲಿಬಿಯಾದ ಸಹಾರಾ ಮರುಭೂಮಿಯ ಭಾಗವಾಗಿವೆ. ಲಿಬಿಯಾದ ಘಾತ್ ಪಟ್ಟಣದ ಪೂರ್ವದಿಂದ ಸುಮಾರು 100 ಕಿ.ಮೀ. ಹಬ್ಬಿವೆ. ಇತಿಹಾಸ ಪೂರ್ವ ಕಾಲದ ಚಿತ್ರಕಲೆಗಾಗಿ ಈ ಬೆಟ್ಟಶ್ರೇಣಿ ಪ್ರಸಿದ್ಧವಾಗಿದೆ. ಸ್ಥಳೀಯ ತಮಹಕ್ ಭಾಷೆಯಲ್ಲಿ ಟಡ್ರಾರ್ಟ್ ಎಂದು ಕರೆಯುತ್ತಾರೆ.

5. ಅಥೆನ್ಸ್‌ನ ಅಕ್ರೊಪೊಲಿಸ್:

ಗ್ರೀಸ್‌ನಲ್ಲಿ ಇದೆ. ಅಕ್ರೋಪೊಲೊಸ್ ಎಂದೇ ಪ್ರಸಿದ್ಧ. ಅಥೆನ್ಸ್ ನಗರದಲ್ಲಿ ಸಮುದ್ರ ಮಟ್ಟದಿಂದ ಸುಮಾರು 490 ಮೀ ಎತ್ತರವಿರುವ ಸಮತಟ್ಟಾದ ಬಂಡೆಯಿದ್ದು ಸುಮಾರು ಮೂರು ಹೆಕ್ಟೇರ್ ಪ್ರದೇಶವನ್ನು ವ್ಯಾಪಿಸಿದೆ.

6. ಆಗ್ರಾದ ಕೋಟೆ:

ಭಾರತದ ಆಗ್ರಾ ಪಟ್ಟಣದಲ್ಲಿದೆ. ಇದನ್ನು ರೋಜ್ ಫೋರ್ಟ್, ಆಗ್ರಾದ ಲಾಲ್ ಕಿಲಾ ಎಂದೂ ಕರೆಯುತ್ತಾರೆ. ಇಲ್ಲಿನ ಇನ್ನೊಂದು ವಿಶ್ವ ಪ್ರಸಿದ್ಧ ಪ್ರವಾಸಿ ತಾಣ ತಾಜ್ ಮಹಲ್‌ನಿಂದ 2.5 ಕಿ.ಮೀ ದೂರದಲ್ಲಿದೆ. ಭಾರತದ ಪ್ರಸಿದ್ಧ ರಾಜ ಮನೆತನಗಳಲ್ಲಿ ಒಂದಾದ ಮೊಘಲ್ ರಾಜರು ಇಲ್ಲಿಂದಲೇ ರಾಜ್ಯಭಾರ ಮಾಡಿದ್ದರು.

7. ಏರ್ ಪರ್ವತ ಶ್ರೇಣಿ:

ಉತ್ತರ ನೈಜೆರ್ ನ ಸಹಾರಾ ಮರುಭೂಮಿಯಲ್ಲಿ ಈ ಪರ್ವತ ಶ್ರೇಣಿ ಇದೆ. ಇಲ್ಲಿ ನಡೆದ ಉತ್ಖನನಗಳಲ್ಲಿ ಪುರಾತನ ಕಾಲದ ಅವಶೇಷಗಳನ್ನು ಹೊರತೆಗೆಯಲಾಗಿದೆ.

8. ಅಜಂತಾ ಗುಹೆಗಳು:

ಭಾರತದ ಮಹಾರಾಷ್ಟ್ರ ರಾಜ್ಯದಲ್ಲಿವೆ. ಕ್ರಿ.ಶ. ಪೂರ್ವ 1 ಮತ್ತು ಕ್ರಿಶ 5ರ ನಡುವಿನ ಅವಧಿಯಲ್ಲಿ ನಿರ್ಮಿತವಾದ ಸುಮಾರು 30 ಕಲ್ಲಿನ ಸ್ಮಾರಕಗಳು ಇಲ್ಲಿವೆ. ಬೌದ್ಧ ಮತ್ತು ಜಾಗತಿಕ ಕಲೆ ಹಿನ್ನೆಲೆಯಲ್ಲಿ ಅಪರೂಪದ ಭಿತ್ತಿ ಚಿತ್ರಗಳನ್ನು ಹೊಂದಿವೆ. 1983ರಿಂದ ವಿಶ್ವ ಪರಂಪರೆ ತಾಣಗಳ ಪಟ್ಟಿಯಲ್ಲಿವೆ.

9. ಬೆನ್ನಿ ಹಮ್ಮಾದ್ ನ ಅಲ್ ಖಲಾ:

ಅಲ್ಜೇರಿಯಾದಿಂದ 225 ಕಿ.ಮೀ ವಾಯವ್ಯಕ್ಕೆ ಬಿಶಾರ ಪಟ್ಟಣದ, ಎಂಸಿಲಾ ಬಳಿ ಪರ್ವತಗಳ ನಡುವೆ ಇದೆ. 1980ರಲ್ಲಿ ವಿಶ್ವ ಪರಂಪರೆ ತಾಣಗಳ

ಪಟ್ಟಿಗೆ ಸೇರಿಸಲಾಯಿತು. ಇದು ಹಮ್ಮಾದಿದ್ ದೊರೆಗಳ ರಾಜಧಾನಿಯೂ ಆಗಿತ್ತು. ಇದನ್ನು 1007ರಲ್ಲಿ ನಿರ್ಮಿಸಲಾಯಿತು ಮತ್ತು ಇದು 1152 ರಲ್ಲಿ ನಿರ್ನಾಮವಾಯಿತು. ಇಲ್ಲಿನ ಬೃಹತ್ ಮಸೀದಿ ನೋಡುವಂತಿದೆ.

10. ಅಲ್ಕೊಬಾಕಾ ಮಾನೆಸ್ಟ್ರಿ:

ಪೋರ್ಚುಗಲ್‌ನಲ್ಲಿರುವ ಮಧ್ಯಕಾಲೀನ ಕ್ಯಾಥೊಲಿಕ್ ಸನ್ಯಾಸಿಗಳ ವಿಹಾರ. ಇದನ್ನು ಪೋರ್ಚುಗಲ್‌ನ ರಾಜ ಅಫಾನ್ಸೊ ಹೆನ್ರಿಕ್ 1153ರಲ್ಲಿ ನಿರ್ಮಿಸಿದ. ಪೋರ್ಚುಗಲ್‌ನ ರಾಜ ಮನೆತನದ ಇತಿಹಾಸದುದ್ದಕ್ಕೂ ಈ ಸನ್ಯಾಸಿಗಳ ವಿಹಾರ ವಿಶೇಷ ಸ್ಥಾನಮಾನ ಪಡೆದಿದೆ. ಮತ್ತು ಮಧ್ಯಕಾಲೀನ ಇತಿಹಾಸದಲ್ಲಿ ಗೋಥಿಕ್ ಶೈಲಿಯಲ್ಲಿ ನಿರ್ಮಿತವಾದ ಮಹತ್ವ ಕಟ್ಟಡವಾಗಿದೆ. ಇದರ ಕಲಾತ್ಮಕತೆ ಮತ್ತು ಐತಿಹಾಸಿಕ ಮಹತ್ವದ ಕಾರಣಗಳಿಗಾಗಿ ಇದಲ್ಲಿ 1989ರಲ್ಲಿ ವಿಶ್ವ ಪರಂಪರೆ ತಾಣಗಳ ಪಟ್ಟಿಗೆ ಸೇರಿಸಲಾಯಿತು.

11. ಅಲ್ಡಾಬ್ರಾ:

ವಿಶ್ವದ ದೊಡ್ಡ ಹವಳದ್ವೀಪವಾಗಿದ್ದು ಸೀಶೆಲ್ ನ ಅಲ್ಡಾಬ್ರಾ ದ್ವೀಪ ಸಮೂಹದಲ್ಲಿದೆ. ಇಲ್ಲಿ ಯಾವುದೇ ಜನಸಂಖ್ಯೆ ಇಲ್ಲ ಮತ್ತು ಸಂಪೂರ್ಣ ನವ ನಾಗರೀಕತೆಯಿಂದ ದೂರವಾಗಿದೆ. ಇಲ್ಲಿ ಅಲ್ಡಾಬ್ರಾ ಬೃಹತ್ ಆಮೆಗಳು ಸೇರಿದಂತೆ ವಿಶಿಷ್ಟವಾದ ಪ್ರಾಣಿ ಪಕ್ಷಿಗಳು ಕಾಣಸಿಗುತ್ತವೆ.

12. ಅಲೆಪ್ಪೊ:

ಉತ್ತರ ಸಿರಿಯಾದ ಎರಡನೇ ದೊಡ್ಡ ಪಟ್ಟಣ. ಜಗತ್ತಿನ ಅತ್ಯಂತ ಪುರಾತನ ನಗರಗಳಲ್ಲಿ ಒಂದು. ಕ್ರಿ.ಶ. ಪೂರ್ವ 11 ನೇ ಶತಮಾನದಿಂದಲೇ ಇಲ್ಲಿ ಜನವಸತಿ ಇತ್ತು. ಈ ಪಟ್ಟಣವು ಏಷಿಯಾದ ಸಿಲ್ಕ್ ರಹದಾರಿಯ (ಏಷಿಯಾದಿಂದ ಮೆಸಪೊಟೊಮಿಯಾದವರೆಗೆ) ಕೊನೆಯಲ್ಲಿ ಬರುತ್ತದೆ.

ಸುಯೇಜ್ ಕಾಲುವೆಯು ನಿರ್ಮಾಣವಾದ ನಂತರ ಇಲ್ಲಿನ ವ್ಯಾಪಾರ ವಹಿವಾಟುಗಳು ಕಡಿಮೆಯಾದವು.

13. ಅಂಭೋಹಿಮಂಗ:

ಅಂಟಾನಾನಾರಿವೊ ದ ರಾಜಧಾನಿ ಮಡಗಾಸ್ಕರ್ ನಿಂದ 24 ಕಿ.ಮೀ. ದೂರದಲ್ಲಿದೆ. ಇಲ್ಲಿ ವಿಶಿಷ್ಟವಾದ ಐತಿಹಾಸಿಕ ಹಳ್ಳಿಯಿದ್ದು ಸುತ್ತಲೂ ಗೋಡೆಯಿಂದ ಆವೃತವಾಗಿದೆ. ಈ ಹಳ್ಳಿಯಲ್ಲಿ ಇಮೆರಿನಾ ಎಂಬ ಬುಡಕಟ್ಟು ರಾಜ ವಂಶಕ್ಕೆ ಸೇರಿದ ಮನೆಗಳು, ಸಮಾಧಿಗಳೂ ಇವೆ.

14. ಅಂಜಾರ್:

ಲೆಬೆನಾನಿನ ಬೆಕ್ಕಾ ಕಣಿವೆಯಲ್ಲಿರುವ ಪಟ್ಟಣ. ಸುಮಾರ್ 20 ಕಿ.ಮೀ ವ್ಯಾಪಿಸಿದೆ. ಈ ಪಟ್ಟಣದಲ್ಲಿ 1939ರಲ್ಲಿ ಟರ್ಕಿಯ ಮೌಸಾ ಡಾಗ್ಧ ಪಟ್ಟಣದಿಂದ ಬಂದ ಅಮೆರಿಕಾದ ನಿರಾಶ್ರಿತರು ನೆಲೆ ನಿಂತರು.ಈ ನಿರಾಶ್ರಿತರಿಗೆ ಫ್ರೆಂಚ್ ಸರ್ಕಾರ ಸಹಾಯ ಮಾಡಿತು.

15. ಅಂಟಿಗುವಾ (ಗ್ವಾಟೆಮಾಲ):

ಗ್ವಾಟೆಮಾಲದ ಎತ್ತರ ಪ್ರದೇಶದಲ್ಲಿರುವ ಈ ಪಟ್ಟಣವು ವಿಶಿಷ್ಟವಾದ ಸ್ಪಾನಿಷ್ ವಾಸ್ತು ತಂತ್ರಜ್ಞಾನಕ್ಕೆ ಮತ್ತು ಹಳೆಯ ಚರ್ಚ್‌ಗಳ ಅವಶೇಷಕ್ಕೆ ಪ್ರಸಿದ್ಧವಾಗಿದೆ. ಸುಮಾರು 200 ವರ್ಷ ಗ್ವಾಟೆಮಾಲಾದ ಮಿಲಿಟರಿ ಆಡಳಿತದ ಕೇಂದ್ರವಾಗಿತ್ತು.

16. ಅನುರಾಧಾಪುರ:

ಶ್ರೀಲಂಕಾದ ಪುರಾತನ ರಾಜಧಾನಿಗಳಲ್ಲಿ ಒಂದು. ಲಂಕಾ ನಾಗರಿಕತೆಯ ಅವಶೇಷಗಳಿಗಾಗಿ ಪ್ರಸಿದ್ಧ. ಕೊಲಂಬೊದಿಂದ 205 ಕಿ.ಮೀ ದೂರವಿದೆ. ಕ್ರಿ.ಪೂ 4ನೇ ಶತಮಾನದಿಂದ ಕ್ರಿ.ಶ. 11 ನೇ ಶತಮಾನದವರೆಗೆ ಶ್ರೀಲಂಕಾದ ರಾಜಧಾನಿಯಾಗಿತ್ತು. ಜಗತ್ತಿನಾದ್ಯಂತದ ಬೌದ್ಧರಿಗೆ ಪವಿತ್ರ ತಾಣವಾಗಿದೆ.

17. ಅಶಾಂಟಿ ಎಂಪೈರ್:

ಘಾನಾ ಗಣರಾಜ್ಯಲ್ಲಿದ್ದರೂ, ಸಂವಿಧಾನಾತ್ಮಕವಾಗಿ ರಕ್ಷಿತವಾದ, ರಾಷ್ಟ್ರೀಯ ಧಾರ್ಮಿಕ ಸ್ಥಾನಮಾನ ಹೊಂದಿರುವ ಪ್ರದೇಶವಾಗಿದೆ.

18. ಅಸ್ಸೂರ್:

ಅಸ್ಸಿರಿಯಾದ ಪುರಾತ ರಾಜಧಾನಿಗಳಲ್ಲಿ ಒಂದು. ಇರಾಕ್‌ನ ಟೈಗ್ರಿಸ್ ನದಿ ದಡದಲ್ಲಿನ ಪಟ್ಟಣ. ಅಸ್ಸೂರ್ ಎಂಬುದು ಇಲ್ಲಿನ ದೇವತೆಯ ಹೆಸರೂ ಹೌದು.

19. ಅಂಟ್ಲಾಂಟಿಕ್ ಕಾಡುಗಳು:

ಬ್ರೆಜಿಲ್ ನ ಅಂಟ್ಲಾಂಟಿಕ್ ಕರಾವಳಿಯ ಗುಂಟ ಕಂಡು ಬರುವ ಉಷ್ಣವಲಯ ಮತ್ತು ಅರೆ ಉಷ್ಣವಲದ ಕಾಡುಗಳು. ಈ ನಿತ್ಯ ಹರಿದ್ವರ್ಣದ ಕಾಡುಗಳಲ್ಲಿ ಅಪರೂಪದ ಪ್ರಾಣಿ, ಪಕ್ಷಿ ಮತ್ತು ಸಸ್ಯ ಸಂಕುಲವಿದೆ. ಕಬ್ಬಿನ ಕೃಷಿಗಾಗಿ ಈ ಕಾಡುಗಳ ಬಹುತೇಕ ಭಾಗ ನಾಶವಾಗಿದ್ದು ಉಳಿದ ಭಾಗವನ್ನು ವಿಶ್ವ ಪರಂಪರೆ ತಾಣಗಳ ಪಟ್ಟಿಯಲ್ಲಿ ಸೇರಿಸಿ ಸಂರಕ್ಷಿಸುವ ಪ್ರಯತ್ನ ಮಾಡಲಾಗುತ್ತಿದೆ.

20. ಆಕ್ಲಾಂಡ್ ನಡುಗಡ್ಡೆ:

ಇದೊಂದು ಅತ್ಯಂತ ಸುಂದರವಾದ ಹಾಗೂ ಊಹಿಸಲೂ ಆಗದಂತಹ ಅತ್ಯಂತ ನಿಸರ್ಗ ರಮಣೀಯ ಸ್ಥಳ. ಅಂಟಾರ್ಕಟಿಕ್ ಪ್ರದೇಶದಲ್ಲಿರುವ ಈ ನಡುಗಡ್ಡೆಯನ್ನು ನೋಡುವುದೇ ಕಣ್ಣಿಗೆ ಒಂದು ಹಬ್ಬ. ನ್ಯೂಝಿಲಂಡನ ಉಪ ಅಂಟಾರ್ಕಟಿಕ್ ನಡುಗಡ್ಡೆಯ ಕಣ್ಮಣಿ ಇದೆಂದು ಹೇಳಿದರೆ ತಪ್ಪಾಗಲಾರದು. ಅತಿಶಯೋಕ್ತಿ ಆಗಲಾರದು. ಈ ಆಕ್ಲಂಡ್‌ನ ಅಡಿಯಲ್ಲಿ, ಆಕ್ಲಂಡ್ ಐಲಂಡ್, ಆಡಮ್ಸ್ ಐಲಂಡ್, ಎಡರ್ಬಿ ಐಲಂಡ್, ರೋಸ್ ಐಲಂಡ್,

ದುಂಡಾಸ್ ಐಲಂಡ್ ಮತ್ತು ಗ್ರೀನ್ ಐಲಂಡ್ ಈ ಒಟ್ಟಾರೆ ಪ್ರದೇಶದ ನಿಸರ್ಗ ರಮಣೀಯತೆಯನ್ನು ತೋರಿಸುವುದಲ್ಲದೇ ಪರಿಸರದ ಬ್ರಹ್ಮಾಂಡ ಸ್ವರೂಪಿ ದರ್ಶನ ಮಾಡಿಸುತ್ತಿವೆ.

21. ಆಕ್ಸಮ್:

ಇದು ಉತ್ತರ ಇಥಿಯೋಪಿಯಾದಲ್ಲಿರುವ ಒಂದು ಸುಂದರ ನಗರ. ಆಕ್ಸ ಮ್‌ನ ಶ್ರೀಮಂತ ನಗರ. ಸುಮಾರು 400 ಕ್ರಿಸ್ತಪೂರ್ವದಲ್ಲಿ ಇದೊಂದು ಪ್ರಸಿದ್ಧ ನೌಕಾನೆಲೆಯಾಗಿತ್ತು. ಆದ್ದರಿಂದ ಇಲ್ಲಿ ವ್ಯಾಪಾರೋದ್ಯಮ ಕೇಂದ್ರವೂ ಆಗಿತ್ತು. ಒಂದು ಅರ್ಥದಲ್ಲಿ ನೌಕಾ ವ್ಯಾಪಾರ ಕೇಂದ್ರದ ರಾಜ ಧಾನಿಯೂ ಇದಾಗಿತ್ತು. ಸಾಹಿತ್ಯದಲ್ಲಿಯೂ ಇದನ್ನು ಆಗ ಭಾರತ, ಇಥಿಯೋಪಿಯಾ ಮೊದಲಾದ ದೇಶ ಗಳನ್ನು ಸಹ ಹೋಲುತ್ತಿತ್ತು.

22. ಆಯುಥಾಯ ಹಿಸ್ಟಾರಿಕಲ್ ಪಾರ್ಕ್:

ಥೈಲಂಡ್‌ನಲ್ಲಿರುವ ಆಯುಥಾಯ ಪಳೆಯುಳಿಕೆಗಳ ನಗರ. ಈ ನಗರವನ್ನು ಒಂದನೇ ರಾಜ ರಾಮಥಿಬೋಡಿ 1350ರಲ್ಲಿ ನಿರ್ಮಿಸಿದ. ಈ ನಗರವು 1767ರಲ್ಲಿ ಬರ್ಮಾ ದಾಳಿ ಆಗುವವರೆಗೆ ರಾಜಧಾನಿಯಾಗಿತ್ತು. ಆಗ ಹಾಳು ಬಿದ್ದಿದ್ದ ಈ ನಗರವನ್ನು 1969ರಲ್ಲಿ ಅಲ್ಲಿನ ಲಲಿತ ಕಲಾ ವಿಭಾಗವು ಪುನರ್‌ನಿರ್ಮಾಣ ಮಾಡಲಾರಂಭಿಸಿತು. ಪುನರ್‌ನಿರ್ಮಾಣದ ನಂತರ 1976ರಲ್ಲಿ ರಾಷ್ಟ್ರೀಯ 'ಇತಿಹಾಸ ಪಾರ್ಕ್' ಎಂಬ ಘೋಷಣೆಯನ್ನು ಥೈಲಂಡ್ ಹೊರಡಿಸಿತು. ಇದನ್ನು ವಿಶ್ವ ಪರಂಪರೆ ಪಟ್ಟಿಯಲ್ಲಿ 1981ರಲ್ಲಿ ಸೇರಿಸಲಾಯಿತು.

23. ಬಾಲ್ಬೆಕ್:

ಲೆಬನಾನಿನ ಬೆಕ್ಕಾ ಕಣಿವೆಯಲ್ಲಿನ ಪಟ್ಟಣವಿದು. ಸಮುದ್ರ ಮಟ್ಟದಿಂದ

1170 ಮೀಟರ್ಸ್ ಎತ್ತರದಲ್ಲಿರುವ ಲಿಥಾನಿ ನದಿಯಿಂದ ಪೂರ್ವ ಭಾಗದಲ್ಲಿದೆ. ರೋಮನ್ ಕಾಲದಲ್ಲಿ ಇದ್ದವೆಂದು ಹೇಳಲಾಗಿರುವ ಅಭೂತಪೂರ್ವ ದೇವಾಲಯಗಳ ಪಳಿಯುಳಿಕೆಗಳ ನಗರವಾಗಿತ್ತು. ಬ್ಯಾಲ್ಬೆಕ್ ನಗರ ಈ ಮೊದಲು ಪಳಿಯುಳಿಕೆಗಳ ಸಂರಕ್ಷಿತ ಪ್ರದೇಶವಾಗಿತ್ತು. ಇದು ಅತ್ಯಂತ ದೊಡ್ಡ ಸಂರಕ್ಷಿತ ಪ್ರದೇಶವೂ ಆಗಿತ್ತು ಎಂಬುದನ್ನು ಮರೆಯುವಂತಿಲ್ಲ. ಇದು ಲೆಬೆನಾನಿನ ಬಹುದೊಡ್ಡ 'ರೋಮನ್ ಖಜಾನೆ' ಎಂದೇ ಪ್ರಸಿದ್ಧಿ ಪಡೆದಿತ್ತು. ಇದು ವಿಶ್ವದ ಅದ್ಭುತಗಳಲ್ಲಿ ಒಂದು. ರೋಮನ್ ದೇವಾಲಯಗಳ ಸೌಂದರ್ಯವನ್ನು ಉಳಿಸಿಕೊಂಡು ಅತ್ಯಂತ ಸುಂದರವಾಗಿ ಕಾಣುವಂತೆ ನೋಡಿಕೊಳ್ಳಲಾಗಿದೆ.

24. ಬಗರ್ತಿ ಕ್ಯಾಥಿಡ್ರಲ್ (ಚರ್ಚ್):

ಹನ್ನೊಂದನೇ ಶತಮಾನಕ್ಕೆ ಸೇರಿದ ಅದ್ಭುತ ಪುರಾತನ ಚರ್ಚ್‌ಗಳಲ್ಲಿ ಒಂದು. ಜಾರ್ಜಿಯಾದ ಇಮರ್ಟಿ ಪ್ರದೇಶದಲ್ಲಿರುವ ಈ ಕ್ರೈಸ್ತ ಆಲಯ ಕುತಾಯ್ಸಿ ನಗರದಲ್ಲಿದೆ. ಈಗ ಪಾಳು ಬೀಳುವ ಹಂತದಲ್ಲಿರುವ ಈ ಆಲಯ ಮಧ್ಯಕಾಲೀನ ಜಾರ್ಜಿಯಾ ವಾಸ್ತುಶಾಸ್ತ್ರ ಶೈಲಿಯಲ್ಲಿದೆ. ಕಿಮೊರಿಯೊನಿ ಬೆಟ್ಟದ ಮೇಲೆ ನಿರ್ಮಾಣವಾಗಿರುವ ಆಕರ್ಷಕ ಕ್ಯಾಥಿಡ್ರಲ್ ಇದು. ಸುತ್ತ ತಪ್ಪಲು. ಮೇಲೆ ಆಲಯ. ನೋಡಿ ಸವಿಯಲು ಎರಡು ಕಣ್ಣಿಗೆ ಸಮಯ ಸಾಲದು. ಪ್ರಾಚ್ಯವಸ್ತು ಇಲಾಖೆ 1952ರಿಂದ ಈ ಕ್ಯಾಥಿಡ್ರಲ್ ಬಗ್ಗೆ ಅಧ್ಯಯನ ನಡೆಸುತ್ತಿದೆ. ಅಧ್ಯಯನ ಇನ್ನೂ ಮುಂದುವರಿದಿದೆ. ಬಗರ್ತಿ ಕ್ಯಾಥಿಡ್ರಲ್ 1994ರಲ್ಲಿ ವಿಶ್ವ ಪರಂಪರೆಯ ತಾಣಗಳ ಪಟ್ಟಿಗೆ ಸೇರಿತು.

25. ಬಹ್ಲಾ ಫೋರ್ಟ್:

ಓಮನ್‌ನ ನಾಲ್ಕು ಐತಿಹಾಸಿಕ ಕೋಟೆಗಳಲ್ಲಿ ಇದೂ ಒಂದು

ಮುಖ್ಯವಾದುದು. ಜೆಬೆಲ್ ಅಖ್ತರ್ ಬೆಟ್ಟ ತಪ್ಪಲಿನಲ್ಲಿ ಕೇಂದ್ರಿತವಾಗಿರುವ ಸುಂದರ ತಾಣವಿದಾಗಿದೆ. ಸುಮಾರು 13 ಅಥವಾ 14ನೇ ಶತಮಾನದಲ್ಲಿ ಇದನ್ನು ನಿರ್ಮಿಸಲಾಗಿತ್ತು ಎಂದು ಅಂದಾಜು ಮಾಡಲಾಗಿದೆ. ಬಾನು ನೆಬ್ಹಾನ್ ಬುಡುಕಟ್ಟು ಪಂಗಡದ ಕೈಯಲ್ಲಿ ಬಹ್ಲಾದ ಒಯಸಿಸ್ (ಮರುಭೂಮಿಯ ಜಲಧಾರೆ) ಉತ್ತಮ ಸ್ಥಿತಿಯಲ್ಲಿದ್ದಾಗ ಇದನ್ನು ಕಟ್ಟಲಾಯಿತು. ತಳಪಾಯದಿಂದ 165 ಅಡಿ ನೆಲದಿಂದ ಎತ್ತರವಿದೆ. ಈ ಕೋಟೆಗೆ ಅತ್ಯಂತ ಸಮೀಪದಲ್ಲಿಯೇ 14ನೇ ಶತಮಾನಕ್ಕೆ ಸೇರಿದ ಮಸೀದಿ ಇದೆ.

26. ಬಹ್ರೇನ್ ಕೋಟೆ:

ಬಹ್ರೇನ್‌ನಲ್ಲಿ ಇರುವ ಪ್ರಾಚ್ಯವಸ್ತು ಕಟ್ಟಡವಿದು. ಕ್ರಿಸ್ತಪೂರ್ವ 2300ರಲ್ಲಿ ಇಲ್ಲಿ ವಾಸವಾಗಿದ್ದ ಜನತೆ ಬಹ್ರೇನ್ ಕೋಟೆಗೆ ಕೃತಕ ಉಬ್ಬುಗಳನ್ನು ನಿರ್ಮಿಸಿದ್ದರು. ಸುಮಾರು ಕ್ರಿಪೂ 1700ರವರೆಗೆ ಇಲ್ಲಿ ಜನವಸತಿ ಇತ್ತು. ಇದೊಮ್ಮೆ ದಿಲ್‌ಮನ್ ನಾಗರಿಕತೆಯ ರಾಜಧಾನಿಯೂ ಇದಾಗಿತ್ತು. 2005ರಲ್ಲಿ ಇದನ್ನು ವಿಶ್ವ ಪಾರಂಪರಿಕ ತಾಣ ಪಟ್ಟಿಗೆ ಸೇರಿಸಲಾಯಿತು.

27. ಬಾನ್ ಶಿಯಾಂಗ್:

ಥೈಲಂಡ್‌ನ ನಾಂಗ್ ಹಾನ್ ಜಿಲ್ಲೆಯ ಬಾನ್ ಶಿಯಾಂಗ್ ಒಂದು ಆಕರ್ಷಕ ಪ್ರಾಚ್ಯವಸ್ತು ಪ್ರದೇಶ. 1992ರಿಂದಲೂ ಇದು ವಿಶ್ವ ಪರಂಪರೆ ತಾಣಗಳ ಪಟ್ಟಿಯಲ್ಲಿ ಸೇರಿತು. ಇದು ಪತ್ತೆಯಾಗಿದ್ದು 1966ರಲ್ಲಿ. ಬಣ್ಣ ಬಣ್ಣದ ಮಣ್ಣಿನ ವಸ್ತುಗಳಿಂದ ಸಿಂಗರಿಸಲ್ಪಟ್ಟಿದ್ದ ಇದು ಕೆಲವೇ ದಿನಗಳಲ್ಲಿ ಅತ್ಯಂತ ಪ್ರಚಲಿತವಾಯಿತು. ಆದರೆ ಇದರ ಐತಿಹಾಸಿಕ ಹಿನ್ನೆಲೆಯನ್ನು ಇನ್ನೂ ಶೋಧಿಸಲಾಗುತ್ತಿದೆ.

28. ಬನು ರೈಸ್ ಟೆರೆಸಿಸ್ (ಭಾವಣಿಗಳು):

ಫಿಲಿಪಿನ್ಸ್‌ನ ಘ್ಯೂಗೊ ಬೆಟ್ಟಗಳಲ್ಲಿ ಅತ್ಯಂತ ರಮಣೀಯವಾಗಿ ಕೆತ್ತನೆ ಮಾಡಿದಂತಹ ಭಾವಣಿಗಳಿವು. ಫಿಲಿಪಿನ್ಸ್‌ನ ಪುರಾತನ ಜನತೆಯಿಂದ ನಿರ್ಮಾಣವಾಗಿರುವ ಅಕ್ಕಿ ಹರಡುವ ಈ ಭಾವಣಿಗಳು ಒಂದು ಅರ್ಥದಲ್ಲಿ ಜಗತ್ತಿನ ಎಂಟನೇ ಅದ್ಭುತಗಳಲ್ಲಿ ಒಂದು ಎಂಬುದಾಗಿಯೇ ಕರೆಯಲ್ಪಡುತ್ತವೆ. ಈ ಭಾವಣಿಗಳನ್ನು ಬಹುತೇಕ ಕೈಚಳಕದಿಂದಲೇ ನಿರ್ಮಿಸಲಾಗಿದೆ. ಇವು ಸಮುದ್ರ ಮಟ್ಟದಿಂದ ಸುಮಾರು 1500 ಮೀಟರ್ ಎತ್ತರದಲ್ಲಿವೆ. ಇವು ಸುಮಾರು 10360 ಕಿಲೋ ಮೀಟರ್‌ನಷ್ಟು ವ್ಯಾಪಿಸಿವೆ.

29. ಬಾಂಕ್ ಡಿ'ಆರ್ಗುಿನ್ ರಾಷ್ಟ್ರೀಯ ಉದ್ಯಾನ:

ನೌಕಾಟ್ ಹಾಗೂ ನೌದಿಭು ಪಶ್ಚಿಮ ಸಮುದ್ರ ತೀರದಲ್ಲಿ ಮಾರಿಟಾನಿಯಾದ ಈ ಉದ್ಯಾನವನ ಇದೆ. ವಿಶ್ವ ಪರಂಪರೆ ತಾಣವಾದ ಈ ಉದ್ಯಾನವನದಲ್ಲಿ ವಲಸೆ ಹಕ್ಕಿಗಳು ಸಂತಾನಾಭಿವೃದ್ಧಿಗೆ ಬರುತ್ತವೆ. ಫ್ಲೆಮಿಂಗೊ, ಸ್ಯಾಂಡ್‌ಪೈಪರ್ಸ್ ಸೇರಿದಂತೆ ಅನೇಕ ಬಗೆಯ ಹಕ್ಕಿಗಳು ಇಲ್ಲಿ ಸಂತಾನಾಭಿವೃದ್ಧಿ ಮಾಡುತ್ತವೆ.

30. ಬಂಡಿಯಾಗರಾ ಎಸ್ಕಾರ್ಪ್‌ಮೆಂಟ್:

ಮಾಲಿಯ ಡೊಗಾನ್ ದೇಶದಲ್ಲಿರುವ ವೈಶಿಷ್ಟ್ಯಪೂರ್ಣ ಉದ್ದನೆಯ, ಉಸುಕಿನಿಂದಾವರಿಸಿದ ಪ್ರದೇಶವಿದು. ಸುಮಾರು 150 ಕಿಲೋ ಮೀಟರ್ ಉದ್ದನೆಯ ಈ ಉಸುಕಿನ ಪ್ರದೇಶದಲ್ಲಿ ಈಗ ಡೊಗಾನ್ ಎಂಬ ಜನಸಮುದಾಯವಿದೆ.

31. ಬೀಮಸ್ಟರ್:

ನೆದರ್‌ಲಂಡ್‌ನಲ್ಲಿರುವ ಒಂದು ವಿಶೇಷ ನಗರಸಭೆ ಇದು. ಸರೋವರ ಒಂದರಲ್ಲಿದ್ದ ಇದನ್ನು ಪತ್ತೆ ಹಚ್ಚುವಲ್ಲಿ ಅಲ್ಲಿನ ಆಡಳಿತ ಯಂತ್ರ ಯಶಸ್ವಿಯಾಗಿದೆ. ಗಾಳಿಯಂತ್ರಗಳನ್ನು ಬಳಸಿ ಇದನ್ನು ಆವರಿಸಿದ್ದ ನೀರನ್ನು ಹೊರ ಹಾಕಲಾಯಿತು. ಈ ಸರೋವರ 1609ರಿಂದ 1612ರವರೆಗೆ ಬತ್ತಿತ್ತು. ನಗರಾಡಳಿತದ ಈ ಕಟ್ಟಡವನ್ನು ಅತ್ಯಂತ ಸುಂದರವಾಗಿ ಉಳಿಸಿಕೊಳ್ಳಲಾಗಿದೆ. ಇದಕ್ಕೆ ಹೋಗುವ ರಸ್ತೆಗಳು, ಸುತ್ತಮುತ್ತಲಿನ ಭೂ ಪ್ರದೇಶ, ಕಾಲುವೆಗಳೆಲ್ಲ ಈಗಲೂ ಅತ್ಯಂತ ಸುಸ್ಥಿತಿಯಲ್ಲಿವೆ.

32. ಬೆಹಿಸ್ತುನ್ ಇನ್‌ಸ್ಕ್ರಿಪ್ಷನ್:

ಮೌಂಟ್ ಬೆಹಿಸ್ತುನ್ ಬೆಟ್ಟದಲ್ಲಿರುವ ಗೋಡೆಗಳ ಮೇಲೆ ಬಹುಭಾಷಿಕ ಲಿಪಿಗಳಿರುವುದು ವಿಶೇಷ. ಇರಾನಿನ ಪಶ್ಚಿಮ ಭಾಗದ ಕರ್ಮನ್ ಶಾನ್ ಪ್ರದೇಶದಲ್ಲಿದೆ. ಇಲ್ಲಿ ಮಾಡಿರುವ ಕೆತ್ತನೆಯಲ್ಲಿ ಮೊದಲು ದೊರೆ ಒಂದನೇ ಡೇರಿಯಸ್ ವರ್ಣನೆ ಬರುತ್ತದೆ. ಅಲ್ಲದೇ ಇಲ್ಲಿ ಸೈರಿಸ್ ದ ಗ್ರೇಟ್ ಹಾಗೂ ಮತ್ತು ಎರಡನೇ ಕ್ಯಾಂಬಿಸಸ್ ದೊರೆಯ ವರ್ಣನೆಗಳೂ ಕೂಡ ಇಲ್ಲಿನ ಕೆತ್ತನೆಗಳಲ್ಲಿ–ಲಿಪಿಗಳಲ್ಲಿ ಹೇರಳವಾಗಿವೆ.

33. ಭಿಂಬೆಟ್ಕಾ ರಾಕ್ ಶೆಲ್ಟರ್ಸ್:

ವಿಶ್ವ ಪರಂಪರೆ ತಾಣದ ಈ ಪ್ರಾಚ್ಯ ವಸ್ತು ಪ್ರದೇಶ ಭಾರತದ ಮಧ್ಯಪ್ರದೇಶ ರಾಜ್ಯದಲ್ಲಿದೆ. ಸ್ವಲ್ಪ ಎತ್ತರದ ಸ್ಥಳದಲ್ಲಿರುವುದರಿಂದ ಕಾಣಲು ಗಮನಸೆಳೆಯುವಂತಿದೆ. ಭಾರತದಲ್ಲಿ ಮನುಕುಲದ ಆರಂಭಿಕ ಹಂತದ ಹೆಜ್ಜೆ ಗುರುತುಗಳನ್ನು ಈ ರಾಕ್ ಶೆಲ್ಟರ್ ತೋರಿಸುತ್ತವೆ. ಸುಮಾರು ಒಂದು ಲಕ್ಷ ವರ್ಷಗಳಷ್ಟು ಹಿಂದೆ ಇಲ್ಲಿ ಆದಿ ಮಾನವರು ಇದ್ದರೆಂದು ಹೇಳಲಾಗುತ್ತಿದೆ. ಇಲ್ಲಿ ಸುಮಾರು

30 ಸಾವಿರ ವರ್ಷಗಳಷ್ಟು ಹಿಂದಿನದಾದ, ಕಲ್ಲುಗಳ ಮೇಲೆ ಕೆತ್ತನೆ ಮಾಡಲಾದ ಚಿತ್ರಗಳಿರುವುದನ್ನು ಕಾಣಬಹುದಾಗಿದೆ.

೩೪. ಬಾರ್ಡರ್ ರೇಂಜಿಸ್ ನ್ಯಾಷನಲ್ ಪಾರ್ಕ್:

ಆಸ್ಟ್ರೇಲಿಯಾದ ಗಡಿಯಲ್ಲಿನ ಅರಣ್ಯ ಪ್ರದೇಶಕ್ಕೆ ತಾಗಿಕೊಂಡಿರುವಂತಹ ನ್ಯಾಷನಲ್ ಪಾರ್ಕ್ (ರಾಷ್ಟ್ರೀಯ ಉದ್ಯಾನವನ) ವಿಶ್ವ ಪಾರಂಪರಿಕ ತಾಣಗಳ ಪಟ್ಟಿಗೆ 1986ರಲ್ಲಿ ಸೇರ್ಪಡೆಯಾಗಿದೆ. ಸದಾ ಹಸಿರಿನಿಂದ ಕೂಡಿರುವ ಈ ಅರಣ್ಯದಲ್ಲಿ ಸುಮಾರು 200ರಷ್ಟು ಅಳಿವಿನಂಚಿನಲ್ಲಿರುವ ಅಪರೂಪದ ಗಿಡಮರ ಗಳಿವೆ. ಇದರಲ್ಲಿಯೇ ಹನ್ನೊಂದು ಉಪವಿಭಾಗಗಳನ್ನು ಮಾಡಲಾಗಿದ್ದು, ಇವನ್ನು ಆಸ್ಟ್ರೇಲಿಯಾ ದೇಶದ್ದೇ ಆದ ರಾಷ್ಟ್ರೀಯ ಪಾರಂಪರಿಕ ಪಟ್ಟಿಯಲ್ಲಿಯೂ ಸೇರ್ಪಡೆ ಮಾಡಲಾಗಿದೆ.

೩೫. ಬೋಸ್ರಾ:

ದಕ್ಷಿಣ ಸಿರಿಯಾದಲ್ಲಿರುವ, ದಾರಾ ಗವರ್ನರೇಟ್ ವ್ಯಾಪ್ತಿಗೆ ಬರುವ ಪುರಾತನ ನಗರ ಬೋಸ್ರಾ. ಇದೊಂದು ಪ್ರಮುಖ ಪ್ರಾಚ್ಯವಸ್ತು ಪ್ರದೇಶ ವಾಗಿದ್ದು, ವಿಶ್ವದ ಪ್ರಮುಖ ಪಾರಂಪರಿಕ ತಾಣಗಳಲ್ಲಿ ಒಂದಾಗಿದೆ. ಇಸ್ಲಾಂ ಧರ್ಮಗುರುಗಳ ಜೊತೆಗೆ ಕೊಂಚ ಸಂಬಂಧವನ್ನು ಹೊಂದಿರುವ ನಗರದಲ್ಲಿ ರೋಮ್ ಸೇರಿದಂತೆ ಹಲವು ಸಂಸ್ಕೃತಿಗಳ ಪಳಿಯುಳಿಕೆಗಳಿವೆ. ಸಮರ್ಪಕ ನಿರ್ವಹಣೆಯನ್ನು ಹೊಂದಿದ ರೋಮನ್ ರಂಗಭೂಮಿ ಇಲ್ಲಿನ ವೈಶಿಷ್ಟ್ಯ. ಪ್ರತಿ ವರ್ಷ ಈ ಇಲ್ಲಿನ ರಂಗಮಂದಿರದಲ್ಲಿ ವಾರ್ಷಿಕ ನಾಟಕೋತ್ಸವ ನಡೆಯುತ್ತದೆ.

೩೬. ಬುದ್ಧಾಸ್ ಆಫ್ ಬಮ್ಯಾನ್:

ಆಫ್‌ಘಾನಿಸ್ತಾನದ ಬಮ್ಯಾನ್ ಕಣಿವೆಯ ಒಂದು ಗುಡ್ಡದ ತುದಿಯಲ್ಲಿ ಕೆತ್ತಲಾಗಿರುವ ಎರಡು ಬೌದ್ಧ ಮೂರ್ತಿಗಳು ವಿಶ್ವದ ಆಕರ್ಷಕ ತಾಣಗಳಲ್ಲಿ ಸೇರಿವೆ. ಕ್ರಿಸ್ತಶಕ 507 ಮತ್ತು 554ರಲ್ಲಿ ಕೆತ್ತನೆ ಮಾಡಲಾಗಿರುವ ಈ ಮೂರ್ತಿಗಳು ಗಾಂಧಾರ ಕಲಾಪ್ರಕಾರದಲ್ಲಿರುವುದು ವಿಶೇಷ. ಬೆಟ್ಟದಲ್ಲಿನ ನೈಸರ್ಗಿಕ ಕಲ್ಲನ್ನೇ ಬಳಸಿ, ಮಣ್ಣಿನ ಮಿಶ್ರಣದೊಂದಿಗೆ ಅತ್ಯಾಕರ್ಷಕವಾಗಿ ಕಾಣುವಂತೆ ಇವುಗಳನ್ನು ಕೆತ್ತನೆ ಮಾಡಲಾಗಿದೆ.

೩೭. ಬುದ್ಧಿಸ್ಟ್ ಮಾನ್ಯುಮೆಂಟ್ಸ್ ಇನ್ ದಿ ಹೊರ್‍ಯುಜಿ ಏರಿಯಾ:

ಜಪಾನಿನ ಹೊರ‍್ಯುಜಿ ಮತ್ತು ಹೊಕ್ಕಿಜಿ ಬೌದ್ಧ ಧರ್ಮದ ಹೊಳವು ನೀಡುವ ಪ್ರಸಿದ್ಧ ಬೌದ್ಧ ಸ್ಮಾರಕಗಳು ಹಾಗೂ ಐತಿಹಾಸಿಕ ತಾಣಗಳು ಆ ದೇಶದ ಪ್ರಮುಖ ಆಕರ್ಷಣೆ. ಇವುಗಳನ್ನು ವಿಶ್ವ ಪಾರಂಪರಿಕ ಪಟ್ಟಿಯಲ್ಲಿ 1993ರಲ್ಲಿ ಸೇರಿಸಲಾಯಿತು. ಇವುಗಳ ಸುತ್ತಮುತ್ತಲಿನ ಪ್ರದೇಶಗಳನ್ನು ಒಳಗೊಂಡು ಇವನ್ನು ಸೇರ್ಪಡೆ ಮಾಡಲಾಯಿತು. ಇಲ್ಲಿ ಹಲವು ಅತ್ಯಂತ ಪುರಾತನ ಕಟ್ಟಿಗೆ ಕಟ್ಟಡಗಳಿವೆ. ಇವು 7 ಮತ್ತು 8ನೇ ಶತಮಾನಕ್ಕೆ ಸೇರಿದವು ಎಂದು ಗುರುತಿಸಲಾಗಿದೆ. ಇವಷ್ಟೇ ಅಲ್ಲದೇ ಇನ್ನೂ ಹಲವಾರು ಬೌದ್ಧ ಸ್ಮಾರಕಗಳು ಜಪಾನ್ ದೇಶದ ವಿಶೇಷತೆಗಳಲ್ಲಿ ಸೇರಿವೆ.

೩೮. ಬುಖಾರಾ:

ಉಜ್‌ಬೇಕಿಸ್ತಾನದ ಐದನೇ ಅತಿ ದೊಡ್ಡ ನಗರ ಬುಖಾರಾ. ರೇಷ್ಮೆ ರಸ್ತೆಯ ಮೇಲೆ ನಿರ್ಮಾಣಗೊಂಡಿರುವುದು ಇದರ ವೈಶಿಷ್ಟ್ಯ. ಈ ನಗರ ಬಹುಕಾಲ ವಾಣಿಜ್ಯ ಉದ್ಯಮ

ಕೇಂದ್ರ ಮಾತ್ರವಾಗಿರದೇ ವಿದ್ವತ್‌ಪೂರ್ಣ ಜನರಿಂದ ಕೂಡಿದ, ಸಂಸ್ಕೃತಿ–ಧರ್ಮಗಳು ಮೇಳೈಸಿದ ಕೇಂದ್ರವೂ ಆಗಿತ್ತು. ಸುಂದರ ಮಸೀದಿ, ಮಿನಾರು, ಮದರಸಾಗಳಿಂದ ಕೂಡಿದ ಬುಖಾರಾ ನಗರ ವಿಶ್ವ ಪಾರಂಪರಿಕ ಪಟ್ಟಿಯಲ್ಲಿ ಸೇರ್ಪಡೆಯಾಗಿದೆ. ಇಲ್ಲಿರುವಷ್ಟು ಮಸೀದಿಗಳು ಬೇರೆಲ್ಲೂ ಕಾಣಸಿಗವು. ಒಂದಕ್ಕಿಂತ ಒಂದು ಆಕರ್ಷಕ. ಹೀಗೆ ಅಸಂಖ್ಯ ಮಸೀದಿಗಳಿಂದ ಕೂಡಿದ ನಗರದಲ್ಲಿ ಪರ್ಷಿಯನ್ ಜನಾಂಗದವರು ಹೆಚ್ಚಿನ ಸಂಖ್ಯೆಯಲ್ಲಿ ಕಾಣಸಿಗುತ್ತಾರೆ.

39. ಬುಕಿಟ್ ಬ್ಯಾರಿಸಾನ್ ಸೆಲಾಟನ್ ನ್ಯಾಷನಲ್ ಪಾರ್ಕ್:

ಇಂಡೋನೇಷ್ಯಾ ದೇಶದ ಸುಮಾತ್ರಾ ವಲಯಕ್ಕೆ ಸೇರುವ ಈ ರಾಷ್ಟ್ರೀಯ ಉದ್ಯಾನವನ ಆ ದೇಶದ ಮೂರು ಪ್ರಾಂತಗಳಲ್ಲಿ ಹರಡಿದೆ. ಲ್ಯಾಂಪಂಗ್, ಬೆಂಗ್‌ಕುಲು ಮತ್ತು ದಕ್ಷಿಣ ಸುಮಾತ್ರಾ ಈ ಮೂರು ಪ್ರಾಂತಗಳಿಂದ ಕೂಡಿದ ಗಮಂಗ್ ಲ್ಯೂಸರ್ ಮತ್ತು ಕೆರಿನ್ಸಿ ಸೆಬ್‌ಲಿಟ್ ರಾಷ್ಟ್ರೀಯ ಉದ್ಯಾನವನಗಳನ್ನು ಒಳಗೊಂಡಂತೆ ಇವನ್ನು ವಿಶ್ವ ಪರಂಪರೆ ತಾಣಕ್ಕೆ ಸೇರಿಸಲಾಗಿದೆ. ಕಾಡು ಪ್ರಾಣಿಗಳಿಂದ ಕೂಡಿದ ಅರಣ್ಯ ಪ್ರದೇಶವಾಗಿ 1935ರಲ್ಲಿ ಘೋಷಣೆಯಾಗಿದ್ದ ಸುಮಾತ್ರಾದ ಈ ಪ್ರದೇಶ 1982ರಲ್ಲಿ ರಾಷ್ಟ್ರೀಯ ಉದ್ಯಾನವನದ ಮಾನ್ಯತೆಯನ್ನು ಪಡೆದುಕೊಂಡಿತು. ಅರಣ್ಯ ಒತ್ತುವರಿ ಹಾಗೂ ಇನ್ನಿತರ ಕಾರಣಗಳಿಗಾಗಿ ಈಚೆಗೆ ಇದು ಶೇಕಡಾ 20ರಷ್ಟು ಇಲ್ಲಿನ ಕಾಡು ನಾಶವಾಗಿದೆ.

40. ಬಿಬ್ಲಾಸ್:

ಲೆಬನಾನಿನ ಮೌಂಟ್ ಲೆಬನಾನಿನಲ್ಲಿರುವ ಮೆಡಿಟರೇನಿಯನ್ ನಗರ ಬಿಬ್ಲಾಸ್. ಲೆಬನಾನ್ ಸುಮಾರು ಕ್ರಿಸ್ತಪೂರ್ವ 5000ನೇ ಇಸವಿಯಲ್ಲಿ ಪತ್ತೆಯಾದ ರಾಷ್ಟ್ರ. ಲೆಬನಾನ್ ಇತಿಹಾಸ ಬಹು ದೊಡ್ಡದು. ಟ್ರೋಜಾನ್ ಮಹಾ

ಯುದ್ಧದ ಮೊದಲು ನಿರ್ಮಾಣವಾಗಿದೆ ಎಂದು ಇತಿಹಾಸಕಾರರು ಹೇಳುವ ಲೇಬನಾನ್ ನಗರವನ್ನು ಕ್ರೊನಸ್ ಎಂಬುವನು ನಿರ್ಮಿಸಿದ ಎಂಬ ಪ್ರತೀತಿ ಇದೆ. ಅತ್ಯಂತ ಪುರಾತನ ನಾಗರಿಕತೆ ಹೊಂದಿರುವ ನಗರವಿದು ಎಂಬುದಾಗಿ ಇಂದಿಗೂ ಇತಿಹಾಸಕಾರರು ಗುರುತಿಸುತ್ತಾರೆ. ಬೈಬಲ್‌ನಲ್ಲಿ ಕೂಡ ಇದರ ಉಲ್ಲೇಖ ಬರುತ್ತದೆ.

41. ಕನೈಮಾ ನ್ಯಾಷನಲ್ ಪಾರ್ಕ್:

ಬ್ರೆಝಿಲ್ ಮತ್ತು ಗಯಾನಾ ಗಡಿ ಪ್ರದೇಶದಲ್ಲಿ ಈ ಪಾರ್ಕ್ ಕಂಡು ಬರುತ್ತದೆ. 1962ರ ಜೂನ್ 12ರಂದು ಈ ನ್ಯಾಷನಲ್ ಪಾರ್ಕ್ ನಿರ್ಮಾಣ ವಾಯಿತು. ಇದು ಆ ರಾಷ್ಟ್ರದ ಎರಡನೇ ಅತ್ಯಂತ ದೊಡ್ಡ ಪಾರ್ಕ್. ಏಕರೂಪದ, ದೃಷ್ಟಿ ಹಾಯಿಸಿದಷ್ಟೂ ದೂರ ಕಾಣುವ ಈ ಪಾರ್ಕ್ ತನ್ನ ಸೌಂದರ್ಯ ಮತ್ತು ಪ್ರಾಕೃತಿಕ ಗುಣಮಟ್ಟದಿಂದಾಗಿ 1994ರಲ್ಲಿ ವಿಶ್ವ ಪರಂಪರೆ ಪಟ್ಟಿಗೆ ಸೇರಿತು. ಈ ಪಾರ್ಕ್‌ನ ಅತ್ಯಂತ ಆಕರ್ಷಣೀಯ ತಾಣಗಳಲ್ಲಿ ಮೌಂಟ್ ರೊರೈಮಾ ಸೇರಿದೆ.

42. ಕೇಪ್ ಆಫ್ ಫ್ಲಾರಿಸ್ಟಿಕ್ ರೀಜನ್:

ಹೂವಿನ ಕಣಿವೆಗಳಿಂದ ತುಂಬಿರುವ ಈ ಸ್ಥಳ ಇರುವುದು ದಕ್ಷಿಣ ಆಫ್ರಿಕಾದಲ್ಲಿ. ಇಡೀ ದೇಶದಲ್ಲಿ ಕೇಪ್ ಫ್ಲಾರಿಸ್ಟಿಕ್ ಎಂಬುದೊಂದೇ ಪ್ರಾಂತ ಇರುವುದು ವಿಶೇಷ. ಅಗತ್ಯವಾಗಿ ಸಂರಕ್ಷಣೆ ಮಾಡಲೇಬೇಕಾದ 200 ಪ್ರದೇಶ ಗಳಲ್ಲಿ ಇದೂ ಒಂದು ಎಂಬುದನ್ನು ಗುರುತಿಸಿ ಜೀವ ವೈವಿಧ್ಯ ಸಂರಕ್ಷಣೆ ಮಾಡುವ ಕೇಂದ್ರವಾಗಿ ಇದನ್ನು ರೂಪಿಸಲಾಗುತ್ತಿದೆ.

43. ಕಾರ್ಲ್‌ಟನ್ ಗಾರ್ಡನ್ಸ್:

ಆಸ್ಟ್ರೇಲಿಯಾದ ಮೆಲ್ಬರ್ನ್ ನಗರದಲ್ಲಿ ಕೇಂದ್ರೀಕೃತವಾಗಿರುವ ಕಾರ್ಲ್‌ಟನ್ ಗಾರ್ಡನ್ಸ್ ಅತ್ಯಂತ ಸುಂದರವಾದ ವಿಶ್ವ ಪಾರಂಪರಿಕ ತಾಣ. ಸುಮಾರು 26 ಹೆಕ್ಟೇರ್ ಪ್ರದೇಶದಲ್ಲಿ ವ್ಯಾಪಿಸಿರುವ ಈ ಉದ್ಯಾನವನದಲ್ಲಿ ರಾಜಮನೆತನಕ್ಕೆ ಸೇರಿದ ವಸ್ತುಪ್ರದರ್ಶನ ಕಟ್ಟಡವಿದೆ. ಮೆಲ್ಬೋರ್ನ್ ವಸ್ತು ಸಂಗ್ರಹಾಲಯ,

ಐಮ್ಯಾಕ್ಸ್ ಸಿನಿಮಾ, ಇಲ್ಲಿನ ಟೆನಿಸ್ ಕೋರ್ಟ್‌ಗಳು ಎಲ್ಲವೂ ಒಂದಕ್ಕೊಂದು ಮನಮೋಹಕ. ಇವೆಲ್ಲವುಗಳನ್ನು ಒಳಗೊಂಡ ಉದ್ಯಾನವನ ಜನಮನ ಸೂರೆಗೊಳ್ಳುತ್ತದೆ. ಇಡೀ ಮೆಲ್ಬರ್ನ್ ನಗರಕ್ಕೇ ಕಳಸಪ್ರಾಯವಾದ ಇದು ವಿಶ್ವ ಪಾರಂಪರಿಕ ಪಟ್ಟಿಯಲ್ಲಿ ಸೇರ್ಪಡೆ ಯಾಗಿರುವುದರಲ್ಲಿ ಯಾವುದೇ ಅಚ್ಚರಿ ಇಲ್ಲ.

44. ಕಾಸ್‌ಬಾಹ್:

ಇಲ್ಲಿನ ಚಿಕ್ಕ ಅರಮನೆ ಮತ್ತು ಅದನ್ನು ಆವರಿಸಿರುವ ತಾಣ ಅನನ್ಯ, ಇದು ಪತ್ತೆಯಾಗಿದ್ದು ಹಳೆಯ ಇಕೊಸಿಯಂನಲ್ಲಿ. ಸಣ್ಣ ಗುಡ್ಡದ ಮೇಲೆ, ಸಮುದ್ರದ ತಟಕ್ಕೆ ತಾಗಿಕೊಂಡಂತೆ ನಿರ್ಮಾಣವಾಗಿರುವ ಅತ್ಯಂತ ಚಿಕ್ಕ ನಗರ ವಿದು. ಇಲ್ಲಿ 17ನೇ ಶತಮಾನಕ್ಕೆ ಸೇರಿದ ಮಸೀದಿಗಳನ್ನು ಕಾಣಬಹುದಾಗಿದೆ.

45. ಕ್ಯಾಸಲ್ ಆಫ್ ದಿ ಮೌಂಟ್:

ಇದು ಇಟಲಿಯಲ್ಲಿದೆ. ರೋಮ್ ದೊರೆ ಎರಡನೇ ಫೆಡ್ರಿಕ್ ಇದನ್ನು 1240 ಮತ್ತು 1250ರ ನಡುವೆ ಕಟ್ಟಿಸಿದ ಎನ್ನಲಾಗಿದೆ.

46. ಕೇವ್ ಆಫ್ ಅಲ್ಟಾಮಿರಾ:

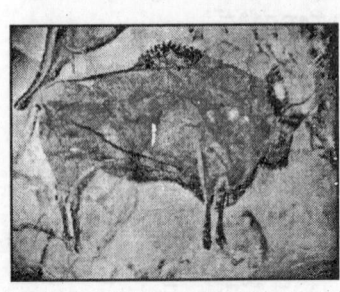

ಸ್ಪೇನ್ ದೇಶದ ಅತ್ಯಂತ ಪ್ರತಿಷ್ಠಿತ ಮತ್ತು ಆಕರ್ಷಕ ಗುಹೆ ಇದು. ಗುಹೆಯ ಒಳಾಂಗಣದಲ್ಲಿ, ಗೋಡೆಯ ಮೇಲ್ಭಾಗದಲ್ಲಿ ಮಾಡಲಾಗಿರುವ ಗುಹಾಂತರ ಕೆತ್ತನೆಗಳಿಗೆ ಹಾಗೂ ಬಿಡಿಸಲಾದ ಚಿತ್ರಗಳಿಗೆ ಇದು ಅತ್ಯುತ್ತಮ ನಿದರ್ಶನ. ಗುಹೆಯ ಕಲ್ಲಿನ

ಒಳಗೆ ಬಿಡಿಸಲಾದ ಆಕರ್ಷಕ ಚಿತ್ರಗಳು ನೋಡುಗರ ಮನಸೂರೆಗೊಳ್ಳುತ್ತವೆ. ಲಭ್ಯ ಇತಿಹಾಸಕ್ಕೆ ಮುನ್ನ ಅಂದರೆ ಇತಿಹಾಸ ಪೂರ್ವ ಕಾಲಘಟ್ಟದಲ್ಲಿ ಇಲ್ಲಿನ ಗುಹಾಂತರ ಚಿತ್ರಗಳು ಪತ್ತೆಯಾಗಿವೆ. ಇದು ಇತಿಹಾಸ ಕಾಲಕ್ಕೆ ಸೇರಿದ್ದು ಎಂಬುದನ್ನು ತೋರಿಸಲು ಇಷ್ಟು ಸಾಕಿತ್ತು. ಆದರೂ 19ನೇ ಶತಮಾನದಲ್ಲಿ ಸೃಷ್ಟಿಯಾದ ವಿವಾದವೊಂದರಿಂದ ಗೊಂದಲ ಉಂಟಾಗಿತ್ತು. ಆದಿ ಮಾನವನಿಗೆ ಇಷ್ಟು ಸುಂದರ ಚಿತ್ರಗಳನ್ನು ಬಿಡಿಸುವ ಕಲೆಗಾರಿಕೆ ಇತ್ತೆ ಎನ್ನುವುದೇ ವಿವಾದಕ್ಕೆ ಕಾರಣವಾದ ದೊಡ್ಡ ಸಂಗತಿ. ಕ್ರಮೇಣ ಇತಿಹಾಸವೇ ಇದರ 'ನೈಜ ಇತಿಹಾಸವನ್ನು' ತಿಳಿಸಿಕೊಟ್ಟಿತು.

47. ಕೇವ್ಸ್ ಆಫ್ ಅಗ್‌ಟೆಲೆಕ್ ಕಾರ್ಸ್ಟ್:

ಟ್ರಾಫಿಕಲ್ ಮತ್ತು ಗ್ಲೇಸಿಯಲ್ ಹವಾಮಾನಕ್ಕೆ ಎದೆಯೊಡ್ಡಿ ನಿಂತ ಅದ್ಭುತ ಗುಹೆಗಳಿವು. ಹಲವಾರು ಮಿಲಿಯಾಂತರ ವರ್ಷಗಳಿಂದ ಇವು ಜಗತ್ತಿನ ಗಮನ ಸೆಳೆಯುತ್ತಲೇ ಬಂದಿವೆ. ಇವುಗಳ ಸಂರಕ್ಷಣೆಗಾಗಿ ಇವಕ್ಕೆ ಸಂರಕ್ಷಣಾ ಪ್ರದೇಶದ ಸ್ಥಾನಮಾನ ನೀಡಲಾಗಿದೆ. ಸದ್ಯದವರೆಗೆ ಈ ಸರಣಿಯಲ್ಲಿ 712 ಗುಹೆಗಳನ್ನು ಗುರುತಿಸಲಾಗಿದ್ದು ಮಳೆ ಗಾಳಿಗೆ ಎದೆಯೊಡ್ಡಿ ತಮ್ಮ ಗಟ್ಟಿತನವನ್ನು ಈ ನಿಸರ್ಗ ನಿರ್ಮಿತ ಗುಹೆಗಳು ಕಾಪಾಡಿಕೊಂಡಿವೆ.

48. ಚಾಕೊ ಕಲ್ಚರ್ ನ್ಯಾಷನಲ್ ಹಿಸ್ಟಾರಿಕಲ್ ಪಾರ್ಕ್:

ಇದು ಅಮೆರಿಕ ಸಂಯುಕ್ತ ಸಂಸ್ಥಾನದ ಬಹುಪ್ರಸಿದ್ಧ ಐತಿಹಾಸಿಕ ಪಾರ್ಕ್. ದಕ್ಷಿಣ ಮತ್ತು ಪಶ್ಚಿಮ ಅಮೆರಿಕದ ನಡುವಿನ ಅತ್ಯಂತ ದಟ್ಟ ಗಿಡಮರಗಳೂ ಕೂಡ ಇಲ್ಲಿವೆ. ಈ ಪಾರ್ಕ್ ವಾಯವ್ಯ ದಿಕ್ಕಿನಲ್ಲಿರುವ ನ್ಯು ಮೆಕ್ಸಿಕೊ ಬಳಿ ಇದೆ. ಉತ್ತರ ಮೆಕ್ಸಿಕೊದ ಪುರಾತನ ಪಳಿಯುಳಿಕೆಗಳನ್ನು ಸಹ ಇಲ್ಲಿ ಕಾಣಬಹುದಾಗಿದೆ. ಇದು ಅಮೆರಿಕದ ಬಹುಮುಖ್ಯ ಮತ್ತು ಐತಿಹಾಸಿಕ ತಾಣ. ಅಮೆರಿಕದ ಇತಿಹಾಸವನ್ನು ಬಿಚ್ಚಿಡುವಲ್ಲಿ ಇದರ ಪಾತ್ರ ಅತ್ಯಂತ ಮಹತ್ವದ್ದು.

49. ಚಾನ್ ಚಾನ್:

ಇದು ದಕ್ಷಿಣ ಅಮೆರಿಕದಲ್ಲಿರುವ ಅತ್ಯಂತ ದೊಡ್ಡ ಕೋಲಂಬಿಯನ್ ಪೂರ್ವ ನಗರ. ಚಾನ್ ಚಾನ್ ಸ್ಮಾರಕವು ಒಂದು ಮಹತ್ವದ ಪ್ರಾಚ್ಯವಸ್ತು ಪ್ರದೇಶವಾಗಿದೆ. ಇದು ಪೆರುವಿಯನ್ ಪ್ರದೇಶದಲ್ಲಿ ಕೇಂದ್ರಿತವಾಗಿದೆ. ಮೊಚೆ ನಾಗರಿಕತೆಗೆ ಮುಂಚೆ ಇದ್ದ ಚಿಮೊರ್ ಎಂಬ ನಾಗರಿಕತೆಯ ಕಾಲಘಟ್ಟದಲ್ಲಿ ಇದನ್ನು ನಿರ್ಮಿಸಲಾಗಿತ್ತು. ಆದರೆ ಕಾಲಕ್ರಮೇಣ ಚಿಮೊರ್ ನಾಗರಿಕತೆಯನ್ನು ಮೊಚೆ ನಾಗರಿಕತೆ ನುಂಗಿ ಹಾಕಿದ್ದು ಈಗ ಇತಿಹಾಸ. ಚಿಮು ಎಂಬ ದೊರೆ ಇದನ್ನು ಕ್ರಿಸ್ತಶಕ 850ರಲ್ಲಿ ನಿರ್ಮಾಣ ಮಾಡಿದ್ದ ಎಂಬುದಾಗಿ ಐತಿಹಾಸಿಕ ದಾಖಲೆಗಳಿಂದ ತಿಳಿದು ಬರುತ್ತದೆ. ಇದಾದ ನಂತರದ ಬೆಳವಣಿಗೆಯಲ್ಲಿ ಇಂಕಾ ಸಾಮ್ರಾಟ ಚಾನ್ ಚಾನ್ ವಶಪಡಿಸಿಕೊಂಡು 1470ರಲ್ಲಿ ತನ್ನ ವಶಕ್ಕೆ ತೆಗೆದುಕೊಂಡ ಎಂಬುದಾಗಿಯೂ ಇತಿಹಾಸ ಹೇಳುತ್ತದೆ.

50. ಚಪಡಾ ಡಾಸ್ ವೆಡಿರಸ್ ನ್ಯಾಷನಲ್ ಪಾರ್ಕ್:

ಇದು ಬ್ರೇಝಿಲ್ ದೇಶದಲ್ಲಿರುವ ಅತ್ಯಂತ ಪ್ರಮುಖ ರಾಷ್ಟ್ರೀಯ ಉದ್ಯಾನವನ. 1961ರ ಜನವರಿ 11ರಂದು ಆ ದೇಶದ ಅಂದಿನ ಅಧ್ಯಕ್ಷ ಜ್ಯುಸೆಲಿನೊ ಕುಬಿಚೆಕ್ ನೇತೃತ್ವದಲ್ಲಿ ಇದು ನಿರ್ಮಾಣಗೊಂಡಿತು. ಇದನ್ನು 2001ನೇ ಇಸವಿಯಲ್ಲಿ ವಿಶ್ವ ಪರಂಪರೆಯ ತಾಣಗಳ ಪಟ್ಟಿಗೆ ಸೇರಿಸಲಾಯಿತು. ಇದು ಸುಮಾರು 655 ಚದರ ಕಿಲೋ ಮೀಟರ್‌ವರೆಗೆ ವ್ಯಾಪಿಸಿರುವುದು. 1650 ಮೀಟರ್ ಎತ್ತರದಲ್ಲಿ ಚಾಚಿಕೊಂಡಿರುವ ಇದು ಕೇಂದ್ರ ಬ್ರೇಝಿಲ್‌ನ ಅತ್ಯಂತ ಎತ್ತರದ ಪ್ರದೇಶವಾಗಿದೆ. ಇದರ ತುತ್ತತುದಿಗೆ ಅತೀ ಎತ್ತರದಲ್ಲಿ

ಸೆರ್ರಾ ಡಾ ಸಂತಾನಾ ಎಂಬ ಉದ್ಯಾನವೂ ಇರುವುದು ವಿಶೇಷ. ಅಳಿವಿನ ಅಂಚಿನಲ್ಲಿರುವ ಅತ್ಯಂತ ಅಪರೂಪದ ಜೀವ ವೈವಿಧ್ಯ ಹಾಗೂ ಪಕ್ಷಿ ಸಂಕುಲವನ್ನು ಈ ಉದ್ಯಾನ ಒಳಗೊಂಡಿದೆ. ಚುಕ್ಕೆ ಜಿಂಕೆಗಳೂ ಸೇರಿದಂತೆ ಹಲವಾರು ಪ್ರಾಣಿಗಳು ಇಲ್ಲಿವೆ. ಎಲ್ಲವೂ ಅಳಿನಂಚಿನಲ್ಲಿರುವುದರಿಂದ ಇವುಗಳನ್ನು ಸಂರಕ್ಷಿತ ಪಟ್ಟಿಗೆ ಸೇರ್ಪಡೆ ಮಾಡಲಾಗಿದೆ. ಗರುಡ ಪ್ರಕಾರಕ್ಕೆ ಸೇರಿದ ವಿವಿಧ ಪಕ್ಷಿಗಳೂ ಸಹ ಇಲ್ಲಿದ್ದು ಎಲ್ಲವನ್ನೂ ಸಂರಕ್ಷಿತ ಪಟ್ಟಿಗೆ ಸೇರಿಸಲಾಗಿದೆ. ಇವುಗಳಿಗೆ ಹಾನಿ ಮಾಡಿದರೆ ಕಠಿಣ ಶಿಕ್ಷೆ ಕಾದಿದೆ.

51. ಛತ್ರಪತಿ ಶಿವಾಜಿ ಟರ್ಮಿನಸ್:

ಬ್ರಿಟಿಷ್ ಕಾಲದಿಂದ ತೀರ ಈಚಿನವರೆಗೂ ಇದನ್ನು ವಿಕ್ಟೋರಿಯಾ ಟರ್ಮಿನಸ್ ಎಂದು ಕರೆಯಲಾಗುತ್ತಿತ್ತು. ಭಾರತದ ವಾಣಿಜ್ಯ ರಾಜಧಾನಿ ಮುಂಬೈನ ವಿ.ಟಿ ಅಥವಾ ಸಿಟಿಎಸ್ ಎಂಬುದಾಗಿಯೂ ಇದು ಜನಪ್ರಿಯವಾಗಿದೆ. ಇದು ಬಾಂಬೆ ವಿಟಿ ರೈಲು ನಿಲ್ದಾಣ ಎಂಬುದಾಗಿಯೂ ಇದು ಜನಪ್ರಿಯ. ಇದು ಕೇಂದ್ರೀಯ ರೈಲ್ವೆ ಇಲಾಖೆಯ ಕೇಂದ್ರ ಸ್ಥಾನವೂ ಹೌದು. ಇದನ್ನು ಮುಂಬೈನ ಐತಿಹಾಸಿಕ ರೈಲು ನಿಲ್ದಾಣ ಎಂದೂ ಕರೆಯಲಾಗುತ್ತದೆ. ಇದು ಭಾರತದ ಅತ್ಯಂತ ಗಜಿಬಿಜಿಗುಡುವ ರೈಲು ನಿಲ್ದಾಣಗಳಲ್ಲಿ ಒಂದು. ಇಲ್ಲಿ ಜನತೆ ಸಾಲು ಸಾಲು ಇರುವೆಗಳಂತೆ ಒಬ್ಬರಿಗೊಬ್ಬರು ತಾಗಿಕೊಂಡು ಸಾಗುತ್ತಾರೆ. ಕಾಲಿಡಲೂ ಜಾಗವಿಲ್ಲದಷ್ಟು ಜನಜಾತ್ರೆ ಈ ರೈಲು ನಿಲ್ದಾಣದಲ್ಲಿರುತ್ತದೆ. ಇಲ್ಲಿಂದ ಕೇಂದ್ರೀಯ ರೈಲ್ವೆ ಕಾರ್ಯನಿರ್ವಹಿಸುವುದರ ಜೊತೆಗೆ, ಮುಂಬೈನ ಉಪನಗರಗಳಿಗೂ ಇಲ್ಲಿಂದಲೇ ರೈಲುಗಳು ಹೊರಡುವ ವ್ಯವಸ್ಥೆ ಮಾಡಲಾಗಿದೆ. ವಿಕ್ಟೋರಿಯನ್ ಗೋಥಿಕ್ ಶೈಲಿಯಲ್ಲಿ ಇಲ್ಲಿನ ನಿಲ್ದಾಣವನ್ನು ನಿರ್ಮಿಸಿರುವುದು ವಿಶೇಷ. ವಿಕ್ಟೋರಿಯನ್ ಗೋಥಿಕ್ ಶೈಲಿಯಲ್ಲಿ ನಿರ್ಮಿಸಲಾಗಿರುವ ಏಕೈಕ ಭಾರತೀಯ ರೈಲು ನಿಲ್ದಾಣವಿದು. ಈ ಶೈಲಿಯ ಜೊತೆಗೆ ಭಾರತೀಯ ವಿನ್ಯಾಸ ಶೈಲಿಯನ್ನೂ ಮಿಶ್ರಣ ಮಾಡಿರುವುದು ಇಲ್ಲಿನ ಇನ್ನೊಂದು ವಿಶೇಷತೆ.

52. ಚಿತ್ವನ್ ನ್ಯಾಷನಲ್ ಪಾರ್ಕ್:

ನೇಪಾಳದ ಪ್ರಥಮ ರಾಷ್ಟ್ರೀಯ ಉದ್ಯಾನವನವಿದು. ಮೊದಲು ಇದನ್ನು

ರಾಯಲ್ ಚಿತ್ವನ್ ನ್ಯಾಷನಲ್ ಪಾರ್ಕ್ ಎಂದು ಕರೆಯಲಾಗುತ್ತಿತ್ತು. ಇದನ್ನು 1973ರಲ್ಲಿ ನಿರ್ಮಾಣ ಮಾಡಲಾಯಿತು. 1984ರಲ್ಲಿ ಇದು ವಿಶ್ವ ಪರಂಪರೆ ಪಟ್ಟಿಗೆ ಸೇರ್ಪಡೆಯಾಯಿತು. ನೇಪಾಳದ ಹಿಮಾಲಯದ ಕಣಿವೆಗಳಲ್ಲಿ ಬೆಟ್ಟವೊಂದರ ಮೇಲೆ ಇರುವ ಈ ನ್ಯಾಷನಲ್ ಪಾರ್ಕ್ ನೆಲಮಟ್ಟದಿಂದ 100ರಿಂದ 815 ಮೀಟರ್‌ಗಳಷ್ಟು ಎತ್ತರದಲ್ಲಿದ್ದು ಚುರಿಯಾ ಬೆಟ್ಟ ಪ್ರದೇಶದಲ್ಲಿ ಕೇಂದ್ರಿತವಾಗಿದೆ.

53. ಚೋಕಾ ಜಂಬಿಲ್:

ಇರಾನಿನ ಖುಜೆಸ್ತಾನ್ ಪ್ರಾಂತದ ಒಂದು ಪುರಾತನ ಸಂಕೀರ್ಣ. ಇದು ಮೆಸೊಪೊತಮಿಯ. ಇದನ್ನು ಕ್ರಿಸ್ತ ಪೂರ್ವ 1250ರಲ್ಲಿ ರಾಜಾ ಊಂಟ್ ಶಾ ನಪಿರಿಶಾ ಕಟ್ಟಿಸಿದ. ಅವನ ಆರಾಧ್ಯ ದೈವವಾದ ಇನ್‌ಶುಶಿನಕ್ ಗೌರವಾರ್ಥ ಈತ ಈ ಸಂಕೀರ್ಣವನ್ನು ಕಟ್ಟಿಸಿದ. ಗಟ್ಟಿ ಮುಟ್ಟಾದ ಸಂಕೀರ್ಣವು ನಗರದ ಪ್ರಮುಖ ಪ್ರದೇಶಗಳ ಮಾಹಿತಿಯನ್ನು ನೀಡುತ್ತದೆ.

54. ಚೊಯಿರೊಕೊಯಿಟಿಯಾ:

ಮೆಡಿಟರೇನಿಯನ್ ಸಮುದ್ರದಲ್ಲಿರುವ ಸಿಪ್ರಸ್ ದ್ವೀಪದಲ್ಲಿರುವ ಪ್ರಾಚ್ಯವಸ್ತು ಪ್ರದೇಶವಿದು. ಅತ್ಯಂತ ಪುರಾತನ ಪ್ರಾಚ್ಯವಸ್ತು ಪ್ರದೇಶಗಳಲ್ಲಿ ಇದೂ ಕೂಡ ಒಂದಾಗಿದೆ. ವಿಶ್ವ ಪಾರಂಪರಿಕ ತಾಣಗಳ ಪಟ್ಟಿಗೆ ಇದು ಸೇರ್ಪಡೆಯಾಗಿದ್ದು 1998ರಲ್ಲಿ. ಪೂರ್ವ ಮೆಡಿಟರೇನಿಯನ್ ಪ್ರದೇಶದ ಬಹುಮುಖ್ಯ ಸ್ಥಳವಾಗಿರುವುದು ಮಾತ್ರವಲ್ಲದೇ ಸುಂದರವಾಗಿ ಮತ್ತು ಸುಸಜ್ಜಿತವಾಗಿ ನಿರ್ವಹಣೆ ಮಾಡಲಾಗುತ್ತಿರುವ ತಾಣ ಎಂಬುದಾಗಿಯೂ ಇದು ಪ್ರಸಿದ್ಧಿ ಪಡೆದಿದೆ.

55. ಚೋಳ ಟೆಂಪಲ್ಸ್ (ದೇವಾಲಯಗಳು):

ದಕ್ಷಿಣ ಭಾರತದಲ್ಲಿ ಚೋಳರು ಆಳ್ವಿಕೆ ಮಾಡುತ್ತಿದ್ದಾಗ, ದಕ್ಷಿಣ ಭಾರತದ ವಿವಿಧೆಡೆ ಕಟ್ಟಿಸಲಾದ ದೇವಾಲಯಗಳಿವು. ತಮ್ಮ ವಾಸ್ತು ಶಿಲ್ಪದಿಂದ ಎಲ್ಲರ ಮನಸೆಳೆದಿವೆ. ತಂಜಾವೂರಿನ ಬೃಹದೀಶ್ವರ ದೇವಾಲಯ ಇವೆಲ್ಲವುಗಳಲ್ಲಿ ಅತ್ಯಂತ ಪ್ರಸಿದ್ಧಿ. ಇದಲ್ಲದೇ ಗಂಗೈಕೊಂಡ ಚೋಳೈಶ್ವರಂ ಮತ್ತು ಐರಾವತೇಶ್ವರ ದೇವಾಲಯಗಳು ಕೂಡ ಬಹು ಜನಪ್ರಿಯ. ಈ ದೇವಾಲಯಗಳು ಆಂಧ್ರಪ್ರದೇಶದ ದರಶುರಂನಲ್ಲಿವೆ.

56. ಚಿಲೊದ ಚರ್ಚ್‌ಗಳು:

ಇವು ಅಮೆರಿಕದ ವೈಶಿಷ್ಟ್ಯಗಳಲ್ಲಿ ಸೇರಿವೆ. ಅಮೆರಿಕದ ವಿವಿಧ ಭಾಗಗಳಲ್ಲಿ ಹರಡಿರುವ ಇವು ತಮ್ಮ ವಾಸ್ತುಶಾಸ್ತ್ರ ಮತ್ತು ಕಲಾತ್ಮಕತೆಯಿಂದ ಗಮನ ಸೆಳೆದಿವೆ. ಇವುಗಳನ್ನು ಸ್ಪೇನ್ ಆಡಳಿತ ಇದ್ದ ಅವಧಿಯ 18 ಮತ್ತು 19ನೇ ಶತಮಾನದಲ್ಲಿ ಕಟ್ಟಲಾಗಿದೆ ಎಂಬುದಾಗಿ ಇತಿಹಾಸಕಾರರು ಗುರುತಿಸಿದ್ದಾರೆ. ಈ ಚರ್ಚ್‌ಗಳು ಯುರೋಪ್ ಮತ್ತು ಸ್ಥಳೀಯ ಶೈಲಿ ಎರಡನ್ನೂ ಮೇಳೈಸಿಕೊಂಡಿವೆ. ಮೆಸ್ಟಿಜೊ ಸಂಸ್ಕೃತಿಗೆ ಇವು ಅತ್ಯಂತ ಉತ್ತಮ ಉದಾಹರಣೆಯಾಗಿವೆ.

57. ಸಿಡಾಡೆ ವೆಲ್ಹಾ:

ಸ್ಯಾಂಟಿಯಾಗೊ ದ್ವೀಪದ ಪ್ರಯಾ ಎಂಬ ಪ್ರದೇಶದಿಂದ 15 ಕಿ.ಮೀ ದೂರದಲ್ಲಿ ಈ ನಗರವಿದೆ. ಕೇಪ್ ವೇರ್ಡೆಯ ಮೊದಲ ನಿರಾಶ್ರಿತರು ಅರಸಿ ಬಂದ ತಾಣವಿದು. ಇದೇ ಪಟ್ಟಣ ಕೇಪ್ ವೆರ್ಡೆಯ ರಾಜಧಾನಿಯಾಗಿಯೂ ಕಾರ್ಯನಿರ್ವಹಣೆ ಮಾಡುತ್ತಿತ್ತು. ಆಫ್ರಿಕಾದ ಆಚೆಗಿನ ಸಮುದ್ರ ಮಧ್ಯದಲ್ಲಿ

ಈ ದ್ವೀಪವಿದೆ. ಯುರೋಪ್‌ನ ವಿವಿಧೆಡೆಗಳಿಂದ ಬಂದ ವಲಸಿಗರ ಪ್ರಥಮ ಆಶ್ರಯತಾಣವಿದಾಗಿತ್ತು. ವಸಹಾತುಶಾಹಿ ಆಡಳಿತಗಾರರು ಹಾಗೂ ವಸಹಾತುಶಾಹಿ ಅಧಿಕಾರಿಗಳಿಂದ ನಿರ್ಮಿತ ಮೊದಲ ಚರ್ಚ್ ಇಲ್ಲಿ 1495ರಲ್ಲಿ ನಿರ್ಮಾಣವಾಗಿದೆ.

58. ಸಿಟಿ ಆಫ್ ಬಾತ್:

ಇಂಗ್ಲೆಂಡಿನ ಸಾಮರ್‌ಸೆಟ್ ಪ್ರಾಂತ್ಯದಲ್ಲಿರುವ ಸಿಟಿ ಆಫ್ ಬಾತ್ ಅನ್ನು 1987ರಲ್ಲಿ ವಿಶ್ವ ಪರಂಪರೆಯ ತಾಣಕ್ಕೆ ಸೇರಿಸಲಾಯಿತು. ಅನೇಕ ರಂಗಮಂದಿರಗಳು, ವಸ್ತುಪ್ರದರ್ಶನಾಲಯಗಳು ಹಾಗೂ ಇತರ ಸಾಂಸ್ಕೃತಿಕ ತಾಣಗಳಿಂದ ಕೂಡಿದ ವಿಶೇಷವಾದ ನಗರವಿದು. ಕ್ರೀಡೆಗಳಿಗೂ ತನ್ನದೇ ಆದ ರೀತಿಯಲ್ಲಿ ಪ್ರಸಿದ್ಧಿಯನ್ನು ಪಡೆದಿರುವ ನಗರವಿದು. ಈ ನಗರದ ಸೌಂದರ್ಯದಿಂದಾಗಿ ಇದೊಂದು ಇಂಗ್ಲೆಂಡಿನ ಪ್ರಮುಖ ಪ್ರವಾಸಿ ತಾಣವಾಗಿ ಹೊರಹೊಮ್ಮಿದೆ. ಪ್ರತಿದಿನ ಸಾಮರ್‌ಸೆಟ್‌ನ ಸೌಂದರ್ಯ ಸವಿಯಲು ಲಕ್ಷಾಂತರ ಪ್ರವಾಸಿಗರು ಇಲ್ಲಿ ಭೇಟಿ ನೀಡುತ್ತಾರೆ. ಒಂದು ಅರ್ಥದಲ್ಲಿ ಇದನ್ನು ನಮ್ಮ ಕರ್ನಾಟಕದ ಮೈಸೂರಿನಂತೆ ಎಂದು ಕರೆಯಬಹುದು.

59. ಕೋಕೋಸ್ ದ್ವೀಪ:

ಪ್ಯಾಸಿಫಿಕ್ ಸಮುದ್ರದ ಕೋಸ್ಟಾ ರಿಕಾ ಸಮುದ್ರದಲ್ಲಿ ಕೋಸ್ಟಾ ರಿಕಾ ಪಟ್ಟಣದಿಂದ ಸುಮಾರು 550 ಕಿಲೋಮೀಟರ್ ದೂರದಲ್ಲಿ ಕೇಂದ್ರೀಕೃತವಾಗಿರುವ ಈ ವಿಶಿಷ್ಟ ದ್ವೀಪದಲ್ಲಿ ಒಂದು ಆಕರ್ಷಕ ರಾಷ್ಟ್ರೀಯ ಉದ್ಯಾನವನವೂ ಇದೆ. ಇದು ಈಜುಗಾರರಿಗೆ ಹಾಗೂ ನೀರಿನ ಕ್ರೀಡೆಗಳ ಪ್ರೇಮಿಗಳಿಗೆ ಸವಾಲಿನ ತಾಣ. ಹಾಂ. ಇಲ್ಲಿ ಮನುಷ್ಯರ ವಾಸವಿಲ್ಲ. ಸಮುದ್ರ 'ನಿವಾಸಿ'ಗಳು

ಅಂದರೆ ಡಾಲ್ಫಿನ್, ಶಾರ್ಕ್ ಸೇರಿದಂತೆ ಹಲವು ಅಪಾಯಕರ ಮತ್ತು ಅಪಾಯಕರ ವಲ್ಲದ ಎರಡೂ ಬಗೆಯ ಜಲಚರಗಳು ಇಲ್ಲಿವೆ. ಆಳ ಸಮುದ್ರದಲ್ಲಿ ಇರಬೇಕಾದ ಎಲ್ಲ ಜಲಚರಗಳನ್ನು, ಸಮುದ್ರದೊಳಗಿನ ವಿಶ್ವವನ್ನು ಇಲ್ಲಿ ಕಾಣಬಹುದಾಗಿದೆ.

60. ಕೊಲೋನ್ ಕ್ಯಾಥೆಡ್ರಲ್:

ಜರ್ಮನಿಯ ಕೊಲೋನ್ ಪ್ರದೇಶದಲ್ಲಿರುವ ಇದು ಪ್ರಸಿದ್ಧ ರೋಮನ್ ಕ್ಯಾಥಲಿಕ್ ಚರ್ಚ್. ಕೊಲೋನ್ ಪಟ್ಟಣದ ಹಾಗೂ ಸುತ್ತಮುತ್ತಲಿನ ಪ್ರದೇಶಗಳ ಕ್ರೈಸ್ತ ಧರ್ಮಗುರು (ಆರ್ಚ್ ಬಿಷಪ್) ಅವರು ಈ ಚರ್ಚ್‌ನ ಅಧಿಪತಿ. ಅಂದರೆ ಅವರ ಆಶೀರ್ವಾದಕ್ಕೆ ಭಕ್ತರು ಈ ಚರ್ಚಿಗೆ ಭೇಟಿ ನೀಡುತ್ತಾರೆ. ಕ್ರೈಸ್ತ ಸ್ಮಾರಕವಾಗಿ ಇದು ಎಲ್ಲರ ಗಮನವನ್ನು ಸೆಳೆದಿದೆ. ತನ್ನ ವಾಸ್ತು ಶಿಲ್ಪಕ್ಕಾಗಿ ಇಡೀ ವಿಶ್ವದ ಗಮನವನ್ನು ಸೆಳೆದಿರುವ ಈ ಚರ್ಚ್ ವಿಶ್ವ ಪರಂಪರೆಯ ಪಟ್ಟಿಗೆ ಸೇರಿದೆ.

61. ಕೊಮೊ ನ್ಯಾಷನಲ್ ಪಾರ್ಕ್:

ಕೋಟ್ ಡಿವೋರ್ ಪ್ರಾಂತ್ಯದಲ್ಲಿ ವಾಯವ್ಯ ದಿಕ್ಕಿನಲ್ಲಿರುವ ಈ ರಾಷ್ಟ್ರೀಯ ಉದ್ಯಾನವನ 1983ರಲ್ಲಿ ಇದರ ನಿರ್ಮಾಣವಾಯಿತು. ಅಂದಿನಿಂದ ಅನ್ವಯ ವಾಗುವಂತೆ ಇದನ್ನು ವಿಶ್ವ ಪಾರಂಪರಿಕ ಸ್ಥಳಗಳ ಪಟ್ಟಿಗೆ ಸೇರಿಸಿ ಸಂರಕ್ಷಣೆ ಮಾಡಲಾಗುತ್ತಿದೆ. ಪ್ರಮುಖವಾಗಿ ಅರಣ್ಯ ಪ್ರದೇಶದಿಂದ ಕೂಡಿರುವ ಇಲ್ಲಿ ವಿಶ್ವದ ಬೇರೆ ರಾಷ್ಟ್ರೀಯ ಉದ್ಯಾನವನಗಳಲ್ಲಿ ಕಾಣದೇ ಇರುವಂತಹ ಅಪ ರೂಪದ ಗಿಡಮರಗಳಿವೆ. ವನ್ಯ ಸಂಪತ್ತಿದೆ. ಇವೆಲ್ಲವುಗಳಿಗೆ ಕಳಶವಿಟ್ಟಂತೆ ಉದ್ಯಾನದಲ್ಲಿ ಕೊಮೊ ನದಿ ಹರಿಯುತ್ತದೆ. ಇದನ್ನು ನೋಡುವುದೇ ಕಣ್ಣಿಗೆ ಒಂದು ಹಬ್ಬ.

62. ಗೊಗುರಿಯೊ ಗುಮ್ಮಟಗಳ ಸಂಕೀರ್ಣ:

ಉತ್ತರ ಕೋರಿಯಾ ದೇಶದ ಮೊದಲ ವಿಶ್ವ ಪರಂಪರೆ ತಾಣವಿದು. ಕೋರಿಯಾದ ಮೂರು ಸಾಮ್ರಾಜ್ಯಗಳ ಪೈಕಿ ಒಂದು ಸಾಮ್ರಾಜ್ಯಕ್ಕೆ ಸೇರಿದ

30 ವ್ಯಕ್ತಿಗಳ ಗುಮ್ಮಟಗಳನ್ನು ಇದು ಒಳಗೊಂಡಿದೆ. ಇಲ್ಲಿನ ಹಲವಾರು ಗುಮ್ಮಟಗಳ ಗೋಡೆಗಳ ಮೇಲೆ ವರ್ಣಚಿತ್ರಗಳನ್ನು ಬಿಡಿಸಲಾಗಿದೆ. ಇದಲ್ಲದೇ ಹತ್ತು ಸಾವಿರಕ್ಕೂ ಅಧಿಕಾರ ಸಣ್ಣಪುಟ್ಟ ಗುಮ್ಮಟಗಳೂ ಇಲ್ಲಿವೆ.

63. ಕಾಂಗೋನ್ಹಾಸ್:

ಇದೊಂದು ಬ್ರೆಝಿಲ್ ದೇಶದ ಐತಿಹಾಸಿಕ ನಗರ. ಬ್ರೆಝಿಲ್‌ನ ಮಿನಾಸ್ ಗೆರೇಸ್ ಎಂಬ ರಾಜ್ಯಕ್ಕೆ ಇದು ಸೇರಿದೆ. ಇಲ್ಲಿನ ಅನೇಕ ಕೆತ್ತನೆಗಳನ್ನು ಪೋರ್ಚುಗೀಸ್ ಹೋರಾಟಗಾರ ಮತ್ತು ಸಾಹಸಿಗ 18ನೇ ಶತಮಾನದಲ್ಲಿ ನಿರ್ಮಿಸಲಾಗಿದೆ. ಇಲ್ಲಿ ನೋಡಬೇಕಾದ ಅನೇಕ ಪುರಾತನ ಸ್ಥಳಗಳಿವೆ. ಕೆಲವು ಸ್ಮಾರಕಗಳ ಮೇಲೆ ಬೈಬಲ್‌ನ ಹಳೆ ಪುಸ್ತಕದಲ್ಲಿನ ಅನೇಕ ಶಾಂತಿ ಸಂದೇಶಗಳನ್ನು ಕೆತ್ತಲಾಗಿದೆ. ಇವು ಆಕರ್ಷಕವಾಗಿದೆ.

64.ಕ್ರೆಡಲ್ ಆಫ್ ಹ್ಯೂಮನ್‌ಕೈಂಡ್ (ಮನುಕುಲದ ತೊಟ್ಟಿಲು):

ದಕ್ಷಿಣ ಆಫ್ರಿಕಾದ ಜೋಹಾನ್ಸ್‌ಬರ್ಗ್‌ನ ವಾಯವ್ಯ ದಿಕ್ಕಿನಲ್ಲಿ ಸುಮಾರು 50 ಕಿಲೋ ಮೀಟರ್ ದೂರದಲ್ಲಿರುವ ಇದನ್ನು 1999ರಲ್ಲಿ ವಿಶ್ವ ಪರಂಪರೆಯ ಪಟ್ಟಿಗೆ ಸೇರ್ಪಡೆ ಮಾಡಲಾಯಿತು. ಸುಣ್ಣದ ಕಲ್ಲಿನ ಗುಹೆಗಳು ಇಲ್ಲಿನ ವಿಶೇಷ. ಇನ್ನೂ ಅನೇಕ ಪುರಾತನ ಸಂಗತಿಗಳನ್ನು ಇಲ್ಲಿ ಕಾಣಬಹುದಾಗಿದೆ.

65. ಕಾವಾ ಡಿ ಲಾಸ್ ಮ್ಯಾನೋಸ್:

ಅರ್ಜೇಂಟಿನಾದ ಸಾಂತಾ ಕ್ರೂಸ್ ಪ್ರಾಂತ್ಯದಲ್ಲಿ ಕಂಡು ಬರುವ ಗುಹೆ ಇದು. ಪಿಂಚುರಾಸ್ ಕಣಿವೆಯ ನದಿ ಪ್ರದೇಶ ತೀರದಲ್ಲಿ ಇದು ಕಂಡು ಬರುತ್ತದೆ. ಪ್ಯಾಟಗೋನಿಯನ್ ಪ್ರದೇಶದ ಜನವಸತಿರಹಿತವಾಗಿರುವ ಸ್ಥಳದಲ್ಲಿದೆ. ಕೈ ಬರಹದಿಂದ ಇಲ್ಲಿ

ಕೆತ್ತನೆ ಮಾಡಲಾದ ವರ್ಣಮಯ ಚಿತ್ರಗಳು ಪ್ರಮುಖ ಆಕರ್ಷಣೆ. ಇದು ಸುಮಾರು 9 ಸಾವಿರ ವರ್ಷಗಳ ಹಿಂದಿನದು ಎನ್ನಲಾಗಿದೆ.

66. ಸೈರಿನ್:

ಲಿಬಿಯಾದ ಶಾಹತ್ ಪ್ರಾಂತ್ಯದಲ್ಲಿನ ಪುರಾತನ ಗ್ರೀಕ್ ಕಾಲೋನಿ ಇದಾಗಿದೆ. ಲಿಬಿಯಾದ ಈ ಪ್ರದೇಶದಲ್ಲಿ ಕಂಡು ಬರುವ ಅತ್ಯಂತ ಹಳೆಯದಾದ ಐದು ಗ್ರೀಕ್ ನಾಗರಿಕತೆಗಳಿರುವ ಪ್ರದೇಶಗಳಲ್ಲಿ ಇದೂ ಒಂದು. ಪೂರ್ವ ಲಿಬಿಯಾದ ಸೈರಿನೈಕಾ ಎಂಬ ಶಾಸ್ತ್ರೀಯ ಹೆಸರನ್ನು ಕೊಟ್ಟ ನಾಗರಿಕತೆ ಇದು. ಸೈರಿನ್ ಹಸಿರು ಗದ್ದೆಗಳಿಂದ, ಹುಲ್ಲುಗಾವಲುಗಳಿಂದ ಆವರಿಸಿದ ಪ್ರದೇಶ.

67. ಡಮಾಸ್ಕಸ್:

ಡಮಾಸ್ಕಸ್ ಸಿರಿಯಾದ ರಾಜಧಾನಿ ಮಾತ್ರವಲ್ಲದೇ ಸಿರಿಯಾದ ಅತ್ಯಂತ ದೊಡ್ಡ ನಗರವೂ ಆಗಿದೆ. ಬಹುಸಂಖ್ಯಾತರು ಬಂದು ನೆಲೆಸಲು ಇಷ್ಟ ಪಡುವ ಈ ಪಟ್ಟಣದಲ್ಲಿ ಸಂಸ್ಕೃತಿ ಮೇಳೈಸಿದೆ. ಅಂದರೆ ಸಾಂಸ್ಕೃತಿಕವಾಗಿಯೂ ಅತ್ಯಂತ ಮುಖ್ಯವಾದ ಪ್ರದೇಶವಿದಾಗಿದೆ. ಸಾಂಸ್ಕೃತಿಕ ಕೇಂದ್ರದ ಜೊತೆಗೆ ಬಹುಮುಖ್ಯ ಧಾರ್ಮಿಕ ಕೇಂದ್ರವೂ ಆಗಿದೆ. ಅಬ್ಬಾಸಿದ್ ರಾಜಮನೆತನ ಇಲ್ಲಿನ ಮೂಲ ಅರಸರನ್ನು ಗೆದ್ದ ನಂತರ ರಾಜಧಾನಿ ಬಾಗ್ದಾದ್‌ಗೆ ಸ್ಥಳಾಂತರಗೊಂಡಿತು. ಅಬ್ಬಾಸಿದ್ ರಾಜರ ಅವಧಿಯಲ್ಲಿ ಡಮಾಸ್ಕಸ್ ರಾಜಕೀಯವಾಗಿ ತುಂಬ ಹಿನ್ನಡೆ ಕಂಡಿತು. ಈಗ ಪುನಃ ಅಬಾಸ್ಕಸ್ ಅರಬ್‌ನ ಸಾಂಸ್ಕೃತಿಕ ರಾಜಧಾನಿ ಎಂದು 2008ರಿಂದ ಪರಿಗಣಿತವಾಗುತ್ತದೆ.

68. ಡಾಂಬುಲ್ಲಾ ಕೇವ್ ಟೆಂಪಲ್:

ಶ್ರೀಲಂಕಾದಲ್ಲಿರುವ ಈ ವಿಶ್ವ ಪರಂಪರೆಯ ತಾಣಕ್ಕೆ ಗೋಲ್ಡನ್ ಟೆಂಪಲ್ ಎಂಬುದಾಗಿಯೂ ಕರೆಯಲಾಗುತ್ತದೆ. ಇದು ಶ್ರೀಲಂಕಾದ ಕೇಂದ್ರ ಭಾಗದಲ್ಲಿದೆ. ಶ್ರೀಲಂಕಾದ ಅತಿ ದೊಡ್ಡ ಗುಹಾಂತರ ದೇವಾಲಯ ಮತ್ತು ವಾಣಿಜ್ಯ ಸಂಕೀರ್ಣ ಇದಾಗಿದೆ. 160 ಮೀಟರ್ ಎತ್ತರದ ಕಲ್ಲಿನ ಗೋಪುರಗಳು ಇದನ್ನು

ಸುತ್ತುವರಿದಿವೆ. ಈ ಬೃಹತ್ ಗುಹಾಂತರ ದೇವಾಲಯದ ಸುತ್ತ 80 ಸಣ್ಣಪುಟ್ಟ ದಾಖಲೀಕೃತ ಗುಹೆಗಳಿವೆ. ಗುಹೆಗಳ ಮೇಲೆ ಬುದ್ಧನ ಚಿತ್ರಗಳನ್ನು ಬಿಡಿಸಲಾಗಿದೆ. ಕೆಲವೆಡೆ ಬುದ್ಧನ ಪ್ರತಿಮೆಗಳನ್ನು ಸ್ಥಾಪಿಸಲಾಗಿದೆ. ಇವು ಬುದ್ಧನ ಜೀವನ ಚರಿತ್ರೆಯನ್ನು ಬಿಡಿಸಿಡುತ್ತವೆ.

69. ಡೇರಿಯನ್ ನ್ಯಾಷನಲ್ ಪಾರ್ಕ್:

ಡೇರಿಯನ್ ನ್ಯಾಷನಲ್ ಪಾರ್ಕ್ (ಉದ್ಯಾನವನ) ಪನಾಮಾದಲ್ಲಿದ್ದು, ವಿಶ್ವ ಪರಂಪರೆಯ ತಾಣಕ್ಕೆ ಸೇರಿದೆ. ಪನಾಮಾದಲ್ಲಿನ ಎಲ್ಲ ರಾಷ್ಟ್ರೀಯ ಪಾರ್ಕ್‌ಗಳಿಗಿಂತ ಇದು ದೊಡ್ಡದು ಹಾಗೂ ಸೆಂಟ್ರಲ್ ಅಮೆರಿಕದ ಪ್ರಮುಖ ಸ್ಥಳಗಳಲ್ಲಿ ಒಂದು. ಇದನ್ನು 1983ರಲ್ಲಿ ಜೀವ ವೈವಿಧ್ಯ ಸಂರಕ್ಷಣಾ ಸ್ಥಳವನ್ನಾಗಿ ಘೋಷಣೆ ಮಾಡಲಾಯಿತು. ಇಲ್ಲಿ ಅಪರೂಪದ ಹಾಗೂ ಔಷಧೀಯ ಮಹತ್ವವನ್ನು ಹೊಂದಿರುವ ವನ್ಯರಾಶಿ ಇದೆ. ಇಲ್ಲಿನ ಭೂಪ್ರದೇಶದ ಸೌಂದರ್ಯ ಹಾಗೂ ಅರಣ್ಯ ಅತಿಥಿಗಳನ್ನು ಕೈಬೀಸಿ ಕರೆಯುತ್ತದೆ.

70. ಆಮ್‌ಸ್ಟರ್‌ಡ್ಯಾಮ್‌ನ ಡಿಫೆನ್ಸ್ ಲೈನ್:

ಆಮಸ್ಟರ್‌ಡ್ಯಾಮ್‌ನ 135 ಕಿಲೋ ಮೀಟರ್ ಉದ್ದದ ರಕ್ಷಣಾ ವಲಯ ವಿದು. ಈ ವಲಯದ ಉದ್ದಕ್ಕೂ ಸುಮಾರು 10–15 ಕಿಲೋಮೀಟರ್ ಅಂತರದಲ್ಲಿ 42 ಕೋಟೆಗಳು ಇಲ್ಲಿವೆ. ಯುದ್ಧ ಸಂಭವಿಸಿದರೆ ಈ ವಲಯದ ನೆಲದ ಮೇಲೆ ನಿಂತು ಪರಸ್ಪರ ಯುದ್ಧ ಮಾಡುವಂತಹ ವಾತಾವರಣ ಇಲ್ಲಿದೆ. ಸ್ಥಳೀಯ ಆಡಳಿತಗಳು ಈ ರಕ್ಷಣಾ ವಲಯದ ಉಸ್ತುವಾರಿಯನ್ನು ನೋಡಿಕೊಳ್ಳುತ್ತವೆ.

71. ಡರ್ವೆಂಟ್ ವ್ಯಾಲಿ ಮಿಲ್ಸ್:

ಇಂಗ್ಲೆಂಡಿನ ಡರ್ವಂಟ್ ನದಿ ತೀರದಲ್ಲಿರುವ ಹತ್ತಿ ನೇಯ್ಗೆ ಗಿರಣಿಗಳಿವು. ಒಂದಕ್ಕಿಂತ ಒಂದು ಅತ್ಯದ್ಭುತ ಕಟ್ಟಡ ವಿನ್ಯಾಸವನ್ನು ಹೊಂದಿವೆ. 2001ರಲ್ಲಿ ವಿಶ್ವ ಪರಂಪರೆ ಪಟ್ಟಿಗಳ ತಾಣಕ್ಕೆ ಇವುಗಳನ್ನು ಸೇರ್ಪಡೆಗೊಳಿಸಲಾಯಿತು.

ಇದೊಂದು ಅತ್ಯಾಧುನಿಕ ಗಿರಣಿ. 18ನೇ ಶತಮಾನ ದಿಂದಲೇ ಇಲ್ಲಿ ಆಧುನಿಕ ತಂತ್ರಜ್ಞಾನವನ್ನು ಬಳಸಿಕೊಳ್ಳ ಲಾಗುತ್ತಿದೆ. ರಿಚರ್ಡ್ ಆರ್ಕ್‌ ರೈಟ್ ಎಂಬಾತ ಹತ್ತಿ ಬಟ್ಟೆಗಳ ನೇಯ್ಗೆಗಾಗಿ ಕಂಡುಹಿಡಿದ ಆಧುನಿಕ ತಂತ್ರಜ್ಞಾನವನ್ನು ಬಳಸಿಕೊಂಡು ಇದನ್ನು ಅಭಿವೃದ್ಧಿಪಡಿಸಲಾಗಿದೆ. ಇಲ್ಲಿನ ತಂತ್ರಜ್ಞಾನದಿಂದಾಗಿ ಸತತವಾಗಿ ಬಟ್ಟೆಗಳನ್ನು ನೇಯುವುದು ಇಲ್ಲಿ ಸಾಧ್ಯವಾಗಿತ್ತು. ಈ ನದಿಯಗುಂಟ ಇರುವ ಎಲ್ಲ ಗಿರಣಿಗಳಲ್ಲೂ ಕ್ರಮೇಣ ಇದೇ ತಂತ್ರಜ್ಞಾನವನ್ನು ಅಳವಡಿಸಿಕೊಳ್ಳಲಾಯಿತು.

72. ಧರ್ಮಾ ವ್ಹೀಲ್:

ಭಾರತೀಯ ಸಾಮ್ರಾಟ ಅಶೋಕ ಒಂದು ಬೌದ್ಧ ಸ್ತೂಪವನ್ನು ನಿರ್ಮಿಸುವುದಕ್ಕಾಗಿ ಬುದ್ಧನ ಪರಿನಿರ್ವಾಣದ ನಂತರ (ನಿಧನ ಹೊಂದಿದ ಮೇಲೆ) ಸುಮಾರು 250 ವರ್ಷಗಳ ಹಿಂದೆ ಬೊಧ ಗಯಾಕ್ಕೆ ಭೇಟಿ ನೀಡಿದ್ದ. ಇಲ್ಲಿಯೇ ಬುದ್ಧ ಜ್ಞಾನೋದಯ ಪಡೆದುಕೊಂಡಿದ್ದ. ಸಾಮ್ರಾಟ ಅಶೋಕನು ಇಲ್ಲೊಂದು ಮಹಾ ಬೌದ್ಧ ದೇವಾಲಯವನ್ನು ನಿರ್ಮಿಸುವುದಕ್ಕಾಗಿ ಪೂರ್ವಭಾವಿಯಾಗಿ ವಜ್ರಖಚಿತ ಸಿಂಹಾಸನವನ್ನು ಪ್ರತಿಷ್ಠಾಪಿಸಿದ. ಬುದ್ಧನಿಗೆ ಜ್ಞಾನೋದಯವಾದ ನಿರ್ದಿಷ್ಟ ಸ್ಥಳದಲ್ಲಿ ದೇವಾಲಯವೊಂದನ್ನು ಸ್ಥಾಪಿಸಲು ಅಶೋಕ ನಿರ್ಧರಿಸಿದ ಪರಿಣಾಮವಾಗಿ ಮಹಾಭೋಧಿ ದೇವಾಲಯವನ್ನು 5–6ನೇ ಶತಮಾನದಲ್ಲಿ ಕಟ್ಟಿಸಿದ ಎಂಬುದಾಗಿ ಇತಿಹಾಸ ಹೇಳುತ್ತದೆ. ಭಾರತದಲ್ಲಿನ ಮೊದಲ ಬೌದ್ಧ ದೇವಾಲಯ ಎಂದು ಪರಿಗಣಿತವಾಗುವ ಇದನ್ನು ಗುಪ್ತರ ಆಡಳಿತಾವಧಿಯ ನಂತರ ನಿರ್ಮಿಸಲಾಗಿದ್ದು, ಇದು ಸಂಪೂರ್ಣ ಇಟ್ಟಿಗೆಗಳಿಂದ ನಿರ್ಮಿತವಾಗಿದೆ.

73. ಡೈಮೆನ್ನಿಯಾ:

ಬ್ರೆಝಿಲ್‌ನ ಮಿನಾಸ್ ಗೆರೆಸ್ ರಾಜ್ಯದಲ್ಲಿರುವ ಅತ್ಯಂತ ಸುಂದರ ನಗರ. ವಸಹಾತುಶಾಹಿ ಆಡಳಿತ ವಿದ್ದಾಗ ಅಂದರೆ ಸುಮಾರು 18ನೇ ಶತಮಾನದಲ್ಲಿ ನಿರ್ಮಿಸಲಾಯಿತು. ಹೆಸರೇ ಸೂಚಿಸುವಂತೆ ಡೈಮಂಡ್ (ವಜ್ರ) ಕಾರಣಕ್ಕಾಗಿ ಇದು ಪ್ರಸಿದ್ಧಿಗೆ ಬಂತು. ಇಲ್ಲಿ ಡೈಮಂಡ್ ಕಣಿವೆಗಳಿದ್ದವು. ಇವು ಸುಮಾರು 18 ಮತ್ತು 19ನೇ ಶತಮಾನದಲ್ಲಿದ್ದವು ಎಂದು ಇತಿಹಾಸ ತಿಳಿಸುತ್ತದೆ. ಇವೆಲ್ಲ ಕಾರಣಗಳಿಗಾಗಿ ಡೈಮೆನ್ನಿಯಾ ನಗರವನ್ನು ವಿಶ್ವ ಪರಂಪರೆ ಪಟ್ಟಿಗೆ ಸೇರ್ಪಡೆ ಮಾಡಲಾಯಿತು. ಪ್ರವಾಸೋದ್ಯಮ ಈ ನಗರದ ಜೀವಾಳ. ನಗರದ ಆರ್ಥಿಕತೆ ನಿಂತಿರುವುದೇ ಪ್ರವಾಸೋದ್ಯಮದ ಮೇಲೆ. ಕೃಷಿ ಕೂಡ ಈ ನಗರದ ಸುತ್ತಮುತ್ತ ವ್ಯಾಪಿಸಿರುವುದಷ್ಟೇ ಅಲ್ಲದೇ ಪ್ರಸಿದ್ಧಿಯನ್ನೂ ಪಡೆದುಕೊಂಡಿದೆ.

74. ದಿವ್ರಿಗಿಯ ಅದ್ಭುತ ಮಸೀದಿ:

ಇದು ಟರ್ಕಿ ದೇಶದಲ್ಲಿದೆ. ಸದಾ ಹರಳು ಮತ್ತಿತರ ಸಂಗತಿಗಳಿಂದ ಇದನ್ನು ಅಲಂಕೃತಗೊಳಿಸಲಾಗಿರುತ್ತದೆ. ಪೂರ್ವ ಅನಾಟೊಲಿಯನ್ ಬೆಟ್ಟದ ಮೇಲೆ ಇದು ನಿರ್ಮಿತವಾಗಿದೆ. ಈ ಸುಂದರ ಮಸೀದಿಯನ್ನು ನಿರ್ಮಿಸಿದ ವಾಸ್ತುಶಿಲ್ಪಿ ಅಲ್ಹತ್‌ನ ಹುರೇಮ್ ಶಾ. ಅನಾಟೊಲಿಯ ರಾಜರನ್ನು ವರ್ಣಿಸುವ ಲಿಪಿಗಳನ್ನು ಇಲ್ಲಿನ ಗೋಡೆಗಳ ಮೇಲೆ ಕಾಣಬಹುದಾಗಿದೆ.

75. ಜಾ ಫಾನಲ್ ರಿಸರ್ವ್:

ಇದು ಕ್ಯಾಮರೂನ್ ಪ್ರದೇಶದಲ್ಲಿದ್ದು 1987ರಲ್ಲಿ ವಿಶ್ವ ಪಾರಂಪರಿಕ ತಾಣವಾಗಿ ಘೋಷಣೆಯಾಗಿದೆ. ಅರಣ್ಯ ಪ್ರದೇಶವಾದ ಇದು ನೂರಾರು

ಬಗೆಯ ಗಿಡಮೂಲಿಕೆಗಳು, ಅಪರೂಪದ ವೃಕ್ಷಗಳಿಂದ ಗಮನ ಸೆಳೆಯುತ್ತದೆ. ಈ ರಾಷ್ಟ್ರೀಯ ಉದ್ಯಾನವನದ ನಡುವೆ ನದಿ ಹರಿಯುತ್ತದೆ. 320 ಅಪರೂಪದ ಪಕ್ಷಿ ಸಂಕುಲವನ್ನು ಇಲ್ಲಿ ಕಾಣಬಹುದು. ಇದು ರಕ್ಷಿತಾರಣ್ಯ.

76. ಜೆಮಿಲಾ:

ಇದು ಅಲ್ಜಿರಿಯಾ ದೇಶದ ಗುಡ್ಡಗಾಡು ಹಳ್ಳಿ. ಸಣ್ಣ ಬೆಟ್ಟವೊಂದರ ಮೇಲಿದೆ. ರೋಮನ್ ವಾಸ್ತು ಶಿಲ್ಪಕ್ಕೆ ಹೆಸರಾದ ಈ ಹಳ್ಳಿಯಲ್ಲಿ ರೋಮನ್ ವಾಸ್ತು ಶಿಲ್ಪವನ್ನು ಅಳವಡಿಸಿಕೊಂಡ ರೀತಿಯನ್ನು ನೋಡಿ 1982ರಲ್ಲಿ ಇದನ್ನು ವಿಶ್ವ ಪರಂಪರೆ ತಾಣಗಳ ಪಟ್ಟಿಗೆ ಸೇರ್ಪಡೆ ಮಾಡಲಾಯಿತು. ಸುಂದರ ಕಟ್ಟಡಗಳಲ್ಲದೇ ಆಕರ್ಷಕ ದೇವಾಲಯಗಳು, ಚರ್ಚ್‌ಗಳು, ಸುಂದರ ರಸ್ತೆಗಳು ಇಲ್ಲಿನ ಪ್ರಮುಖ ಆಕರ್ಷಣೆ.

77. ಜೆನ್ನೆ:

ಕೇಂದ್ರ ಮಾಲಿಯಲ್ಲಿರುವ ಈ ಸಣ್ಣ ಪಟ್ಟಣ, ಐತಿಹಾಸಿಕವಾಗಿ ಮತ್ತು ಸಾಮಾಜಿಕವಾಗಿ ತುಂಬ ಮಹತ್ವವನ್ನು ಪಡೆದುಕೊಂಡಿದೆ. ಇಲ್ಲಿನ ಜನಸಂಖ್ಯೆ ಕೇವಲ 12 ಸಾವಿರ. ಇಲ್ಲಿನ ಜನಸಂಖ್ಯೆ ವೈವಿಧ್ಯದಿಂದ ಕೂಡಿದೆ. ಮಣ್ಣಿನ ಇಟ್ಟಿಗೆಗಳಿಂದ ಕೂಡಿದ ವಾಸ್ತು ಶಿಲ್ಪವನ್ನು ಹೊಂದಿರುವ ಈ ಪಟ್ಟಣ ತನ್ನ ಅತಿ ದೊಡ್ಡ ಮಸೀದಿಯಿಂದಾಗಿ ಹೆಸರಾಗಿದೆ.

78. ಜೋಜ್ ನ್ಯಾಷನಲ್ ಪಕ್ಷಿಧಾಮ:

ಈಶಾನ್ಯ ಸೇಂಟ್ ಲೂಯಿಸ್ ಪ್ರಾಂತ್ಯದ ಆಗ್ನೇಯಕ್ಕಿರುವ ಸೆನೆಗಲ್ ನದಿ ತೀರದಲ್ಲಿರುವ ಪಕ್ಷಿಧಾಮವಿದು. ವಲಸೆ ಹಕ್ಕಿಗಳಿಗೆ ಇದು ಸ್ವರ್ಗ. ಸುಮಾರು 400 ಬಗೆಯ ವಿವಿಧ ಪಕ್ಷಿಗಳು ಇಲ್ಲಿ ಕಾಣಸಿಗುತ್ತವೆ.

79. ಡೊಲೊಮೈಟ್ಸ್:

ಇದು ಆಲ್ಪ್ಸ್ ಪರ್ವತ ಶ್ರೇಣಿ ವ್ಯಾಪ್ತಿಯ ಗುಡ್ಡಗಾಡು ಹಾಗೂ ಕಣಿವೆ ಪ್ರದೇಶ. ಇವು ಬುಲುನೊ ಎಂಬ ಪ್ರಾಂತ್ಯದ ವ್ಯಾಪ್ತಿಯಲ್ಲಿ ಕಾಣಸಿಗುತ್ತವೆ. ಆಡಿಗ್ ನದಿಯಿಂದ ಪಶ್ಚಿಮ ದಿಕ್ಕಿನಲ್ಲಿರುವ ಪಿಯಾವೆ ಕಣಿವೆವರೆಗೆ ಈ ಕಣಿವೆ ಪ್ರದೇಶ ವ್ಯಾಪಿಸಿದೆ. ಇಲ್ಲಿ ಒಂದು ರಾಷ್ಟ್ರೀಯ ಉದ್ಯಾನವನವಲ್ಲದೇ ಅನೇಕ ಸಣ್ಣಪುಟ್ಟ ಉದ್ಯಾನಗಳಿವೆ. 2009ರಲ್ಲಿ ಯುನೆಸ್ಕೊ ಸಂಸ್ಥೆ ಇದನ್ನು ನೈಸರ್ಗಿಕ ಪರಂಪರೆಗಳ ಪಟ್ಟಿಗೆ ಸೇರ್ಪಡೆಗೊಳಿಸಿತು.

80. ಡಾಂಗ್ ಘಾಯಾ ಯನ್ ಮೌಂಟನ್:

ಇದು ಥೈಲಾಂಡ್‌ನಲ್ಲಿದೆ. ಇದು ಪೆಚ್‌ಬನ್ ಗುಡ್ಡಗಾಡು ಪ್ರದೇಶಗಳ ಸರಣಿಯಲ್ಲಿ ಬರುತ್ತದೆ. ಈ ಪರ್ವತ ಸರಣಿಯು 1351 ಮೀಟರ್‌ವರೆಗೆ ಎತ್ತರದಲ್ಲಿದೆ. ಖೊರಾಮ್ ಎಂಬ ಪ್ರದೇಶದಲ್ಲಿರುವ ಇದು ಅತ್ಯಂತ ಎತ್ತರದ ಗುಡ್ಡಗಾಡು ಪ್ರದೇಶವಾಗಿದೆ. ಇದು ಸುಮಾರು 230 ಕಿಲೋ ಮೀಟರ್ ಉದ್ದಕ್ಕೆ ವ್ಯಾಪಿಸಿದೆ. ಒಂದು ಕಾಲಘಟ್ಟದಲ್ಲಿ ಅತ್ಯಂತ ದಟ್ಟ ಅರಣ್ಯದಿಂದ ಕೂಡಿದ್ದ ಇಲ್ಲಿ ಮಲೇರಿಯಾ ಹಲವರನ್ನು ಬಲಿ ತೆಗೆದುಕೊಂಡಿತ್ತು.

81. ಡೌಗ್ಗಾ:

ಇದೊಂದು ರೋಮನ್ ಪಳಿಯುಳಿಕೆ. ತುನಿಷಿಯಾ ಉತ್ತರದಲ್ಲಿರುವ ಇದು ಸುಮಾರು 65 ಹೆಕ್ಟೇರ್ ಜಾಗದಲ್ಲಿದೆ. ಇಲ್ಲಿ ಹಲವಾರು ಪುರಾತನ ಕಟ್ಟಡಗಳಿವೆ. ಲಿಬಿಯಾದ ವಸ್ತುಪ್ರದರ್ಶನಾಲಯ, ಪುರಾತತ್ವ ಇಲಾಖೆಯು ಉತ್ಖನನ ಮಾಡುವಾಗ ದೊರಕಿರುವ ಪಳೆಯುಳಿಕೆಗಳಿವಾಗಿವೆ.

82. ಡ್ರಾಕನ್ಸ್‌ಬರ್ಗ್:

ದಕ್ಷಿಣ ಆಫ್ರಿಕಾದ ಅತಿ ಎತ್ತರದ ಪರ್ವತ ಶ್ರೇಣಿ ಇದು. ಇದು ನೆಲಮಟ್ಟದಿಂದ 3482 ಮೀಟರ್ ಎತ್ತರದಲ್ಲಿದೆ. ಈ ಪರ್ವತ ಶ್ರೇಣಿಗೆ ತನ್ನದೇ ಆದ ವೈಶಿಷ್ಟ್ಯವಿದೆ. ಇಥಿಯೋಪಿಯಾದ ಸಿಮಿಯನ್ ಪರ್ವತ ಶ್ರೇಣಿಯನ್ನು ಇದು ಹೋಲುತ್ತದೆ.

83. ದುನ್ಹಾಂಗ್:

ನುಣುಪಾದ ರೇಷ್ಮೆಯಂತಹ ರಸ್ತೆಯ ಮೇಲೆ ನಿರ್ಮಾಣವಾಗಿರುವ ಚೀನಾ ದೇಶದ ಅತ್ಯಂತ ಸುಂದರ ನಗರವಿದಾಗಿದೆ. ಇದಕ್ಕೆ ಮರಳಿನ ನಗರ ಎಂಬ ಅನ್ವರ್ಥ ನಾಮವೂ ಇದೆ. ನಗರದ ಸುತ್ತಮುತ್ತ ಭಾರತದ ಗಡಿಯವರಿಗೆ ಇಲ್ಲಿ ರಸ್ತೆಯಗುಂಟ ರೇಷ್ಮೆ ಬೆಳೆ ಕಾಣಸಿಗುತ್ತದೆ. ಅಲ್ಲದೇ ಇದು ಭಾರತ ಮತ್ತು ಚೀನಾ ನಡುವೆ ಅತ್ಯಂತ ನಿರ್ಣಯಾತ್ಮಕ ಸ್ಥಳದಲ್ಲಿ ಕೇಂದ್ರೀಕೃತವಾಗಿದೆ. ಇಲ್ಲಿನ ಮುಖ್ಯರಸ್ತೆ ಭಾರತದಿಂದ ಆರಂಭವಾಗಿ ಲ್ಹಾಸಾ–ಮಂಗೋಲಿಯಾ ಮತ್ತು ದಕ್ಷಿಣ ಸೈಬಿರಿಯಾವರೆಗೆ ವ್ಯಾಪಿಸುತ್ತದೆ. ಈ ನಗರ ಚೀನಾದ ಅತ್ಯಂತ ಪುರಾತನ ನಗರಗಳಲ್ಲಿ ಸೇರಿರುವುದು ಮಾತ್ರವಲ್ಲದೇ ಇದು ಹೆಸರಾಂತ ಪ್ರವಾಸೋದ್ಯಮ ಸ್ಥಳವೂ ಆಗಿದೆ.

84. ಎಲ್ ಜೆಮ್:

ಟುನಿಷಿಯಾದಲ್ಲಿನ ಮಹದಿಯಾ ಪ್ರಾಂತ್ಯದಲ್ಲಿರುವ ಈ ನಗರ ಆಫ್ರಿಕಾದ ರೋಮನ್ ಪಳಿಯುಳಿಕೆಗಳನ್ನು ಹೊಂದಿದೆ. ವೃತ್ತಾಕಾರದಲ್ಲಿರುವ ರಂಗಮಂದಿರದಿಂದಾಗಿ

ಈ ನಗರ ಹೆಸರುವಾಸಿಯಾಗಿದೆ. ಈ ರಂಗಮಂದಿರದಲ್ಲಿ ಏಕಕಾಲಕ್ಕೆ 35 ಸಾವಿರ ಪ್ರೇಕ್ಷಕರು ಕುಳಿತುಕೊಳ್ಳಬಹುದಾಗಿದೆ. ಇಂತಹ ಬೃಹದಾಕಾರದ ರಂಗಮಂದಿರವಿದು. ರೋಮ್‌ನ ಕೊಲೊಸಿಯಮ್‌ನಲ್ಲಿ ಮಾತ್ರ ಇಂತಹ ರಂಗಮಂದಿರವಿದ್ದು ಅದರ ಸಾಮರ್ಥ್ಯ 45 ಸಾವಿರ ಪ್ರೇಕ್ಷಕರದ್ದು.

85. ಎಲ್ ಜೆಡಿಡಾ:

ಮೊರಾಕ್ಕೊದ ಬಂದರು ನಗರವಿದು. ಎಲ್ ಜೆಡಿಡಾ ಆಡಳಿತಕ್ಕೆ ಒಳಪಡುವ ಇದನ್ನು 2004ರಲ್ಲಿ ವಿಶ್ವ ಪರಂಪರೆ ತಾಣ ಎಂದು ಘೋಷಣೆ ಮಾಡಲಾಯಿತು. ಯುರೋಪ್ ಮತ್ತು ಮೊರಾಕನ್ ಸಂಸ್ಕೃತಿಯ ಹದವಾಗಿ ಮಿಶ್ರಣವನ್ನು ಇಲ್ಲಿ ಕಾಣಬಹುದು.

86. ಎಲೆಫಂಟಾ ಕೇವ್ಸ್:

ಮುಂಬೈನ ಬಂದರು ಪ್ರದೇಶದಲ್ಲಿನ ದ್ವೀಪದಲ್ಲಿ ಎಲೆಫೆಂಟಾ ಕೇವ್ಸ್ (ಗುಹೆಗಳು) ಇದ್ದು ಗುಹೆಗಳಲ್ಲಿ ಐದು ಹಿಂದೂ ಧರ್ಮಕ್ಕೆ ಸೇರಿದ್ದರೆ ಎರಡು ಸಣ್ಣ ಗುಹೆಗಳು ಬೌದ್ಧ ಧರ್ಮಕ್ಕೆ ಸೇರಿವೆ. ಅರಬ್ಬಿ ಸಮುದ್ರಕ್ಕೆ ಸೇರಿದ ಈ ದ್ವೀಪದಲ್ಲಿ ಮೊದಲೈದು ಗುಹೆಗಳು ಕಲ್ಲಿನ ಕೆತ್ತನೆಯನ್ನು ಹೊಂದಿವೆ. ಶಿವ ಇಲ್ಲಿ ಪೂಜಿಸಲ್ಪಡುವ ದೇವರು. ಕ್ರಿಸ್ತ ಶಕ 5 ಮತ್ತು 8ನೇ ಶತಮಾನದಲ್ಲಿ ನಿರ್ಮಾಣವಾದವು ಎಂದು ಇತಿಹಾಸಕಾರರು ತಿಳಿಸಿದ್ದಾರೆ.

87. ಎಲ್ಲೋರಾ ಕೇವ್ಸ್:

ಭಾರತದ ಮಹಾರಾಷ್ಟ್ರದಲ್ಲಿರುವ ಔರಂಗಾಬಾದಿನಿಂದ 30 ಕಿ.ಮೀ ದೂರದಲ್ಲಿವೆ ಎಲ್ಲೋರಾ ಗುಹೆಗಳು. ರಾಷ್ಟ್ರಕೂಟ ಅರಸರು ಈ ಗುಹೆಗಳನ್ನು ನಿರ್ಮಿಸಿದವರು. ಎಲ್ಲೋರಾ ಗುಹೆಗಳನ್ನು ಬಹು ಹಿಂದೆಯೇ ವಿಶ್ವ ಪರಂಪರೆಯ

ತಾಣಗಳ ಪಟ್ಟಿಗೆ ಸೇರಿಸಲಾಗಿದೆ. ಒಟ್ಟು 34 ಗುಹೆಗಳಿರುವ ಇಲ್ಲಿ ಭಾರತೀಯ ಶೈಲಿಯ ಕಲ್ಲಿನ ಕೆತ್ತನೆಯನ್ನು ಕಾಣಬಹುದು.

೮೮. ಎಮಾಸ್ ನ್ಯಾಷನಲ್ ಪಾರ್ಕ್:

ಬ್ರೇಝಿಲ್‌ನ ಪಶ್ಚಿಮ ಭಾಗದಲ್ಲಿರುವ ಈ ರಾಷ್ಟ್ರೀಯ ಉದ್ಯಾನವನ ವಿಶ್ವ ಪರಂಪರೆಯ ತಾಣ. ಅಪರೂಪದ ಮಾತ್ರವಲ್ಲದೇ, ಕ್ರೂರ ಪ್ರಾಣಿಗಳನ್ನು ಇಲ್ಲಿನ ರಾಷ್ಟ್ರೀಯ ಉದ್ಯಾನವನದಲ್ಲಿ ಕಾಣಬಹುದಾಗಿದೆ. ಇದು ಸಂರಕ್ಷಿತ ಅರಣ್ಯ ಪ್ರದೇಶವೂ ಆಗಿರುವುದರಿಂದ ಈ ರಾಷ್ಟ್ರೀಯ ಉದ್ಯಾನವನದಲ್ಲಿರುವ ಪ್ರಾಣಿಗಳು ಸುರಕ್ಷಿತವಾಗಿವೆ.

೮೯. ಎಸ್ಸೌರಿಯ:

ಇದು ಅಟ್ಲಾಂಟಿಕ್ ಕರಾವಳಿಯ ಪಶ್ಚಿಮ ಮೊರಕ್ಕೊ ಪ್ರದೇಶದ ಸಣ್ಣ ಪಟ್ಟಣ. ಪ್ರಾಗೈತಿಹಾಸಿಕ ಕಾಲದಿಂದಲೂ ಇಲ್ಲಿ ಮಾನವನ ವಸತಿ ಇದ್ದ ಬಗ್ಗೆ ಸಂಶೋಧನೆಗಳು ದೃಢಪಡಿಸಿವೆ. ಮೊಗಾಡೋರ್‌ನ ನಡುಗಡ್ಡೆಗೆ ಇಲ್ಲಿನ ಪ್ರತಿ ಕೊಲ್ಲಿಯೂ ಸಂಪರ್ಕ ಹೊಂದಿದ್ದು ಸುಂದರವಾದ ಬಂದರಿನ ನಿರ್ಮಾಣಕ್ಕೆ ಕಾರಣವಾಗಿದೆ.

೯೦. ಫಸಿಲ್ ಘೆಬ್ಬಿ:

ಇಥಿಯೋಪಿಯಾದ ಗೊಂದಾರ್‌ನಲ್ಲಿರುವ ಕಟ್ಟಡ. 17 ಮತ್ತು 18ನೇ ಶತಮಾನದಲ್ಲಿ ಇಥಿಯೋಪಿಯಾದ ದೊರೆಗಳು ಇಲ್ಲೇ ವಾಸಿಸುತ್ತಿದ್ದರು. ಇದರ ವಾಸ್ತುಕಲಾ ನೈಪುಣ್ಯ ನುಬಿಯನ್, ಅರಬ್ ಮತ್ತು ಬಾರೊಕ್ ಶೈಲಿಯ ಮಿಶ್ರಣವಾಗಿದೆ. ಇದನ್ನು 1979ರಲ್ಲಿ ವಿಶ್ವ ಪರಂಪರೆ ತಾಣವಾಗಿ ಘೋಷಿಸಲಾಯಿತು.

91. ಫೆಸ್-ಎಲ್-ಬಾಲಿ:

ಮೊರಕ್ಕೋದ ಫೆಸ್‌ನಲ್ಲಿದೆ. ಸುತ್ತಲೂ ಗೋಡೆಗಳಿಂದ ಆವೃತವಾಗಿರುವ ಅತ್ಯಂತ ಪುರಾತನ ಕಟ್ಟಡಗಳ ಸಮುಚ್ಚಯ. ಇದನ್ನು 2ನೇ ಇದ್ರಿಸಿಡ್ ಇದ್ರಿಸ್ ಎಂಬಾತ ನಿರ್ಮಿಸಿದ. 1981ರಿಂದ ಇದನ್ನು ವಿಶ್ವ ಪರಂಪರೆ ತಾಣಗಳ ಪಟ್ಟಿಗೆ ಸೇರಿಸಲಾಗಿದೆ.

92. ಸಂಪಿಯಾಪಾಟ ಕೋಟೆ:

ಬೊಲಿವಿಯಾದ ಪ್ಲೋರಿಡಾ ಪ್ರಾಂತ್ಯದಲ್ಲಿರುವ ಪುರಾತತ್ವ ಮತ್ತು ವಿಶ್ವ ಪರಂಪರೆ ತಾಣವಾಗಿದೆ. ಬೊಲಿವಿಯಾದ ಆಂಡೇಸ್ ಗುಡ್ಡಗಾಡು ಪ್ರದೇಶದ ಪೂರ್ವದ ತಪ್ಪಲಲ್ಲಿದೆ. ಕೋಟೆಯಾದರೂ ಇದು ಯಾವುದೇ ಸೈನ್ಯಕ್ಕೆ ಸಂಬಂಧಿಸಿರದೇ ಧಾರ್ಮಿಕ ಮಹತ್ವ ಉಳ್ಳದ್ದಾಗಿದೆ. ಇಂಕಾ ನಾಗರಿಕತೆಯ ಕುರುಹುಗಳನ್ನು ಇಲ್ಲಿ ಕಾಣಬಹುದು. ಇಂಕಾ ನಾಗರಿಕತೆಯು ವಿಸ್ತರಿಸಲು ಶುರುವಾದಾಗ ಈ ಪಟ್ಟಣವನ್ನು ಚಾನೇಸ್ ಎಂಬಾತ ನಿರ್ಮಿಸಿದ.

93. ಫ್ರೇಸರ್ ನಡುಗಡ್ಡೆ:

ಆಸ್ಟ್ರೇಲಿಯಾದ ಕ್ವೀನ್ಸ್‌ಲ್ಯಾಂಡ್‌ನ ದಕ್ಷಿಣ ಕರಾವಳಿಯಲ್ಲಿದೆ. ಬ್ರಿಸ್ಬೇನ್‌ನಿಂದ ಸುಮಾರು 300 ಕಿ.ಮೀ ದೂರದಲ್ಲಿದೆ. ಇದು ಜಗತ್ತಿನ ಅತ್ಯಂತ ವಿಸ್ತಾರವಾದ ಮರಳಿನ ನಡುಗಡ್ಡೆಯಾಗಿದೆ. ಇಲ್ಲಿ 100ಕ್ಕೂ ಹೆಚ್ಚು ಮರಳಿನಿಂದಾವೃತವಾದ ಸಣ್ಣ ಸರೋವರಗಳಿವೆ. ತಾಸ್ಮಾನಿಯಾ ಬಿಟ್ಟರೆ ಆಸ್ಟ್ರೇಲಿಯಾದಲ್ಲಿ ಒಂದೇ ಕಡೆ ಇಷ್ಟು ಸರೋವರಗಳಿರುವ ಪ್ರದೇಶ ಇದು ಮಾತ್ರ.

94. ಫ್ಯುಜಿಯನ್ ಟುಲು:

ಚೀನಾದಲ್ಲಿದೆ. ಚೀನಾದ ಗುಡ್ಡಗಾಡು ಪ್ರದೇಶದ ಹಕ್ಕಾ ಜನಾಂಗದ ವಿಶಿಷ್ಟ ವಾಸಸ್ಥಳಗಳು. 12 ಮತ್ತು 20ನೇ ಶತಮಾನದ ನಡುವೆ ಇವನ್ನು ನಿರ್ಮಿಸಲಾಗಿದೆ. ಸುತ್ತಲ ಪರಿಸರಕ್ಕೆ ಅನುಗುಣವಾಗಿ, ಸುರಕ್ಷಿತ ಗುಂಪು ಮನೆಗಳ ವೈವಿಧ್ಯಮಯ ನಿರ್ಮಾಣವನ್ನು ಇಲ್ಲಿ ಕಾಣಬಹುದಾಗಿದೆ.

95. ಗಾಲೆ:

ಶ್ರೀಲಂಕಾದಲ್ಲಿದೆ. ಕೊಲಂಬೊದಿಂದ 119 ಕಿ.ಮೀ ಆಗ್ನೇಯಕ್ಕಿದೆ. 18ನೇ ಶತಮಾನದಲ್ಲಿ ಡಚ್ಚರ ಆಡಳಿತ ಅವಧಿಯಲ್ಲಿ ಈ ಪ್ರದೇಶವು ಉತ್ತಮ ಅಭಿವೃದ್ಧೀಯನ್ನು ಕಂಡಿತು. ಯುರೋಪಿಯನ್ನರು ದಕ್ಷಿಣ ಮತ್ತು ಈಶಾನ್ಯ ಏಷಿಯಾದಲ್ಲಿ ನಿರ್ಮಿಸಿದ ಕೋಟೆ ಮತ್ತು ಪಟ್ಟಣಗಳ ನಿರ್ಮಾಣ ತಂತ್ರಜ್ಞಾನಕ್ಕೆ ಉತ್ತಮ ಉದಾಹರಣೆಯಾಗಿದೆ. ಇಲ್ಲಿ ಯುರೋಪಿನ ವಾಸ್ತು ರಚನಾ ಶೈಲಿ ಮತ್ತು ಸ್ಥಳೀಯ ಪಾರಂಪರಿಕ ಶೈಲಿಯ ಮಿಶ್ರಣವನ್ನು ಕಾಣಬಹುದು.

96. ಗರಜೊನಿ ರಾಷ್ಟ್ರೀಯ ಉದ್ಯಾನ:

ಸ್ಪೇಯಿನ್ ನ ಲಾ ಗೊಮೆರಾ ನಡುಗಡ್ಡೆಯ ಕೇಂದ್ರ ಮತ್ತು ಉತ್ತರ ಭಾಗವನ್ನು ವ್ಯಾಪಿಸಿದೆ. ಇದನ್ನು 1981ರಲ್ಲಿ ರಾಷ್ಟ್ರೀಯ ಉದ್ಯಾನವೆಂದೂ 1986ರಲ್ಲಿ ವಿಶ್ವ ಪರಂಪರೆ ತಾಣವೆಂದೂ ಘೋಷಿಸಲಾಯಿತು. ಗರಜೊನಿಯ ಬಂಡೆಗಳ ಹಿನ್ನೆಲೆಯಲ್ಲಿ ಇದೇ ಹೆಸರನ್ನು ಇಡಲಾಗಿದೆ. ಇಲ್ಲಿನ ಅತ್ಯಂತ ಎತ್ತರದ ನಡುಗಡ್ಡೆಯ ಎತ್ತರ 1,484 ಮೀಟರುಗಳು.

97. ಗರಂಬಾ ರಾಷ್ಟ್ರೀಯ ಉದ್ಯಾನ:

ಆಫ್ರಿಕಾದ ಕಾಂಗೊ ಗಣರಾಜ್ಯದಲ್ಲಿದೆ. 1938ರಲ್ಲಿ ಇದನ್ನು ಸ್ಥಾಪಿಸ

ಲಾಯಿತು. ಆಫ್ರಿಕಾದ ಅತ್ಯಂತ ಹಳೆಯ ರಾಷ್ಟ್ರೀಯ ಉದ್ಯಾನಗಳಲ್ಲಿ ಒಂದಾಗಿದ್ದು 1980ರಲ್ಲಿ ಇದನ್ನು ವಿಶ್ವ ಪರಂಪರೆ ತಾಣವಾಗಿ ಘೋಷಿಸಲಾಯಿತು. ಜಗತ್ತಿನಲ್ಲಿ ಇಲ್ಲಿ ಮಾತ್ರ ಬಿಳಿ ಘೇಂಡಾಮೃಗಗಳು ಕಾಣಸಿಗುತ್ತವೆ.

೯೮. ಘಡಾಮೆಸ್:

ಲಿಬಿಯಾದ ಪಶ್ಚಿಮಕ್ಕಿರುವ ಒಯಾಸಿಸ್ ಪಟ್ಟಣ. ಅಲಜೇರಿಯಾ ಮತ್ತು ಟುನಿಸಿಯಾದ ಗಡಿಗೆ ಹೊಂದಿಕೊಂಡು, ಟ್ರಿಪೋಲಿಯಿಂದ 549 ಕಿ,ಮೀ ದೂರದಲ್ಲಿದೆ. ಗೋಡೆಗಳಿಂದ ಆವೃತವಾಗಿರುವ ಹಳೆಯ ಪಟ್ಟಣವನ್ನು ವಿಶ್ವ ಪರಂಪರೆ ತಾಣವೆಂದು ಘೋಷಿಸಲಾಗಿದ್ದು ಸುಮಾರು 7000 ಟುಆರೆಗ್ ಬೆರ್ಬೇರ್ ಜನಸಂಖ್ಯೆಯನ್ನು ಹೊಂದಿದೆ.

೯೯. ಗಿಜಾ ನೆಕ್ರೊಪೊಲಿಸ್:

ಈಜಿಪ್ತಿನ ಕೈರೋ ನಗರದ ಹೊರಭಾಗದಲ್ಲಿದೆ. ಮೂರು ಪುರಾತನ ಪಿರಮಿಡ್ಡುಗಳಲ್ಲದೇ ಇನ್ನೂ ಹಲವಾರು ಸ್ಮಾರಕಗಳನ್ನು ಈ ಪ್ರದೇಶದಲ್ಲಿ ನೋಡಬಹುದಾಗಿದೆ. ಈ ಪಿರಮಿಡ್ಡುಗಳಿಗೆ ಗ್ರೇಟ್ ಪಿರಮಿಡ್ ಎಂದೂ, ಇಲ್ಲಿನ ಬೃಹತ್ ಶಿಲ್ಪಕ್ಕೆ ಗ್ರೇಟ್ ಸ್ಪಿಂಕ್ಸ್ ಎಂದೂ ಕರೆಯುತ್ತಾರೆ. ಪುರಾತನ ಜಗತ್ತಿನ ಏಳು ಅದ್ಭುತಗಳಲ್ಲಿ ಇಲ್ಲಿರುವ ಗ್ರೇಟ್ ಪಿರಾಮಿಡ್ ಕೂಡ ಒಂದು.

೧೦೦. ಗೊಬುಸ್ತಾನ್ ರಾಕ್ ಆರ್ಟ್ ಕಲ್ಚರಲ್ ಲ್ಯಾಂಡ್ ಸ್ಕೇಪ್:

ಅಜರ್ ಬೈಜಾನಿನಲ್ಲಿದೆ. ಪಿರಸಾಗಟ್ ಮತ್ತು ಸುಮ್ಗೇಟ್ ನದಿಗಳ ನಡುವಿನ ಗುಡ್ಡಗಾಡು ಪ್ರದೇಶವಾದ ಗೊಬುಸ್ತಾನದಲ್ಲಿ ಭೂಮಿ ಕೊರೆತ

ಕ್ಕೊಳಗಾಗಿ ಈ ಪ್ರದೇಶ ನೈಸರ್ಗಿಕವಾಗಿ ನಿರ್ಮಾಣವಾಗಿದೆ. ಇವಲ್ಲದೇ ಇಲ್ಲಿ ಮಣ್ಣಿನ ಜ್ವಾಲಾಮುಖಿಗಳೂ ಇವೆ. 1966ರಲ್ಲಿ ಇದನ್ನು ಅಜರ್ ಬೈಜಾನಿನ ರಾಷ್ಟ್ರೀಯ ಐತಿಹಾಸಿಕ ಸ್ಮಾರಕವಾಗಿ ಘೋಷಿಸಲಾಯಿತು.

101. ಗೊಯಿಯಾಸ್:

ಬ್ರೆಜಿಲ್ ನಲ್ಲಿರುವ ಸಣ್ಣ ಪಟ್ಟಣವಾಗಿದೆ. ಬ್ರೆಜಿಲ್ಲಿನ ಹಳೆಯ ರಾಜಧಾನಿಯಾಗಿದ್ದು, ಕೊಲೊನಿಯಲ್ ಸಾಮ್ರಾಜ್ಯದ ಪಳಿಯುಳಿಕೆಗಳನ್ನು ಹೊಂದಿದೆ. ಈ ಪಟ್ಟಣವನ್ನು ಬೆಂಡಿರನೇಟ್ ಪ್ರವಾಸಿ ಬಾರ್ತಲೊಮು ಬ್ಯುನೊ ಡ ಸಿಲ್ವ ಅಕಾ ಅನಹಂಗುವೆರ ಶೋಧಿಸಿದ. ಐತಿಹಾಸಿಕ ಕಾರಣಗಳಿಗಾಗಿ ಈ ಪಟ್ಟಣವನ್ನು 2001 ರಲ್ಲಿ ವಿಶ್ವ ಪರಂಪರೆ ತಾಣಗಳ ಪಟ್ಟಿಗೆ ಸೇರಿಸಲಾಯಿತು.

102. ಆಸ್ಟ್ರೇಲಿಯಾದ ಗೊಂಡ್ವಾನ ಮಳೆ ಕಾಡುಗಳು:

ವಿಶ್ವದ ಅತ್ಯಂತ ದೊಡ್ಡ ಅರೆ ಉಷ್ಣವಲಯದ ಮಳೆ ಕಾಡುಗಳಾಗಿವೆ. ಮೊದಲು ಇವನ್ನು ಕೇಂದ್ರ ಈಶಾನ್ಯ ಮಳೆಕಾಡು ಎಂದು ಕರೆಯಲಾಗುತ್ತಿತ್ತು. ಇದು 3665 ಕಿ.ಮೀ ವ್ಯಾಪಿಸಿದ್ದು, 50 ವಿಧದ ಸಂಗ್ರಹಗಳನ್ನು ಹೊಂದಿದೆ. ಈ ಅರಣ್ಯದಲ್ಲಿ ಲಭ್ಯವಿರುವ ಗಿಡ ಮರಗಳ ವೈವಿಧ್ಯವು ಗೊಂಡ್ವಾನಾ ಕಾಲದಲ್ಲಿಯೂ ಇತ್ತು ಎಂಬ ಹಿನ್ನೆಲೆಯಲ್ಲಿ ಇವನ್ನು ಗೊಂಡ್ವಾನಾ ಕಾಡುಗಳೆಂದು ಕರೆಯಲಾಗುತ್ತದೆ.

103. ಗೊರೆಮೆ ರಾಷ್ಟ್ರೀಯ ಉದ್ಯಾನ:

ಟರ್ಕಿಯಲ್ಲಿದೆ. ಕಪ್ಪಡೊಸಿಯ ಪಟ್ಟಣದ 'ಫೆರಿ ಚಿಮನಿ' ವ್ಯಾಪ್ತಿಯಲ್ಲಿ ಬರುತ್ತದೆ. 1985ರಲ್ಲಿ ಇದನ್ನು ವಿಶ್ವ ಪರಂಪರೆ ತಾಣದ ಪಟ್ಟಿಗೆ ಸೇರಿಸಲಾಯಿತು. ಕಲ್ಲಿನಲ್ಲೇ ಕೊರೆದಿರುವ ಮನೆಗಳು, ಚರ್ಚುಗಳು ಇಲ್ಲಿನ ವೈಶಿಷ್ಟ್ಯ. ಇಲ್ಲಿನ ಪ್ರಸಿದ್ಧ ತಾಣಗಳೆಂದರೆ, ಒರ್ಟಾಹಸ್, ದರ್ಮಸ್ ಕದಿರ್, ಯುಸುಫ್ ಕೊಕ್,

ಬೆಜಿರ್‌ಹನ್ ಚರ್ಚ್‌ಗಳು, ಭವ್ಯವಾಗಿ ಸಿಂಗರಿಸಿದ ಟೊಕಾಲಿ ಕಿಲಿಸ್, ಆಪಲ್ ಚರ್ಚ್ ಮುಂತಾದವು.

104. ಗಾಫ್ ನಡುಗಡ್ಡೆ:

ದಕ್ಷಿಣ ಅಟ್ಲಾಂಟಿಕ್ ಮಹಾ ಸಾಗರದಲ್ಲಿದೆ. ಇದು ಜ್ವಾಲಾಮುಖಿಯನ್ನು ಹೊಂದಿದೆ. ಇಲ್ಲಿ ದಕ್ಷಿಣ ಆಫ್ರಿಕದ ರಾಷ್ಟ್ರೀಯ ಅಂಟಾರ್ಟಿಕ ಕಾರ್ಯಕ್ರಮದಡಿಯಲ್ಲಿ ನಿರ್ಮಿಸಲಾಗಿರುವ ಹವಾಮಾನ ಕೇಂದ್ರದ ಆರು ಮಂದಿ ಸಿಬ್ಬಂದಿಯನ್ನು ಹೊರತುಪಡಿಸಿ ಬೇರೆ ಜನ ವಸತಿ ಇಲ್ಲ. ನಿಯಮಿತ ಜನ ಸಂಪರ್ಕ ಹೊಂದಿರುವ ಅತಿ ನಿರ್ಜನ ನಡುಗಡ್ಡೆ ಇದು.

105. ರಾಯ್ ಮಾಟಾನ ಸಮಾಧಿ:

ರಾಯ್ ಮಾಟಾ, 13 ನೇ ಶತಮಾನದ ಮಲೆಷಿಯಾದ ಪ್ರಭಾವಿ ನಾಯಕ. ಇವನ ಸಮಾಧಿ ವಿಸ್ತಾರವಾಗಿದ್ದು ಆತನ 25 ಸೇವಕರ ಸಮಾಧಿಯನ್ನೂ ಒಳಗೊಂಡಿದೆ. ಇದನ್ನು ಫ್ರೆಂಚ್ ಪುರಾತತ್ವ ಸಂಶೋಧಕ ಜೋಸ್ ಗೆರೆಂಜರ್ 1967ರಲ್ಲಿ ಕಂಡುಹಿಡಿದ. ಇಲ್ಲಿನ ಜಾನಪದ ಸಾಹಿತ್ಯದ ಆಧಾರದಲ್ಲಿ ಆತ ಇದನ್ನು ಶೋಧಿಸಿದ. 2008ರಲ್ಲಿ ಇದಕ್ಕೆ ವಿಶ್ವ ಪರಂಪರೆ ತಾಣದ ಸ್ಥಾನಮಾನ ನೀಡಲಾಯಿತು. ಇದರ ಜತೆ ಸಂಬಂಧ ಹೊಂದಿರುವ ಎಫಾಟೆ, ಲೆಲೆಪ ಮತ್ತು ಅರ್‍ರೊಕ ದ್ವೀಪಗಳಿಗೂ ವಿಶ್ವ ಪರಂಪರೆ ತಾಣದ ಸ್ಥಾನ ನೀಡಲಾಗಿದೆ.

106. ಚೀನಾದ ಮಹಾ ಗೋಡೆ:

ಉತ್ತರ ಚೀನಾದಲ್ಲಿದೆ. ಕಲ್ಲಿನಿಂದ ಕಟ್ಟಲಾಗಿರುವ ಬೃಹತ್ ಗೋಡೆಯಾಗಿದೆ. ದಾಳಿಕೋರರಿಂದ ದೇಶವನ್ನು ರಕ್ಷಿಸಲು ಇದನ್ನು ನಿರ್ಮಿಸಲಾಯಿತು. ಕ್ರಿ.ಶ 5ರಿಂದ ಈ ಗೋಡೆಗಳನ್ನು ಕಟ್ಟಲಾಯಿತು

ಮತ್ತು ಇದನ್ನು ಚೀನಾದ ಮಹಾ ಗೋಡೆ ಎನ್ನುವರು. ಇದು ಶಾಂಘೈನಿಂದ ಲಾಪ್ ನುರ್ ವರೆಗೆ ವ್ಯಾಪಿಸಿದೆ. ಇದರ ಎಲ್ಲ ವಿಭಾಗಗಳೂ ಸೇರಿದರೆ ಇದರ ಉದ್ದ 8851.8 ಕಿ.ಮೀ.

107. ಗ್ರೇಟರ್ ಬ್ಲೂ ಮೌಂಟನ್ಸ್ ಏರಿಯಾ:

ಆಸ್ಟ್ರೇಲಿಯಾದ ನ್ಯೂ ಸೌತ್ ವೇಲ್ಸ್‌ನಲ್ಲಿರುವ ವಿಶ್ವ ಪಾರಂಪರಿಕ ತಾಣವಾಗಿದೆ. ಈ ಪ್ರದೇಶವು ದುರ್ಗಮವಾದ ಕಲ್ಲು ಬಂಡೆಗಳು, ಆಳವಾದ ಕಣಿವೆಗಳು, ನದಿಗಳು ಮತ್ತು ಪ್ರಪಾತಗಳಿಂದ ಕೂಡಿದೆ. ಅಪರೂಪದ ಪ್ರಾಣಿ ಪಕ್ಷಿಗಳು ಮತ್ತು ಸಸ್ಯ ರಾಶಿ ಇಲ್ಲಿದೆ.

108. ಗಲ್ಫ್ ಆಫ್ ಕ್ಯಾಲಿಫೋರ್ನಿಯಾ:

ಇದು ಮೆಕ್ಸಿಕೊದ ದ ಬಜಾ ಕ್ಯಾಲಿಫೋರ್ನಿಯಾ ದ್ವೀಪಕಲ್ಪವನ್ನು ಮೆಕ್ಸಿಕೊದ ಮುಖ್ಯ ಭೂ ಭಾಗದಿಂದ ಬೇರ್ಪಡಿಸುತ್ತದೆ. ಇದು ಬಜಾ ಕ್ಯಾಲಿಫೋರ್ನಿಯಾ, ಬಜಾ ಕ್ಯಾಲಿಫೋರ್ನಿಯಾ ಸರ್, ಸೊನೊರ ಮತ್ತು ಸಿನಲೊವಾಗಳಿಂದ ಸುತ್ತುವರಿದಿದ್ದು, ಒಟ್ಟೂ 2500 ಮೈಲುಗಳ ಕರಾವಳಿಯನ್ನು ಹೊಂದಿದೆ. ಈ ದ್ವೀಪ ಕಲ್ಪದಲ್ಲಿ ಹರಿಯುವ ನದಿಗಳೆಂದರೆ, ಕೊಲೊರಡೊ, ಫ್ಯುರಟೆ, ಮೆಯೊ, ಸಿನಲೊಆ, ಸೊನೊರ ಮತ್ತು ಯಾಕಿ.

109. ಗುಲುಂಗ್ ಲ್ಯೂಸರ್ ನ್ಯಾಷನಲ್ ಪಾರ್ಕ್:

ಇಂಡೊನಿಷಿಯಾದ ಸುಮಾತ್ರ ಬಳಿ ಇದೆ. ಇಲ್ಲಿ ವೈವಿಧ್ಯಮಯವಾದ ಸಸ್ಯರಾಶಿ ಮತ್ತು ಪರಿಸರ ಇದೆ. ಅಪರೂಪದ ಒರಾಂಗುಂಟಾಂಗ್ ಗಳ ಸಂರಕ್ಷಣಾ ಪಾರ್ಕ್ ಬುಕಿಟ್ ಲವಾಂಗ್ ಇಲ್ಲಿದೆ. ಇದರ ಜತೆ ಬುಕಿಟ್ ಬರಿಸನ್ ಸೆಲಟಾನ್ ಮತ್ತು ಕೆರಿಂಕಿ ಸೆಬ್ಲಾಟ್ ರಾಷ್ಟ್ರೀಯ ಉದ್ಯಾನವನ್ನೂ ಒಳಗೊಂಡು ವಿಶ್ವ ಪರಂಪರೆಯ ತಾಣವೆಂದು ಘೋಷಿಸಲಾಗಿದೆ. ಈ ಉದ್ಯಾನವು 150 ಕಿ.ಮೀ ಉದ್ದ ಮತ್ತು 100 ಕಿ.ಮೀ ಅಗಲ ವ್ಯಾಪಿಸಿದ್ದು ಗುಡ್ಡಗಾಡು ಪ್ರದೇಶದಿಂದ ಆವೃತವಾಗಿದೆ.

110. ಗುನುಂಗ್ ಮುಲು ರಾಷ್ಟ್ರೀಯ ಉದ್ಯಾನ:

ಮಳೆಕಾಡುಗಳಿಂದ ಆವೃತವಾಗಿರುವ ಈ ಉದ್ಯಾನದಲ್ಲಿ ನಂಬಲ ಸಾಧ್ಯವಾದ ಗುಹೆಗಳು, ಚೂಪುಗಲ್ಲಿನ ರಚನೆಗಳು ಕಂಡು ಬರುತ್ತವೆ. ಇಲ್ಲಿ ಗುಹೆಗಳನ್ನು ಅನ್ವೇಷಿಸಲು ಚಾರಣ ಕೈಗೊಳ್ಳುವುದು ಜನಪ್ರಿಯ ಪ್ರವಾಸವಾಗಿದೆ. ಈ ಭಾಗದ ಅತ್ಯಂತ ಎರಡನೇ ಎತ್ತರವಾದ ಗುಡ್ಡ ಮುಲು ವಿನ ಹೆಸರನ್ನೇ ಈ ಉದ್ಯಾನಕ್ಕೆ ಇರಿಸಲಾಗಿದೆ.

111. ಗುಸುಕು:

ಜಪಾನಿನ ಒಕಿನಾವಾ ಪ್ರಿಫೆಕ್ಚುವರ್ ನಲ್ಲಿದೆ. ಗುಸುಕು ಮತ್ತು ಅದಕ್ಕೆ ಸಂಬಂಧಿಸಿದ ಒಂಬತ್ತು ವಿಶಿಷ್ಟ ಸ್ಮಾರಕಗಳನ್ನು ಸೇರಿಸಿ ವಿಶ್ವ ಪಾರಂಪರಿಕ ತಾಣವೆಂದು ಪ್ರಕಟಿಸಲಾಗಿದೆ. ಜಪಾನಿನ ರುಕ್ಯು ಸಾಮ್ರಾಜ್ಯದ ಕುರುಹುಗಳನ್ನು ಇದು ಹೊಂದಿದೆ.

112. ಜಿಯಾಂಗು ಐತಿಹಾಸಿಕ ಪ್ರದೇಶ:

ದಕ್ಷಿಣ ಕೊರಿಯಾದಲ್ಲಿದೆ. ಈ ಪ್ರದೇಶವು ದೇವಾಲಯಗಳು, ಪಗೊಡ ಮತ್ತಿತರ ಸಿಲ್ಲಾ ಸಾಮ್ರಾನ್ಯದ ಅವಶೇಷಗಳನ್ನು ಹೊಂದಿದೆ. ಇವನ್ನು ಜಗತ್ತಿನ ಅತ್ಯಂತ ವಿಶಾಲವಾದ ಬಾಹ್ಯ ಮ್ಯೂಸಿಯಂ ಎಂದೂ ಹೇಳಲಾಗುತ್ತದೆ. ಈ ಪ್ರದೇಶಕ್ಕೆ 2000ನೇ ಇಸ್ವಿಯಲ್ಲಿ ವಿಶ್ವ ಪರಂಪರೆ ತಾಣದ ಸ್ತಾನ ನೀಡಲಾಯಿತು.

113. ಹೇಯಿನ್ಸಾ:

ದಕ್ಷಿಣ ಕೊರಿಯಾದಲ್ಲಿದೆ. ಕೊರಿಯಾದ ಬೌದ್ಧ ಸ್ಮಾರಕಗಳಲ್ಲಿ ಮುಖ್ಯ ದೇವಾಲಯವಾಗಿದೆ. ಇದನ್ನು ತ್ರಿಪಿಟಕ ದೇವಾಲಯವೆಂದೂ ಹೇಳುತ್ತಾರೆ. ಇಲ್ಲಿ 81,258 ಮರದ ಪಟ್ಟಿಕೆಗಳ ಮೇಲೆ ಬೌದ್ಧ ಶ್ಲೋಕಗಳನ್ನು ಕೆತ್ತಲಾಗಿದ್ದು,

1398 ರಿಂದ ಸಂರಕ್ಷಿಸಿಕೊಂಡು ಬರಲಾಗುತ್ತಿದೆ. ಹೆಯಿನಾವು ಕೊರಿಯಾದ ಮೂರು ಜ್ಯೂಯೆಲ್ ದೇವಾಲಯಗಳಲ್ಲಿ ಒಂದು.

114. ಹಲಾಂಗ್ ಬೇ:

ಇದು ವಿಯೆಟ್ನಾಂ ನ ಜನಪ್ರಿಯ ಪ್ರವಾಸಿ ತಾಣವಾಗಿದೆ. ಸುಣ್ಣದ ಕಲ್ಲುಗಳಿಂದ ಕೂಡಿದ ವಿವಿಧ ಆಕಾರ ಮತ್ತು ಗಾತ್ರದ ಸಣ್ಣ ಸಣ್ಣ ದ್ವೀಪಗಳು ಸಾವಿರಾರು ಜನರನ್ನು ಆಕರ್ಷಿಸುತ್ತವೆ. ಇಲ್ಲಿ ಒಟ್ಟೂ 1960 ದ್ವೀಪಗಳಿವೆ. ಸುಮಾರು 500 ಮಿಲಿಯನ್ ವರ್ಷಗಳಿಂದ ಇಲ್ಲಿ ಸುಣ್ಣದ ಕಲ್ಲಿನ ಶಿಲಾಕೃತಿಗಳು ನಿರ್ಮಾಣಗೊಂಡಿವೆ.

115. ಹಂಪಿ:

ವಿಜಯನಗರ ಸಾಮ್ರಾಜ್ಯದ ರಾಜಧಾನಿಯಾಗಿದ್ದ ಹಂಪಿ ಇಂದು ಉತ್ತರ ಕರ್ನಾಟಕದ ಒಂದು ಸಾಮಾನ್ಯ ಹಳ್ಳಿಯಾಗಿದೆ. ವಿರೂಪಾಕ್ಷ ದೇವಾಲಯವು ಪ್ರಸಿದ್ಧವಾಗಿದ್ದು ಇದಲ್ಲದೇ ಇನ್ನೂ ಹಲವಾರು ಐತಿಹಾಸಿಕ ಸ್ಮಾರಕಗಳಿವೆ. ಈ ಸ್ಮಾರಕಗಳು ಹಂಪಿಯ ಸುತ್ತಲೂ ವ್ಯಾಪಿಸಿದ್ದು ಇವೆಲ್ಲವನ್ನೂ ಸೇರಿಸಿ ವಿಶ್ವ ಪರಂಪರೆ ತಾಣವನ್ನಾಗಿ ಘೋಷಿಸಲಾಗಿದೆ.

116. ಹರಾರ್:

ಇಥಿಯೊಪಿಯಾದಲ್ಲಿದೆ. ಈ ಪಟ್ಟಣವು ಗುಡ್ಡದ ತುದಿಯಲ್ಲಿ ನಿರ್ಮಿತವಾಗಿದೆ. ಇದನ್ನು 2006ರಲ್ಲಿ ವಿಶ್ವ ಪರಂಪರೆ ತಾಣಗಳ ಪಟ್ಟಿಗೆ ಸೇರಿಸಲಾಗಿದೆ.

117. ಹಾತ್ರಾ:

ಇರಾಕ್ ನಲ್ಲಿದೆ. ಇಲ್ಲಿನ ಅಲ್– ಜಜೀರಾ ಪ್ರಾಂತ್ಯದಲ್ಲಿರುವ ಅವಶೇಷಗಳ ನಗರವಾಗಿದೆ. ಈಗ ಇದನ್ನು ಅಲ್–ಹದ್ರ್ ಎಂದು ಕರೆಯಲಾಗುತ್ತದೆ. ಇದು ಪುರಾತನ ಪರ್ಶಿಯನ್ ಪ್ರಾಂತ್ಯದ ಖ್ವರವರನ್ ಪ್ರದೇಶದಲ್ಲಿದೆ. ಇದನ್ನು ಅರಬ್ ಬುಡಕಟ್ಟು ಜನರು ಕ್ರಿ.ಶ. 3ನೇ ಶತಮಾನದಲ್ಲಿ ಕಂಡುಹಿಡಿದರು. ಇದು ಪರ್ಶಿಯನ್ನರ ವ್ಯಾಪಾರಿ ಕೇಂದ್ರವಾಗಿ ಕ್ರಿ.ಶ 1 ಮತ್ತು 2ನೇ ಶತಮಾನದಲ್ಲಿ ಅಭಿವೃದ್ಧೀ ಹೊಂದಿತು.

118. ಹತ್ತೂಸಾ:

ಟರ್ಕಿಯಲ್ಲಿದೆ. ಕಿಜಿಲ್ ನದಿಯ ತಟದಲ್ಲಿದೆ. ಇದು ತಾಮ್ರ ಯುಗದಲ್ಲಿ ಹಿತ್ತಿಟ್ ಸಾಮ್ರಾಜ್ಯದ ರಾಜಧಾನಿಯಾಗಿತ್ತು. ಈ ಪ್ರದೇಶವು, ಹುಲ್ಲುಗಾವಲುಗಳು, ಗುಡ್ಡದಳು ಮತ್ತು ಕಾಡುಗಳಿಂದ ಆವೃತವಾಗಿದೆ. ಪುರಾತನ ಕಾಲದಿಂದ ವಿವಿಧ ಉದ್ದೇಶವಗಳಿಗಾಗಿ ಸಂಗ್ರಹಗೊಂಡ ಮರದ ದಿಮ್ಮಿಗಳನ್ನು ಇಲ್ಲಿ ಕಾಣಬಹುದಾಗಿದೆ. ಇದು ಆ ಕಾಲದಲ್ಲಿ ಮರದ ದಿಮ್ಮಿಗಳನ್ನು ಬಳಸಿ ಇಮಾರತುಗಳನ್ನು ಕಟ್ಟುತ್ತಿದ್ದರು ಎಂಬುದಕ್ಕೆ ಸಾಕ್ಷಿಯಾಗಿದೆ.

119. ಹವಾಯ್ ಜ್ವಾಲಾಮುಖಿಗಳ ರಾಷ್ಟ್ರೀಯ ಉದ್ಯಾನ:

ಹವಾಯ್‌ನಲ್ಲಿದೆ. 1916ರಲ್ಲಿ ಸ್ಥಾಪಿಸಲಾದ ಇದು ಅಮೆರಿಕದ ರಾಷ್ಟ್ರೀಯ ಉದ್ಯಾನವಾಗಿದೆ. ಇಲ್ಲಿ, ಸಾವಿರಾರು ವರ್ಷಗಳ ಜ್ವಾಲಾಮುಖಿ, ವಲಸೆ ಮತ್ತು ಬೆಳವಣಿಗೆಯ ಪರಿಣಾಮಗಳನ್ನು ನೋಡಬಹುದಾಗಿದೆ. ಜಗತ್ತಿನ ಅತ್ತಂತ ಕ್ರಿಯಾಶೀಲ ಜ್ವಾಲಾಮುಖಿ, ಕಿಲಾಉಆ, ಬೃಹತ್ ಗಾತ್ರದ ಜ್ವಾಲಾಮುಖಿ ಮೌನಾ ಲೊಆ ಈ ಪ್ರದೇಶದಲ್ಲೇ ಇವೆ. ಹವಾಯಿ ದ್ವೀಪಗಳು

ಹೇಗೆ ಹುಟ್ಟಿಕೊಂಡವು ಎಂಬ ಬಗ್ಗೆ ಅಧ್ಯಯನ ಮಾಡಲು ಈ ಪ್ರದೇಶ ಹೇಳಿ ಮಾಡಿಸಿದಂತಿದೆ. ಇದನ್ನು 1987ರಲ್ಲಿ ವಿಶ್ವ ಪರಂಪರೆ ತಾಣಗಳ ಪಟ್ಟಿಗೆ ಸೇರಿಸಲಾಯಿತು.

120. ಹರ್ಡ್ ಮತ್ತು ಮೆಕ್ ಡೊನಾಲ್ಡ್ ದ್ವೀಪಗಳು:

ಆಸ್ಟ್ರೇಲಿಕಾಕ್ಕೆ ಸೇರಿದ ಆದರೆ ಅದರ ಭೂ ಭಾಗದಿಂದ ಹೊರಗಿರುವ ಜ್ವಾಲಾಮುಖಿಗಳನ್ನು ಹೊಂದಿರುವ ದ್ವೀಪಗಳು. 19 ನೇ ಶತಮಾನದಲ್ಲಿ ಇವು ಬೆಳಕಿಗೆ ಬಂದವು. ಇಲ್ಲಿ ಎರಡು ಜ್ವಾಲಾಮುಖಿಗಳು ಮಾತ್ರ ಕ್ರಿಯಾಶೀಲವಾಗಿವೆ. ಅವುಗಳಲ್ಲಿ ಒಂದಾದ ಮಾವ್ ಸನ್ ಪೀಕ್ ಆಸ್ಟ್ರೇಲಿಯಾದ ಅತ್ಯಂತ ಎತ್ತರದ ಶಿಖರವಾಗಿದೆ.

121. ಹಿರಾಪೊಲಿಸ್:

ಟರ್ಕಿಯಲ್ಲಿದೆ. ಇದು ಗ್ರೀಕ್ ನಾಗರಿಕತೆಗೆ ಸಂಬಂಧಿಸಿದ ಪುರಾತನ ಪಟ್ಟಣವಾಗಿದೆ. ಇಲ್ಲಿ ಬಿಸಿ ನೀರಿನ ಬುಗ್ಗೆಗಳಿದ್ದು ಅವನ್ನು ಕ್ರಿ.ಶ. 2ರಿಂದಲೇ ಔಷಧೋಪಚಾರ ಮತ್ತು ಪ್ರಸಾಧನ ಉದ್ದೇಶಗಳಿಗೆ ಬಳಸಲಾಗುತ್ತಿತ್ತು. ಈ ಉದ್ದೇಶಕ್ಕಾಗಿ ಭಾರೀ ಗಾತ್ರದ ಬಂಡೆಗಳನ್ನು ಜೋಡಿಸಿ ಸ್ನಾನ ಗೃಹಗಳನ್ನು ನಿರ್ಮಿಸಲಾಗಿತ್ತು. ಇವು ಕೇವಲ ಸ್ನಾನ ಗೃಹಗಳು ಮಾತ್ರವಲ್ಲದೇ, ಗ್ರಂಥಾಲಯ, ವ್ಯಾಯಾಮ ಶಾಲೆ ಮತ್ತಿತರ ಸೌಲಭ್ಯಗಳನ್ನೂ ಹೊಂದಿದ್ದವು ಎಂಬುದು ವಿಶೇಷ.

122. ಹಿಮೇಜಿ ಕಾಸಲ್:

ಜಪಾನಿನ ಹಿಮೇಜಿಯಲ್ಲಿದೆ. ಗುಡ್ಡದ ತುದಿಯಲ್ಲಿರುವ ಇದು ಮರದಿಂದ ನಿರ್ಮಿಸಿದ 83 ಕಟ್ಟಡಗಳನ್ನು ಹೊಂದಿರುವ ಸಮುಚ್ಚಯವಾಗಿದೆ. ಇದರ

ಹೊರಾವರಣ ಬಿಳುಪಿನಿಂದ ಕೂಡಿದ್ದು ಇದರಿಂದಾಗಿ ಇದನ್ನು ಹಕುರೊಜು ಅಥವಾ ಶಿರಾಸಾಜಿಜೊ ಎಂದೂ ಕರೆಯುತ್ತಾರೆ. ಜಪಾನಿನಲ್ಲಿ ವಿಶ್ವ ಸಂಸ್ಥೆಯು ಗುರುತಿಸಿದ ಮೊದಲ ಪರಂಪರೆಯ ತಾಣಗಳಲ್ಲಿ ಇದೂ ಒಂದು. ಇದು ಜಪಾನಿನ ಪ್ರಸಿದ್ಧ ಪ್ರವಾಸಿ ತಾಣವಾಗಿದೆ.

123. ಹಿರೊಶಿಮಾ ಶಾಂತಿ ಸ್ಮಾರಕ:

ಜಪಾನಿನ ಹಿರೊಶಿಮಾದಲ್ಲಿದೆ. ಇದನ್ನು ಅಣು ಬಾಂಬಿನ ಸಮಾಧಿ ಎಂದೂ ಗುರುತಿಸುತ್ತಾರೆ. ಇದು ಇಲ್ಲಿನ ಹಿರೊಶಿಮಾ ಶಾಂತಿ ಉದ್ಯಾನದ ಭಾಗವಾಗಿದೆ. ಇದನ್ನು 1996ರಲ್ಲಿ ವಿಶ್ವ ಪರಂಪರೆ ತಾಣಗಳ ಸಾಲಿಗೆ ಸೇರಿಸಲಾಯಿತು. ಹಿರೊಶಿಮಾದ ಮೇಲೆ 1945, ಆಗಸ್ಟ್ 6ರಂದು ನಡೆದ ಅಣು ಬಾಂಬ್ ದಾಳಿಯಲ್ಲಿ ಮಡಿದ ಜನರ ನೆನಪಿಗೆ ಈ ಸ್ಮಾರಕವನ್ನು ನಿರ್ಮಿಸಲಾಗಿದೆ.

124. ಹಳೆಯ ನಾರಾದ ಐತಿಹಾಸಿಕ ಸ್ಮಾರಕಗಳು:

ಜಪಾನಿನಲ್ಲಿದೆ. ಹಳೆಯ ನಾರಾದಲ್ಲಿನ ಎಂಟು ಸ್ಥಳಗಳನ್ನು ಒಳಗೊಂಡಿದೆ. ಇದರಲ್ಲಿ ಐದು ಬೌದ್ಧ ದೇವಾಲಯಗಳು. ಇನ್ನುಳಿದವು – ಶಿಂಟೊ ಶ್ರೈನ್, ಅರಮನೆ ಮತ್ತು ಖಾಸಗಿ ಕಾಡು. ಈ ಪ್ರದೇಶದಲ್ಲಿ ಒಟ್ಟೂ 26 ಕಟ್ಟಡಗಳಿದ್ದು ಅವನ್ನು ಜಪಾನ್ ಸರ್ಕಾರ ರಾಷ್ಟ್ರೀಯ ಸ್ಮಾರಕವೆಂದು ಸಂರಕ್ಷಿಸಿದೆ. 53 ಸ್ಥಳಗಳನ್ನು ಸಾಂಸ್ಕೃತಿಕ ಮಹತ್ವದ ಸ್ಥಳಗಳೆಂದು ಘೊಷಿಸಲಾಗಿದೆ. ಇವೆಲ್ಲವನ್ನೂ ಐತಿಹಾಸಿಕ ಸ್ಮಾರಕಗಳೆಂದು ಪರಿಗಣಿಸಲಾಗಿದೆ.

125. ಹುಯ್ ಕಾ ಕೆಂಗ್ ವೈಲ್ಡ್ ಲೈಫ್ ಸ್ಯಾಂಕ್ಚುಯರಿ:

ಥೈಲ್ಯಾಂಡಿನಲ್ಲಿದೆ. ಕಂಚನಪುರಿ, ಟಕ್ ಮತ್ತು ಉಥೈ ಥಾನಿ ಪ್ರದೇಶದಲ್ಲಿ ವ್ಯಾಪಿಸಿದೆ. ಇದನ್ನು 1991ರಲ್ಲಿ ವಿಶ್ವ ಪರಂಪರೆ ತಾಣವನ್ನಾಗಿ ಘೊಷಿಸಲಾಯಿತು. ಇದು 257, 464 ಹೆಕ್ಟೇರ್ ಪ್ರದೇಶ ವ್ಯಾಪಿಸಿದೆ.

126. ಹುಮಾಯೂನನ ಸಮಾಧಿ:

ದೆಹಲಿಯ ನಿಜಾಮುದ್ದೀನ್ ಪ್ರದೇಶದಲ್ಲಿದೆ. ಮೊಘಲ್ ದೊರೆ ಹುಮಾಯೂನನ ಸಮಾಧಿಯನ್ನು ಹೊಂದಿರುವ ಕಟ್ಟಡ ಸಮುಚ್ಚಯ ವಾಗಿದ್ದು, ಇದನ್ನು 1562ರಲ್ಲಿ ಆತನ ಪತ್ನಿ ಹಮೀದಾ ಬಾನು ಬೇಗಂ ನಿರ್ಮಿಸಿದಳು. ಪರ್ಷಿಯಾದ ಮಿರಾಕ್ ಮಿರ್ಜಾ ಗಿಯಾತ್ ಎಂಬಾತ ಇದರ ವಾಸ್ತುಶಿಲ್ಪಿ. ಇದು ಭಾರತ ಉಪಖಂಡದಲ್ಲಿಯೇ ಮೊದಲ ಬಾರಿಗೆ ಉದ್ಯಾನವನ್ನು ಹೊಂದಿದ ಸಮಾಧಿ. ಇದರ ಬಳಿಯೇ ಹುಮಾಯೂನ್ 1533ರಲ್ಲಿ ನಿರ್ಮಿಸಿದ ಕೋಟೆಯೂ ಇದೆ.

127. ಹಾಸಿಯಾಂಗ್ ಕೋಟೆ:

ದಕ್ಷಿಣ ಕೋರಿಯಾದಲ್ಲಿ ಜಿಯೊಂಗಿ ಡು ಪ್ರದೇಶದಲ್ಲಿರುವ ಈ ಕೋಟೆಯ ಆವರಣ ಗೋಡೆ ನೋಡಲು ಒಂದು ಆಕರ್ಷಣೆ. ಸಿಯೋಲ್‌ನ ದಕ್ಷಿಣಕ್ಕೆ ಬರುವ ಈ ಪ್ರದೇಶದಲ್ಲಿ ಅಲ್ಲಿನ ರಾಜಾ ಜಿಯೊನ್ ಜಿಯೊನ ಅರಮನೆಯೂ ಇತ್ತು. 1997ರಲ್ಲಿ ಯುನೆಸ್ಕೊ ಇದನ್ನು ವಿಶ್ವ ಪರಂಪರೆಯ ತಾಣಕ್ಕೆ ಸೇರಿಸಿತು.

128. ಇಚ್‌ಕುಯಲ್ ಲೇಕ್:

ಮೆಡಿಟರೇನಿಯನ್ ದಂಡೆಯ ಮೇಲೆ ಉತ್ತರ ತುನಿಸಿಯಾ ಪ್ರದೇಶದಲ್ಲಿ ಇಚ್‌ಕುಯಲ್ ಲೇಕ್ ಅಂದರೆ ಸರೋವರವಿದೆ. ಇದೊಂದು ಕಣ್ಣಿಗೆ ಅದ್ಭುತ ತಾಣ. ವಲಸೆ ಹಕ್ಕಿಗಳಿಗೆ ಇದೊಂದು ಮುಖ್ಯ ತಂಗುದಾಣ ಎಂದರೆ ತಪ್ಪಾಗಲಾರದು. 1980ರಲ್ಲಿ ಇದನ್ನು ಪರಂಪರೆ ತಾಣಗಳ ಪಟ್ಟಿಗೆ ಸೇರ್ಪಡೆ ಮಾಡಲ್ಪಾಗಿದೆ.

129. ಇಲ್ಲುಲಿಸತ್:

ಪಶ್ಚಿಮ ಗ್ರೀನ್‌ಲಂಡ್ ಪ್ರದೇಶದಲ್ಲಿರುವ ಪಟ್ಟಣ ಪ್ರದೇಶವಿದೆ. ಇದನ್ನು ಸದಾ ಹಿಮ ಬೀಳುವ ಪ್ರದೇಶವಾಗಿ ಗುರುತಿಸಲಾಗಿದ್ದು, ಸದಾ ಹಿಮಚ್ಛಾದಿತವಾಗಿರುವ ಇದನ್ನು ನೋಡುವುದೇ ಒಂದು ಮಹಾ ಆನಂದ. ವಿಶ್ವ ಪರಂಪರೆ ಪಟ್ಟಿಯ ತಾಣಕ್ಕೆ ಶೀಘ್ರವೇ ಸೇರ್ಪಡೆಯಾಗುವ ಎಲ್ಲ ಅರ್ಹತೆಗಳನ್ನೂ ಹೊಂದಿರುವ ಇದು ಆ ದೇಶದ ಅತ್ಯಂತ ಪ್ರಮುಖ ಪ್ರವಾಸಿ ತಾಣ.

130. ಇನ್‌ಅಕ್ಸೆಸ್ಸಿಬಲ್ ಐಲಂಡ್ (ದ್ವೀಪ):

ದಕ್ಷಿಣ ಅಟ್ಲಾಂಟಿಕ್ ಮಹಾಸಮುದ್ರದಲ್ಲಿರುವ ದ್ವೀಪವಿದು. 5.5 ಚದರ ಅಡಿಯಷ್ಟು ಜಾಗದಲ್ಲಿರುವ ಇದು ಈಗ ಹೊರಬಾರದಂತೆ ಮುಚ್ಚಿಹೋಗಿರುವ ವೊಲ್ಕ್ಯಾನೊದಿಂದ ಇದು ನಿರ್ಮಾಣಗೊಂಡಿದೆ. ಇಂಗ್ಲೆಂಡಿನ ರಾಜಾಡಳಿತ ಪ್ರದೇಶವಿದು. ಎಲ್ಲ ದೃಷ್ಟಿಯಿಂದಲೂ ವೈಶಿಷ್ಟ್ಯಪೂರ್ಣವಾಗಿರುವ ಈ ದ್ವೀಪ ವಿಶ್ವ ಪರಂಪರೆಯ ತಾಣದಲ್ಲಿದೆ.

131. ಐರನ್ ಬ್ರಿಜ್ ಗಾರ್ಜ್:

ಇಂಗ್ಲೆಂಡಿನ ಶಾರ್ಪ್‌ಶೈರ್‌ನ ಏಳು ನದಿಗಳ ಗಿರಿಕಂದರ (ಗಾರ್ಜ್) ಇದಾಗಿದೆ. ನೋಡಲು ನಯನ ಮನೋಹರ. ಮೊದಲು ಇದನ್ನು ಸೆವೆನ್ ಗಾರ್ಜ್ (ಏಳು ಗಿರಿಗಳ ಕಂದರ) ಎಂದೇ ಕರೆಯಲಾಗುತ್ತಿತ್ತು. ಈಗ ಇಲ್ಲಿನ ನದಿಯೊಂದಕ್ಕೆ ವಿಶಾಲ ಕಬ್ಬಿಣ ಬಳಸಿ ನಿರ್ಮಿಸಲಾದ ಸೇತುವೆಯಿಂದಾಗಿ, ಈಗಿದನ್ನು ಐರನ್ ಬ್ರಿಜ್ ಗಾರ್ಜ್ ಎಂದು ಕರೆಯಲಾಗುತ್ತದೆ. ಇಂಗ್ಲೆಂಡಿನ ಬ್ರಾಸ್‌ಲೆಯನ್ನು ಅದಿರು ಪಟ್ಟಣ ಮ್ಯಾಡ್ಲೆಯೊಂದಿಗೆ ಈ ಸೇತುವೆಯನ್ನು ನಿರ್ಮಿಸಿದ ನಂತರ ಐರನ್ ಗಾರ್ಜ್ ಸೇತುವೆ ಎಂದು ಕರೆಯಲಾಗುತ್ತಿದೆ. ಸೇತುವೆಯನ್ನು 1779ರಲ್ಲಿ ನಿರ್ಮಿಸಲಾಗಿದೆ. ಕಬ್ಬಿಣ ಬಳಸಿ ಕಟ್ಟಲಾದ ಬಹುವಿಶಿಷ್ಟ ಸೇತುವೆ ಇದಾಗಿದೆ.

132. ಇಸ್ಚಿಗುಲಾಸ್ಟೊ:

ಸ್ಯಾನ್ ಜುಅನ್ ಪ್ರಾಂತ್ಯದಲ್ಲಿ ನಿರ್ಮಾಣವಾಗಿರುವ ನೈಸರ್ಗಿಕ ಗುಡ್ಡಗಾಡು ಹಾಗೂ ಉದ್ಯಾನವನಗಳು ಇರುವ ಪ್ರದೇಶವಿದು. 230 ಮಿಲಿಯನ್ ವರ್ಷಗಳ ಹಿಂದೆ ಇವು ನಿಸರ್ಗದ ವೈಪರಿತ್ಯದಿಂದಾಗಿ ನಿರ್ಮಾಣವಾಗಿರಬಹುದು ಎಂದು ಚರಿತ್ರಕಾರರು ಗುರುತಿಸಿದ್ದಾರೆ. ಅತ್ಯಂತ ಪುರಾತನ ಡೈನೊಸಾರ್ ಇಲ್ಲಿ ಕಂಡು ಬಂದಿದೆ ಎಂದು ಗುರುತಿಸಲಾಗಿದೆ. ಕಲ್ಲಿನ ನೈಸರ್ಗಿಕ ಕಣಿವೆ ಪ್ರದೇಶಗಳು ಇಲ್ಲಿ ನಿರ್ಮಾಣವಾಗಿವೆ. ವಿಶ್ವದ ಅತ್ಯಂತ ಸುಂದರ ಸ್ಥಳಗಳಲ್ಲಿ ಇದು ಒಂದಾಗಿದೆ.

133. ಇಸಿಮಾಂಗಾಲಿಸೊ ವೆಟ್‌ಲ್ಯಾಂಡ್ ಪಾರ್ಕ್:

ದಕ್ಷಿಣ ಆಫ್ರಿಕಾದ ಕುವಾ ಝುಲು ನಾಟಾಲ್ ಎಂಬ ಪೂರ್ವ ಕರಾವಳಿಯ ದಡದ ಮೇಲೆ ಈ ರಾಷ್ಟ್ರೀಯ ಉದ್ಯಾನವನವಿದೆ. ಡರ್ಬಾನ್‌ನಿಂದ ಸುಮಾರು 275 ಕಿಲೋ ಮೀಟರ್ ದೂರದಲ್ಲಿದೆ. ದಕ್ಷಿಣ ಆಫ್ರಿಕಾದ ಮೂರು ಸಂಪೂರ್ಣ ಸಂರಕ್ಷಿತ ತಾಣಗಳಲ್ಲಿ ಇದು ಸೇರ್ಪಡೆಯಾಗಿದೆ.

134. ಮೊಝಾಂಬಿಕ್ ದ್ವೀಪ:

ಮೊಝಾಂಬಿಕ್ ಕಾಲುವೆ ಹಾಗೂ ಮೊಸ್ಸುರಿಲ್ ಕೊಲ್ಲಿಯ ಉತ್ತರದಲ್ಲಿ ಈ ಆಕರ್ಷಕ ದ್ವೀಪ ಪ್ರದೇಶವಿದೆ. ಒಂದು ಕಾಲಕ್ಕೆ ಇದು ಅರಬ್‌ನ ಬಹುಮುಖ್ಯ ಬಂದರು ಪ್ರದೇಶವಾಗಿತ್ತಷ್ಟೇ ಅಲ್ಲದೇ ಹಡಗು ನಿರ್ಮಾಣ ಕೇಂದ್ರವೂ ಆಗಿತ್ತು. 1498ರಲ್ಲಿ ವಾಸ್ಕೊ ಡ ಗಮಾ ಇಲ್ಲಿ ಬಂದು ಪೋರ್ಚುಗೀಸ್ ಸಾಮ್ರಾಜ್ಯವನ್ನು ಸ್ಥಾಪಿಸಿದ ನಂತರ 1507ರಲ್ಲಿ

ನೌಕಾನೆಲೆಯನ್ನು ಸ್ಥಾಪಿಸಲಾಯಿತು. ಜಗತ್ತಿನ ಆಕರ್ಷಕ ದ್ವೀಪಗಳಲ್ಲಿ ಇದು ಒಂದಾಗಿದೆ.

135. ಇಸ್ತಾಂಬುಲ್:

ಇಸ್ತಾಂಬುಲ್ ಎಂಬ ವಿಶ್ವ ಪ್ರಸಿದ್ಧ ನಗರವಲ್ಲದೇ ಟರ್ಕಿಯ ಬಹುದೊಡ್ಡ ನಗರವೂ ಆಗಿದೆ. ಇಸ್ತಾಂಬುಲ್ ಪ್ರಾಂತ್ಯ ಪ್ರದೇಶವೂ ಆಗಿದ್ದು, ಒಟ್ಟು 39 ಜಿಲ್ಲಾ ಕೇಂದ್ರಗಳನ್ನು ಒಳಗೊಂಡಿದೆ. ಕ್ರಿಸ್ತಶಕ 330ರಿಂದ 395ರವರೆಗೆ ಇದು ರೋಮ್‌ನ ರಾಜಧಾನಿಯಾಗಿತ್ತು. ನಂತರದ ಕೆಲವು ದಿನಗಳ ಐತಿಹಾಸಿಕ ಘಟನಾವಳಿಗಳ ನಂತರ ಪೂರ್ವ ರೋಮ್, ಲ್ಯಾಟಿನ್ ಅಮೆರಿಕ, ಒಟ್ಟೊಮನ್ ಸಾಮ್ರಾಜ್ಯಗಳ ರಾಜಧಾನಿಯಾಗಿತ್ತು. ಇಸ್ತಾಂಬುಲ್ ನಗರವನ್ನು ಇಡೀ ಯುರೋಪ್‌ನ ಸಾಂಸ್ಕೃತಿಕ ರಾಜಧಾನಿ ಎಂಬುದಾಗಿ 2010ರಲ್ಲಿ ಘೋಷಣೆ ಮಾಡಲಾಯಿತು. ಇದು ವಿಶ್ವ ಪರಂಪರೆ ತಾಣದ ಬಹುಮುಖ್ಯ ಪ್ರದೇಶ.

136. ಇಚಾನ್ ಕಾಲಾ:

ಉಝುಬಿಕಿಸ್ತಾನದಲ್ಲಿರುವ ಪ್ರಾಚೀನ ಗೋಡೆ ಆವರಿತ ನಗರವಿದು. ಖಿವಾ ಎಂಬ ಪಟ್ಟಣವನ್ನು ಈ ಪ್ರಾಚೀನ ಗೋಡೆ ಆವರಿಸಿದ್ದು ಇದರೊಳಗಡೆ ಸುಸಜ್ಜಿತ ನಗರವಿದೆ. ನಗರದ ಸೌಂದರ್ಯದಿಂದಾಗಿ ಇದನ್ನು ಸಂರಕ್ಷಿತ ತಾಣಗಳ ಪಟ್ಟಿಗೆ ಸೇರಿಸಲಾಗಿದ್ದು, ವಿಶ್ವ ಪರಂಪರೆಯ ಅತ್ಯಂತ ಪ್ರಮುಖ ತಾಣಗಳಲ್ಲಿ ಇದೂ ಒಂದಾಗಿದೆ. ಈ ಹಳೆಯ ಪಟ್ಟಣ ಸುಮಾರು 50 ಐತಿಹಾಸಿಕ ಸ್ಮಾರಕಗಳನ್ನು ತನ್ನೊಳಗೆ ಭದ್ರವಾಗಿ ಇರಿಸಿಕೊಂಡಿದೆ. ಹತ್ತನೇ ಶತಮಾನದಲ್ಲಿ ಕಟ್ಟಲಾದ ಸಂಪೂರ್ಣ ಆವರಣ ಗೋಡೆಯೊಳಗಿನ ಈ ಪ್ರದೇಶವನ್ನು ಪುನಃ 1789ರಲ್ಲಿ ಪುನರ್ ನಿರ್ಮಾಣ ಮಾಡಲಾಯಿತು. ಅದೇ ಸಮಯದಲ್ಲಿ ಆವರಣ ಗೋಡೆಯನ್ನೂ ಸರಿಪಡಿಸಲಾಯಿತು.

137. ಇತ್ಸುಕುಶಿಮಾ ಶ್ರೈನ್:

ಜಪಾನಿನ ಇತ್ಸುಕುಶಿಮಾ ಪ್ರದೇಶದಲ್ಲಿದೆ ಈ ಸುಂದರ ಗೋಪುರಾಕೃತಿಯ ಕಟ್ಟಡ. ಸಮುದ್ರ ದೇವತೆಗಳೆಂದೇ ಜಪಾನಿ ಜನಾಂಗ ನಂಬುವ ಶಿಂಟೊ

(ಇದು ಸಮುದ್ರ ದೇವರು; ಗಾಳಿ ಹಾಗೂ ಅಲೆಗಳ ಏರಿಳಿತಗಳಿಗೆ ಇದುವೇ ಕಾರಣ ಎಂದು ನಂಬಲಾಗುತ್ತದೆ) ದೇವರಿಗೆ ಈ ಗೋಪುರಾಕೃತಿಯನ್ನು ಮೀಸಲಿಟ್ಟು, ಇದನ್ನು ಆರಾಧಿಸುವ ಮೂಲಕ ಸಂರಕ್ಷಣೆ ಮಾಡಲಾಗಿದೆ. ಆದರೆ ಇದರ ಸುತ್ತಮುತ್ತಲಿನ ಕೆಲವು ಸ್ಮಾರಕಗಳನ್ನು ಜಪಾನ್ ದೇಶ ತನ್ನ ವಶಕ್ಕೆ ತೆಗೆದುಕೊಂಡಿದೆ. ಈಗ ಸಂರಕ್ಷಣೆ ಮಾಡಲಾಗಿರುವ ಗೋಪುರ ಕಟ್ಟಡದ ಸಮಯ ಸುಮಾರು 16ನೇ ಶತಮಾನ ಎಂದು ಇತಿಹಾಸ ಹೇಳುತ್ತದೆ.

138. ಐವಾಮಿ ಗಿಂಜನ್ ಸಿಲ್ವರ್ ಮೈನ್:

ಇದು ಕೂಡ ಜಪಾನ್ ದೇಶದಲ್ಲಿದೆ. ಓಡಾ ಎಂಬ ಪಟ್ಟಣದಲ್ಲಿರುವ ಬೆಳ್ಳಿಯ ಗಣಿ ಇದಾಗಿದೆ. 2007ರಲ್ಲಿ ಇದನ್ನು ವಿಶ್ವ ಪರಂಪರೆ ತಾಣಕ್ಕೆ ಸೇರಿಸಲಾಯಿತು. ಈ ಗಣಿಯನ್ನು 1526ರಲ್ಲಿ ಕಾಮಿಯಾ ಜುಟೆಯಿ ಎಂಬ ಜಪಾನಿನ ವ್ಯಾಪಾರಿ ಅಭಿವೃದ್ಧಿ ಪಡಿಸಿದ. ವರ್ಷಕ್ಕೆ 38 ಟನ್ ಬೆಳ್ಳಿ ಉತ್ಪಾದನೆ ಮಾಡುವ ಸಾಮರ್ಥ್ಯವನ್ನು ಇದು ಹೊಂದಿತ್ತು.

139. ಜಾವು ನ್ಯಾಷನಲ್ ಪಾರ್ಕ್:

ಬ್ರೇಝಿಲ್‌ನ ಅಮೇಜಾನ್ ಕಣಿವೆ-ಅರಣ್ಯಗಳಲ್ಲಿ ಕೇಂದ್ರಿತವಾಗಿರುವ ರಾಷ್ಟ್ರೀಯ ಉದ್ಯಾನವನವಿದು. ಸುಮಾರು 5.6 ಮಿಲಿಯನ್ ಎಕರೆಯಲ್ಲಿ ಇದು ನಿರ್ಮಾಣಗೊಂಡಿದೆ. ಸದಾ ಮಳೆ ತರುವ ಕಾಡು ಇಲ್ಲಿರುವುದು ವಿಶೇಷ.

140. ಜೆಬೆಲ್ ಬರ್ಕಲ್:

ಸುಡಾನ್ ದೇಶದ ಉತ್ತರ ಪ್ರಾಂತ್ಯದಲ್ಲಿ ಇರುವ ಅತ್ಯಂತ ಸಣ್ಣ ಗುಡ್ಡವಿದು. ಕ್ರಿಸ್ತಪೂರ್ವ 1450ರಲ್ಲಿ ಅಂದಿನ ರಾಜ 3ನೇ ಟ್ಯುಟೊಮೋಸ್ ತನ್ನ ಸಾಮ್ರಾಜ್ಯವನ್ನು ವಿಸ್ತರಿಸಿ ಈ ಗುಡ್ಡದ ಸೌಂದರ್ಯದಿಂದ ಆಕರ್ಷಿತನಾದ.

ಪರಿಣಾಮವಾಗಿ ಇದನ್ನು ತನ್ನ ದಕ್ಷಿಣ ಪ್ರಾಂತೀಯ ಆಡಳಿತ ತಾಣಕ್ಕೆ ಸೇರ್ಪಡೆ ಮಾಡಿಕೊಂಡ. 300 ವರ್ಷಗಳ ನಂತರ ಇದು ಕುಶ್ ಸಾಮ್ರಾಜ್ಯಕ್ಕೆ ಸೇರ್ಪಡೆಗೊಂಡು ಅಲ್ಲಿನ ರಾಜ್ಯಾಡಳಿತ ಬದಲಾಯಿತು.

141. ಜೇಜು ವೊಲ್ಕ್ಯಾನಿಕ್ ಐಲಂಡ್ ಅಂಡ್ ಲಾವಾ ಟ್ಯೂಬ್ಸ್:

ದಕ್ಷಿಣ ಕೋರಿಯಾದಲ್ಲಿರುವ ಬಹುಮುಖ್ಯ ವಿಶ್ವ ಪರಂಪರೆಯ ತಾಣವಿದು. ದಕ್ಷಿಣಾ ಕೋರಿಯಾದ ಸಮುದ್ರ ದಂಡೆಯಿಂದ ಸುಮಾರು 130 ಕಿಲೋ ಮೀಟರ್ ದೂರದಲ್ಲಿ ಇದು ಕೇಂದ್ರೀಕೃತವಾಗಿದೆ. ಮುಖ್ಯವಾಗಿ ಹೇಳಬೇಕೆಂದರೆ ಇದೊಂದು ದ್ವೀಪ ಪ್ರದೇಶ. ಇದರ ವಿಸ್ತೀರ್ಣ 1846 ಚದರ ಕಿಲೋ ಮೀಟರುಗಳು. ಈ ದ್ವೀಪದಲ್ಲಿ ದಕ್ಷಿಣ ಕೋರಿಯಾದ ಅತ್ಯಂತ ಎತ್ತರದ ಗುಡ್ಡವಿದೆ. ಜ್ವಾಲಾಮುಖಿಯಿಂದ ನಿರ್ಮಿತವಾಗಿರುವ ಇದು ಈಗಲೂ ಆಗಾಗ ಜ್ವಾಲಾಮುಖಿಯನ್ನು ಕಾರುತ್ತಲೇ ಇರುತ್ತದೆ. ಇದನ್ನು ದಕ್ಷಿಣ ಕೋರಿಯಾ ದೇಶ ಸಂರಕ್ಷಿತ ಪ್ರದೇಶವಾಗಿ ಪೋಷಣೆ ಮಾಡಿಕೊಂಡು ಬಂದಿದೆ.

142. ಜೆರೊನಿಮಸ್ ಮೊನ್ಯಾಸ್ಟ್ರಿ:

ಪೋರ್ಚುಗಲ್‌ನ ಲಿಸ್‌ಬನ್ ನಲ್ಲಿರುವ ಬೆಲೆಮ್ ನಗರದಲ್ಲಿ ಈ ಬೌದ್ಧ ದೇವಾಲಯ ನಿರ್ಮಾಣ ಗೊಂಡಿದೆ. ಇದನ್ನು ವಿಶ್ವ ಪರಂಪರೆ ತಾಣಗಳ ಪಟ್ಟಿಗೆ ಸೇರ್ಪಡೆ ಮಾಡ ಲಾಗಿದೆ. 1450ರಲ್ಲಿ ಇದು ಹೆನ್ರಿ ಎಂಬ ನೌಕಾ ವಾಹಕನಿಗೆ ಕಂಡು ಬಂದು ನಂತರ ಪ್ರಸಿದ್ಧಿಗೆ ಬಂತು. 1497ರಲ್ಲಿ ಭಾರತಕ್ಕೆ ಪ್ರಯಾಣ ಬೆಳೆಸುವ ಮುನ್ನ ವಾಸ್ಕೊ ಡ ಗಾಮಾ ಮತ್ತವನ ಸಂಗಡಿಗರು ಇಲ್ಲಿ ತಂಗಿದ್ದರು ಎಂದು ಇತಿಹಾಸ ಹೇಳುತ್ತದೆ.

143.ಜೆಸುಟ್ ಬ್ಲಾಕ್ ಅಂಡ್ ಎಸ್ಟಾನಿಕ್ಸ್ ಆಫ್ ಕೊರ್ಡೊಬಾ:

ಕೊರ್ಡೊಬಾ ಪ್ರದೇಶದಲ್ಲಿ ಕ್ರೈಸ್ತ ಮಿಷನರಿಗಳು ಮೊದಲಿದ್ದ ಪುರಾತನ ಕಟ್ಟಡಗಳನ್ನು ಕೆಡವಿ ಕಟ್ಟಿದ ಕಟ್ಟಡಗಳಿವು. ಇವುಗಳ ಸೌಂದರ್ಯ ಮತ್ತು ಇತಿಹಾಸ ಎರಡನ್ನೂ ಪರಿಗಣಿಸಿ 2000ನೇ ಇಸವಿಯಲ್ಲಿ ಇದನ್ನು ವಿಶ್ವ ಪರಂಪರೆ ತಾಣಗಳ ಪಟ್ಟಿಗೆ ಸೇರಿಸಲಾಯಿತು. ದಕ್ಷಿಣ ಅಮೆರಿಕ ಪ್ರಾಂತ್ಯದ ಅತ್ಯಂತ ಹಳೆಯದಾದ ವಿಶ್ವವಿದ್ಯಾಲಯವನ್ನು ಇಲ್ಲಿ ಕಾಣಬಹುದು. ಇತಿಹಾಸದ ನೀರಿನ ಹರಿವು ಹೆಚ್ಚುತ್ತಿದ್ದಂತೇ ಸ್ಪೇನ್ ದೇಶದ ದೊರೆ ಇದನ್ನು ತನ್ನ ಸುಪರ್ದಿಗೆ ಬರೆಸಿಕೊಂಡ.

144. ಜೆಸುಟ್ ಮಿಷನ್ಸ್ ಆಫ್ ದಿ ಚಿಕಿಟೋಸ್:

ಪೂರ್ವ ಬೊಲಿವಿಯಾದ ಜೆಸುಟ್ ಮಿಷನ್‌ಗಳಿರುವುದು ಸಾಂತಾ ಕ್ರೂಸ್ ಇಲಾಖೆಯ ವ್ಯಾಪ್ತಿಯಲ್ಲಿ. ಇಲ್ಲಿರುವ ಆರು ದೇವಾಲಯಗಳನ್ನು ವಿಶ್ವ ಪರಂಪರೆಯ ತಾಣಗಳು ಎಂದು ಗುರುತಿಸಲಾಗಿದೆ. ಈ ದೇವಾಲಯಗಳು ಯುರೋಪ್, ಅಮೆರಿಕ ಹಾಗೂ ಇಂಗ್ಲೆಂಡಿನ ಸಂಸ್ಕೃತಿಯನ್ನು ಸಾರುತ್ತಿರುವುದು ವಿಶೇಷ. ಇಲ್ಲಿನ ಕಟ್ಟಿಗೆಯ ಗೋಪುರ ಹಾಗೂ ಮೂರು ದಿಕ್ಕುಗಳಿಂದ ಕಾಣುವ ಚರ್ಚ್ ವಿಶೇಷತೆಗಳು. ಇಲ್ಲಿನ ಈ ಚರ್ಚ್ ಮಾತ್ರವಲ್ಲದೇ ಎಲ್ಲ ಚರ್ಚ್ ಹಾಗೂ ಸ್ಮಾರಕಗಳೂ ವರ್ಣಮಯವಾಗಿವೆ.

145. ಜಾಂಗ್ಮಿಯೊ:

ಕೋರಿಯನ್ ದೊರೆಗಳ ಸವಿನೆನಪಿಗೆ ನಿರ್ಮಾಣವಾಗಿರುವ ಆಕರ್ಷಕ ಗೋಪುರಗಳಿವು. ಕನ್‌ಫ್ಯುಷಿಯಷ್ ಕಲೆಯನ್ನು ಬಳಸಿಕೊಂಡು ನಿರ್ಮಾಣವಾದ ಅತ್ಯಂತ ಹಳೆಯ, ಪುರಾತನ ಗೋಪುರಗಳಿವು ಎಂಬುದಾಗಿ ಯುನೆಸ್ಕೊ ಗುರುತಿಸಿದೆ. 1995ರಲ್ಲಿ ಇವನ್ನು ವಿಶ್ವ ಪರಂಪರೆ ತಾಣಕ್ಕೆ ಸೇರಿಸಲಾಯಿತು.

146. ಜುರಾಸಿಕ್ ಕೋಸ್ಟ್:

ದಕ್ಷಿಣ ಇಂಗ್ಲೆಂಡಿನ ಇಂಗ್ಲಿಷ್ ಕಾಲುವೆ ಇದು. ಇದೊಂದು ವಿಶ್ವ

ಪರಂಪರೆಯ ಪಟ್ಟಿಯಲ್ಲಿ ಬಹುಹಿಂದೆಯೇ ಸೇರಿರುವ ತಾಣ. ಜುರಾಸಿಕ್ ಸಮುದ್ರ ತೀರವು, ಸುಳಿಗಳು ಹಾಗೂ ವಿವಿಧ ಅಪರೂಪದ ಜಲಚರಗಳನ್ನು ಒಳಗೊಂಡ ಪ್ರದೇಶ. ಅಧ್ಯಯನಕಾರರು, ಸಂಶೋಧಕರು, ಅಧ್ಯಯನಕ್ಕೆ ಅತ್ಯುತ್ತಮ ಪ್ರದೇಶವಿದಾಗಿದೆ. ಇಲ್ಲಿ 191 ಮೀಟರ್ ಎತ್ತರದಲ್ಲಿ ಬಂಗಾರದ ಕ್ಯಾಪ್ನಂತಹ ಸುಂದರವಾದ ಎತ್ತರ ಪ್ರದೇಶವಿದೆ.

147. ಕಾದಿಶಾ ಕಣಿವೆ:

ಇದು ಲೆಬೆನಾನ್‌ನಲ್ಲಿದೆ. ಕಾದಿಶಾ ನದಿಯಿಂದ ತುಂಬ ಆಳವಾದ ಗಿರಿ ಕಂದರ ಇಲ್ಲಿ ನಿರ್ಮಾಣವಾಗಿದೆ. ಈ ಆಳ ಗಿರಿ ಕಂದರವನ್ನು ದಾಟಿ ತ್ರಿಪೋಲಿಯಲ್ಲಿ ಹರಿದು ಬರುವ ವೇಳೆಗೆ ನಹರ್ ಅಬು ಅಲಿ ಎಂಬುದಾಗಿ ಇದನ್ನು ಕರೆಯಲಾಗುತ್ತದೆ. ರೆಮೆಕ್ ಭಾಷೆಯಲ್ಲಿ ಪವಿತ್ರ ಎಂದು ಅರ್ಥ. ಹೀಗಾಗಿ ಒಂದೊಂದು ಬಾರಿ ಇದನ್ನು ಪವಿತ್ರ ಕಣಿವೆ ಎಂಬುದಾಗಿ ಕರೆಯಲಾಗುತ್ತದೆ. ಕಣಿವೆಯ ಅಕ್ಕಪಕ್ಕ ಕಣ್ಣು ತಣಿಸುವ ಹಾಗೂ ಕೆಲವೊಮ್ಮೆ ಎದೆ ಝಲ್ಲೆನ್ನಿಸುವ ಆಳ ಪ್ರದೇಶಗಳಿವೆ. ಕೆಲವೆಡೆ ಇದು ಒಂದು ಸಾವಿರ ಮೀಟರ್ ಆಳದಲ್ಲಿದೆ. ಇದನ್ನು ಶೋಧಿಸಿ ಇದರೊಳಗಿನದ್ದು ಏನು ಎಂಬುದನ್ನು ಹೊರತೆಗೆಯಲು ತುಂಬಾ ದುರ್ಗಮ.

148. ಕೈರೋವನ್:

ತುನಿಸಿಯಾ ದೇಶದ ಕೈರೋವನ್ ರಾಜ್ಯದ ರಾಜ ಧಾನಿಯಿದು. ಇದನ್ನು ಕ್ರಿಸ್ತಶಕ 670ರಲ್ಲಿ ಅರಬ್ ದೊರೆಗಳು ಸ್ಥಾಪಿಸಿದರು. ಇದರ ಸ್ಥಾಪನೆ ಯ ನಂತರ ಇದೊಂದು ಇಸ್ಲಾಂ ಮತ್ತು ಕೊರಾನ್ ಅಧ್ಯಯನದ ಪ್ರಮುಖ ಕೇಂದ್ರವಾಯಿತು. ಹೀಗಾಗಿ ಮುಸ್ಲಿಂ ಸಮುದಾಯದ ಜನತೆಗೆ ಇದೊಂದು ಅತ್ಯಂತ ಪ್ರಮುಖ ಪ್ರವಾಸಿ ಸ್ಥಳವೂ ಆಗಿದೆ. ಮೆಕ್ಕಾ

ಮತ್ತು ಮದೀನಾ ನಂತರದ ಸ್ಥಾನವನ್ನು ಸಮುದಾಯದವರು ಇದಕ್ಕೆ ನೀಡುತ್ತಾರೆ. ಇಲ್ಲಿ ಪವಿತ್ರ ಉಖಾಬಾ ಮಸೀದಿ ಇದ್ದು, ಇದು ಕೈರೋವನ್ ನಗರದಲ್ಲಿ ಕೇಂದ್ರಿತವಾಗಿದೆ.

149. ಕಕಾಡು ನ್ಯಾಷನಲ್ ಪಾರ್ಕ್:

ಆಸ್ಟ್ರೇಲಿಯಾದ ಉತ್ತರ ಪ್ರಾಂತ್ಯದಲ್ಲಿ ಅಲಿಗೇಟರ್ ನದಿಯ ಗುಂಟ ಈ ರಾಷ್ಟ್ರೀಯ ಉದ್ಯಾನವನ 4894000 ಎಕರೆ ಪ್ರದೇಶವನ್ನು ಒಳಗೊಂಡಿದೆ. ಇಲ್ಲಿ ಸಾಂಸ್ಕೃತಿಕ ತಾಣಗಳೂ ಕೇಂದ್ರೀಕೃತವಾಗಿವೆ ಎಂಬುದು ಗಮನಾರ್ಹ. ಸುಮಾರು 5 ಸಾಂಸ್ಕೃತಿಕ ದಾಖಲೆಗಳನ್ನು ಈ ಉದ್ಯಾನವನ ಒಳಗೊಂಡಿದೆ.

150. ಕಮ್‌ಚಟ್ಕಾ ಪೆನಿನ್ಸುಲಾ:

ರಷ್ಯಾದ ಪೂರ್ವದಲ್ಲಿರುವ ದ್ವೀಪಕಲ್ಪವಿದು. ಸುಮಾರು 1250 ಕಿಲೋ ಮೀಟರ್ ಉದ್ದನೆಯ ದ್ವೀಪಕಲ್ಪವಾಗಿರುವ ಇದು ಪ್ಯಾಸಿಫಿಕ್ ಸಮುದ್ರದಲ್ಲಿದೆ. ಸಮುದ್ರದ ತೀರದಗುಂಟ ಈ ದ್ವೀಪಕಲ್ಪವು ಸುಮಾರು 10500 ಮೀಟರ್‌ನಷ್ಟು ವ್ಯಾಪಿಸಿರುತ್ತದೆ. ಕಮ್‌ಚಟ್ಕಾದಲ್ಲಿ ಅಲ್ಲಲ್ಲಿ ಜ್ವಾಲಾಮುಖಿಗಳೂ ಆಗಾಗ ಭುಗಿಲೇಳುತ್ತವೆ. ಇದನ್ನು ವಿಶ್ವ ಪರಂಪರೆಯ ಪಟ್ಟಿಗಳ ತಾಣಕ್ಕೆ ಸೇರ್ಪಡೆ ಮಾಡಲಾಗಿದೆ.

151. ಕ್ಯಾಂಡಿ:

ಶ್ರೀಲಂಕಾ ಮಹಾನುವಾರ ಪ್ರದೇಶ ವ್ಯಾಪ್ತಿಯಲ್ಲಿ ಬರುವ ಗಿರಿಕಣಿವೆಗಳ ನಾಡಿದು. ಕ್ಯಾಂಡಿ ಪ್ರದೇಶದಗುಂಟಲೂ ಕಣಿವೆ ಪ್ರದೇಶದಲ್ಲಿ ಚಹಾ ತೋಟಗಳಿವೆ. ರಾಜಾ ವಿಕ್ರಮ ಬಾಹು ಎಂಬಾತ ಇದನ್ನು ಸ್ಥಾಪಿಸಿದ. ಕ್ಯಾಂಡಿ ನೋಡುಗರ ಕಣ್ಣಿಗೆ ಹಬ್ಬವನ್ನು ಉಂಟು ಮಾಡುವಂತಹ

ಪ್ರಾಕೃತಿಕ ಸೌಂದರ್ಯವನ್ನು ಹೊಂದಿರುವ ಪ್ರದೇಶ. ಇಲ್ಲಿನ ಕಣಿವೆಗಳಲ್ಲಿನ ಸರೋವರಗಳೂ ನಯನಮನೋಹರ.

152. ಖಟ್ಮಂಡು ಕಣಿವೆ:

ಈ ಪ್ರಸಿದ್ಧ ಸ್ಥಳ ವಿಶ್ವದೆಲ್ಲೆಡೆ ಜನಪ್ರಿಯ. ನೇಪಾಳದಲ್ಲಿ ಇರುವ ಈ ಪ್ರದೇಶದ ಹಿಮಾವರಣದ ಗಿರಿಕಂದರಗಳು ನೋಡಲು ಬಹು ಸುಂದರ. ಖಟ್ಮಂಡುವಿನ ನಾಗರಿಕತೆ ವಿಶ್ವದ ಅತ್ಯಂತ ಪುರಾತನ ನಾಗರಿಕತೆಗಳಲ್ಲಿ ಒಂದು. ವಿಶ್ವ ಪ್ರಸಿದ್ಧ ಪ್ರವಾಸಿ ತಾಣವಾಗಿರುವ ಇಲ್ಲಿ 130ಕ್ಕೂ ಹೆಚ್ಚು ಸ್ಮಾರಕಗಳಿವೆ. ಇಲ್ಲಿ ಹಿಂದೂ ಮತ್ತು ಬೌದ್ಧ ಧರ್ಮಗಳ ಸಮ್ಮಿಳನವಾಗಿದೆ. ಖಟ್ಮಂಡು ಕಣಿವೆಯಲ್ಲಿ ಸಾಕಷ್ಟು ಜನಪ್ರಿಯ ವಿಶ್ವ ಪ್ರಸಿದ್ಧ ಪ್ರವಾಸಿ ತಾಣಗಳಿವೆ.

153. ಕಾಜಿರಂಗ್ ನ್ಯಾಷನಲ್ ಪಾರ್ಕ್:

ಭಾರತದ ಅಸ್ಸಾಂ ರಾಜ್ಯದಲ್ಲಿರುವ ಪ್ರಸಿದ್ಧ ರಾಷ್ಟ್ರೀಯ ಉದ್ಯಾನವನವಿದು. ಅಸ್ಸಾಂನ ಗೋಲ್ಫಟ್ ಮತ್ತು ನಾಗಾಂವ್ ಜಿಲ್ಲೆಗಳ ವ್ಯಾಪ್ತಿಯಲ್ಲಿ ಕಾಜಿರಂಗ್ ರಾಷ್ಟ್ರೀಯ ಪಾರ್ಕ್ ಇದೆ. ಇದೊಂದು ವಿಶ್ವ ಪರಂಪರೆಯ ತಾಣ. ಕಾಜಿರಂಗ್ ರಾಷ್ಟ್ರೀಯ ಉದ್ಯಾನವನ ವಿಶ್ವಪರಂಪರೆ ತಾಣವಾಗಿ ಗುರುತಿಸಿಕೊಂಡು ಬಹು ವರ್ಷಗಳೇ ಆಗಿವೆ. ವಿಶ್ವ ಪ್ರಸಿದ್ಧ ಘೇಂಡಾಮೃಗಗಳು ಇಲ್ಲಿ ಕಂಡು ಬರುವ ಬಹುಮುಖ್ಯ ನಿವಾಸಿಗಳು. ಪ್ರತಿ ಮೂರರಲ್ಲಿ ಎರಡು ಘೇಂಡಾಮೃಗಗಳನ್ನು ಕಾಣಬಹುದಾಗಿದೆ. ಘೇಂಡಾಮೃಗಗಳಂತೆಯೇ ಈ ಅರಣ್ಯ ಪ್ರದೇಶದಲ್ಲಿ ಹುಲಿಗಳನ್ನು ಕೂಡ ಹೇರಳವಾಗಿ ಕಾಣಬಹುದಾಗಿದೆ. ಅಳಿವಿನಂಚಿನಲ್ಲಿರುವ ಹುಲಿಗಳ ಸಂರಕ್ಷಣೆಗಾಗಿ ಇದನ್ನು 2006ರಲ್ಲಿ ರಕ್ಷಿತ ಅರಣ್ಯವಾಗಿ ಘೋಷಣೆ ಮಾಡಲಾಯಿತು. ಇವಷ್ಟೇ ಅಲ್ಲದೇ ಉಳಿದ ಕಾಡುಪ್ರಾಣಿಗಳಿಗೂ ಇದು ಆವಾಸಸ್ಥಾನ.

154. ಕೆಲಾಡಿಯೊ ನ್ಯಾಷನಲ್ ಪಾರ್ಕ್:

ರಾಜಸ್ಥಾನದಲ್ಲಿರುವ ಈ ರಾಷ್ಟ್ರೀಯ ಉದ್ಯಾನವನದಲ್ಲಿ ಅತ್ಯಂತ ಆಕರ್ಷಕ ಪಕ್ಷಿಧಾಮವಿದೆ. ಸೈಬಿರಿಯನ್ ಕ್ರೇನ್‌ನಂತಹ ಅಪರೂಪದ ವಿದೇಶಿ ಹಕ್ಕಿಗಳನ್ನು

ಇಲ್ಲಿ ಚಳಿಗಾಲದಲ್ಲಿ ಕಾಣಬಹುದು. ಸುಮಾರು 230 ಪಕ್ಷಿ ಪ್ರಬೇಧಗಳನ್ನು ಈ ಉದ್ಯಾನವನದಲ್ಲಿ ಕಾಣಬಹುದಾಗಿದೆ.

155. ಕೆರಿನ್ಸಿ ಸೆಲ್ಬಟ್ ನ್ಯಾಷನಲ್ ಪಾರ್ಕ್:

ಇದು ಸುಮಾತ್ರಾ ದ್ವೀಪದಲ್ಲಿರುವ ಅತ್ಯಂತ ದೊಡ್ಡ ರಾಷ್ಟ್ರೀಯ ಉದ್ಯಾನವನ. ಇಂಡೊನೇಷ್ಯಾದ ಈ ಉದ್ಯಾನವನ ವಿಶ್ವದ ಪರಂಪರೆ ತಾಣದಲ್ಲಿರುವ ಅತ್ಯಂತ ಜನಪ್ರಿಯ ತಾಣ. ಹೆಚ್ಚಿನ ಮಳೆಯಾಗುವ ಉದ್ಯಾನವನ ಇದು. ವಿಶಿಷ್ಟವಾದ ಎತ್ತರದ ಗುಡ್ಡಗಳನ್ನು ಹೊಂದಿರುವುದು ಈ ರಾಷ್ಟ್ರೀಯ ಅರಣ್ಯ ಪ್ರದೇಶದ ವೈಶಿಷ್ಟ್ಯ. ಈ ಉದ್ಯಾನದಲ್ಲಿ ಬಿಸಿ ನೀರಿನ ಬುಗ್ಗೆಗಳಿವೆ. ನದಿಗಳು, ಗವಿಗಳು, ಜಲಧಾರೆಗಳು ಹಾಗೂ ಜಲಪಾತಗಳು ಇಲ್ಲಿದ್ದು, ಈ ಉದ್ಯಾನವನವನ್ನು ನೋಡುವುದು ಒಂದು ವಿಶಿಷ್ಟ, ಅಭೂತಪೂರ್ವ ಅನುಭವ.

156. ಖಜುರಾವೊ ಸ್ಮಾರಕಗಳು:

ಭಾರತದ ಮಧ್ಯಪ್ರದೇಶದಲ್ಲಿರುವ ಖಜುರಾವೊದಲ್ಲಿ ಅತ್ಯಂತ ಪುರಾತನ ಸ್ಮಾರಕಗಳಿವೆ. ಇದೊಂದು ಪ್ರಸಿದ್ಧ ಪ್ರವಾಸಿ ತಾಣವಾಗಿದೆ. ಖಜುರಾವೊದಲ್ಲಿ ಅತ್ಯಂತ ಪುರಾತನ ಹಾಗೂ ನೋಡಲು ಆಕರ್ಷಕವಾಗಿರುವ ಹಿಂದೂ ಹಾಗೂ ಜೈನ ದೇವಾಲಯಗಳಿವೆ. ಶೃಂಗಾರಮಯ ಕೆತ್ತನೆಗಳು ಇಲ್ಲಿನ ದೇವಾಲಯಗಳ ಮೇಲೆ ಕಾಣಸಿಗುತ್ತವೆ.

157. ಖಾಮಿ:

ದಕ್ಷಿಣ ಆಫ್ರಿಕಾದ ನಗರವಾಗಿದ್ದ ಇದು ಈಗ ಅವಶೇಷಗಳ ನಗರವೆಂದೇ ಜನಜನಿತ. ಕೇಂದ್ರ ಜಿಂಬಾಬ್ವೆ ಪ್ರದೇಶದಲ್ಲಿರುವ ಇದು ಒಂದು ಕಾಲಕ್ಕೆ ಬುಟುವಾ ರಾಜಧಾನಿಯಾಗಿತ್ತು. ಈ ಪಟ್ಟಣದ ಅವಶೇಷಗಳು ಈಗ

ಜಿಂಬಾಬ್ವೆಯ ರಾಷ್ಟ್ರೀಯ ಸ್ಮಾರಕಗಳು ಎಂದು ಘೋಷಣೆಯಾಗಿವೆ. 1986ರಲ್ಲಿ ಇದನ್ನು ವಿಶ್ವ ಪರಂಪರೆ ತಾಣದ ಪಟ್ಟಿಗೆ ಸೇರ್ಪಡೆ ಮಾಡಲಾಗಿದೆ.

158. ಕೀವ್ ಪೆಚರ್ಸ್ಕ :

ಯುಕ್ರೈನ್‌ನಲ್ಲಿರುವ ಪ್ರಸಿದ್ಧ ಕ್ರಿಶ್ಚಿಯನ್ ದೇವಾಲಯವಿದು. ಪೂರ್ವ ಭಾಗದ ಕ್ರಿಶ್ಚಿಯನ್ ಪರಂಪರೆಯನ್ನು ಇದು ಎತ್ತಿ ತೋರಿಸುತ್ತದೆ.

159. ಕೀ ಮೌಂಟನ್ ರೇಂಜ್:

ಜಪಾನಿನ ಕೀ ದ್ವೀಪ ಸಮೂಹದಲ್ಲಿರುವ ಅತ್ಯಂತ ಪವಿತ್ರ ಯಾತ್ರಾ ತಾಣವಿದು. ಇದೊಂದು ಪಾರಂಪರಿಕ ಸ್ಥಳವಾಗಿ ಗುರುತಿಸಲ್ಪಟ್ಟಿದೆ. ವಿಶ್ವ ಪರಂಪರೆ ಪಟ್ಟಿಯಲ್ಲಿರುವ ಇದನ್ನು ನೋಡಲು ನಿತ್ಯವೂ ಸಹಸ್ರಾರು ಭಕ್ತಾದಿಗಳು ಭೇಟಿ ನೀಡುತ್ತಾರೆ. ಬೌದ್ಧ ಧರ್ಮೀಯರ ಪವಿತ್ರ ತಾಣವಿದಾಗಿದೆ. ಬೆಟ್ಟ ಸರಣಿಯ ಮೇಲೆ ದೇವಾಲಯ ರಾರಾಜಿಸುತ್ತದೆ.

160. ಕಿನಾಬಲು ನ್ಯಾಷನಲ್ ಪಾರ್ಕ್:

ಮಲೇಷಿಯಾ ದೇಶದ ಮೊಟ್ಟ ಮೊದಲ ರಾಷ್ಟ್ರೀಯ ಉದ್ಯಾನವನಗಳಲ್ಲಿ ಇದೂ ಒಂದು. ಇದನ್ನು 1964ರಲ್ಲಿ ರೂಪಿಸಲಾಯಿತು. ಆ ದೇಶದ ಮೊದಲ ವಿಶ್ವ ಪರಂಪರೆ ತಾಣವನ್ನಾಗಿಯೂ ವೈವಿಧ್ಯಮಯವಾದ ಈ ಉದ್ಯಾನವನ್ನು ಯುನೆಸ್ಕೊ ಗುರುತಿಸಿತು.

161. ಮಾಪುಂಗ್ವೆಯ ರಾಜಧಾನಿ:

ಇದು ವಸಹಾತುಶಾಹಿ ಆಡಳಿತಕ್ಕೆ ಮುಂಚಿನ ಆಫ್ರಿಕಾದ ದಕ್ಷಿಣ ಭಾಗದ ಪ್ರಾಂತ್ಯವಿದು. ಶಾಶೆ ಮತ್ತು ಲಿಂಪೊಪೊ ನದಿದಡಲ್ಲಿದು ಪತ್ತೆಯಾಗಿ, ಈಗ ಈ ಪ್ರಾಂತ್ಯವೇ ಬೊಟ್ಸ್ವಾನಾ ಮತ್ತು ಜಿಂಬಾಬ್ವೆ ಎಂದು ಪರಿಗಣಿತವಾಗಿವೆ. ಜಿಂಬಾಬ್ವೆ ಹೀಗೆ ಅಸ್ತಿತ್ವಕ್ಕೆ ಬಂದಿದ್ದು 13ನೇ ಶತಮಾನದಲ್ಲಿ.

162. ಕೊಮೊಡೊ ನ್ಯಾಷನಲ್ ಪಾರ್ಕ್:

ಇಂಡೋನೇಷ್ಯಾದಲ್ಲಿದೆ. ಇದೊಂದು ಅದ್ಭುತ ರಾಷ್ಟ್ರೀಯ ಉದ್ಯಾನವನ. ಕೊಮೊಡೊ, ಪಾಡಾರ್ ಮತ್ತು ರಿಂಕ್ ಎಂಬ ಮೂರು ಪ್ರಮುಖ ದ್ವೀಪಗಳು ಹಾಗೂ 26 ಸಣ್ಣ ದ್ವೀಪಗಳನ್ನು ಇದು ಒಳಗೊಂಡಿದೆ. 1980ರಲ್ಲಿ ರೂಪುಗೊಂಡ ಇಲ್ಲಿ ಡ್ರಾಗನ್ ಕಾಣಸಿಗುತ್ತದೆ.

163. ಕೋನಾರ್ಕ್ ಸೂರ್ಯ ದೇವಾಲಯ:

ಭಾರತದಲ್ಲಿನ ಒಡಿಶಾದಲ್ಲಿರುವ ಕೋನಾರ್ಕ್‌ನ ಸೂರ್ಯ ದೇವಾಲಯ ಇಡೀ ವಿಶ್ವದಲ್ಲಿಯೇ ಅತ್ಯಂತ ಪ್ರಸಿದ್ಧಿಯನ್ನು ಪಡೆದಿದೆ. ಮರಳಿನ ಕಲ್ಲುಗಳಿಂದ ನಿರ್ಮಿತ ವಾಗಿದೆ. ಒಂದನೇ ನರಸಿಂಹದೇವ ಎಂಬ ರಾಜ ಇದನ್ನು 1236ರಿಂದ ನಿರ್ಮಿಸಲು ಆರಂಭಿಸಿದ. ಇದು ಮುಕ್ತಾಯವಾದುದು 1264ರಲ್ಲಿ. ಗಂಗವಂಶಸ್ಥರು ಆಳುತ್ತಿದ್ದ ಕಾಲದಲ್ಲಿ ನಿರ್ಮಾಣವಾದ ಈ ಸೂರ್ಯ ದೇವಾಲಯವನ್ನು ವಿಶ್ವ ಪರಂಪರೆ ತಾಣಗಳ ಅಗ್ರ ಸ್ಥಾನದಲ್ಲಿ ಗುರುತಿಸಲಾಗುತ್ತದೆ. ಭಾರತದ ಏಕೈಕ ಸೂರ್ಯ ದೇವಾಲಯವೂ ಇದಾಗಿದೆ. ಸೂರ್ಯದೇವನೇ ಆರಾಧ್ಯ ದೈವ. ಅಲ್ಲದೇ ಸೂರ್ಯಾಕಾರದಲ್ಲಿಯೇ ಇದು ನಿರ್ಮಾಣವಾಗಿರುವುದು ವಿಶೇಷ.

164. ಕೊಂಡೊವಾ ಕಲ್ಲಿನ ಕಲಾ ಪ್ರದೇಶಗಳು:

ಟಾಂಜಾನಿಯಾದಲ್ಲಿರುವ ವಿಶಿಷ್ಟ ಕಲಾವಂತಿಕೆಯನ್ನು ಸೂಚಿಸುವ ಗುಹಾಂತರ ದೇವಾಲಯಗಳಿವು. ಕೆಲವು ದೇವಾಲಯಗಳಿದ್ದರೆ, ಇನ್ನು ಕೆಲವು ಕೇವಲ ನೈಸರ್ಗಿಕ ಶಿಲೆಗಳಿಂದ ನಿರ್ಮಾಣವಾದ ಗುಹೆಗಳಿವೆ.

165. ಕೊನ್ಯೆ ಅಗೆಂಚ್:

ಉರ್ಘುಬಿಕಿಸ್ತಾನದಲ್ಲಿರುವ ಈ ಪ್ರದೇಶದಲ್ಲಿ 12ನೇ ಶತಮಾನದ ಪಟ್ಟಣ

ಅಥವಾ ರಾಜ್ಯವೊಂದರ ಅವಶೇಷಗಳು ಪತ್ತೆಯಾಗಿ ಇವುಗಳನ್ನು ಯುನೆಸ್ಕೊ ಸಲಹೆಯ ಮೇರೆಗೆ ಸಂರಕ್ಷಣೆ ಮಾಡಲಾಯಿತು. ನಂತರ ಇದನ್ನು ವಿಶ್ವ ಪರಂಪರೆ ತಾಣಗಳ ಪಟ್ಟಿಯಲ್ಲಿ ಸೇರ್ಪಡೆ ಮಾಡಲಾಯಿತು.

166. ಲಾ ಲಗೂನಾ:

ಕ್ಯಾನರಿ ದ್ವೀಪ ಪ್ರದೇಶದ ಟೆನೆರಿಫ್ ಭಾಗದಲ್ಲಿ ಕಂಡು ಬರುವ ದ್ವೀಪಸಮೂಹವಿದು. ಈ ದ್ವೀಪ ಸಮೂಹ ಐತಿಹಾಸಿಕ ತಾಣವೆಂದು ಘೋಷಣೆಯಾಗುವುದರ ಜೊತೆಗೆ, ವಿಶ್ವ ಪರಂಪರೆ ಪಟ್ಟಿಯಲ್ಲಿಯೂ ಸ್ಥಾನವನ್ನು ಪಡೆದುಕೊಂಡಿದೆ.

167. ಮಾಲಾವಿ ನ್ಯಾಷನಲ್ ಪಾರ್ಕ್‌ನ ಸರೋವರ:

ಇದು ಮಾಲಾವಿಯ ದಕ್ಷಿಣ ತುದಿಯಲ್ಲಿರುವ ಅತೀ ದೊಡ್ಡ ರಾಷ್ಟ್ರೀಯ ಉದ್ಯಾನವನವಿದು. ಇಲ್ಲಿನ ಸರೋವರ ನಯನ ಮನೋಹರ. ಇನ್ನೊಂದು ಅರ್ಥದಲ್ಲಿ ಹೇಳುವುದಾದರೆ ಈ ಸರೋವರದಿಂದಲೇ ಉದ್ಯಾನವನಕ್ಕೆ ಜನಪ್ರಿಯತೆ ಬಂದಿದೆ. ಈ ಸರೋವರದಲ್ಲಿ ವಿಶ್ವದ ಎಲ್ಲ ಬಗೆಯ ಮೀನುಗಳನ್ನು ಕಾಣಬಹುದು. ಅತ್ಯಂತ ತಿಳಿನೀರಿನ ಸರೋವರಗಳಲ್ಲಿ ಇದೂ ಒಂದಾಗಿದೆ.

168. ಟುರ್ಕಾನಾದಲ್ಲಿನ ರಾಷ್ಟ್ರೀಯ ಉದ್ಯಾನವನಗಳ ಸರೋವರಗಳು:

ಕೀನ್ಯಾದಲ್ಲಿರುವ ಮೂರು ರಾಷ್ಟ್ರೀಯ ಉದ್ಯಾನವನಗಳ ಗುಚ್ಛವಿದಾಗಿದ್ದು, ಇಲ್ಲಿನ ಸರೋವರ ನಯನ ಮನೋಹರ. 2001ರಲ್ಲಿ ಇದನ್ನು ವಿಶ್ವ ಪರಂಪರೆಯ ಪಟ್ಟಿಗೆ ಸೇರ್ಪಡೆ ಮಾಡಲಾಯಿತು.

169. ಲ್ಯಾಮು:

ಕೀನ್ಯಾದ ಲ್ಯಾಮು ದ್ವೀಪದಲ್ಲಿರುವ ಅತ್ಯಂತ ದೊಡ್ಡ ನಗರವಿದು. ಇದರ ಸೌಂದರ್ಯ ಹಾಗೂ ದ್ವೀಪದಲ್ಲಿ ಕೇಂದ್ರಿತವಾಗಿರುವ ಇದರ ವೈಶಿಷ್ಟತೆಗಳಿಂದಾಗಿ ಇದನ್ನು ವಿಶ್ವ ಪರಂಪರೆ ತಾಣಗಳ ಪಟ್ಟಿಗೆ ಸೇರಿಸಲಾಗಿದೆ. ಇದು ಕೀನ್ಯಾ ದೇಶದ ಅತ್ಯಂತ ದೊಡ್ಡ ನಗರವಷ್ಟೇ ಅಲ್ಲ. ಅತ್ಯಂತ ಪುರಾತನ ನಗರವೂ ಹೌದು. ಪೂರ್ವ ಆಫ್ರಿಕಾದ ಸ್ವತಂತ್ರ ಸಂಸ್ಕೃತಿಯನ್ನು ಸಾರುವ ನಗರವಿದು.

170. ಲಾರಿಸಿಲ್ವಾ:

ಉತ್ತರ ಅಟ್ಲಾಂಟಿಕ್ ಭಾಗದ ಮೆಕಾರೊನೆಸಿಯನ್ ದ್ವೀಪವಿದು. ಇಲ್ಲಿ ವಿಶಿಷ್ಟ ಅರಣ್ಯ ಪ್ರದೇಶ ಕಂಡು ಬರುತ್ತದೆ. ಇಲ್ಲಿನ ಸುತ್ತಮುತ್ತಲಿನ ಅರಣ್ಯ ಪ್ರದೇಶಗಳ ವಿಶಿಷ್ಟತೆಯೂ ಇದೇ ಆಗಿದೆ. ಹಾಗೂ ಇವೆಲ್ಲವೂ ದ್ವೀಪ ಪ್ರದೇಶದ ಒಳಗಡೆಯೇ ಕೇಂದ್ರಿತವಾಗಿರುವುದು ಗಮನಾರ್ಹ. ಇವುಗಳನ್ನು 1999ರಲ್ಲಿ ವಿಶ್ವ ಪರಂಪರೆ ತಾಣಕ್ಕೆ ಸೇರಿಸಲಾಯಿತು.

171. ಲ ಮೊರ್ನ್ ಬ್ರಾಬಂಟ್:

ಮಾರಿಷಸ್‌ನ ನೈರುತ್ಯ ತುದಿಯಲ್ಲಿರುವ ಪ್ರಸ್ಥಭೂಮಿ ಪ್ರದೇಶವಿದು. ಇಲ್ಲಿ 556 ಮೀಟರ್ ಎತ್ತರದ ಒಂದೇ ಕಲ್ಲಿನ ಶಿಲೆ ಇಲ್ಲಿ ತಲೆ ಎತ್ತಿ ನಿಂತಿರುವುದೇ ವಿಶೇಷ. ಇದರ ಸುತ್ತಳತೆ ಸುಮಾರು 12 ಮೀಟರುಗಳು.

172. ಲೆಪ್ಟಿಸ್ ಮಾಗ್ನಾ:

ಲಿಬಿಯಾದಲ್ಲಿರುವ ರೋಮ್ ಸಾಮ್ರಾಜ್ಯದ ಅವಶೇಷ, ವಿಶ್ವ ಪರಂಪರೆ ತಾಣದಲ್ಲಿ ಸೇರ್ಪಡೆಯಾಗಿರುವ ಪ್ರಮುಖ ಪ್ರದೇಶ. ಇದು ಅಲ್ ಖುಮಾಸ್

ಎಂಬ ಪ್ರದೇಶದಲ್ಲಿದೆ. ರೋಮ್ ಸಾಮ್ರಾಜ್ಯದ ಪಳಿಯುಳಿಕೆಗಳನ್ನು ಇಲ್ಲಿ ಆಕರ್ಷಕವಾಗಿ ಜೋಡಿಸಲಾಗಿರುವುದನ್ನು ಕಾಣಬಹುದಾಗಿದೆ.

173. ಲಾಂಗ್‌ಮನ್ ಗ್ರಾಟೋಸ್:

ಚೀನಾದ ಎರಡು ಬೃಹತ್ ಗುಡ್ಡಗಳ ನಡುವೆ ಇರುವ ಬುದ್ಧನ ಸಂದೇಶ ಗಳ ನಿಗೂಢತೆಯನ್ನು ಸಾರುತ್ತವೆ. ಎರಡು ಗುಡ್ಡಗಳ ನಡುವೆ ಇ ಎಂಬ ನದಿ ಎರಡೂ ಗುಡ್ಡಗಳ ನಡುವೆ ಸೀಳಿಕೊಂಡು ಹರಿಯುವ ಮನಮೋಹಕ ದೃಶ್ಯವನ್ನು ಇಲ್ಲಿ ಕಾಣಬಹುದಾಗಿದೆ. ಪುರಾತನ ಬರಹಗಳಿಗೆ ಹೆಸರಾದ ಪ್ರದೇಶವಿದು. ಒಂದು ಲಕ್ಷಕ್ಕೂ ಹೆಚ್ಚು ಬೌದ್ಧ ಪ್ರತಿಮೆಗಳನ್ನು ಇಲ್ಲಿ ಕಾಣಬಹು ದಾಗಿದೆ.

174. ಲೊರೆಂಜ್ ನ್ಯಾಷನಲ್ ಪಾರ್ಕ್:

ಇಂಡೋನ್ಯೆಷ್ಯಾದಲ್ಲಿರುವ ಅತ್ಯಂತ ದೊಡ್ಡದಾದ ರಾಷ್ಟ್ರೀಯ ಉದ್ಯಾನವನ ಸುಂದರವಾದ ವೃಕ್ಷಕಲ್ಪದಿಂದ ಕೂಡಿದ ಸಂರಕ್ಷಿತ ಅರಣ್ಯ ಪ್ರದೇಶ. 1999ರಲ್ಲಿ ಇದನ್ನು ವಿಶ್ವ ಪರಂಪರೆಯ ಪಟ್ಟಿಗೆ ಸೇರ್ಪಡೆ ಮಾಡಲಾಯಿತು. ಪರಿಸರದ ದೃಷ್ಟಿಯಿಂದ ಅತ್ಯಂತ ಮಹತ್ವದ ಸ್ಥಳ. ಏಷ್ಯನ್ ಪ್ಯಾಸಿಫಿಕ್ ಪ್ರದೇಶದಲ್ಲಿನ ಪರಿಸರದ ಮೇಲೆ ಸಕಾರಾತ್ಮಕ ಪರಿಣಾಮವನ್ನು ಬೀರುವಂತಹ ಬಹುದೊಡ್ಡ ಅರಣ್ಯ ಪ್ರದೇಶವಾದ ಇದನ್ನು ರಾಷ್ಟ್ರೀಯ ಉದ್ಯಾನವನಗಳ ವ್ಯಾಪ್ತಿಗೆ ತಂದು ಸಂರಕ್ಷಣೆ ಮಾಡಲಾಗಿದೆ.

175. ಲೊರೊಪೆನಿ:

ಯುರೋಪ್‌ನ ಗಾವುವಾ ಪಶ್ಚಿಮ ದಿಕ್ಕಿನಲ್ಲಿ ಕೇಂದ್ರಿತವಾಗಿರುವ ಮಾರು ಕಟ್ಟೆ ಪ್ರದೇಶವಿದು. ಯುರೋಪ್ ಸಂಸ್ಕೃತಿಯ ಪೂರ್ವದ ಕಲ್ಲಿನ ಅವಶೇಷಗಳು ಇಲ್ಲಿವೆ. ಇವುಗಳ ಅಧ್ಯಯನ ಸಂಶೋಧಕರಿಗೆ ಸಾಧ್ಯವಾಗಿಲ್ಲವಾದ್ದರಿಂದ ಇವು ಹೇಗಿದ್ದವೋ ಹಾಗೇ ಈಗಲೂ ನೋಡುಗರನ್ನು ಆಕರ್ಷಿಸುತ್ತವೆ. ಇವುಗಳ ಬಗ್ಗೆ ಹೆಚ್ಚಿನ ಮಾಹಿತಿ ತಿಳಿದು ಬಂದಿಲ್ಲ. 2009ರಲ್ಲಿ ಈ ಮಾರುಕಟ್ಟೆ ಪ್ರದೇಶ ವಿಶ್ವ ಪರಂಪರೆ ಪಟ್ಟಿಗೆ ಸೇರ್ಪಡೆಯಾಗಿದೆ.

176. ಲಾರ್ಷ್ ಅಬೆ:

ಜರ್ಮನಿಯಲ್ಲಿರುವ ಈ ಬೌದ್ಧ ದೇವಾಲಯ ಕ್ಯಾರೊಲಿಂಗನ್ ಸಾಮ್ರಾಜ್ಯದ ಸಂದರ್ಭದಲ್ಲಿ ನಿರ್ಮಾಣವಾಯಿತು. ಈಗ ಅವ ಶೇಷಗಳನ್ನು ಮಾತ್ರ ಹೊತ್ತು ನಿಂತಿರುವ ಈ ದೇವಾಲಯವು ಜರ್ಮನಿಯ ಅತ್ಯಂತ ಮಹತ್ವದ ಅಂಗವಾಗಿದೆ. ಇಲ್ಲಿನ ಗ್ರಂಥಾಲಯವೂ ಕೂಡ ಆ ಕಾಲಕ್ಕೆ ಅತ್ಯಂತ ಮಹತ್ವದ ಪಾತ್ರವನ್ನು ವಹಿಸಿತ್ತು. ಗ್ರಂಥಾಲಯದ ಪ್ರಯೋಜನವನ್ನು ಅಂದಿನ ಪ್ರಜೆಗಳು ಪಡೆದುಕೊಳ್ಳುತ್ತಿದ್ದರು. 1991ರಲ್ಲಿ ಇದನ್ನು ವಿಶ್ವ ಪರಂಪರೆ ಪಟ್ಟಿಗೆ ಸೇರಿಸ ಲಾಯಿತು.

177. ಲಾಸ್ ಗ್ಲೇಸಿಯರ್ಸ್ ರಾಷ್ಟ್ರೀಯ ಉದ್ಯಾನವನ:

ಅರ್ಜೆಂಟೈನ್ ಪೆಟಾಗೊನಿಯಾದಲ್ಲಿರುವ ಈ ರಾಷ್ಟ್ರೀಯ ಉದ್ಯಾನದಲ್ಲಿ ಅಪರೂಪರದ ಗಿಡಮರಗಳನ್ನು ನೋಡಬಹುದು. 1937ರಲ್ಲಿ ಅರ್ಜೆಂಟಿನಾ ಇದನ್ನು ನಿರ್ಮಾಣ ಮಾಡಿತು. ಇದು ಇಡೀ ದೇಶದಲ್ಲಿಯೇ ಎರಡನೇ ಅತಿ ದೊಡ್ಡ ಉದ್ಯಾನವನ.

178. ಲಾಸ್ ಕಟಿಯೋಸ್ ರಾಷ್ಟ್ರೀಯ ಉದ್ಯಾನವನ:

ಕೋಲಂಬಿಯಾದ 278 ಚದರ ಮೈಲಿಯಲ್ಲಿ ಇರುವ ರಾಷ್ಟ್ರೀಯ ಉದ್ಯಾನವಿದು. ವೃಕ್ಷ ಸಂಪತ್ತಿನಿಂದ ಸಮೃದ್ಧವಾಗಿರುವ ಇಲ್ಲಿ ವಿವಿಧ ಬಗೆಯ ಪ್ರಾಣಿ ಪಕ್ಷಿಗಳ ಆವಾಸಸ್ಥಾನವನ್ನು ಕಾಣಬಹುದು. 1994ರಲ್ಲಿ ಇದನ್ನು ವಿಶ್ವ ಪರಂಪರೆ ಪಟ್ಟಿಯ ತಾಣಕ್ಕೆ ಸೇರ್ಪಡೆ ಮಾಡಲಾಯಿತು.

179. ಲಾಂಗ್ ಪ್ರಬಾಂಗ್:

ಲಾಂಗ್ ಪ್ರಬಾಂಗ್ ಪ್ರಾಂತ್ಯದಲ್ಲಿರುವ ಇಲ್ಲಿ ನಾಮ್ ಖಾನ್ ನದಿ

ಮೆಕಾಂಗ್ ನದಿಯನ್ನು ಸಂಧಿಸುತ್ತವೆ. ಇವೆರಡು ನದಿಗಳು ಇಲ್ಲಿ ಮಿಲಿತವಾಗುವುದೇ ಸಂಭ್ರಮದ ಸಂಗತಿ. ಲಾಂಗ್ ಪ್ರಬಾಂಗ್ ಪ್ರಾಂತ್ಯದ ರಾಜಧಾನಿ ಇದಾಗಿದೆ.

180. ಲುಂಬಿನಿ:

ನೇಪಾಳದ ರೂಪನ್ದೇಹಿ ಜಿಲ್ಲೆಯಲ್ಲಿರುವ ಲುಂಬಿನಿ ಬೌದ್ಧ ದೇವಾಲಯಗಳು ಜಾಗತಿಕ ತಾಣಗಳ ಪಟ್ಟಿಯಲ್ಲಿನ ಪ್ರಮುಖ ಅಂಗಗಳು.

181. ಮಝುಬ್:

ಉತ್ತರ ಸಹಾರಾದಲ್ಲಿರುವ ಇದು ದಕ್ಷಿಣ ಅಲ್ಜಿರಿಯಾದ 500 ಕಿ.ಮೀ ದೂರದಲ್ಲಿ ಕೇಂದ್ರೀಕೃತವಾಗಿದೆ. ಸುತ್ತಲೂ ಆವರಣ ಗೋಡೆಯಿಂದ ಆವೃತವಾಗಿರುವ ಇಲ್ಲಿ ಒಳಗೆ ಐದು ಸುಂದರ ಗ್ರಾಮಗಳು ಕೇಂದ್ರೀಕೃತವಾಗಿವೆ. ಮಝುಬ್ ಮೂಲತಃ ಒಂದು ಕಣಿವೆ ಪ್ರದೇಶ. ಇಲ್ಲಿನ ಪ್ರಾಕೃತಿಕ ಸೌಂದರ್ಯಕ್ಕೆ ಬೆಲೆ ಕೊಟ್ಟು ವಿಶ್ವ ಸಂಸ್ಥೆಯು 1982ರಲ್ಲಿ ಮಝುಬ್ ಕಣಿವೆ ಪ್ರದೇಶವನ್ನು ವಿಶ್ವ ಪರಂಪರೆ ತಾಣಕ್ಕೆ ಸೇರಿಸಿತು.

182. ಮದಾಇನ್ ಸಲೆಹಾ:

ಇದೊಂದು ಇಸ್ಲಾಂ ಪೂರ್ವ ಇತಿಹಾಸ ಸಾರುವ ಪ್ರಾಚ್ಯ ವಸ್ತು ಪ್ರದೇಶವಿದು. ಸೌದಿ ಅರೇಬಿಯಾದ ನೆಬೆಟಿಯನ್ ಸಾಮ್ರಾಜ್ಯಕ್ಕೆ ಸೇರಿತ್ತು. ನಂತರ ಈ ಪ್ರಾಂತ್ಯದ ಮೇಲೆ ರೋಮನ್ ಸಾಮ್ರಾಜ್ಯ ತನ್ನ ಹಿಡಿತವನ್ನು ಸಾಧಿಸಿತು.

183. ಮಹಾಬೋಧಿ ದೇವಾಲಯ:

ಬೋಧಗಯಾದಲ್ಲಿರುವ ಮಹಾಬೋಧಿ ದೇವಾಲಯ ಬೌದ್ಧ ಧರ್ಮೀಯರ ಅತ್ಯಂತ ಪವಿತ್ರ ತಾಣ. ಸಿದ್ಧಾರ್ಥ ಬುದ್ಧನಾಗಿದ್ದು, ಜ್ಞಾನೋದಯ ಪಡೆದಿದ್ದು ಇಲ್ಲೇ ಎಂಬುದಾಗಿ ಇದುವರೆಗಿನ ಇತಿಹಾಸದಿಂದ ತಿಳಿದು ಬರುತ್ತದೆ. ಬಿಹಾರದ ಪಾಟ್ನಾದಿಂದ 96 ಕಿಲೋ ಮೀಟರ್ ದೂರದಲ್ಲಿರುವ ಈ ದೇವಾಲಯದ ಪಕ್ಕದಲ್ಲಿಯೇ ಬೋಧಿ ವೃಕ್ಷವಿದೆ. 180 ಅಡಿಯ ಅತ್ಯಂತ ಎತ್ತರದ ಗೋಪುರವನ್ನು ಈ ದೇವಾಲಯ ಹೊಂದಿದೆ.

184. ಮಾಯಿ ಸನ್:

ನಾಲ್ಕು 14ನೇ ಶತಮಾನದ ಸಂದರ್ಭದಲ್ಲಿ ವಿಯೆಟ್ನಾಂನಲ್ಲಿ ಕಂಡು ಬರುವ ಹಿಂದೂ ದೇವಾಲಯಗಳ ಅವಶೇಷಗಳಿವೆ. ಇವು ಈಗ ಸಂಪೂರ್ಣ ನಿರ್ಲಕ್ಷ್ಯ. ಈ ದೇವಾಲಯಗಳು ಎರಡು ಬೆಟ್ಟಗಳ ನಡುವಿನ ಅವಶೇಷಗಳು. ಶಿವಾಲಯವೂ ಸೇರಿದಂತೆ ಅನೇಕ ಹಿಂದೂ ದೇವಾಲಯಗಳ ನಿರ್ಲಕ್ಷಿತ ಅವಶೇಷಗಳನ್ನು ಸರಿಪಡಿಸುವ ಗಮನ ಹರಿಸಲಾಗಿಲ್ಲ. ಒಂದು ಕಾಲಘಟ್ಟದಲ್ಲಿ 70 ದೇವಾಲಯಗಳು ಹಾಗೂ ಅಸಂಖ್ಯ ಕಬ್ಬಿಣದಲ್ಲಿ ಕೆತ್ತನೆ ಮಾಡಿದ ಪೌರಾಣಿಕ ಕಥಾನಕಗಳ ಕೆತ್ತನೆಯನ್ನು ಇವು ಹೊಂದಿದ್ದವು.

185. ಮಲಾಕ್ಕಾ ನಗರ:

ಮಲೇಷ್ಯಾ ರಾಜ್ಯದ ಮಲಾಕ್ಕಾ ನಗರವನ್ನು 2008ರಲ್ಲಿ ವಿಶ್ವ ಪರಂಪರೆ ಪಟ್ಟಿಗಳ ತಾಣಕ್ಕೆ ಸೇರಿಸಲಾಯಿತು. ನಗರದ ಮಧ್ಯೆ ಹರಿಯುವ ನದಿಯಿಂದಾಗಿ ಇದು ಅತ್ಯಂತ ಆಕರ್ಷಕ ನಗರಗಳಲ್ಲಿ ಒಂದಾಗಿದೆ. ನದಿಯ ಅಕ್ಕಪಕ್ಕದಲ್ಲಿ ನಗರ ಬೆಳೆದಿದೆ. ಜೊತೆಗೆ ಇಲ್ಲಿದ್ದ ಸೇಂಟ್ ಪಾಲ್ಸ್ ಬೆಟ್ಟ ಈಗ ಅವಶೇಷಗಳ ತಾಣ.

186. ಮಾನಾ ಸಣ್ಣ ಕೆರೆಗಳು:

ಉತ್ತರ ಜಿಂಬಾವ್ವೆಯಲ್ಲಿ ಅರಣ್ಯ ಪ್ರದೇಶ ಮಾತ್ರವಲ್ಲದೇ, ಸಣ್ಣ ಸಣ್ಣ

ಕೆರೆಗಳು ಈ ಅರಣ್ಯ ಪ್ರದೇಶದಲ್ಲಿವೆ. ಸಂರಕ್ಷಿತ ಅರಣ್ಯ ಪ್ರದೇಶವಾಗಿರುವ ಇದನ್ನು ರಾಷ್ಟ್ರೀಯ ಉದ್ಯಾನವನ ಎಂದು ಅಲ್ಲಿನ ಸರ್ಕಾರ ಘೋಷಣೆ ಮಾಡಿದೆ. ಜಿಂಬಾವ್ವೆಯ ದಕ್ಷಿಣ ಭಾಗಕ್ಕೆ ಇರುವ ನದಿಯಿಂದ ಈ ಉದ್ಯಾನವನ ಅಥವಾ ಅರಣ್ಯಕ್ಕೆ ಒಂದು ವಿಶಿಷ್ಟ ಸೌಂದರ್ಯ ಬಂದಿದೆ. ನದಿಗೆ ಪೂರಕವಾಗಿ ಸಣ್ಣ ಕೊಳ್ಳಗಳಿವೆ.

187. ಮಾನಸ್ ರಾಷ್ಟ್ರೀಯ ಉದ್ಯಾನವನ:

ಭಾರತದ ಅಸ್ಸಾಂ ಪ್ರಾಂತದಲ್ಲಿರುವ ಕಾಡು ಪ್ರಾಣಿಗಳ ಸಂರಕ್ಷಿತ ಅರಣ್ಯ ಪ್ರದೇಶವೇ ಮಾನಸ್ ರಾಷ್ಟ್ರೀಯ ಉದ್ಯಾನವನ. ಇದು, ಹುಲಿ ಸೇರಿದಂತೆ ಎಲ್ಲ ಕಾಡು ಪ್ರಾಣಿಗಳ ಹಾಗೂ ಅಳಿವಿನಂಚಿನಲ್ಲಿರುವ ಪ್ರಾಣಿಗಳ ಸಂರಕ್ಷಿತ ಅರಣ್ಯ ಪ್ರದೇಶ. ನಮ್ಮ ದೇಶದ ದೊಡ್ಡ ಸಂರಕ್ಷಿತ ಪ್ರದೇಶಗಳಲ್ಲಿ ಇದೂ ಒಂದು.

188. ಸೇಂಟ್ ಫ್ಲೋರಿಸ್ ನ್ಯಾಷನಲ್ ಪಾರ್ಕ್:

ಕೇಂದ್ರ ಆಫ್ರಿಕಾದ ಛದ್ ಗಡಿ ಭಾಗದಲ್ಲಿರುವ ರಾಷ್ಟ್ರೀಯ ಉದ್ಯಾನವನವಿದು. ಈ ಪಾರ್ಕ್‌ನ ವಿಶೇಷತೆಯನ್ನು ಗಮನಿಸಿ ವಿಶ್ವ ಸಂಸ್ಥೆಯು ಇದನ್ನು 1998ರಲ್ಲಿ ವಿಶ್ವ ಪರಂಪರೆಯ ತಾಣಕ್ಕೆ ಸೇರ್ಪಡೆಯಾಯಿತು. ಇಲ್ಲಿನ ಜೀವ ವೈವಿಧ್ಯ ಅಪಾರ.

189. ಮರಾಕೆಚ್:

ಮೊರಾಕ್ಕೊದ ಈ ನಗರವನ್ನು 'ಕೆಂಪು ಪಟ್ಟಣ' ಎಂದೂ ಕರೆಯಲಾಗುತ್ತದೆ. ಇಡೀ ಮೊರಾಕ್ಕೊದಲ್ಲಿ ಪಾರಂಪರಿಕ ಹಾಗೂ ವಿಶೇಷವಾದ ಮಾರುಕಟ್ಟೆಯನ್ನು ಹೊಂದಿದ ನಗರ ಮರಾಕೆಚ್ ಅಥವಾ ಕೆಂಪು ಪಟ್ಟಣ. ಇಡೀ ಆಫ್ರಿಕಾದಲ್ಲೇ ಅತ್ಯಂತ ಗಿಜಿಗುಡುವ ವೃತ್ತವನ್ನು ಹೊಂದಿರುವ ಪಟ್ಟಣವಿದು.

190. ಮಸಡಾ:

ಇಸ್ರೇಲಿನ ನಿರ್ಜನ ಅಥವಾ ವಸತಿ ಪ್ರದೇಶದಿಂದ ದೂರವಿರುವ ಊಹೆಗೂ ನಿಲುಕದ ಬೃಹದಾಕಾರದ ಕಲ್ಲಿನ ಶಿಲೆಯೊಂದರ ಮೇಲೆ ಇರುವ ಪುರಾತನ ಪ್ರದೇಶಗಳಿವು. ಇಲ್ಲಿಂದ ಡೆಡ್ ಸಿ (ಡೆಡ್ ಸಮುದ್ರ ಎಂದು ಕರೆಯಲಾಗುವ ಜನಪ್ರಿಯ ಜಲಾವೃತ ಪ್ರದೇಶ) ಕಾಣುತ್ತದೆ. ಜ್ಯುಗಳು ಹಾಗೂ ರೋಮ್ ಸಾಮ್ರಾಜ್ಯದ ಮೊದಲ ಯುದ್ಧದ ನಂತರ ಇಲ್ಲಿನ ಮೂಲ ನಿವಾಸಿಗಳಾದ ಸಿಕಾರಿ ಬಂಡುಕೋರರು ಸಾಮೂಹಿಕ ಆತ್ಮಹತ್ಯೆ ಮಾಡಿಕೊಂಡರು. ನಂತರ ರೋಮ್ ವಶಕ್ಕೆ ಈ ಪ್ರದೇಶ ಬಂತು.

191. ಮೊಟೊಬೊ ನ್ಯಾಷನಲ್ ಪಾರ್ಕ್:

ಜಿಂಬಾಬ್ವೆ ದಕ್ಷಿಣ ಭಾಗದಲ್ಲಿ ಕೇಂದ್ರಿತವಾಗಿರುವ ಹಲವಾರು ಕಣಿವೆ ಪ್ರದೇಶಗಳಿವೆ. ಇಲ್ಲಿ ಹಲವಾರು ಉದ್ಯಾನವನಗಳಿವೆ. ಇವು ನೋಡಲು ಅತ್ಯಾಕರ್ಷಕವಾಗಿವೆ. ತುಳಸಿ ಮತ್ತಿತರ ಗಿಡಮರಗಳು ಇಲ್ಲಿವೆ. ನೋಡಲು ಇದೊಂದು ಸುಂದರ ಪ್ರದೇಶ.

192. ಮಾಲ್‌ಬ್ರಾನ್ ಅಬ್ಬೆ:

ಯುರೋಪ್‌ನಲ್ಲಿರುವ ಚರ್ಚ್‌ಗಳ ಸಂಕೀರ್ಣವಿದು. ಜರ್ಮನಿ ದೇಶದ ಮಾಲ್ ಬ್ರಾನ್ ಹೊರವಲಯದಲ್ಲಿದೆ ಇದು. ಇದನ್ನು 1147ರಲ್ಲಿ ಪತ್ತೆ ಹಚ್ಚಲಾಯಿತು. 1178ರಲ್ಲಿ ಬಿಷಪ್ ಸ್ಪೆಯರ್ ಅರ್ನಾಲ್ಡ್ ಇದಕ್ಕೆ ಅಧಿಕೃತ ಮಾನ್ಯತೆ ದೊರಕಿಸಿ ಕೊಟ್ಟರು.

193.ಮೊಸೊಲಿಯಮ್ ಆಫ್ ಖೋಜಾ ಅಹಮದ್ ಯಾಸಾವಿ:

ದಕ್ಷಿಣ ಖಜಕಸ್ತಾನ್ ತುರ್ಕಸ್ತಾನದಲ್ಲಿರುವ ಅಪೂರ್ಣ ಕಟ್ಟಡವಿದು. ಇದನ್ನು ಟಿಮ್ಯುರಿಡ್ ಶೈಲಿಯಲ್ಲಿ ನಿರ್ಮಿಸಲಾಗಿದೆ. ಈ ಶೈಲಿಯ ಮೊದಲ ಕಟ್ಟಡವಿದಾಗಿದೆ.

194. ಮೆಸೆಲ್ ಪಿಟ್:

ಜರ್ಮನಿಯ ಮೆಸೆಲ್ ಎಂಬ ಗ್ರಾಮದ ಬಳಿ ನಿರುಪಯುಕ್ತವಾಗಿರುವ ಕಲ್ಲುಗಣಿ ಪ್ರದೇಶವಿದು. ವಿಶಿಷ್ಟ ಆಕಾರದ ಕಲ್ಲು ಗಣಿಗಳನ್ನು ಇಲ್ಲಿ ನಿರ್ಮಿಸಲಾಗುತ್ತಿತ್ತು. ಈ ಪ್ರದೇಶ ಈಗ ನಿರುಪಯುಕ್ತವಾಗಿದ್ದರೂ ವೈಜ್ಞಾನಿಕವಾಗಿ ಅದರದ್ದೇ ಆದ ಮಹತ್ವವನ್ನು ಪಡೆದುಕೊಂಡಿದೆ. ಆಗಿನ ಕಾಲದಲ್ಲಿಯೇ ಇಂತಹ ಒಂದು ಸಂಶೋಧನೆಗೆ ಯೋಗ್ಯವಾದ ಸ್ಥಳವಿದೆ ಎಂದು ಮನಗಂಡಿದ್ದ ದೇಶ, ಈಗ ಇದನ್ನು ಸಂಪೂರ್ಣ ಸಂಶೋಧನಾ ಪ್ರದೇಶವಾಗಿ ಘೋಷಣೆ ಮಾಡಿದೆ. 1995ರಲ್ಲಿ ಇದನ್ನು ವಿಶ್ವ ಪರಂಪರೆ ತಾಣಗಳ ಪಟ್ಟಿಗೆ ಸೇರ್ಪಡೆ ಮಾಡಲಾಗಿದೆ.

195. ಮೆಟೊರಾ:

ಗ್ರೀಸ್‌ನ ಅತ್ಯಂತ ಪುರಾತನ ಮತ್ತು ಅತಿ ದೊಡ್ಡ ಪಾರಂಪರಿಕ ಹಾಗೂ ಧಾರ್ಮಿಕ ಮನೋಧರ್ಮದ ಕ್ರೈಸ್ತ ದೇವಾಲಯಗಳು ಇಲ್ಲಿವೆ. ಮೂಲತಃ ಕ್ರೈಸ್ತ ಧರ್ಮೀಯರು ಪ್ರಾರ್ಥನೆ ಮಾಡುವ ಸ್ಥಳವಿದು. ಇದರಲ್ಲಿ ಆರು ಸಂಪೂರ್ಣ ಮರಳಿನಿಂದ ನಿರ್ಮಾಣವಾಗಿವೆ. ಇವು ನೈಸರ್ಗಿಕವಾಗಿದ್ದು, ಇವುಗಳ ಆಧಾರಸ್ತಂಭಗಳು (ಪಿಲ್ಲರ್‌ಗಳು) ಕೂಡ ಮರಳಿನಿಂದಲೇ ನಿರ್ಮಾಣವಾಗಿವೆ.

196. ಮಿಜಿಕೆಂಡಾ:

ಮಿಜಿಕೆಂಡಾ ಅಂದರೆ ಒಂಬತ್ತು ನಗರಗಳು ಎಂದರ್ಥ. ಕೀನ್ಯಾದಲ್ಲಿರುವ

ಇವುಗಳ ವಾಸ್ತುಶಿಲ್ಪ ಮನಮೋಹಕ. ಸೊಮಾಲಿಯಾದ ಗಡಿ ಭಾಗದಲ್ಲಿವೆ. ಇನ್ನೊಂದು ತುದಿಯಲ್ಲಿ ತಾಂಜಾನಿಯಾದ ಗಡಿ ತಾಗಿಕೊಂಡಿದೆ. ಇಲ್ಲಿನ ಒಂಬತ್ತು ನಗರಗಳೆಂದರೆ ಡಿಗೊ, ಚೋನಿ, ಕಂಬೆ, ಡುರುಮಾ, ಕೌಮಾ, ರಿಬೆ, ರಬಾನಿ, ಜಿಬಾನಾ ಮತ್ತು ಗಿರಿಯಾಮಾ. ಈ ಪ್ರತಿಯೊಂದು ನಗರವೂ ತನ್ನದೇ ಆದ ಸಂಸ್ಕೃತಿ, ಸಾಹಿತ್ಯ, ಭಾಷೆ ಹಾಗೂ ಇತರ ಸಾಮಾಜಿಕ ವೈಶಿಷ್ಟ್ಯಗಳನ್ನು ಹೊಂದಿದೆ.

197. ಮಿನಾರೆಟ್ ಆಫ್ ಜಾಮ್:

ಪಶ್ಚಿಮ ಆಫ್ಘಾನಿಸ್ತಾನದಲ್ಲಿರುವ ಈ ಮಿನಾರು ಸುಮಾರು 65 ಮೀಟರ್ ಎತ್ತರವಿದ್ದು, ಸುತ್ತಲೂ ಸುಮಾರು 2400 ಮೀಟರ್‌ಗಳಷ್ಟು ಎತ್ತರ ಇರುವ ಗುಡ್ಡಗಳಿಂದ ಆವೃತವಾಗಿದೆ. ಇಟ್ಟಿಗೆಗಳಿಂದ ನಿರ್ಮಾಣವಾಗಿರುವ ಇದನ್ನು ವಿಶ್ವಪರಂಪರೆ ತಾಣಗಳ ಪಟ್ಟಿಗೆ ಸೇರ್ಪಡೆಗೊಳಿಸಲಾಗಿದೆ.

198. ಮಿಂಗ್ ಶಿಯಾಲಿಂಗ್ ಮುಸೋಲಿಯಂ:

ಮಿಂಗ್ ರಾಜಮನೆತನದ ಹೊಂಗ್‌ವು ಎಂಬುವನ ಕಾಲದಲ್ಲಿ ನಿರ್ಮಾಣವಾದ ಈ ಇಸ್ಲಾಂ ಧರ್ಮದ ಕೇಂದ್ರವು ಗೋಪುರಾಕೃತಿಯಲ್ಲಿದೆ. ಚೀನಾದ ಹೊಂಬಣ್ಣದ ಬೆಟ್ಟದ ಬಳಿ ಇರುವ ಇದು ನೋಡಲು ಅತ್ಯಂತ ಸುಂದರ ಸ್ಥಳ. ರಾಜಮನೆತನದ ಸಂಸ್ಥಾಪಕ ಹೊಂಗ್ವು ಇದನ್ನು 1381ರಲ್ಲಿ ನಿರ್ಮಿಸಲು ಆರಂಭಿಸಿದ. ಇದು ಮುಕ್ತಾಯವಾದದ್ದು 1405ರಲ್ಲಿ. ಆಗಿನ ಕಾಲದಲ್ಲಿಯೇ ಅತಿ ಹೆಚ್ಚು ದುಡ್ಡು ಖರ್ಚು ಮಾಡಿ ಸುಮಾರು ಒಂದು ಲಕ್ಷ ಕಾರ್ಮಿಕರನ್ನು ಇಟ್ಟುಕೊಂಡು ಕಟ್ಟಿದ ಕಟ್ಟಡವಿದು. ಮೇಲೆ ಕಟ್ಟಡ, ಕೆಳಮನೆಯಲ್ಲಿ ಸುಮಾರು ಐದು ಸಾವಿರ ಸೈನಿಕರು ಏಕಕಾಲಕ್ಕೆ ಅಡಗಿಕೊಳ್ಳುವ ಅಥವಾ ಆಶ್ರಯ ಪಡೆಯುವ ಸ್ಥಳ ಇದಾಗಿತ್ತು.

199. ಮೊಗಾವ್ರೊ ಗುಹೆಗಳು:

ಇವು ಚೀನಾದಲ್ಲಿವೆ. ಇಲ್ಲಿ 492 ದೇವಾಲಯಗಳ ಗುಚ್ಛವೂ ಇದೆ. ಬೌದ್ಧ ಕಲೆಗಾರಿಕೆಗೆ ಒತ್ತು ಕೊಟ್ಟು ನಿರ್ಮಿಸಿದ ಇವುಗಳು ನೋಡಲು ಬಲು ಸುಂದರ ವಾಗಿವೆ. ಇವು 366ನೇ ಇಸವಿಗೆ ಸೇರಿದವು ಎಂಬುದಾಗಿ ಇತಿಹಾಸ ಕಾರರು ಅಭಿಪ್ರಾಯಪಡುತ್ತಾರೆ. ಈ ಗುಹೆಗಳ ಮೇಲಿನ ವರ್ಣಚಿತ್ರಗಳು ನೋಡುಗರ ಗಮನ ಸೆಳೆಯುತ್ತವೆ.

200. ಮಹಾಬಲಿಪುರಂ:

ಭಾರತದಲ್ಲಿ ಪಲ್ಲವರು ಆಡಳಿತ ನಡೆಸಿದ ಕಾಲಕ್ಕೆ ನಿರ್ಮಾಣವಾದ ಮಹಾಬಲಿಪುರಂ (ತಮಿಳುನಾಡು) ದೇವಾಲಯ ಇಂದು ಇಡೀ ವಿಶ್ವದ ಗಮನ ಸೆಳೆವ ತಾಣ. ಪೂರ್ವ ಕರಾವಳಿಗೆ ತಾಗಿಕೊಂಡಂತೇ ಇರುವ ಈ ದೇವಾಲಯ ಕಲ್ಲಿನಿಂದ ನಿರ್ಮಾಣವಾಗಿದೆ. ಏಳು ಮತ್ತು ಎಂಟನೇ ಶತಮಾನದಲ್ಲಿ ಇದು ನಿರ್ಮಾಣವಾಗಿದೆ.

201. ಕ್ಯೋಟೊದ ಸ್ಮಾರಕಗಳು:

ಜಪಾನ್ ದೇಶದ ಕ್ಯೊಟೊ ದಲ್ಲಿರುವ ಐತಿಹಾಸಿಕ ಸ್ಮಾರಕ ವಿದಾಗಿದೆ. ಸ್ಮಾರಕದೊಳಗೇ 17 ನೋಡಲರ್ಹವಾದ ಸ್ಥಳಗಳಿವೆ. ತಾಂತ್ರಿಕವಾಗಿ ಹೇಳುವುದಾದರೆ ಇವು ಮೂರು ನಗರಗಳಲ್ಲಿ ಹಂಚಿ ಹೋಗಿದೆ. ವಿಶ್ವ ಪರಂಪರೆಗಳ ತಾಣದ ಪಟ್ಟಿಯಲ್ಲಿ ಪ್ರಮುಖ ಸ್ಥಾನ ಇದರದ್ದಾಗಿದೆ.

202. 'ಬಗರ್ಹತ್‌ನ ಮಸೀದಿ ನಗರ:

ಬಾಂಗ್ಲಾದೇಶದಲ್ಲಿದೆ. ಈ ದೇಶದ ಮೂರು ಅತ್ಯಂತ ಐತಿಹಾಸಿಕ ಸ್ಥಳಗಳಲ್ಲಿ ಮಸೀದಿ ನಗರ ಎಂದೇ ಕರೆಯಲಾಗುವ ಇದಕ್ಕೆ ಅಗ್ರಸ್ಥಾನ. ಆಗ ಆಳ್ವಿಕೆ ಮಾಡುತ್ತಿದ್ದ ಟರ್ಕಿಯ ಸೈನ್ಯ ಮುಖ್ಯಸ್ಥ ಉಲ್ಗಾ ಖಾನ್ ಜಹಾನ್ ಇದರ ನಿರ್ಮಾಪಕ. ಇದನ್ನು ತಾಂತ್ರಿಕ ಕಾರಣಗಳಿಗಾಗಿ ಖಲಿಫತಾಬಾದ್ ಎಂಬ ಹೆಸರಿನಿಂದ ಕರೆಯಲಾಗುತ್ತದೆ. ಇದಲ್ಲದೇ ಇನ್ನೂ 50 ಸ್ಥಳಗಳನ್ನು ಆ ದೇಶದ ಐತಿಹಾಸಿಕ ಪಾರಂಪರಿಕ ತಾಣಗಳೆಂದು ಗುರುತಿಸಬೇಕೆಂಬ ಬೇಡಿಕೆ ವಿಶ್ವಸಂಸ್ಥೆಯ ಪಟ್ಟಿಯಲ್ಲಿದೆ.

203. ಮೌಂಟ್ ಅಥೋಸ್:

ಗ್ರೀಸ್ ದೇಶದಲ್ಲಿರುವ ಈ ಗುಡ್ಡವನ್ನು ಪವಿತ್ರ ಸ್ಥಳ ಎಂದು ಪರಿಗಣಿಸಲಾಗುತ್ತದೆ. ಈ ಪಾರಂಪರಿಕ ತಾಣವು ದೇಶದ ಪೂರ್ವ ಭಾಗದ ಧಾರ್ಮಿಕ ಮನೋಭಾವದ 20 ಧರ್ಮಗುರುಗಳಿಗೆ ಆಶ್ರಯ ನೀಡಿದೆ. ನಿತ್ಯವೂ ಸಹಸ್ರಾರು ಪ್ರವಾಸಿಗರು ಇಲ್ಲಿ ಭೇಟಿ ನೀಡುತ್ತಾರೆ.

204. ಮೌಂಟ್ ಹಾಂಗ್:

ಪೂರ್ವ ಚೀನಾದಲ್ಲಿರುವ ದಕ್ಷಿಣ ಅನುಹಿ ಪರ್ವತ ಶ್ರೇಣಿಯಲ್ಲಿ ಇದು ಬರುತ್ತದೆ. ತನ್ನದೇ ಆದ ಸೌಂದರ್ಯ, ನಿಸರ್ಗರಮಣೀಯ ನೋಟದಿಂದ ಖ್ಯಾತಿ ಪಡೆದಿದೆ. ಪೈನ್ ಮರಗಳು ಈ ಪರ್ವತ ಶ್ರೇಣಿಯ ಅವಿಭಾಜ್ಯ ಅಂಗ.

205. ಮೌಂಟ್ ಕೀನ್ಯಾ ನ್ಯಾಷನಲ್ ಪಾರ್ಕ್:

ಕೀನ್ಯಾದಲ್ಲಿ ನಿರ್ಮಿಸಲಾಗಿರುವ ಇದು ಸಾರ್ವಜನಿಕರಿಗೆ ಮುಕ್ತವಾಗಿದ್ದು 1949ರಲ್ಲಿ. ಇದನ್ನು ರಾಷ್ಟ್ರೀಯ ಉದ್ಯಾನವನವನ್ನಾಗಿ ಘೋಷಣೆ ಮಾಡುವ

ಮುನ್ನ ಸಂರಕ್ಷಿತ ಅರಣ್ಯ ಎಂಬುದಾಗಿ ಘೋಷಣೆ ಮಾಡಲಾಗಿತ್ತು. 1978ರಲ್ಲಿ ಯುನೆಸ್ಕೊ ಪಟ್ಟಿಗೆ ಇದು ಸೇರ್ಪಡೆಗೊಂಡು ರಾಷ್ಟ್ರೀಯ ಉದ್ಯಾನವನದ ಜೊತೆಗೆ ಸಂರಕ್ಷಿತ ಅರಣ್ಯವಾಗಿಯೂ ಇದೀಗ ವಿಶ್ವ ಸಂಸ್ಥೆಯ ಪಟ್ಟಿಯಲ್ಲಿದೆ.

206. ಮೌಂಟ್ ನೆಮ್ರುಟ್:

ಟರ್ಕಿಯ ಈಶಾನ್ಯ ಪರ್ವತ ಶ್ರೇಣಿಯಲ್ಲಿ 2134 ಮೀಟರ್ ಎತ್ತರದಲ್ಲಿರುವ ಪರ್ವತವಿದು. ಪರ್ವತದಲ್ಲಿ ಹಲವಾರು ಗಮನ ಸೆಳೆಯುವ ಪ್ರತಿಮೆಗಳಿವೆ. ಇವು ಕ್ರಿಸ್ತಪೂರ್ವ ಕಾಲದಿಂದಲೂ ಇರುವಂಥವು ಎಂದು ಇತಿಹಾಸಕಾರರು ಗುರುತಿಸಿದ್ದಾರೆ.

207. ಮೌಂಟ್ ನಿಂಬಾ ಸ್ಟ್ರಿಕ್ಟ್ ನೇಚರ್ ರಿಸರ್ವ್:

ಗಿನೆವಾ ಮತ್ತು ಕೋಟ್ ಡಿ ಐವೋರ್ ಪ್ರದೇಶದಲ್ಲಿರುವ ನಿಂಬಾ ರಕ್ಷಿತ ಅರಣ್ಯ ವಿಶ್ವ ಪರಂಪರೆ ಪಟ್ಟಿಯಲ್ಲಿನ ಒಂದು ವಿಶಿಷ್ಟ ಸ್ಥಾನ. ಇಲ್ಲಿ ಬಗೆ ಬಗೆಯ ಪ್ರಾಣಿ ಪಕ್ಷಿಗಳನ್ನು ಕಾಣಬಹುದು.

208. ಮೌಂಟ್ ಸಾಂಕಿಂಗ್:

ಚೀನಾದ ಯುಷಾನ್ ತಾವೊಇಷ್ಟ್ ಪರ್ವತ ಶ್ರೇಣಿ ಇದು. ಚೀನಾ ಇದನ್ನು ರಾಷ್ಟ್ರೀಯ ಪಾರ್ಕ್ ಎಂಬ ಘೋಷಣೆ ಮಾಡಿದೆ. ಇಲ್ಲಿನ ಜೇನು ಅಪಾರ ಬೇಡಿಕೆಯ ವಸ್ತು.

209. ಮೌಂಟ್ ತಾಯ್:

ಚೀನಾದ ಶಾಂಡಾಂಗ್ ಪ್ರಾಂತ್ಯದಲ್ಲಿರುವ ಈ ಪರ್ವತ ಐತಿಹಾಸಿಕ ಹಾಗೂ ಸಾಂಸ್ಕೃತಿಕ ಮಹತ್ವವನ್ನು ಹೊಂದಿದೆ. ಚೀನಾದ ಐದು ಪರ್ವತ ಶ್ರೇಣಿಗಳಲ್ಲಿ ಇದನ್ನು ಅತ್ಯಂತ ಪವಿತ್ರ ಎಂದು ಪರಿಗಣಿಸಲಾಗುತ್ತದೆ. ಚೀನಾ

ಜನತೆಯ ಭಾವನಾತ್ಮಕ ವಿಷಯಗಳ ಜೊತೆಗೆ ಈ ಪರ್ವತ ಶ್ರೇಣಿ ಅವಿಭಾಜ್ಯ ಸಂಬಂಧವನ್ನು ಹೊಂದಿದೆ.

210. ಮೌಂಟ್ ಟೇಡ್:

ಇದು ಸ್ಪೇನ್ ದೇಶದ ಅತ್ಯಂತ ಎತ್ತರದ ಪರ್ವತ ಶ್ರೇಣಿ. ಇಲ್ಲಿ ಜ್ವಾಲಾಮುಖಿಯ ಬುಗ್ಗೆಗಳಿವೆ. ಈ ಪರ್ವತ ಶ್ರೇಣಿಯಲ್ಲಿ ದ್ವೀಪಗಳಿರುವುದು ಕೂಡ ವಿಶೇಷ. ವಿಶ್ವ ಪರಂಪರೆಯ ತಾಣವಾಗಿ 2007 ರಲ್ಲಿ ಇದನ್ನು ಘೋಷಣೆ ಮಾಡಲಾಯಿತು.

211. ಮೌಂಟ್ ವುಟಾಯ್:

ಚೀನಾದಲ್ಲಿದೆ. ಬೌದ್ಧ ಧರ್ಮೀಯರ ನಾಲ್ಕು ಪವಿತ್ರ ತಾಣಗಳಲ್ಲಿ ಇದೂ ಒಂದು. ಇದೊಂದು ಸಾಂಸ್ಕೃತಿಕ ಮತ್ತು ಧಾರ್ಮಿಕ ಕೇಂದ್ರವಾಗಿದ್ದು, ಬೌದ್ಧ ಧರ್ಮಗುರುಗಳು ಇಲ್ಲಿ ಪ್ರಾರ್ಥನೆ ಸಲ್ಲಿಸಲು ಹಾಗೂ ಭಕ್ತರು ಪ್ರಾರ್ಥನೆ ಮಾಡಲು ಇಲ್ಲಿ 53 ಕೇಂದ್ರಗಳಿವೆ. 2009ರಲ್ಲಿ ಇದು ವಿಶ್ವ ಪರಂಪರೆ ತಾಣಗಳ ಪಟ್ಟಿಗೆ ಸೇರ್ಪಡೆಯಾಗಿದೆ.

212.ಭಾರತದ ಗುಡ್ಡಗಾಡು (ಪರ್ವತ) ಪ್ರದೇಶದಲ್ಲಿ ಸಂಚರಿಸುವ ರೈಲುಗಳು:

ಭಾರತದ ಗುಡ್ಡಗಾಡು ಪ್ರದೇಶದ ರೈಲುಗಳು ವಿಶ್ವ ಪರಂಪರೆ ತಾಣದ ಪಟ್ಟಿಯಲ್ಲಿ ಅಗ್ರ ಸ್ಥಾನ ಪಡೆಯುವ ಕೆಲವೇ ಕೆಲವು ಪ್ರಮುಖ ಸ್ಥಳಗಳಲ್ಲಿ ಒಂದು. ಭಾರತದ ಈಶಾನ್ಯ ರಾಜ್ಯಗಳಲ್ಲಿ ಹಾಗೂ ದಕ್ಷಿಣ ಭಾರತದ ಊಟಿ, ಕರ್ನೂಲು ಮೊದಲಾದ ಕಡೆ ಗುಡ್ಡದ ಮೇಲಿನ ಹಳಿಗಳ ಮೇಲೆ ಸಂಚರಿಸುವ ನಿಧಾನಗತಿಯ ರೈಲುಗಳಿವೆ. ಈ ರೈಲುಗಳಲ್ಲಿ ಪ್ರಯಾಣ ಮಾಡುವುದೇ ಒಂದು ಅನನ್ಯ ಅನುಭವ. ಇವು ಚಲಿಸುವಾಗಲೇ ಹಗುರವಾಗಿ ಇಳಿದು

ಮತ್ತೆ ಏರಬಹುದಾದಂತಹ ಗುಡ್ಡಗಳೂ ಇಲ್ಲಿವೆ. ಇದುವೇ ಒಂದು ಅರ್ಥದಲ್ಲಿ ಮನಸ್ಸಿಗೆ ಮುದ ನೀಡುವ ಸಂಗತಿ ಎನ್ನಬಹುದು. ಗುಡ್ಡಗಾಡು ಪ್ರದೇಶದ ರೈಲುಗಳು ನಿಸರ್ಗವನ್ನು ಅನಾವರಣ ಮಾಡುವ ರೀತಿ ಅದ್ಭುತ. ಅವರ್ಣನೀಯ. ಕಾಂಗ್ರಾ ವ್ಯಾಲಿ ರೈಲು, ನೀಲಗಿರಿ ರೈಲು ಮೊದಲಾಗಿ ಇವುಗಳನ್ನು ಕರೆಯಲಾಗುತ್ತದೆ. ಇದಕ್ಕೆ ಹೊಸದಾದ ಸೇರ್ಪಡೆ ಎಂದರೆ ಕೇರಳದ ಕರಾವಳಿಯಿಂದ ಮುಂಬೈವರೆಗೆ ಸಂಚರಿಸುವ ಕೊಂಕಣ ರೈಲು ಮಾರ್ಗ. ಇಲ್ಲಿ ರೈಲಿನ ವೇಗ ಹೆಚ್ಚು ಎಂಬುದನ್ನು ಹೊರತುಪಡಿಸಿದರೆ, ನಿಸರ್ಗದ ಸವಿಯನ್ನು ಸವಿಯಲು ಯಾವುದೇ ಅಡ್ಡಿ ಇಲ್ಲ.

213. ಮಸ್ಕೇತಾ:

ಜಾರ್ಜಿಯಾದ ಅತ್ಯಂತ ಪುರಾತನ ಮತ್ತು ವ್ಯವಸ್ಥಿತ ನಗರವಿದು. ಇದಕ್ಕೆ ಐತಿಹಾಸಿಕ ಮಹತ್ವವೂ ಇದೆ. ಹಾಗೆಯೇ ಇಲ್ಲಿ ಹಲವಾರು ಪುರಾತನ ಸ್ಮಾರಕಗಳೂ ಇವೆ. 1994ರಲ್ಲಿ ಇದನ್ನು ವಿಶ್ವ ಪರಪಂಪರೆ ತಾಣಗಳ ಪಟ್ಟಿಗೆ ಸೇರ್ಪಡೆ ಮಾಡಲಾಯಿತು.

214. ಮಿಸ್ಟ್ರಾಸ್:

ಪುರಾತನ ಸ್ಪಾರ್ಟಾದ ಮೊರಿಯಾ ಪಟ್ಟಣದ ಸಮೀಪ ಇರುವ ಕೋಟೆಯಿಂದಾವೃತವಾದ ಪುರಾತನ ನಗರ. ಹದಿನ್ನಾಲ್ಕು ಮತ್ತು ಹದಿನೈದನೇ ಶತಮಾನದಲ್ಲಿ ಇದು ಬೈಝಾಂಟೈನ್ ರಾಜಧಾನಿಯಾಗಿತ್ತು. ತನ್ನ ಪುರಾತನ ಮತ್ತು ಐತಿಹಾಸಿಕ ಕಾರಣಗಳಿಂದಾಗಿ ಇದು ಗಮನ ಸೆಳೆಯುವ ನಗರ. 1830ರಲ್ಲಿ ಈ ಪುರಾತನ ನಗರವನ್ನು ಉಳಿಸಿಕೊಂಡೇ ಹೊಸ ನಗರ 'ಸ್ಪಾರ್ತಿ'ಯನ್ನು ನಿರ್ಮಾಣ ಮಾಡಲಾಯಿತು.

215. ನಂದಾ ದೇವಿ ನ್ಯಾಷನಲ್ ಪಾರ್ಕ್:

ಉತ್ತರ ಭಾರತದ ಹಿಮಾಲಯ ತಪ್ಪಲಲ್ಲಿರುವ ನಂದಾದೇವಿ ರಾಷ್ಟ್ರೀಯ ಉದ್ಯಾನವನ ಹಿಮಾವರಣದ ಕಣಿವೆ. ಇಲ್ಲಿ ಅಪರೂಪದ ಗುಡ್ಡಗಾಡು ಹೂಗಳನ್ನು ಕಾಣಬಹುದಾಗಿದೆ. ಇಲ್ಲಿನ ಪ್ರದೇಶವನ್ನು ಹಿಮದ ತಪ್ಪಲಿನ

ಹೂವಿನ ಕಣಿವೆ ಎಂದೂ ಕರೆಯುತ್ತಾರೆ. 1988ರಲ್ಲಿ ಇದು ವಿಶ್ವ ಪರಂಪರೆಯ ಪಟ್ಟಿಗೆ ಸೇರ್ಪಡೆಯಾಗಿದೆ.

216. ಗೊರೊಂಗೊರೊ ರಕ್ಷಿತ ಪ್ರದೇಶ:

ತಾಂಜಾನಿಯಾದ ಅರುಷಾ ಎಂಬಲ್ಲಿನ ಪ್ರದೇಶದಿಂದ 180 ಕಿಲೋ ಮೀಟರ್ ದೂರದಲ್ಲಿರುವ ರಕ್ಷಿತ ಅರಣ್ಯವಿದು. ವಿವಿಧ ಔಷಧೀಯ ಹಾಗೂ ಸಾಂಬಾರ ಪದಾರ್ಥಗಳ ಗಿಡಮರಗಳನ್ನು ಇಲ್ಲಿ ಕಾಣಬಹುದಾಗಿದೆ. ಇದನ್ನು ವಿಶ್ವ ಪರಂಪರೆಯ ತಾಣವಾಗಿ ಪರಿಗಣಿಸಲಾಗಿದೆ.

217. ನಿಕೊಲೊ ಕೊಬಾ ನ್ಯಾಷನಲ್ ಪಾರ್ಕ್:

ಜಿನೆವಾ ಮತ್ತು ಬಿಸ್ಸೊ ಪ್ರಾಂತ್ಯಕ್ಕೆ ಸೇರುವ ಇದನ್ನು ನೈಸರ್ಗಿಕವಾಗಿ ಸಂರಕ್ಷಿತ ಪ್ರದೇಶವಾಗಿ ಪರಿಗಣಿಸಿ, ರಾಷ್ಟ್ರೀಯ ಉದ್ಯಾನವನದನ ಸ್ಥಾನ ಮಾನವನ್ನೂ ನೀಡಲಾಗಿದೆ. 1954ರಲ್ಲಿ ಇದನ್ನು ಉದ್ಯಾನವನವನ್ನಾಗಿಯೂ ಘೋಷಣೆ ಮಾಡಲಾಯಿತು. ಈ ರಾಷ್ಟ್ರೀಯ ಸಂರಕ್ಷಿತ ಅರಣ್ಯ ಮತ್ತು ಉದ್ಯಾನವನದಲ್ಲಿ ಸುಮಾರು 1500 ಬಗೆಯ ವಿವಿಧ ಜಾತಿಯ ಸಸ್ಯ ಸಂಕುಲವನ್ನು ಕಾಣಬಹುದಾಗಿದೆ.

218.ನೋಯೆಲ್ ಕೆಂಫ್ ಮರ್ಕಾಡೊ ನ್ಯಾಷನಲ್ ಪಾರ್ಕ್:

ಬ್ರೆಝಿಲ್ ಗಡಿ ಪ್ರದೇಶದಲ್ಲಿರುವ ರಾಷ್ಟ್ರೀಯ ಉದ್ಯಾನವನದೆ. ಪ್ರೊ.ನೋಯೆಲ್ ಕೆಂಫ್ ಮರ್ಕಾಡೊ ಅವರು ರಾಷ್ಟ್ರೀಯ ಉದ್ಯಾನವನಗಳು, ಅರಣ್ಯ, ಗಿಡಮರಗಳು ಹಾಗೂ ಪ್ರಕೃತಿ ಸಂರಕ್ಷಣೆಗೆ ನೀಡಿದ ಕೊಡುಗೆಯನ್ನು ಗುರುತಿಸಿ, ಅವರ ಗೌರವಾರ್ಥ ಉದ್ಯಾನವನಕ್ಕೆ ಈ ಹೆಸರನ್ನು ಇಡಲಾಗಿದೆ. ಇಲ್ಲಿನ ನಿಸರ್ಗ ಅಪೂರ್ವ. ಇಲ್ಲಿ ಸಿಗುವಷ್ಟು ಬಗೆಬಗೆಯ ಗಿಡಮರಗಳು ಹಾಗೂ ಪ್ರಾಣಿಪಕ್ಷಿಗಳು ಬೇರೆಲ್ಲಿಯೂ ಕಾಣಲು ಸಿಗವು. ಇಲ್ಲಿ ವಾರ್ಷಿಕ ಸುಮಾರು 1500 ಮಿಲಿ ಮೀಟರ್ ಮಳೆಯಾಗುತ್ತದೆ.

219. ನ್ಯುಬಿಯಾ:

ಇದೊಂದು ಪುರಾತನ ನಗರ. ಉತ್ತರ ಸುಡಾನ್ ಈಜಿಪ್ಟ್ ನೈಲ್ ನದಿಯಗುಂಟ ಹರಡಿಕೊಂಡಿರುವ ನಗರವಿದು. ಇದೊಂದು ಪಾರಂಪರಿಕ ನಗರ. ಸಂಸ್ಕೃತಿ, ಕಲೆ, ಭಾಷೆ, ಸಾಮಾಜಿಕ ಆಚರಣೆ, ಆಚಾರ ವಿಚಾರಗಳೆಲ್ಲ ಸೇರಿ ಇದೊಂದು ವಿಶ್ವಪರಂಪರೆ ತಾಣ ಗುರುತಿಸಿದ ನಗರವಾಗಿದೆ.

220. ಒಕಾಪಿ ಪ್ರಾಣಿ ಸಂರಕ್ಷಣಾ ಪ್ರದೇಶ:

ಕಾಂಗೋದ ಇತುರಿ ಅರಣ್ಯದಲ್ಲಿರುವ ಈ ಪ್ರಾಣಿ ಸಂರಕ್ಷಣಾ ಪ್ರದೇಶ ವಿಶ್ವ ಪರಂಪರೆ ತಾಣಗಳ ಪಟ್ಟಿಯಲ್ಲಿ ಪ್ರಮುಖ ಸ್ಥಾನ ಪಡೆದುಕೊಂಡಿದೆ. ಇಲ್ಲಿರುವ ಅರಣ್ಯ ಪ್ರಾಣಿಗಳು ಸಂಕಷ್ಟದಲ್ಲಿವೆ; ಬೇಟೆಗಾರರಿಗೆ ಬಲಿಯಾಗುತ್ತಿವೆ ಎಂಬ ಕಾರಣದಿಂದ 1997ರಲ್ಲಿ ಇದನ್ನು ವಿಶ್ವ ಸಂಸ್ಥೆ ತನ್ನ ಸುಪರ್ದಿಗೆ ತೆಗೆದುಕೊಂಡು ಕಾಪಾಡಲಾರಂಭಿಸಿದೆ.

221. ಹಳೆಯ ನಗರ(ಜೆರುಸೆಲಂ):

ಜೆರುಸೆಲಂನ 'ಹಳೆಯ ನಗರ' ಪಳಿಯುಳಿಕೆಗಳ ಪ್ರದೇಶವಷ್ಟೇ ಅಲ್ಲ. ಅದೊಂದು ಕಾಯ್ದಿರಿಸಬೇಕಾದ ಅವಶೇಷಗಳ ತಾಣ. ಉತ್ತರ ಅಟ್ಲಾಂಟಿಕ್ ಪ್ರದೇಶದ ಒಲಿಂಡಾ ಐತಿಹಾಸಿಕ ಪಟ್ಟಣ, ದಕ್ಷಿಣ ಇಥಿಯೋಫಿಯಾದ ಓಮೊ ನದಿ, ಕೇಂದ್ರ ಮಂಗೋಲಿಯಾದಲ್ಲಿರುವ ಓರ್ಕಾನ್ ಕಣಿವೆ ಮತ್ತು ಇದರ ಉದ್ದಕ್ಕೂ ಸಾಗುವ ನದಿ ಮೊದಲಾದವು ವಿಶ್ವ ಪರಂಪರೆಯ ಪ್ರಮುಖ ತಾಣಗಳು.

222. ಒಲಿಂಡಾ:

ಬ್ರೆಝಿಲ್‌ನ ಅತ್ಯಂತ ಐತಿಹಾಸಿಕ ನಗರವಿದು. ಒಲಿಂಡಾ ಪ್ರವಾಸಿಗರ ಸ್ವರ್ಗ ಎನ್ನಬಹುದು. ಚರ್ಚ್‌ಗಳು, ಉದ್ಯಾನವನಗಳು, ಪಾರಂಪರಿಕ ಕಟ್ಟಡಗಳು, ಇಲ್ಲಿ ನಿತ್ಯ ನಡೆಯುವ ಸಂಗೀತ ಕಾರ್ಯಕ್ರಮಗಳು, ಚಿತ್ತಾಕರ್ಷಕ ರಸ್ತೆ ಹಾಗೂ ಸುಂದರವಾಗಿ ನಿರ್ವಹಣೆ ಮಾಡಲಾದ ಬಡಾವಣೆಗಳು ಇದನ್ನು

ಹಾಗೂ ಇದರ ಸುತ್ತಮುತ್ತಲಿನ ಪ್ರದೇಶವನ್ನು ಪ್ರವಾಸಿಗರ ಸ್ವರ್ಗವನ್ನಾಗಿ ಮಾಡಿವೆ.

223. ಓಮೊ ನದಿ:

ದಕ್ಷಿಣ ಇಥಿಯೋಪಿಯಾದಲ್ಲಿರುವ ಅತ್ಯಂತ ಪ್ರಮುಖ ನದಿ ಇದು. ಇಥಿಯಾಪಿಯಾ ದೇಶದಲ್ಲಿಯೇ ಹರಿಯುವ ನದಿ ಇದು. ಕೀನ್ಯಾದ ಗಡಿಯಲ್ಲಿರುವ ತುರ್ಕಾನಾ ಎಂಬ ಮಹಾಸಾಗರದಲ್ಲಿ ಈ ನದಿ ತನ್ನ ಪಯಣವನ್ನು ಮುಕ್ತಾಯಗೊಳಿಸುತ್ತದೆ. ಈ ವಿಶಿಷ್ಟ ನದಿ ಪತ್ತೆಯಾಗಿದ್ದು ಹಾಗೂ ತುರ್ಕಾನಾ ಸರೋವರ (ಸಾಗರವೇ ಸರಿ) ಸೇರುತ್ತದೆ ಎಂಬುದು ಚಾರಣಿಗರಿಗೆ, ಸಾಹಸಿಗರಿಗೆ ಗೊತ್ತಾಗಿದ್ದು 1895ರಿಂದ 1897ರ ನಡುವಿನ ಅವಧಿಯಲ್ಲಿ.

224. ಓರ್ಖಾನಾ ಕಣಿವೆ:

ಕೇಂದ್ರ ಮಂಗೋಲಿಯಾದ ಓರ್ಖಾನಾ ನದಿಯ ಗುಂಟ, ಅಕ್ಕಪಕ್ಕ ವ್ಯಾಪಿಸಿರುವ ಅತ್ಯದ್ಭುತ ಕಣಿವೆ ಪ್ರದೇಶವಿದೆ. ವಿಶ್ವ ಪರಂಪರೆ ತಾಣದಲ್ಲಿ ಇದು ಅತ್ಯಂತ ಮಹತ್ವದ ಸ್ಥಾನವನ್ನು ಪಡೆದುಕೊಂಡಿದೆ.

225. ಓಸನ್ ಓಸೊಗ್ಬೊ:

ನೈಜಿರಿಯಾದ ಓಸನ್ ರಾಜ್ಯದಲ್ಲಿ ಹೊರ ವಲಯದಲ್ಲಿರುವ ಪವಿತ್ರ ಅರಣ್ಯ ಪ್ರದೇಶಕ್ಕೆ ತಾಗಿಕೊಂಡು ಹರಿಯುತ್ತಿದೆ ನದಿ. ಓಸನ್ ಪವಿತ್ರ ಅರಣ್ಯವಾಗಿ ಜನತೆಯಿಂದ ಪೂಜಿಸಲ್ಪಡುತ್ತದೆ. ಜನರ ನಂಬಿಕೆಯ ಈ ಅರಣ್ಯವನ್ನು ನಾಗರಿಕತೆಯ ಹೊಡೆತದಿಂದ ತಪ್ಪಿಸಿ, ಅದರ ಮೂಲ ಸ್ವರೂಪವನ್ನು ಕಾಪಾಡಿಕೊಂಡು ಅದನ್ನು ಪರಂಪರೆಯ ತಾಣವಾಗಿ ಉಳಿಸಿಕೊಳ್ಳುವ

ಏಕೈಕ ಉದ್ದೇಶದಿಂದ ಅದನ್ನು ಸಂರಕ್ಷಣೆ ಮಾಡಿಕೊಳ್ಳಲು ವಿಶ್ವ ಸಂಸ್ಥೆ ನಿರ್ಧರಿಸಿತು.

226. ಔರೊ ಪೆಟ್ರೊ:

ಬ್ರೆಝಿಲ್‌ನಲ್ಲಿರುವ ಮಿನಾಸ್ ಗರೇಸ್ ಎಂಬ ರಾಜ್ಯದ ಬಹು ಮುಖ್ಯ ನಗರವಿದು. ಪ್ರವಾಸಿಗರ ತಾಣ. ಸುತ್ತಲೂ ಪರ್ವತ ಶ್ರೇಣಿಗಳಿಂದ ಅಲಂಕೃತವಾಗಿರುವ ನಗರ ನೋಡುಗರ ಗಮನ ಸೆಳೆಯುತ್ತದೆ. ಹದಿನೇಳನೇ ಶತಮಾನದಲ್ಲಿ ಪತ್ತೆಯಾದ ಈ ನಗರದಲ್ಲಿ ಚಿನ್ನದ ಗಣಿಗಳಿದ್ದವು ಎಂಬ ಕಾರಣಕ್ಕೆ ಖ್ಯಾತವಾಯಿತು. ಪೋರ್ಚುಗೀಸರು ಬ್ರೆಝಿಲ್ ಆಳ್ವಿಕೆ ನಡೆಸುತ್ತಿದ್ದಾಗ ಅಂದರೆ ಸುಮಾರು 18ನೇ ಶತಮಾನದಲ್ಲಿ ಇಲ್ಲಿ ಅಕ್ಷರಶಃ ಸುವರ್ಣ ಯುಗವಿತ್ತು.

227. ಪಲ್ಮಿರಾ:

ಕೇಂದ್ರ ಸಿರಿಯಾದಲ್ಲಿರುವ ಪಲ್ಮಿರಾ ನಗರ ಹಲವು ದೃಷ್ಟಿಯಿಂದಲೂ ಪ್ರಸಿದ್ಧ. ಮರಳುಗಾಡಿನ ಈ ನಗರ ಪ್ರವಾಸಿಗರಿಗೆ ಸದಾ ಆಕರ್ಷಣೆಯ ಕೇಂದ್ರ. ಇಲ್ಲಿ ನಿತ್ಯವೂ ಸಹಸ್ರಾರು ಭಕ್ತಾದಿಗಳು ಕಾಣಸಿಗುತ್ತಾರೆ. ಸಿರಿಯಾದ ಮರುಭೂಮಿಯನ್ನು ಅತ್ಯಂತ ಪ್ರಸಿದ್ಧಗೊಳಿಸಿರುವುದೇ ಈ ಮರಭೂಮಿ ಎಂದರೂ ತಪ್ಪಾಗಲಾರದು. ಹದಿನಾರನೇ ಶತಮಾನಕ್ಕೆ ಅಸ್ತಿತ್ವಕ್ಕೆ ಬಂದ ನಗರವಿದು. ಮರುಭೂಮಿಯ ಈ ನಗರದಲ್ಲಿ ಸುಣ್ಣದ ಕಲ್ಲುಗಳು ಹೇರಳವಾಗಿ ದೊರೆಯುತ್ತವೆ. ಅಲ್ಲದೇ ನಗರದ ಸುತ್ತಮುತ್ತ ಹಲವಾರು ಸ್ಮಾರಕಗಳಿವೆ.

228. ಪ್ಯಾಸಾಗ್ರೇಡ್:

ಈ ನಗರ ಒಂದು ಕಾಲಕ್ಕೆ ಸೈರಸ್ ದಿ ಗ್ರೇಟ್ ಸಾಮ್ರಾಟನ ರಾಜಧಾನಿಯಾಗಿತ್ತು ಎಂದು ಇತಿಹಾಸಕಾರರು ಹೇಳುತ್ತಾರೆ. ಪರ್ಸಿಯಾದ ಈ ನಗರ

ಈಗ ಪ್ರಾಚ್ಯವಸ್ತುಗಳ ನಗರ ಎಂದೇ ಪರಿಗಣಿತವಾಗುತ್ತದೆ. ಆದ್ದರಿಂದ ಇದನ್ನು ವಿಶ್ವಸಂಸ್ಥೆಯ ಪಾರಂಪರಿಕ ತಾಣಗಳ ಪಟ್ಟಿಯಲ್ಲಿ ಸೇರ್ಪಡೆಯಾಗಿದೆ.

229. ಪಟ್ಟದಕಲ್ಲು:

ದಕ್ಷಿಣ ಭಾರತದ ಕರ್ನಾಟಕದ ಬಾಗಲಕೋಟೆ ಜಿಲ್ಲೆಯಲ್ಲಿರುವ ಪಟ್ಟದಕಲ್ಲಿನ ಹೆಸರೂ ಕೂಡ ಜನಜನಿತ. ಎಂಟನೇ ಶತಮಾನದ ಐತಿಹಾಸಿಕ ಸ್ಮಾರಕಗಳನ್ನು ಒಳಗೊಂಡಿರುವ ಪಟ್ಟದಕಲ್ಲು ಮಲಪ್ರಭಾ ನದಿಯ ದಡದ ಮೇಲಿದೆ. ಹಿಂದೂ ದೇವಾಲಯಗಳು ನಾಗರ ಶೈಲಿಯನ್ನು ಮಾತ್ರವಲ್ಲದೇ ದಕ್ಷಿಣದ ದ್ರಾವಿಡ ಕಲಾಕೃತಿಗಳ ಶೈಲಿಯನ್ನೂ ಪ್ರತಿನಿಧಿಸುತ್ತವೆ.

ಇವರೆಡೂ ಸ್ಮಾರಕಗಳೂ ವಿಶ್ವ ಪರಂಪರೆಯ ತಾಣದಲ್ಲಿವೆ ಎಂಬುದು ತಾಂತ್ರಿಕವಾಗಿ ಸರಿಯಾದ ಮಾತಿರಬಹುದು. ಆದರೆ ವಾಸ್ತವವಾಗಿ ಹೇಳಬೇಕಾದರೆ ಇವು ಎಲ್ಲ ಭಾರತೀಯರ ಮನದ ಅವಿಭಾಜ್ಯ ಅಂಗಗಳು.

230. ಪರ್ಸೆಪೊಲಿಸ್:

ಪರ್ಷಿಯನ್ ಸಾಮ್ರಾಜ್ಯದ ಪಾರಂಪರಿಕ ಹಾಗೂ ಧಾರ್ಮಿಕ ಕಾರ್ಯಕ್ರಮಗಳಿಗೆ ಹೆಸರಾದ ರಾಜಧಾನಿ ಇದಾಗಿತ್ತು. ಕಾಲಾಂತರದಲ್ಲಿ ಈ ಐತಿಹಾಸಿಕ ಸ್ಮಾರಕಸ್ವರೂಪಿಯಾದ ನಗರವನ್ನು ಹೊಸ ಕಡೆ ಸ್ಥಳಾಂತರಿಸಿ (ಸುಮಾರು 70 ಕಿಲೋ ಮೀಟರ್ ದೂರ) ಶಿರಾಜ್ ಎಂಬ ನಗರವನ್ನು ನಿರ್ಮಿಸಲಾಯಿತು. ಇರಾನ್ ಭಾಗದ ಆಧುನಿಕ ನಗರ ಇದಾಯಿತು. ಈಗಲೂ ಪುರಾತನ ನಗರ ಹಾಗೂ ಆಧುನಿಕ ನಗರಗಳೆರಡೂ ನೋಡುವುದಕ್ಕೆ ಸುಂದರವಾಗಿವೆ.

231. ಪೆಟ್ರಾ:

ಕಲ್ಲಿನಿಂದ ನಿರ್ಮಿತವಾದ ಸುಂದರ ಶಿಲೆಗಳ ಆಗರ ಎಂಬುದಾಗಿಯೇ ಕರೆಯಲಾಗುವ ಪೆಟ್ರಾ ನಗರ ಜೋರ್ಡಾನ್ ದೇಶದ ಸೌಂದರ್ಯವನ್ನು ಹೆಚ್ಚಿಸಿದೆ. ಇದನ್ನು ಪ್ರಾಚ್ಯವಸ್ತು ನಗರವೆಂದೇ ಕರೆಯಲಾಗುತ್ತದೆ. ಇಲ್ಲಿನ ನಗರ ಪ್ರದೇಶದೊಳಗಿನ ಕಟ್ಟಡಗಳಿರಬಹುದು ಅಥವಾ ಮನೆಗಳಿರಬಹುದು, ಅವುಗಳ ವಾಸ್ತು ಶಿಲ್ಪ ನೋಡುಗರನ್ನು ಒಂದು ಕ್ಷಣ ತಡೆದು ನಿಲ್ಲಿಸುತ್ತದೆ. ಕ್ರಿಸ್ತಪೂರ್ವ 6ನೇ ಶತಮಾನದ ಆಸುಪಾಸಿನಲ್ಲಿ ನಿರ್ಮಾಣವಾದ ಜೋರ್ಡಾನಿನ ಈ ಪುರಾತತ್ವ ನಗರದ ವರ್ಣನೆಯನ್ನು ಎಷ್ಟು ಮಾಡಿದರೂ ಕಡಿಮೆಯೇ. 2007ರಲ್ಲಿ ವಿಶ್ವ ಸಂಸ್ಥೆ ಇದಕ್ಕೆ ಮಾನ್ಯತೆ ನೀಡಿ ಪರಂಪರೆಯ ಪಟ್ಟಿಗೆ ಸೇರ್ಪಡೆಗೊಳಿಸಿತು.

232. ಪಾಂಗ್ ನಾಕೆ ಬ್ಯಾಂಗ್ ನ್ಯಾಷನಲ್ ಪಾರ್ಕ್:

ಈ ಅರಣ್ಯ ಪ್ರದೇಶವು ವಿಯೆಟ್ನಾಂನಲ್ಲಿರುವ ಉತ್ತರದ ಕೇಂದ್ರ ಸ್ಥಾನದಲ್ಲಿದೆ. ಇದನ್ನು ನ್ಯಾಷನಲ್ ಪಾರ್ಕ್ ಎಂದು ಮನ್ನಣೆ ನೀಡಲಾಗಿದ್ದು, ಇಲ್ಲಿನ ಗುಹೆಗಳು, ಗುಹಾಂತರ ದೇವಾಲಯಗಳು ಮತ್ತು ಪ್ರಕೃತಿ ಸೌಂದರ್ಯ ಅನನ್ಯ. ಇಲ್ಲಿ ಸುಮಾರು 300 ಗುಹೆಗಳಿವೆ ಎಂದು ಅಂದಾಜು ಮಾಡಲಾಗಿದೆ. ಒಟ್ಟಿನಲ್ಲಿ ಇದೊಂದು ಆ ದೇಶದ ಅತಿ ದೊಡ್ಡ ನ್ಯಾಷನಲ್ ಪಾರ್ಕ್.

233. ಪಿಯಾಜಾ ಡಿ ಮಿರಾಕೊಲಿ:

ಇಟಲಿಯ ಪಿಜಾ ನಗರದ ಹೃದಯ ಭಾಗದಲ್ಲಿರುವ ಇದು ಅತ್ಯಂತ ಅಗಲವಾದ ಗೋಡೆಯಿಂದ ನಿರ್ಮಾಣವಾದ ಪ್ರದೇಶ. ವಿಶ್ವದ ಮಧ್ಯಕಾಲೀನ ಕಲಾಪ್ರಕಾರಕ್ಕೆ ಇದು ನೀಡಿದ ಕೊಡುಗೆ ಅಪಾರ ಮತ್ತು ಊಹೆಗೂ ಮೀರಿದಂಥದ್ದು. ಇಲ್ಲಿನ ವಾಲುತ್ತಿರುವ ಗೋಪುರದ ಬಗ್ಗೆಯಂತೂ ಎಲ್ಲರಿಗೂ

ತಿಳಿದಿರುವ ಸಂಗತಿಯೇ ಆಗಿದೆ. ಇಡೀ ಪ್ರದೇಶವನ್ನು ವಿಶ್ವ ಪಾರಂಪರಿಕ ತಾಣಕ್ಕೆ ಸೇರ್ಪಡೆ ಮಾಡಿ 1987ರಲ್ಲಿ ಯುನೆಸ್ಕೊ ಆದೇಶ ಹೊರಡಿಸಿದೆ.

234. ಪೊಟೊಸಿ:

ಬೊಲಿವಿಯಾದ ಅತ್ಯಂತ ಪ್ರಮುಖ ನಗರವಿದು. ಏಕೆಂದರೆ ಇದು ಬೆಟ್ಟ ಶ್ರೇಣಿಗಳು ಹಾಗೂ ಪರ್ವತ ಶ್ರೇಣಿಗಳ ನಡುವೆ ನಿರ್ಮಾಣವಾಗಿದೆ. ಇಡೀ ವಿಶ್ವದಲ್ಲೇ ಯಾವುದೇ ನಗರ ಪೊಟೊಸಿಯಷ್ಟು ಎತ್ತರ ಪ್ರದೇಶದಲ್ಲಿ ಇರಲಿಕ್ಕಿಲ್ಲ. ನೆಲಮಟ್ಟದಿಂದ ಸುಮಾರು 4090 ಮೀಟರ್ ಎತ್ತರದಲ್ಲಿರುವ ನಗರವಿದಾಗಿದೆ. ಬೆಳ್ಳಿಯ ಹೊದಿಕೆಗಳನ್ನು ಹೋಲುವ ಇಲ್ಲಿನ ಪರ್ವತವೊಂದು ಅತ್ಯಾಕರ್ಷಕ.

235. ಪ್ರಂಬನನ್:

ಇಂಡೋನೇಷ್ಯಾದ ಜಾವಾದಲ್ಲಿ 9ನೇ ಶತಮಾನದಲ್ಲಿ ನಿರ್ಮಾಣವಾದ ಹಿಂದೂ ದೇವಾಲಯವಿದು. ವಿಶ್ವದ ನಿರ್ಮಾತೃಗಳೆಂದು ಕರೆಯಲಾಗುವ ಬ್ರಹ್ಮ, ವಿಷ್ಣು, ಮಹೇಶ್ವರರು (ತ್ರಿಮೂರ್ತಿಗಳು) ಇಲ್ಲಿನ ಆರಾಧ್ಯ ದೇವರು. ಈ ದೇವಾಲಯದ ಸುತ್ತಳತೆ 18 ಕಿಲೋ ಮೀಟರ್. ಸೆಂಟ್ರಲ್ ಜಾವಾ ಪ್ರದೇಶದಲ್ಲಿ ಇದು ಕೇಂದ್ರಿತವಾಗಿದೆ. ಇಂಡೋನೇಷ್ಯಾದಲ್ಲೇ ಅತ್ಯಂತ ದೊಡ್ಡ ಹಿಂದೂ ದೇವಾಲಯವಿದಾಗಿದೆ. ಗಮನ ಸೆಳೆಯುವ ವಾಸ್ತು ಶಿಲ್ಪದಿಂದ ಇದು ನೋಡುಗರನ್ನು ಆಕರ್ಷಿಸುತ್ತಿದೆ.

236. ಪ್ರೀಚ್ ವಿಹೇರ್ ಟೆಂಪಲ್:

ಈ ದೇವಾಲಯವು ಕಾಂಬೋಡಿಯಾದ ಡಂಗರ್ಕ್ ಪರ್ವತ ಶ್ರೇಣಿಯಲ್ಲಿದೆ. ಅನೇಕ ಕಿಲೋ ಮೀಟರ್ ಪ್ರದೇಶದಲ್ಲಿ ಇದು ಆವರಿಸಿಕೊಂಡಿದೆ.

ಆರನೇ ಶತಮಾನದಲ್ಲಿ ನಿರ್ಮಾಣವಾದ ಅತ್ಯಂತ ನೋಡಲರ್ಹ ಪರ್ವತ ಶ್ರೇಣಿಯ ದೇವಾಲಯವಿದೆ. ಖ್ಮೇರ್ ಸಾಮ್ರಾಜ್ಯದ ಕಾಲದಲ್ಲಿ ನಿರ್ಮಾಣವಾದ ದೇವಾಲಯವಿದು. ಇದರ ವಾಸ್ತುಶಿಲ್ಪ ಕಣ್ಣಿಗೆ ಹಬ್ಬ. ವಿಶ್ವ ಪರಂಪರೆಯ ಪಟ್ಟಿಯಲ್ಲಿ ಈ ತಾಣ ಒಂದು ಮಹತ್ವದ ಸ್ಥಾನ ಪಡೆದುಕೊಂಡಿದೆ.

237. ಪ್ಯುಟ್ರೊ ನ್ಯಾಷನಲ್ ಪಾರ್ಕ್:

ಇದು ಫಿಲಿಪಿನ್ಸ್ ದೇಶದಲ್ಲಿದೆ. ಇದನ್ನು ಸೇಂಟ್ ಪಾಲ್ ಸೆಬಾಸ್ಟಿಯನ್ ನದಿ ರಾಷ್ಟ್ರೀಯ ಉದ್ಯಾನವನ ಎಂದೂ ಕರೆಯಲಾಗುತ್ತದೆ. ಇದು ಅಂತರ್ಗಾಮಿಯಾಗಿ ಹರಿಯುವ ನದಿ ಎಂಬುದು ಇಲ್ಲಿನ ಇನ್ನೊಂದು ವಿಶೇಷ. ಆದರೆ ಸ್ವಲ್ಪ ದೂರ ಹರಿದು ನಂತರ ಕಾಣಿಸಿಕೊಳ್ಳುವ ಈ ನದಿಯಲ್ಲಿ ಜಲಕ್ರೀಡೆಗಳಿಗೆ ಅವಕಾಶವಿದೆ. ಜೀವ ವೈವಿಧ್ಯವೂ ಇಲ್ಲಿ ವಿಶಾಲವಾಗಿ ಹರಡಿಕೊಂಡಿದೆ.

238. ಪುರುನುಲುಲು ನ್ಯಾಷನಲ್ ಪಾರ್ಕ್:

ಪಶ್ಚಿಮ ಆಸ್ಟ್ರೇಲಿಯಾದಲ್ಲಿರುವ ಈ ನ್ಯಾಷನಲ್ ಪಾರ್ಕ್ ಸಮುದ್ರ ಮಟ್ಟದಿಂದ 578 ಮೀಟರ್ ಎತ್ತರದಲ್ಲಿದೆ. ಮರಳಿನ ಗುಮ್ಮಟಗಳು ಇಲ್ಲಿನ ವೈಶಿಷ್ಟ್ಯ. ಇಲ್ಲಿನ ಮರಳು ಪದರ ಪದರಗಳಾಗಿ ಹಬ್ಬಿಕೊಂಡಿರುವುದೇ ನೋಡುವ ಕಣ್ಣುಗಳಿಗೆ ಒಂದು ಸಂತೋಷ. ಹೃನ್ಮನಗಳನ್ನು ತಣಿಸುವ ಪಾರ್ಕ್ ಇದು.

239. ಖಸರ್ ಅಮ್ರಾ:

ಪೂರ್ವ ಜೋರ್ಡಾನ್‌ನಲ್ಲಿರುವ ಅತ್ಯದ್ಭುತ ಮರಳುಗಾಡಿನಿಂದಾವೃತವಾದ ಕೋಟೆ ಇದು. ಇಸ್ಲಾಂಪೂರ್ವ ಸಂಸ್ಕೃತಿಯ ಕಲಾ ಪ್ರಕಾರವನ್ನು ಇಲ್ಲಿ ಕಾಣಬಹುದಾಗಿದೆ. ಈ ಕೋಟೆಯ ಶಿಲ್ಪ ಕಲಾ ಸೌಂದರ್ಯ, ಕೆತ್ತನೆಯ

ಸೌಂದರ್ಯ ನೋಡುಗರ ಮನಸೂರೆಗೊಳ್ಳುವಂತಿದೆ. ಈಗ ಈ ಕೋಟೆಗೆ ಮೊದಲಿನ ವಿಶಾಲತೆ ಇಲ್ಲ. ತುಂಡುತುಂಡಾಗಿ ಬೀಳುತ್ತ ಬಂದಿರುವ ಇದೀಗ ಸಣ್ಣದಾಗಿದೆ.

240. ಖ್ವೇಬ್ರಡಾ ದ ಹುಮಾಹುಕಾ:

ಅರ್ಜೆಂಟೀನಾದ ವಾಯವ್ಯ ದಿಕ್ಕಿನಲ್ಲಿರುವ ಖಾಲಿ ಪ್ರದೇಶದಲ್ಲಿ ಆವರಿಸಿಕೊಂಡಿರುವ ಅತ್ಯಂತ ಚಿಕ್ಕದಾದ ಕಣಿವೆ ಪ್ರದೇಶವಿದು. ಖ್ವೇಬ್ರಡಾ ಅಂದರೆ ಕಣಿವೆ ಎಂದೇ ಅರ್ಥ. ಅರ್ಥಕ್ಕೆ ಅನ್ವಯವಾಗುವಂತೆಯೇ ಇರುವ ಈ ಕಣಿವೆ ಪ್ರದೇಶ, ತನ್ನ ಒಡಲೊಳಗೆ ಮನುಷ್ಯನ ಪೂರ್ವ ಇತಿಹಾಸದ ಅವಶೇಷಗಳನ್ನು ಅಡಗಿಸಿಕೊಂಡಿದೆ.

241. ಖುತುಬ್ ಸಂಕೀರ್ಣ:

ಖುತುಬ್ ಕಾಂಪ್ಲೆಕ್ಸ್ ಅಥವಾ ಸಂಕೀರ್ಣ ದೆಹಲಿಯ ಮೆಹರೌಲಿಯಲ್ಲಿದೆ. ಖುತುಬುದ್ದೀನ್ ಐಬಕ್ ಕಟ್ಟಿಸಿದ ಈ ಮಿನಾರು 1192 ನಿರ್ಮಾಣ ಪೂರ್ಣಗೊಂಡಿತು. ಐದು ಮಹಡಿಗಳ ಈ ಸಂಕೀರ್ಣ ಆಕರ್ಷಕವಾಗಿದೆ. ಈ ಸಂಕೀರ್ಣದ ಒಳಗೆ ಮೊದಲು ಜೈನ ಧರ್ಮೀಯರ 27 ದೇವಾಲಯಗಳಿದ್ದವು ಎಂಬುದಾಗಿ ಇತಿಹಾಸಕಾರರು ಹೇಳುತ್ತಾರೆ. ಇವುಗಳನ್ನು ಕೆಡವಿ ಮಿನಾರಿನ ಪಕ್ಕದಲ್ಲಿ ಮಸೀದಿಯನ್ನು ಕಟ್ಟಲಾಗಿದೆ.

242. ರೆಡ್ ಫೋರ್ಟ್:

ದೆಹಲಿಯ ರೆಡ್ ಫೋರ್ಟ್ ಅಥವಾ ಕೆಂಪುಕೋಟೆ 17ನೇ ಶತಮಾನದಲ್ಲಿ ನಿರ್ಮಾಣವಾಗಿದೆ. ಮೊಘಲ್ ಸಾಮ್ರಾಜ್ಯದ ರಾಜಧಾನಿಯಾಗಿದ್ದ ಕಾಲದಲ್ಲಿ ಕಟ್ಟಲಾಗಿದೆ. 1857ರಲ್ಲಿ ಮೊಘಲ್ ದೊರೆ ಶಾ ಜಾಫರ್‌ನನ್ನು ಬ್ರಿಟಿಷರು

ಪದಚ್ಯುತಗೊಳಿಸಿದ ನಂತರ ಇದು ಬ್ರಿಟಿಷರ ಸೇನಾ ನೆಲೆಯಾಗಿತ್ತು. 1638ರಲ್ಲಿ ನಿರ್ಮಾಣ ಕಾರ್ಯ ಆರಂಭವಾದ ಕೋಟೆ ಪೂರ್ಣಗೊಂಡಿದ್ದು 1648ರಲ್ಲಿ. ಪ್ರತಿ ವರ್ಷ ರಾಷ್ಟ್ರೀಯ ಹಬ್ಬಗಳಾದ ಆಗಸ್ಟ್ 15 ಮತ್ತು ಜನವರಿ 26ರಂದು ಕೆಂಪು ಕೋಟೆಯ ಮೇಲೆ ರಾಷ್ಟ್ರ ಧ್ವಜಾರೋಹಣ ನಡೆಯುವ ಕೇಂದ್ರ ಕೆಂಪು ಕೋಟೆ. ಜನವರಿ 26ರಂದು ಇಲ್ಲಿ ಮೂರೂ ಸೈನಿಕ ಪಡೆಗಳಿಂದ ನಡೆಯುವ ಕವಾಯತು ಆಕರ್ಷಕ.

243. ರಿಚರ್ಸ್‌ವೆಲ್ಡ್:

ದಕ್ಷಿಣ ಆಫ್ರಿಕಾದಲ್ಲಿ ಇದು ಒಂದು ವಿಶಿಷ್ಟವಾದ ಗುಡ್ಡಗಾಡು ಮರಳಿನ ಪ್ರದೇಶ. ಸುರುಳಿ ಸುರುಳಿಯಾಕಾರದ ಮರಳಿನ ದಿಬ್ಬಗಳು ಇಲ್ಲಿನ ಪ್ರಮುಖ ಆಕರ್ಷಣೆ. ಕೆಲವೆಡೆ ಮರಳಿನ ಗುಡ್ಡಗಳಿದ್ದರೆ ಇನ್ನು ಕೆಲವೆಡೆ ಸಮಾಂತರ ಭೂ ಪ್ರದೇಶದಲ್ಲೂ ಮರಳಿನ ರಾಶಿ ಕಂಡು ಬರುತ್ತದೆ. ಮರಳುಗಾಡಿನ ಉತ್ತಮ ಉದಾಹರಣೆ ಇದು.

244. ರಿಯೊ ಅಬಿಸಿಯೊ ನ್ಯಾಷನಲ್ ಪಾರ್ಕ್:

ಪೆರುವಿನ ಸ್ಯಾನ್ ಮಾರ್ಟಿನ್ ಪ್ರದೇಶದಲ್ಲಿದೆ. ನೈಸರ್ಗಿಕವಾಗಿ ಮಾತ್ರ ವಲ್ಲದೇ ಸಾಂಸ್ಕೃತಿಕವಾಗಿಯೂ ಶ್ರೀಮಂತ ರಾಷ್ಟ್ರೀಯ ಉದ್ಯಾನವನ ಇದಾಗಿದೆ. 1990ರಲ್ಲಿ ಇದು ವಿಶ್ವ ಪರಂಪರೆಯ ತಾಣಗಳ ಪಟ್ಟಿಗೆ ಸೇರ್ಪಡೆಯಾಯಿತು. ಈ ಪಾರ್ಕ್‌ನ ಇನ್ನೊಂದು ವೈಶಿಷ್ಟ್ಯವೆಂದರೆ ಇದು ಪ್ರಾಚ್ಯವಸ್ತುಗಳಿಂದ ಕೂಡಿರುವುದರಿಂದ ತನ್ನದೇ ಆದ ಮಹತ್ವವನ್ನು ಹೊಂದಿದೆ.

245. ರೊಬೆನ್ ದ್ವೀಪ:

ಇದು ದಕ್ಷಿಣ ಆಫ್ರಿಕಾದ ಕೇಪ್ ಟೌನ್ ಸಮೀಪ ಇರುವ ಆಕರ್ಷಕ ದ್ವೀಪವಿದು. ಬೃಹದಾಕಾರದ ಬಂಡೆಗಳು ಹಾಗೂ ಸುತ್ತಲೂ ಅಪ್ಪಳಿಸುವ ಸಮುದ್ರದ ತೆರೆಗಳು ದ್ವೀಪದ ಆಕರ್ಷಣೆಯನ್ನು ಹೆಚ್ಚಿಸಿವೆ. ದಕ್ಷಿಣ ಆಫ್ರಿಕಾದ ಸ್ವಾತಂತ್ರ್ಯ ಹೋರಾಟಗಾರ ನೆಲ್ಸನ್ ಮಂಡೇಲಾ ಇದೇ ದ್ವೀಪದಲ್ಲಿ ದಶಕಗಳ ಕಾಲ ಬಂಧನದಲ್ಲಿದ್ದರು.

246. ರೊಹ್ತಾಸ್ ಕೋಟೆ:

ಇದು ಆಫ್ಘಾನಿಸ್ತಾನದಲ್ಲಿದ್ದು ಇದನ್ನು ಶೇರ್ ಶಾ ಸೂರಿ ಎಂಬಾತ ಕಟ್ಟಿಸಿದ. ಸುಮಾರು 4 ಕಿಲೋಮೀಟರ್ ಸುತ್ತಳತೆಯನ್ನು ಈ ಕೋಟೆ ಹೊಂದಿದೆ. ಪುಖ್ತುನ್ ಮತ್ತು ಹಿಂದೂ ವಾಸ್ತುಶಿಲ್ಪ ಶೈಲಿಗಳೆರಡೂ ಮೇಳೈಸಿರುವ ಪ್ರಪ್ರಥಮ ಏಷ್ಯಾದ ಕೋಟೆ ಇದು. ಸಮುದ್ರ ಮಟ್ಟದಿಂದ 2660 ಅಡಿ ಎತ್ತರದಲ್ಲಿರುವ ಕೋಟೆ ಸುಮಾರು 12.63 ಎಕರೆ ಜಾಗದಲ್ಲಿ ನಿರ್ಮಾಣವಾಗಿದೆ.

247. ರಾಯಲ್ ಪ್ರದರ್ಶನ ಕಟ್ಟಡ:

ಇದು ಆಸ್ಟ್ರೇಲಿಯಾದ ಮೆಲ್ಬೋರ್ನ್‌ನಲ್ಲಿದೆ. ಇದರ ನಿರ್ಮಾಣ ಕಾರ್ಯ 1880ರಲ್ಲಿ ಪೂರ್ಣಗೊಂಡಿತು. ಆಗ ನಡೆದ ಅಂತರರಾಷ್ಟ್ರೀಯ ವಸ್ತು ಪ್ರದರ್ಶನ ಅಂಗವಾಗಿ ನಿರ್ಮಾಣವಾದ ಬೃಹತ್ ಕಟ್ಟಡವಿದು. ಇದನ್ನು ಅತ್ಯಂತ ವಿಶಾಲವಾಗಿ ನಿರ್ಮಾಣ ಮಾಡಲಾಗಿದ್ದು, ದೊಡ್ಡ ದೊಡ್ಡ ಪ್ರಮಾಣದ ವಸ್ತು ಪ್ರದರ್ಶನಗಳು ಇಲ್ಲಿ ನಡೆಯುತ್ತವೆ. ಯುನೆಸ್ಕೊದ ವಿಶ್ವ ಪರಂಪರೆ ಪಟ್ಟಿಗೆ ಸೇರಿದ ಮೊದಲ ಕಟ್ಟಡವಿದು.

248. ಜೋಸನ್ ರಾಜಮನೆತನ ರಾಜ ಗೋಪುರಗಳು:

ಕೋರಿಯಾದ ಜೋಸನ್ ರಾಜಮನೆತನದ ಗೋಪುರಗಳಿವು. ಈ ರಾಜಮನೆತನ 1392ರಿಂದ 1910ರವರೆಗೆ ಆಳ್ವಿಕೆ ನಡೆಸಿತು. ಈ ಗೋಪುರಗಳ ಪುರಾತನ ಇತಿಹಾಸ ಗಮನಿಸಿ ಇಲ್ಲಿನ ಗೋಪುರಗಳನ್ನು ವಿಶ್ವಸಂಸ್ಥೆಯ ಪಾರಂಪರಿಕ ತಾಣಗಳ ಪಟ್ಟಿಗೆ ಸೇರ್ಪಡೆ ಮಾಡಲಾಯಿತು.

249. ರ್ವೆಂರ್ಝೋರಿ ಪರ್ವತಗಳ ನ್ಯಾಷನಲ್ ಪಾರ್ಕ್:

ಇದು ಉಗಾಂಡಾದಲ್ಲಿದೆ. ಪರ್ವತಗಳ ಶ್ರೇಣಿಯ ಮೇಲೆ ಇರುವ ರಾಷ್ಟ್ರೀಯ ಉದ್ಯಾನವನವಿದೆ. ಇಲ್ಲಿ ದಕ್ಷಿಣ ಆಫ್ರಿಕಾದ ಅತ್ಯಂತ ಎತ್ತರದ ಬೆಟ್ಟವಿದೆ. ಪ್ರಾಯಶಃ ಬೆಟ್ಟ ಸರಣಿಯ ಮೇಲೆ ನಿರ್ಮಾಣವಾಗಿರುವ ರಾಷ್ಟ್ರೀಯ ಉದ್ಯಾನವನವಿದು.

250. ಸಬ್ರತಾ:

ಇದು ಲಿಬಿಯಾದ ಮೂರು ಪ್ರಮುಖ ನಗರಗಳಲ್ಲಿ ಇದೂ ಒಂದು. ಟ್ರಿಪೋಲಿ ಅಂದರೆ ಮೂರು ನಗರಗಳ ಪ್ರದೇಶ ಎಂದರ್ಥ. ಪ್ರಾಚ್ಯವಸ್ತು ಇಲಾಖೆಯ ಸಲಹೆಯ ಮೇರೆಗೆ ವಿಶ್ವಸಂಸ್ಥೆ ಇದನ್ನು 1982ರಲ್ಲಿ ವಿಶ್ವ ಪರಂಪರೆ ತಾಣಗಳ ಪಟ್ಟಿಗೆ ಸೇರಿಸಿತು.

251. ಸ್ಯಾಫ್ರನ್ಬೊಲು:

ಟರ್ಕಿಯ ಕಪ್ಪು ಸಮುದ್ರ ಪ್ರದೇಶಕ್ಕೆ ತಾಗಿಕೊಂಡಂತೆ ಇರುವ ಪಟ್ಟಣವಿದು. ಪುರಾತನ ನಗರಗಳ ಪಟ್ಟಿಗೆ ಸೇರ್ಪಡೆಯಾಗಿರುವ ಇಲ್ಲಿ ಟರ್ಕಿಯ ಹಳೆಯ ಶೈಲಿಯ ಕಟ್ಟಡಗಳನ್ನು, ಮನೆಗಳನ್ನು ಇಲ್ಲಿ ಕಾಣಬಹುದಾಗಿದೆ. ಸುಮಾರು 1008ರಷ್ಟು ಐತಿಹಾಸಿಕ ಕಟ್ಟಡಗಳನ್ನು ಇಲ್ಲಿನ ಇತಿಹಾಸ ಇಲಾಖೆ ಗುರುತಿಸಿದೆ. ಇಲ್ಲಿನ 25 ಮಸೀದಿಗಳು, 5 ಗೋಪುರಗಳು, 8 ಐತಿಹಾಸಿಕ ಕಾರಂಜಿಗಳಿವೆ.

252. ಸಾಗರಮಾತಾ ನ್ಯಾಷನಲ್ ಪಾರ್ಕ್:

ಇದು ನೇಪಾಳದಲ್ಲಿದೆ. ನೇಪಾಳದಲ್ಲಿ ಪೂರ್ವ ಭಾಗಕ್ಕಿರುವ ಈ ಪಾರ್ಕ್‌ನ ಕೆಲವು ಪ್ರದೇಶಗಳು ಭಾರತದ ಹಿಮಾಲಯದ ಕೆಲವು ಭಾಗಗಳನ್ನೂ ಇದು ಒಳಗೊಂಡಿದೆ. ಹಿಮಾಲಯದ ಪರ್ವತ ಶ್ರೇಣಿಯ ತಪ್ಪಲಿನಲ್ಲಿ ಈ

ಉದ್ಯಾನವನವು ನಿರ್ಮಾಣವಾಗಿದ್ದು 1976ರಲ್ಲಿ. 1979ರಲ್ಲಿ ಈ ಸುಂದರ ಪಾರ್ಕ್‌ನ್ನು ವಿಶ್ವ ಪರಂಪರೆ ಪಟ್ಟಿಗೆ ಸೇರಿತು.

253. ಸೇಂಟ್-ಲೂಯಿಸ್:

ಫ್ರೆಂಚ್ ಕಾಲೋನಿಯ ಸೆನೆಗಲ್ ನದಿಯ ದಡದಲ್ಲಿದೆ ಸೇಂಟ್ ಲೂಯಿಸ್ ಎಂಬ ಇತಿಹಾಸ ಪ್ರಸಿದ್ಧ ನಗರ. ಫ್ರಾನ್ಸ್‌ನ ವಸಹಾತುವಾಗಿದ್ದ ಇದಕ್ಕೆ 1673ರಲ್ಲಿ ಸ್ವಾತಂತ್ರ್ಯ ದೊರಕಿತು.

254. ಸಲೊಂಗಾ ನ್ಯಾಷನಲ್ ಪಾರ್ಕ್:

ಕಾಂಗೋದಲ್ಲಿರುವ ನದಿ ದಡದಲ್ಲಿದೆ ಸಲೊಂಗಾ ನ್ಯಾಷನಲ್ ಪಾರ್ಕ್. ಇದು ಆಫ್ರಿಕಾದ ಅತಿ ವಿಶಾಲವಾದ ಹಾಗೂ ಅತ್ಯಂತ ಹೆಚ್ಚು ಮಳೆಯಾಗುವ ಸಂರಕ್ಷಿತ ಅರಣ್ಯ. ಇದನ್ನು ಒಳಗಿನ ಜೀವ ವೈವಿಧ್ಯ ಹಾಗೂ ಸಸ್ಯ ಸಂಕುಲಗಳ ವೈಶಿಷ್ಟ್ಯವನ್ನು ಗಮನಿಸಿ ರಾಷ್ಟ್ರೀಯ ಉದ್ಯಾನವನವನ್ನಾಗಿಯೂ ಘೋಷಣೆ ಮಾಡಲಾಗಿದೆ. ಸಲೊಂಗಾದ ಮಂಗಗಳು ಇತರೆಡೆ ಕಂಡು ಬರುವ ಮಂಗಗಳಿಗಿಂತ ಭಿನ್ನ ಹಾಗೂ ಗಮನ ಸೆಳೆಯುವಂಥವು. ಅಷ್ಟೇ ಕ್ರೂರ ಸ್ವಭಾವದವೂ ಕೂಡ ಆಗಿವೆ. 1984ರಲ್ಲಿ ಇದನ್ನು ವಿಶ್ವ ಪರಂಪರೆ ಪಟ್ಟಿಗೆ ಸೇರಿಸಲಾಯಿತು.

255. ಸೆಲ್ವಡರ್ ದ ಬಹಿಯಾ:

ಬ್ರೆಝಿಲ್‌ನ ಈಶಾನ್ಯ ಸಮುದ್ರ ತೀರದಲ್ಲಿರುವ ಪುರಾತನ ನಗರವಿದು. ಇಲ್ಲಿನ ನಗರವಾಸಿಗಳಿಗೆ ಹಾಸ್ಯಪ್ರಜ್ಞೆ ಹೆಚ್ಚು. ಜೀವನವನ್ನು ಗಂಭೀರವಾಗಿ ಪರಿಗಣಿಸದ ಇವರಿಂದಾಗಿ ಇದನ್ನು ಬ್ರೆಝಿಲ್‌ನ ಸಂತೋಷನಗರಿ ಹಾಗೂ ಸಂತೋಷದ ಜನತೆಯ ರಾಜಧಾನಿ ಎಂದು ಕರೆಸಿಕೊಂಡಿತ್ತು. ಸಂಗೀತ, ಕಲೆ, ಸರಳ ಜೀವನ ಶೈಲಿ ಇಲ್ಲಿನ ಅವಿಭಾಜ್ಯ ಅಂಗಗಳು.

256. ಸಮರ್‌ಕಂಡ್:

ಉಜ್ಬೆಕಿಸ್ತಾನದ ಎರಡನೇ ಬಹುದೊಡ್ಡ ನಗರವಿದು. ರೇಷ್ಮೆಯಂತಹ

ನುಣುಪಾದ ರಸ್ತೆಯು ಚೀನಾ ಸಂಪರ್ಕ ಹೊಂದಿರುವುದು ವಿಶೇಷ. ಬಿಬಿಖನ್ಯಮ್ ಮಸೀದಿ ಇಲ್ಲಿನ ಪ್ರಮುಖ ಸ್ಥಳ. ವಿಶ್ವ ಪರಂಪರೆ ತಾಣವಾಗಿ ನಗರ ಗುರುತಿಸಲ್ಪಟ್ಟಿದೆ.

257. ಸಮರಾ:

ಇರಾಖ್‌ನ ಈ ನಗರ ಟೈಗ್ರಿಸ್ ನದಿಯ ಪೂರ್ವಕ್ಕೆ ಕೇಂದ್ರಿಕೃತವಾಗಿದೆ. ಇದು ರಾಜಧಾನಿ ಬಗ್ದಾದ್‌ನಿಂದ ಸುಮಾರು 125 ಕಿಲೋ ಮೀಟರ್ ದೂರದಲ್ಲಿದೆ. ಇರಾಖ್‌ನ ಪುರಾತನ ನಗರಗಳಲ್ಲಿ ಒಂದಾದ ಇದು ತನ್ನದೇ ಆದ ಸಂಸ್ಕೃತಿಯನ್ನು ಹೊಂದಿರುವುದರಿಂದ ಪರಂಪರೆಯ ತಾಣಗಳ ಪಟ್ಟಿಗೆ ಸೇರ್ಪಡೆಯಾಗಿದೆ.

258. ಸಾಂತಾ ಮಾರಿಯಾ ಲಾ ಮೇಯರ್:

ಅರ್ಜೆಂಟೀನಾದಲ್ಲಿರುವ ಇದು 17ನೇ ಶತಮಾನದ ಅವಶೇಷಗಳನ್ನು ತನ್ನ ಒಡಲಿನೊಳಗೆ ಇಟ್ಟುಕೊಂಡಿದೆ. ಇವು ಸ್ಪೇನ್ ದೇಶದ ವಸಹಾತುವಾಗಿದ್ದಾಗಿನ ಅವಶೇಷಗಳು ಎಂದು ಪರಿಗಣಿತವಾಗಿವೆ. ನಂತರ ಇಲ್ಲಿಂದ ಜೆಸುಟ್ ಆಡಳಿತಗಾರರನ್ನು ಅಥವಾ ಬಂಡುಕೋರರನ್ನು ನಿರ್ಮೂಲನೆ ಮಾಡಿದ ನಂತರ ಅವಶೇಷಗಳನ್ನು ಸಂರಕ್ಷಿಸಿ ಪರಂಪರೆಯ ತಾಣ ಎಂಬುದಾಗಿ ಘೋಷಣೆ ಮಾಡಲಾಯಿತು.

259. ಸರ್ರ್ಯಕರ್ಾ:

ಉತ್ತರ ಕಜಕಿಸ್ತಾನದಲ್ಲಿರುವ ಸರೋವರಗಳ ಸಮುಚ್ಚಯವಿದು. ಇವು ನೈಸರ್ಗಿಕ ಸರೋವರಗಳು ಎಂಬುದೇ ದೊಡ್ಡ ವಿಶೇಷ. ಕಜಕಿಸ್ತಾನದಲ್ಲಿ ಈ

ಪ್ರದೇಶ ಮಾತ್ರ ವಿಶ್ವ ಪರಂಪರೆಯ ತಾಣಗಳ ಪಟ್ಟಿಯಲ್ಲಿ ತನ್ನ ಸ್ಥಾನವನ್ನು ಗುರುತಿಸಿಕೊಂಡಿದೆ.

260. ಶೋಕ್ಲಂಡ್:

ಇದೊಂದು ವಿಶೇಷತೆಗಳನ್ನು ಒಳಗೊಂಡ ದ್ವೀಪ. ಡಚ್ ಅರಸರ ವಶದಲ್ಲಿತ್ತು. ನೈಸರ್ಗಿಕ ವಿಕೋಪದ ಪರಿಣಾಮವಾಗಿ ಇದನ್ನು ಒಂದು ಕಾಲಘಟ್ಟದಲ್ಲಿ ಸಮುದ್ರದ ಅಲೆಗಳು ಅಥವಾ ಇನ್ನೂ ಸರಿಯಾಗಿ ಹೇಳಬೇಕೆಂದರೆ ಸಾಗರವು ಇದನ್ನು ಮುಳುಗಿಸಿತು. ಇಂದಿಗೂ ಇದರ ಅವಶೇಷಗಳನ್ನು ಕಾಣಬಹುದು. ಈಗ ಇಲ್ಲಿ ಜನವಸತಿ ಇಲ್ಲ ನಿಜ. ಆದರೆ ಇಲ್ಲೊಂದು ಅದ್ಭುತ ದ್ವೀಪವಿತ್ತು ಎನ್ನುವುದನ್ನು ಕಾಣಬಹುದಾಗಿದೆ. ಪರಂಪರೆಯ ತಾಣ ಎಂಬುದಾಗಿ ಇದನ್ನು ಗುರುತಿಸಲಾಗಿದೆ.

261. ಸೆಲಸ್ ಗೇಮ್ ರಿಸರ್ವ್:

ದಕ್ಷಿಣ ತಾಂಜಾನಿಯಾದಲ್ಲಿರುವ ಸೇಲಸ್ ಗೇಮ್ ರಿಸರ್ವ್ ತನ್ನ ಜೀವ ವೈವಿಧ್ಯದಿಂದಾಗಿ ಗಮನ ಸೆಳೆದಿದೆ. ಇದೊಂದು ಸಂರಕ್ಷಿತ ಸಸ್ಯ ಮತ್ತು ಜೀವ ವೈವಿಧ್ಯ ತಾಣ. ಇದು ಸುಮಾರು 21 ಸಾವಿರ ಚದರ ಮೈಲುಗಳಷ್ಟು ವಿಸ್ತೀರ್ಣವನ್ನು ಹೊಂದಿದೆ. ಇಲ್ಲಿ ಮನುಷ್ಯ ವಸತಿಯನ್ನು ಸಂಪೂರ್ಣವಾಗಿ ನಿರ್ಬಂಧಿಸಲಾಗಿದೆ.

262. ಸೆನೆಗ್ಯಾಂಬಿಯನ್ ಸ್ಟೋನ್ ಸರ್ಕಲ್ಸ್:

ಜಾಂಬಿಯಾದ ಉತ್ತರಕ್ಕಿರುವ ಈ ವಿಶಿಷ್ಟ ಸರಪಳಿಯಾಕಾರದ ಕಲ್ಲಿನ ಅಥವಾ ಶಿಲ್ಪಗಳು ವಿಶ್ವದ ಗಮನ ಸೆಳೆದ ಪ್ರಮುಖ ಸ್ಥಳಗಳು. ಈ ಶಿಲ್ಪ ಕಲಾಕೃತಿಗಳು ಸುಮಾರು 8ನೇ ಶತಮಾನದಲ್ಲಿ ಗೋರಿಗಳ ಮೇಲೆ ಕೆತ್ತಲ್ಪಟ್ಟವು ಎಂಬುದಾಗಿ ಇತಿಹಾಸ ಹೇಳುತ್ತದೆ. ಎಂಟನೇ ಶತಮಾನದಿಂದ 12ನೇ ಶತಮಾನದವರೆಗೆ ಇವುಗಳ ಕೆತ್ತನೆ ಕಾರ್ಯವನ್ನು ನಡೆಸಲಾಯಿತು. ನೋಡಲು ಇವು ಅತ್ಯಂತ ಸುಂದರ.

263. ಸೆರೆಂಗೆಟಿ ನ್ಯಾಷನಲ್ ಪಾರ್ಕ್:

ತಾಂಜಾನಿಯಾದಲ್ಲಿರುವ ಅತ್ಯಂತ ದೊಡ್ಡ ನ್ಯಾಷನಲ್ ಪಾರ್ಕ್ ಇದು. ವಿವಿಧ ಜಾತಿಯ ಗಿಡಮರಗಳಿಂದ ಕೂಡಿದೆ. ಕಾಡು ಪ್ರಾಣಿಗಳೂ ಇಲ್ಲಿನ ಅವಿಭಾಜ್ಯ ಅಂಗ.

264. ಸೆರ್ರಾ ದ ಕ್ಯಾಪಿವಾರಾ ನ್ಯಾಷನಲ್ ಪಾರ್ಕ್:

ಬ್ರೆಝಿಲ್‌ನ ಈಶಾನ್ಯಕ್ಕಿರುವ ಈ ರಾಷ್ಟ್ರೀಯ ಉದ್ಯಾನವನದ ವಿಶೇಷತೆ ಎಂದರೆ ಇಲ್ಲಿ ಹಲವಾರು ಬಗೆಯ ವರ್ಣಚಿತ್ರಗಳನ್ನು ಕಾಣಬಹುದು. ಇತಿಹಾಸ ಪೂರ್ವಕಾಲ ಘಟ್ಟವೆಂದು ಕರೆಯಲಾಗುವ ಸಂದರ್ಭದಲ್ಲಿ ಕಂಡು ಬಂದ ಅಂದರೆ ಶಿಲ್ಪ ಯುಗ ಮತ್ತಿತರ ಯುಗಗಳಲ್ಲಿ ಕಂಡು ಬಂದ ಕಲಾಕೃತಿಗಳನ್ನು ಸಂರಕ್ಷಣೆ ಮಾಡಲು ಇರುವ ಉದ್ಯಾನವನ ಇದು. ಇವುಗಳ ಸಂರಕ್ಷಣೆಗಾಗಿಯೇ ಇದನ್ನು ರಾಷ್ಟ್ರೀಯ ಉದ್ಯಾನವನ ಎಂದು ಘೋಷಣೆ ಮಾಡಲಾಯಿತು. ಇದೂ ಕೂಡ ಪರಂಪರೆಯ ತಾಣಗಳಲ್ಲಿ ಬಹುಮುಖ್ಯ ಸ್ಥಾನವನ್ನು ನಿರ್ವಹಿಸುತ್ತದೆ.

265. ಸೆರ್ರಾ ಡೊ ಮಾರ್:

ಬ್ರೆಝಿಲ್‌ನ ಆಗ್ನೇಯ ದಿಕ್ಕಿನಲ್ಲಿರುವ ಹಬ್ಬಿಕೊಂಡಿರುವ ಪರ್ವತಗಳ ಶ್ರೇಣಿಯಿದು. ಇದು ಸುಮಾರು 1500 ಕಿಲೋ ಮೀಟರ್ ಉದ್ದಕ್ಕೆ ವ್ಯಾಪಿಸಿದೆ. ಬ್ರೆಝಿಲ್‌ನ ಪತ್ತೆಯಾಗುವ ಸಂದರ್ಭದಲ್ಲಿ ಇಲ್ಲಿ ವೈವಿಧ್ಯಮಯ ಪರಿಸರವಿತ್ತು. ಆದರೆ ನಾಗರಿಕತೆ ಬೆಳೆದಂತೆ ಇಲ್ಲಿನ ಅಪೂರ್ವ ಪರಿಸರ ಹಾಗೂ ಕಾಡು ಪ್ರಾಣಿಗಳಿಂದ ಕೂಡಿದ್ದ ಜೀವ ವೈವಿಧ್ಯ ಬೇಟೆಗಾರರ ಪಾಲಾಗತೊಡಗಿತು. ಆದ್ದರಿಂದಲೇ ಇದನ್ನು ಸಂರಕ್ಷಿತ ಪ್ರದೇಶವೆಂದು ಘೋಷಣೆ ಮಾಡಲಾಯಿತು.

266. ಸಿವೆಲ್:

ಚಿಲಿ ದೇಶದ ಮಾನವರಹಿತ ಗಣಿಗಾರಿಕೆ ಪ್ರದೇಶವಿದು. ಈ ಗಣಿ ಗಾರಿಕೆ ಪ್ರದೇಶ ಪತ್ತೆಯಾಗಿದ್ದು 1904ರಲ್ಲಿ. ಖಾಸಗಿ ಕಂಪೆನಿಯೊಂದು ಇಲ್ಲಿ

ಗಣಿಗಾರಿಕೆಯನ್ನು ಆರಂಭಿಸುವ ಮೂಲಕ ಇದು ಜಗತ್ತಿನ ಕಣ್ಣಿಗೆ ಗೋಚರಿಸಲಾರಂಭಿಸಿತು. ಬಾರ್ಡನ್ ಕಾಪರ್ ಎಂಬುದೇ ಇದನ್ನು ಪತ್ತೆ ಹಚ್ಚಿದ ಕಂಪೆನಿ. ಆ ಕಂಪೆನಿ ಮಾಲೀಕ ಬಾರ್ಟನ್ ಸಿವೆಲ್ ಹೆಸರನ್ನೇ ಇದಕ್ಕೆ ಇಡಲಾಗಿದೆ. 2006ರಲ್ಲಿ ಇದು ಪರಂಪರೆ ತಾಣಗಳ ಪಟ್ಟಿಗೆ ಸೇರ್ಪಡೆಯಾಗಿದೆ.

267. ಶಹರಿಸಬ್ಜ್:

ಇದು ಉಜೆಬಿಕಿಸ್ತಾನದ ಒಂದು ನಗರ. ಒಂದು ಕಾಲದಲ್ಲಿ ಇದು ಕೇಂದ್ರ ಏಷ್ಯಾದ ಪ್ರಮುಖ ನಗರವಾಗಿತ್ತು. ಟುರ್ಕೊ ಮಂಗೋಲ್ ವಶಪಡಿಸಿಕೊಂಡ ತಿಮೂರ್‌ನ ನಗರ ಎಂಬುದಾಗಿ ಈಗ ಇದನ್ನು ಗುರುತಿಸ ಲಾಗುತ್ತದೆ.

268. ಶಾಲಿಮಾರ್ ಗಾರ್ಡನ್ಸ್:

ಲಾಹೋರ್‌ನಲ್ಲಿ ಆಡಳಿತ ನಡೆಸುತ್ತಿದ್ದ ಮೊಘಲ್ ದೊರೆ ಶಹಾ ಜಹಾನ್ ಪರ್ಶಿಯನ್ ಶೈಲಿಯಲ್ಲಿ ನಿರ್ಮಿಸಲಾದ ಉದ್ಯಾನವನವೇ ಶಾಲಿಮಾರ್ ಗಾರ್ಡನ್. ಇದರ ನಿರ್ಮಾಣ ಕಾರ್ಯ 1641ನಲ್ಲಿ ಆರಂಭವಾಗಿ 1642ರಲ್ಲಿ ಮುಕ್ತಾಯವಾಯಿತು. ಉದ್ಯಾನವನಕ್ಕೆ ಆವರಣ ಗೋಡೆಯನ್ನು ನಿರ್ಮಿಲಸ ಲಾಗಿದ್ದು, ಇದು ಇಟ್ಟಿಗೆಯಿಂದ ಮಾಡಲ್ಪಟ್ಟಿದೆ. ಈ ಉದ್ಯಾನವು ಉತ್ತರಕ್ಕೆ 658 ಮೀಟರ್ ಹಾಗೂ ದಕ್ಷಿಣಕ್ಕೆ 258 ಮೀಟರ್‌ನಷ್ಟು ಪೂರ್ವಕ್ಕೆ ಹರಡಿ ಕೊಂಡಿದೆ.

269. ಶಾರ್ಕ್ ಬೇ:

ಪಶ್ಚಿಮ ಆಸ್ಟ್ರೇಲಿಯಾದಲ್ಲಿ ಕಾಣಸಿಗುವ ಕೊಲ್ಲಿ ಇದು. ಇದು ವಿಶ್ವ

ಪರಂಪರೆ ತಾಣಗಳ ಪಟ್ಟಿಯಲ್ಲಿ ಅಗ್ರಸ್ಥಾನವನ್ನು ಪಡೆದುಕೊಂಡಿದೆ. ಈ ಕೊಲ್ಲಿಯಲ್ಲಿ ಡರ್ಕ್ ಹಾರ್ಟಂಗ್ ಎಂಬ ದ್ವೀಪವಿದೆ. ವಿವಿಧ ದೇಶಗಳನ್ನು ಅನ್ವೇಷಣೆ ಮಾಡಲು ಹೊರಟವರಿಗೆ ಮೊದಲು ಸಿಗುವ ದ್ವೀಪವೇ ಇದಾಗಿತ್ತು. ಸುಮಾರು 10 ಸಾವಿರ ಕಾಗೆ ಮಾದರಿಯ ಪಕ್ಷಿಗಳನ್ನು ಇಲ್ಲಿ ಕಾಣಬಹುದು. ಡಾಲ್ಫಿನ್‌ಗಳು ಹಾಗೂ ಇತರ ಸಮುದ್ರ ವಾಸಿಗಳನ್ನು ಇಲ್ಲಿ ಅಪಾರ ಸಂಖ್ಯೆಯಲ್ಲಿ ಕಾಣಬಹುದು.

270. ಶೀರ್ಕಾಮಿ ಸಾಂಚಿ:

ಜಪಾನಿನಲ್ಲಿದೆ. ಪರ್ವತಗಳ ಬೀಡಾದ ಇದು, ಜನವಸತಿಯ ನಿರ್ಬಂಧದಿಂದಾಗಿ ಇದುವರೆಗೆ ಕಲುಷಿತವಾಗಿಲ್ಲ. ಇಲ್ಲಿನ ಕಾಡುಗಳಲ್ಲಿ ವಿಶಿಷ್ಟ ಬಗೆಯ ಸಸ್ಯಗಳು ಹಾಗೂ ಪ್ರಾಣಿ ಪಕ್ಷಿಗಳನ್ನು ಕಾಣಬಹುದು. 1993ರಲ್ಲಿ ಇದು ವಿಶ್ವ ಪರಂಪರೆಯ ತಾಣಗಳಲ್ಲಿ ಒಂದಾಯಿತು.

271. ಶಿರಾಕಾವಾ ಗೊ ಆ್ಯಂಡ್ ಗೋಕಯಾಮಾ:

ಜಪಾನ್ ದೇಶದ ಐತಿಹಾಸಿಕ ಮತ್ತು ಪಾರಂಪರಿಕ ಗ್ರಾಮೀಣ ಪ್ರದೇಶಗಳಿವು. ಈ ಗ್ರಾಮಗಳನ್ನು ನೋಡುವುದು ಒಂದು ಆನಂದದಾಯಕ ಅನುಭವ. ಹಾಗೆಯೇ ಇಲ್ಲಿನ ಮೂಲ ಸಂಸ್ಕೃತಿ, ಮನೆಗಳ ನಿರ್ಮಾಣದ ರೀತಿ ಮೊದಲಾದವು ಅಧ್ಯಯನಕ್ಕೆ ಯೋಗ್ಯ. ವಿಶ್ವ ಪರಂಪರೆ ತಾಣಗಳಲ್ಲಿ ಪ್ರಮುಖ ಸ್ಥಾನ ಇವುಗಳಿಗೆ.

272. ಶಿರೆಟೊಕೊ ನ್ಯಾಷನಲ್ ಪಾರ್ಕ್:

ಇದೂ ಕೂಡ ಜಪಾನ್ ದೇಶದ ಪ್ರಮುಖ ಸ್ಥಳಗಳಲ್ಲಿ ಒಂದು. ಈ ರಾಷ್ಟ್ರೀಯ ಉದ್ಯಾನವನ ಜಪಾನಿನ ಈಶಾನ್ಯ ದಿಕ್ಕಿನ ತುತ್ತತುದಿಯಲ್ಲಿದೆ. ಜಪಾನಿನ ಮುಖ್ಯ ವಾಹಿನಿಯಿಂದ ಬಹು ದೂರ ಕೇಂದ್ರಿತವಾಗಿರುವ ಇದನ್ನು ನೋಡಬೇಕೆಂದರೆ ಬಹುದೂರ ನಡೆದುಕೊಂಡು ಹೋಗಬೇಕು. ಇಲ್ಲವಾದರೆ ಜಲಮಾರ್ಗದ ಮೂಲಕ ದೋಣಿಗಳಲ್ಲಿ ಪ್ರಯಾಣ ಮಾಡಬೇಕು. ಇದು

ತನ್ನ ವೈಶಿಷ್ಟ್ಯವನ್ನು ಕಾಪಾಡಿಕೊಂಡ ಒಂದು ಅನನ್ಯ ಉದ್ಯಾನವನ. ಪಾರಂಪರಿಕ ಪಟ್ಟಿಗೆ ಒಂದು ಹೆಮ್ಮೆಯ ಕೊಡುಗೆ.

273. ಶುಸ್ತಾರ್:

ಕುಜೆಕಿಸ್ತಾನದ ಬಹು ಪುರಾತನ ನಗರ ಇದು. ಆಗ್ನೇಯ ಇರಾನ್ ಪ್ರಾಂತ್ಯಕ್ಕೆ ತಾಂತ್ರಿಕವಾಗಿ ಸೇರುವ ಈ ನಗರ ಹತ್ತು ಹಲವು ವಿಶೇಷತೆಗಳನ್ನು ತನ್ನ ಒಡಲೊಳಗೆ ಇಟ್ಟುಕೊಂಡಿದೆ. ಸಸೇನಿಯನ್ ಆಡಳಿತ ಸಂದರ್ಭದಲ್ಲಿ ಇದೊಂದು ದ್ವೀಪವಾಗಿತ್ತು. ನಂತರ ನಾಗರಿಕತೆ ಬೆಳೆದಂತೆ ನಗರದ ಎಲ್ಲ ದಿಕ್ಕುಗಳಿಗೂ ಇದನ್ನು ಸಂಪರ್ಕಿಸುವಂತಹ ರಸ್ತೆಗಳು, ಸೇತುವೆಗಳು ಮೊದಲಾದವು ನಿರ್ಮಾಣವಾದವು.

274. ಶಿಚುವನ್ ಜಿಯಂಟ್ ಪಂಡಾ ಸ್ಯಾಂಕ್ಚುಯರಿ:

ಚೀನಾದಲ್ಲಿರುವ ಈ ಪ್ರಾಣಿ-ಪಕ್ಷಿ ಧಾಮ 30ಕ್ಕೂ ಹೆಚ್ಚು, ಅಳಿವಿನಂಚಿನಲ್ಲಿರುವ ಜೀವಿಗಳ ಹಿತವನ್ನು ಕಾಯುತ್ತಿದೆ. ಈ ಧಾಮದ ವ್ಯಾಪ್ತಿಯಲ್ಲಿ ಏಳು ಸಂರಕ್ಷಿತ ಅರಣ್ಯಪ್ರದೇಶಗಳಿವೆ ಹಾಗೂ ಮನಕ್ಕೆ ಮುದ ನೀಡುವ ಉದ್ಯಾನವನಗಳಿವೆ.

275. ಸಿಗಿರಿಯಾ:

ಇದು ಶ್ರೀಲಂಕಾದ ಹಾಳು ಹಂಪೆ ಎಂದೇ ಕರೆಯಬಹುದಾದ ಸ್ಥಳ. ಒಂದು ಕಾಲಕ್ಕೆ ವೈಭವದ ಕೋಟೆ ಹಾಗೂ ಅದರೊಳಗೆ ಒಂದು ಅರಮನೆಯನ್ನು ಹೊಂದಿದ್ದ ಇದು ಈಗ ಪ್ರವಾಸಿಗರು ನೋಡಲು ಬರುವ ಒಂದು ಪಾರಂಪರಿಕ ಕೇಂದ್ರವಾಗಿ ಮಾತ್ರ ಸೀಮಿತ. ಮೊದಲು ಇಲ್ಲಿನ ವರ್ಣಚಿತ್ರಗಳು ಹಾಗೂ ಕಲಾ ಕೆತ್ತನೆಗಳು ಇಡೀ ವಿಶ್ವವನ್ನು ದಂಗುಬಡಿಸಿದ್ದವು.

276. ಸ್ಕೆಲ್ಲಿಂಗ್ ಮಿಖಾಯಿಲ್:

ಐರ್‌ಲಂಡ್‌ನಿಂದ ಸುಮಾರು 9 ಮೈಲಿಗಳ ಅಂತರದಲ್ಲಿರುವ ಅಟ್ಲಾಂಟಿಕ್ ಸಮುದ್ರದಲ್ಲಿನ ಶಿಲಾ ದ್ವೀಪವಿದು. ಸಂಪೂರ್ಣ ಉದ್ದನೆಯ ಕಲ್ಲಿನಿಂದ

ನೈಸರ್ಗಿಕವಾಗಿ ನಿರ್ಮಾಣವಾಗಿರುವ ಈ ದ್ವೀಪ, 7ನೇ ಶತಮಾನದಲ್ಲಿ ಪತ್ತೆಯಾಯಿತು. ಸಾವಿರಾರು ವರ್ಷಗಳವರೆಗೆ ಇಲ್ಲಿ ಕ್ರೈಸ್ತ ಸನ್ಯಾಸಿಗಳು ಧಾರ್ಮಿಕ ವಿಧಿ ವಿಧಾನಗಳನ್ನು ನಡೆಸುತ್ತ ಜೀವನ ಸಾಗಿಸುತ್ತಿದ್ದರು ಎಂಬುದಾಗಿ ಇತಿಹಾಸ ಹೇಳುತ್ತದೆ. 1996ರಲ್ಲಿ ಇದು ಪರಂಪರೆ ತಾಣಗಳಲ್ಲಿ ಒಂದಾಯಿತು.

277. ಸೊಕೊಟ್ರಾ:

ಹಿಂದೂ ಮಹಾಸಾಗರದಲ್ಲಿರುವ ನಾಲ್ಕು ಸಣ್ಣ ದ್ವೀಪಗಳ ಗುಚ್ಛವಿದು. ಆದರೆ ಈ ದ್ವೀಪಗಳಲ್ಲಿ ಜನವಸತಿಯೂ ಇಲ್ಲ. ಜನ ಬರುವುದೂ ಕಡಿಮೆ. ಭೂಪಟದಲ್ಲಿ ಇದರ ಬಗ್ಗೆಯಷ್ಟೇ ಪ್ರಸ್ತಾಪ ಮಾಡುವಾಗ, ಜನರೇ ಬಾರದ ಹಾಗೂ ಜನರೇ ಕಾಣದ ಅತ್ಯಂತ ಪರದೇಶಿ ದ್ವೀಪಗಳಿವು ಎಂದು ವರ್ಣಿಸಲಾಗುತ್ತದೆ.

278. ಸೊಲ್ಟಾನಿಯೆ:

ತೆಹರಾನಿನ ಈ ನಗರ ಒಂದು ಕಾಲಕ್ಕೆ ಇಲ್ಖಾನಿಡ್ ದೊರೆಗಳ ರಾಜಧಾನಿಯಾಗಿತ್ತು. ಈ ರಾಜರು ಮೂಲತಃ ಪರ್ಷಿಯಾದವರಾಗಿದ್ದರು. ಇಸ್ಲಾಂ ಧರ್ಮದ ದಟ್ಟ ಪ್ರಭಾವ ಹಾಗೂ ಸಂಸ್ಕೃತಿ ಇರುವ ಇದನ್ನು 2005ರಲ್ಲಿ ಪರಂಪರೆ ತಾಣವಾಗಿ ಪರಿಗಣಿಸಲಾಯಿತು.

279. ಸೋಮಪುರ ಮಹಾವಿಹಾರ:

ಸೋಮಪುರ ಮಹಾವಿಹಾರವು ಈಗ ಬಾಂಗ್ಲಾ ದೇಶದಲ್ಲಿದೆ. ಭಾರತೀಯ ಉಪಖಂಡವನ್ನು ಪರಿಗಣಿಸಿದಾಗ ಇದು ಬುದ್ಧರ ಅತ್ಯಂತ ಪವಿತ್ರ ಮತ್ತು ಪ್ರಸಿದ್ಧ ಪುಣ್ಯ ಯಾತ್ರಾ ಸ್ಥಳ. ಬೌದ್ಧ ಸ್ತೂಪವನ್ನು ಒಳಗೊಂಡಂತೆ ಬೌದ್ಧ ಧರ್ಮೀಯರ ಸಕಲ ಸಂಸ್ಕೃತಿಯು ಇಲ್ಲಿದೆ. ಇದನ್ನು 1985ರಲ್ಲಿ ವಿಶ್ವ ಪರಂಪರೆ ತಾಣಗಳ ಪಟ್ಟಿಗೆ ಸೇರ್ಪಡೆ ಮಾಡಲಾಗಿದೆ.

280. ಸೌತ್ ಚೀನಾ ಕಾಸ್ಟ್:

ಚೀನಾದ ದಕ್ಷಿಣ ಪ್ರಾಂತ್ಯಗಳ ಮೂರು ಪ್ರದೇಶಗಳನ್ನು ಒಳಗೊಂಡ ಈ ಪ್ರದೇಶವನ್ನು ವಿಶ್ವ ಪಾರಂಪರಿಕ ತಾಣ ಎಂದು ಪರಿಗಣಿಸಲಾಗಿದೆ. ತನ್ನದೇ ಆದ ಭೂ ಪ್ರದೇಶ ಮತ್ತು ಆ ಭೂ ಪ್ರದೇಶದ ವಿಶಿಷ್ಟ ಆಕಾರದಿಂದ ಗಮನ ಸೆಳೆದ ಇದು ನೋಡುವುದಕ್ಕೆ ಅದ್ಭುತ ತಾಣಗಳಲ್ಲಿ ಒಂದು.

281. ಸ್ಟೋನ್ ಟೌನ್:

ತಾಂಜಾನಿಯಾದ ಜಾಂಝಿಬರ್ ನಗರದ ದ್ವೀಪ ಪ್ರದೇಶವಿದು. ಜೊತೆಗೆ ರಾಜಧಾನಿ. ದ್ವೀಪದ ಪಶ್ಚಿಮ ಭಾಗದಲ್ಲಿ ಹಳೆಯ ನಗರವನ್ನು ನಿರ್ಮಾಣ ಮಾಡಲಾಗಿದೆ. ಸಣ್ಣ ಮನೆಗಳು, ಅಲ್ಲಿ ಅದರದ್ದೇ ಆದ ಸಂತೆ, ಮಸೀದಿಗಳು ಗಮನ ಸೆಳೆಯುತ್ತವೆ. ಹಾಗೆಯೇ ಅರೇಬಿಯನ್, ಇಂಡಿಯನ್ (ಭಾರತೀಯ), ಯುರೋಪ್ ಮೊದಲಾದ ಸಂಸ್ಕೃತಿಯ ಮಿಶ್ರಣವನ್ನು ಇಲ್ಲಿ ನಾವು ಕಾಣ ಬಹುದಾಗಿದೆ.

282. ಸ್ಟ್ರೂವ್ ಜಿಯೊಡೆಟಿಕ್ ಆರ್ಕ್:

ನಾರ್ವೆಯೂ ಸೇರಿದಂತೆ ಸುಮಾರು ಹತ್ತು ದೇಶಗಳ ಸರಣಿ ಸಮೀಕ್ಷೆಯ ಭಾಗವಾಗಿರುವ ಪ್ರದೇಶವಿದು. ಕಪ್ಪು ಸಮುದ್ರವನ್ನು ಕೇಂದ್ರವಾಗಿಟ್ಟುಕೊಂಡು ಇದನ್ನು ಮಾಡಲಾಗಿದೆ. ಸಮೀಕ್ಷೆಗಾಗಿ ಸರಳಿನ ಮಾದರಿಯ ಉಪಕರಣವನ್ನು ಸಿದ್ಧಪಡಿಸಲಾಗಿದ್ದು, ಇದು ಭೂಗಾತ್ರದಂತೆಯೇ ಕಾಣುತ್ತದೆ.

283. ಸುಲೇಮಾನ್ ಪರ್ವತ:

ರೆಗಿಸ್ತಾನದಲ್ಲಿರುವ ಅತ್ಯಂತ ಪುರಾತನ ಪರ್ವತವಿದು. ವಿಶ್ವ ಪರಂಪರೆಯ ತಾಣವಾಗಿರುವ ಇದು ತನ್ನದೇ ಆದ ಸ್ಥಾನಮಾನವನ್ನು ಹೊಂದಿದೆ. ಒಂದು ಕಾಲದಲ್ಲಿ ಇದು ಇಸ್ಲಾಂನ ಬಹುಮುಖ್ಯ ಧಾರ್ಮಿಕ ಪ್ರವಾಸಿ ತಾಣವಾಗಿತ್ತು. ಹೆಚ್ಚು ಗಿಡಮರಗಳನ್ನು ಹೊಂದಿರದ ಇದು ಕಲ್ಲಿನ ಪರ್ವತ ಎಂದು ಕರೆಯ ಬಹುದು.

234. ಸಮರ್ ಪ್ಯಾಲೇಸ್:

ಇದು ಬೀಜಿಂಗ್‌ನಲ್ಲಿದೆ. ಪರ್ವತದ ಮೇಲಿರುವ ಈ ಬೇಸಿಗೆ ಅರಮನೆಗೆ ಸರೋವರ ಹಾಗೂ ಸುತ್ತಮುತ್ತಲಿನ ಪರಿಸರಗಳು ಕಳೆಗಟ್ಟಿವೆ. ಇಲ್ಲಿನ ಕುನ್‌ಮಿಂಗ್ ಸರೋವರ 2.9 ಚದರ ಕಿಲೋ ಮೀಟರ್ ಸುತ್ತಳತೆಯನ್ನು ಹೊಂದಿದೆ. ಇಲ್ಲಿ ಹಲವಾರು ಉದ್ಯಾನವನಗಳಿದ್ದು ಒಂದಕ್ಕಿಂತ ಒಂದು ನೋಡಲು ಸುಂದರ.

285. ಸುಂದರಬನ ನ್ಯಾಷನಲ್ ಪಾರ್ಕ್:

ಭಾರತದ ಪಶ್ಚಿಮ ಬಂಗಾಳದ ಬೈಸೋಫಿರ್ ಪ್ರದೇಶದಲ್ಲಿ ವ್ಯಾಪಿಸಿರುವ ಸುಂದರಬನ ರಾಷ್ಟ್ರೀಯ ಉದ್ಯಾನವನ ನೋಡಲು ಮಾತ್ರ ಚೆಂದವಲ್ಲ. ಇದು ಅಳಿವಿನಂಚಿನಲ್ಲಿರುವ ಹುಲಿ ಸಂತತಿಗಾಗಿ ಮೀಸಲಾದ ಸಂರಕ್ಷಿತ ಅರಣ್ಯ ಪ್ರದೇಶವೂ ಆಗಿದೆ. ಇಲ್ಲಿನ ಜೀವ ವೈವಿಧ್ಯ ಮತ್ತು ಸಸ್ಯ ವೈವಿಧ್ಯ ಅಪಾರ.

286. ತಾಯ್ ನ್ಯಾಷನಲ್ ಪಾರ್ಕ್:

ಪಶ್ಚಿಮ ಆಫ್ರಿಕಾದ ಅತ್ಯಂತ ಪ್ರಮುಖ ರಾಷ್ಟ್ರೀಯ ಉದ್ಯಾನವನ ಇದಾಗಿದೆ. ಇಲ್ಲಿ ನಿತ್ಯ ಹರಿದ್ವರ್ಣ ಕಾಡಿದ್ದು, ಇಲ್ಲಿನ ಮರಗಳು ವರ್ಷದಲ್ಲಿ ಅತಿ ಹೆಚ್ಚು ಮಳೆ ಬೀಳಲು ಕಾರಣವಾಗಿವೆ. ಇಲ್ಲಿನ ಪ್ರಕೃತಿ ವೈವಿಧ್ಯ, ಜೀವ ಸಂಕುಲ ಹಾಗೂ ನೈಸರ್ಗಿಕ ವೈವಿಧ್ಯ ಕಾರಣಕ್ಕಾಗಿ 1982ರಲ್ಲಿ ಇದನ್ನು ವಿಶ್ವ ಪರಂಪರೆ ತಾಣಗಳ ಪಟ್ಟಿಗೆ ಸೇರಿಸಲು ವಿಶ್ವ ಸಂಸ್ಥೆಯು ತೀರ್ಮಾನಿಸಿತು.

287. ತಾಜ್ ಮಹಲ್:

ಇದರ ಹೆಸರನ್ನು ಕೇಳದವರು ಯಾರು? ವಿಶ್ವದ ಎಲ್ಲಿಯೇ ಹೋದರೂ ಒಬ್ಬ ಜನಸಾಮಾನ್ಯನಿಗೂ ಗೊತ್ತಿರುವ ಕಟ್ಟಡವಿದು. ಒಂದೇ ಮಾತಿನಲ್ಲಿ ಹೇಳುವುದಾದರೆ ಇದು ಇದೊಂದು ಪ್ರೇಮ ಸೌಧ ಎಂದರೇ ಹೆಚ್ಚು ಸೂಕ್ತ. ವಿಶ್ವ ಪ್ರಸಿದ್ಧ ತಾಜ್ ಮಹಲ್ ಭಾರತದ ಆಗ್ರಾದಲ್ಲಿದೆ ಎಂಬುದನ್ನು ಪ್ರತ್ಯೇಕವಾಗಿ ಹೇಳಬೇಕಾಗಿಲ್ಲ. ಮುಘಲ್ ದೊರೆ ಶಹಾ ಜಹಾನ್ ತನ್ನ ಪ್ರೀತಿಯ ಮಡದಿ ಮುಮ್ತಾಜ್‌ಗಾಗಿ ಕಟ್ಟಿಸಿದ ಇದು ಮುಘಲ್ ಕಲಾಕೃತಿಗಳಿಗೊಂದು ಬಹುದೊಡ್ಡ ನಿದರ್ಶನ. ಪರ್ಷಿಯಾ, ಇಂಡಿಯಾ ಮತ್ತು ಇಸ್ಲಾಂಮಿಕ್ ಕಲಾಪ್ರಕಾರಗಳನ್ನು ಮೇಳೈಸಿ ಕೊಂಡಿರುವ ತಾಜ್ ಮಹಲ್‌ಗೆ ದೇಶದ ರಾಜಧಾನಿ ದೆಹಲಿಯಿಂದ ಸುಮಾರು ಮೂರು ತಾಸು ಅಂತರದಲ್ಲಿದೆ. ಅತ್ಯುತ್ತಮ ರಸ್ತೆ ಸಂಪರ್ಕವೂ ಇದೆ. ಅಲ್ಲದೇ ಭಾರತದ ಇತರ ನಗರಗಳಿಂದ ಇದಕ್ಕೆ ವೈಮಾನಿಕ ಸಂಪರ್ಕವೂ ಇದೆ. ಯಮುನಾ ನದಿಯ ದಡದ ಮೇಲಿರುವ ತಾಜ್ ಮಹಲ್ ಚಿತ್ತಾಕರ್ಷಣೆಯ ಕೇಂದ್ರ ಮಾತ್ರವಲ್ಲ; ಪ್ರೇಮದ ಅಮರತ್ವವನ್ನು ಸಾರುವ ಇಸ್ಲಾಂಮಿಕ್ ಮಹಲ್ (ದೊಡ್ಡ ಕಟ್ಟಡ). ಒಬ್ಬ ದೊರೆ ತನ್ನ ಪ್ರೀತಿಯ ರಾಣಿಗೆ ತಾಜ್ ಮಹಲ್‌ಗಿಂತ ಮಿಗಿಲಾದುದನ್ನು ಕೊಡಲು ಸಾಧ್ಯವೇ ಇಲ್ಲ. ತಾಜ್ ಮಹಲ್ ನಂತರ ಇಂತಹ ಒಂದೇ ಒಂದು ಕೊಡುಗೆಯನ್ನು ಯಾವುದೇ ಪ್ರೇಮಿ ತಾನು ಪ್ರೇಮಿಸುವವರಿಗೆ ಕೊಟ್ಟಿಲ್ಲ. ಬಹುಶಃ ಕೊಡಲು ಸಾಧ್ಯವೂ ಇಲ್ಲ. ಅಮರ ಪ್ರೇಮದ ಸಂಕೇತ ತಾಜ್ ಮಹಲ್‌ಅನ್ನು ನೋಡದೇ ಇದ್ದರೆ ಅದು ಜೀವ ಮಾನದಲ್ಲಿ ಅತ್ಯಂತ ಮಹತ್ವವಾದುದನ್ನು ಕಳೆದುಕೊಂಡಂತೆಯೇ ಸರಿ.

288. ಟ್ಯಾಕ್ಟ್ ಭಾಯ್:

ಇದು ಪಾಕಿಸ್ತಾನದಲ್ಲಿರುವ ಪ್ರಮುಖ ಬೌದ್ಧ ತಾಣ. ಇಲ್ಲಿ ಸನ್ಯಾಸಿಗಳು

ತಮ್ಮ ಧಾರ್ಮಿಕ ವಿಧಿ ವಿಧಾನಗಳನ್ನು ನೆರವೇರಿಸಿಕೊಳ್ಳಲು ಸೂಕ್ತವಾದ ಬೌದ್ಧ ಸಂಕೀರ್ಣವಿದೆ. ಇದು ಕ್ರಿಸ್ತಪೂರ್ವ ಮೊದಲ ಶತಮಾನದಲ್ಲಿ ನಿರ್ಮಾಣ ವಾಗಿರಬಹುದು ಎಂಬ ಅಂದಾಜು ಮಾಡಲಾಗಿದೆ. ಬುದ್ಧ ಧರ್ಮದ ವಾಸ್ತು ಶಿಲ್ಪವನ್ನು ಈ ಧಾರ್ಮಿಕ ಸಂಕೀರ್ಣದಲ್ಲಿ ಕಾಣಬಹುದಾಗಿದೆ. ಇದನ್ನು 1980ರಲ್ಲಿ ವಿಶ್ವ ಪರಂಪರೆಯ ತಾಣಗಳ ಪಟ್ಟಿಗೆ ಸೇರ್ಪಡೆ ಮಾಡಲಾಗಿದೆ.

289. ತಖ್ತ್-ಎ-ಸುಲೇಮಾನ್:

ಇರಾನಿನ ಅಝುರ್‌ಬಾಯಿಝಾನ್ ಪ್ರಾಂತ್ಯದಲ್ಲಿರುವ ಅತ್ಯಂತ ಮಹತ್ವದ ಪ್ರಾಚ್ಯವಸ್ತು ಪ್ರದೇಶವಿದು. ಹಲವಾರು ಪುರಾತನ ಪರಂಪರೆ ಹಾಗೂ ವಿವಿಧ ಸಂಸ್ಕೃತಿಗಳ ಪಳಿಯುಳಿಕೆಗಳನ್ನು ಹೊಂದಿರುವ ಈ ಪ್ರಾಚ್ಯವಸ್ತು ನಗರವನ್ನು 2003ರಲ್ಲಿ ಪರಂಪರೆಯ ತಾಣವಾಗಿ ಪರಿಗಣಿಸಲಾಯಿತು.

290. ತಲಂಪಾಯ ನ್ಯಾಷನಲ್ ಪಾರ್ಕ್:

ಅರ್ಜೆಂಟಿನಾದ ಲಾ ರಿಯೊಜಿಯಾ ಪ್ರಾಂತ್ಯದಲ್ಲಿರುವ ಈ ರಾಷ್ಟ್ರೀಯ ಉದ್ಯಾನವನವನ್ನು ಸಂರಕ್ಷಿತ ಪ್ರದೇಶವಾಗಿ 1975ರಲ್ಲಿ ಘೋಷಣೆ ಮಾಡ ಲಾಯಿತು. ಅತ್ಯಂತ ಸುಂದರ ಉದ್ಯಾನವನಗಳಲ್ಲಿ ಒಂದು ಎಂಬುದಾಗಿ ಪರಿಗಣಿತವಾಗುವ ಇದನ್ನು ವಿಶ್ವ ಸಂಸ್ಥೆಯು 2000ದಲ್ಲಿ ಪಾರಂಪರಿಕ ತಾಣವಾಗಿ ಪರಿಗಣಿಸಿತು. ಇಲ್ಲಿ ಉದ್ಯಾನವನ ಮಾತ್ರವಲ್ಲದೇ ಪ್ರಾಚ್ಯವಸ್ತು ಸಂಗ್ರಹಗಳೂ ಇಲ್ಲಿವೆ. ಭೌಗೋಳಿಕವಾಗಿ ನೋಡಲು ಅತ್ಯಂತ ಸುಂದರವಾಗಿ ಕಾಣುವ ಭೂ ಪ್ರದೇಶವನ್ನು ಉದ್ಯಾನವನ ಹೊಂದಿದೆ.

291. ಟಾಸ್ಮೇನಿಯನ್ ವೈಲ್ಡರ್‌ನೆಸ್:

ಆಸ್ಟ್ರೇಲಿಯಾದ ಈ ಪ್ರದೇಶ ದೇಶದಲ್ಲಿಯೇ ಅತ್ಯಂತ ಸಂರಕ್ಷಿತ ಅರಣ್ಯ ಪ್ರದೇಶಗಳಲ್ಲಿ ಬಹುಮುಖ್ಯವಾದುದು ಎಂದು ಪರಿಗಣಿತವಾಗಿದೆ. ಈ ಅರಣ್ಯ ಪ್ರದೇಶದಲ್ಲಿ ಅನೇಕ ಕ್ರೂರ ಪ್ರಾಣಿಗಳು ಇಂದಿಗೂ ಕಾಣಸಿಗುತ್ತವೆ. ಇವುಗಳ ಬೇಟೆಯನ್ನು ನಿಷೇಧಿಸಲಾಗಿದ್ದು, ಯಾವುದೇ ಕಾರಣಕ್ಕೂ ಇಲ್ಲಿನ ಜೀವ ಸಂಕುಲವನ್ನಾಗಲೀ, ಜೀವ ವೈವಿಧ್ಯವನ್ನಾಗಲೀ ಹಾಳು ಮಾಡುವಂತಿಲ್ಲ.

ಮಾಡಿದ್ದು ಕಂಡು ಬಂದರೆ ಅಲ್ಲಿನ ಸರ್ಕಾರ ಅತ್ಯಂತ ಕಠಿಣ ಶಿಕ್ಷೆಯನ್ನು ಜಾರಿಗೆ ತಂದಿದೆ. ಇಲ್ಲಿ ಕಾಡಷ್ಟೇ ಅಲ್ಲದೇ ಸುಣ್ಣದ ಗುಹೆಗಳೂ ಇವೆ. ಸುಮಾರು 20 ಸಾವಿರ ವರ್ಷಗಳಿಂದ ಮಾನವನ ವಾಸದ ಕುರುಹುಗಳೂ ಕಾಣಸಿಗುತ್ತವೆ. ವಿಶ್ವ ಪರಂಪರೆ ತಾಣದ ಅತ್ಯಂತ ಅಗ್ರಗಣ್ಯ ಪ್ರದೇಶಗಳಲ್ಲಿ ಇದೂ ಒಂದಾಗಿದೆ.

292. ಟಾಸಿಲಿ ನಅಝುರ್:

ಇದೊಂದು ಪರ್ವತ ಶ್ರೇಣಿಯ ಪ್ರದೇಶವಾಗಿದ್ದು, ಅಲ್ಜೀರಿಯಾದಲ್ಲಿದೆ. ಸುಮಾರು 500 ಕಿಲೋ ಮೀಟರ್ ಉದ್ದಕ್ಕೆ ಈ ಪರ್ವತ ಶ್ರೇಣಿ ವ್ಯಾಪಿಸಿದೆ. ಇದೊಂದು ಸಂರಕ್ಷಿತ ಅರಣ್ಯ ಹಾಗೂ ಪರ್ವತ ಶ್ರೇಣಿಯಾಗಿದ್ದು ಪರಂಪರೆ ತಾಣಗಳ ಪಟ್ಟಿಗೆ ಸೇರಿದೆ.

293. ಟ್ಯಾಕ್ಸಿಲಾ:

ಪಾಕಿಸ್ತಾನ ಪಂಜಾಬ್ ಪ್ರಾಂತ್ಯದ ಟ್ಯಾಕ್ಸಿಲಾ ಪ್ರಾಚ್ಯವಸ್ತುಗಳನ್ನು ಒಳ ಗೊಂಡ ಪ್ರದೇಶ. ಗಾಂಧಾರರ ಕಾಲದವರೆಗಿನ ಪುರಾತನ ಸಂಸ್ಕೃತಿಯನ್ನು ಇಲ್ಲಿ ಕಾಣಬಹುದಾಗಿದೆ. ಇದರಲ್ಲಿ ಗಂಧಾರ ಕಲಾಪ್ರಕಾರಗಳು ಮಾತ್ರವಲ್ಲದೇ ತಕ್ಷಶಿಲಾ ಪ್ರಕಾರಕ್ಕೆ ಸೇರಿದ ಕಲಾ ಪ್ರಕಾರಗಳೂ ಸೇರಿವೆ. ಹಿಂದೂ ಮತ್ತು ಬುದ್ಧ ಸಂಸ್ಕೃತಿಗಳೆರಡೂ ಮೇಳೈಸಿರುವ ಈ ಪ್ರದೇಶವನ್ನು 1980ರಲ್ಲಿ ವಿಶ್ವ ಪರಂಪರೆ ತಾಣಗಳ ಪಟ್ಟಿಗೆ ಸೇರಿಸಲಾಯಿತು.

294. ಟೆಲ್ ಅವೀವ್:

ಜರ್ಮನಿಯ ಸುಮಾರು 4 ಸಾವಿರ ಅಂತರರಾಷ್ಟ್ರೀಯ ಕಟ್ಟಡಗಳ ಸಂಕೀರ್ಣವೇ ಟೆಲ್ ಅವೀವ್. ಟೆಲ್ ಅವೀವ್ ಪ್ಯಾಲೆಸ್ಟೇನ್ ಮತ್ತು ಬ್ರಿಟಿಷ್ ಶೈಲಿಯ ಸಹಸ್ರಾರು ಕಟ್ಟಡಗಳು ಇಲ್ಲಿವೆ. ಇವುಗಳ ವಾಸ್ತುಶಾಸ್ತ್ರವೇ ಆಧುನಿಕ ಅಧ್ಯಯನಕಾರರಿಗೆ ಒಂದು ಒಳ್ಳೆಯ ವಸ್ತು.

295. ಟೆಂಪಲ್ ಆಫ್ ಹೆವನ್:

ಕೇಂದ್ರ ಬೀಜಿಂಗ್‌ನಲ್ಲಿರುವ ದೇವಾಲಯಗಳ ಸಂಕೀರ್ಣವಿದು. ಅನೇಕ ರಾಜ ಮಹಾರಾಜರು ಹಾಗೂ ಈಗಿನ ಆಡಳಿತಗಾರರು ಕೂಡ ಇವುಗಳಿಗೆ ಭೇಟಿ ನೀಡುತ್ತಾರೆ. ತಾವೊಇಸ್ಟ್ ಮಾದರಿಯ ದೇವಾಲಯಗಳಿವಾಗಿದ್ದು, ಅಂದಿನ ಕಾಲದಲ್ಲಿ ರಾಜರು ನಿತ್ಯವೂ ಭೇಟಿ ನೀಡುತ್ತಿದ್ದರು.

296. ಟೆನೆರೆ:

ನೈರುತ್ಯ ಸಹಾರಾದ ಮರಳುಗಾಡಿನ ಪ್ರದೇಶವಿದಾಗಿದ್ದು, ಇಡೀ ಪ್ರದೇಶದ ಉದ್ದಕ್ಕೂ ಮರಳುಗಾಡು ತನ್ನ ಬಲೆಯನ್ನು ಹೆಣೆದಿದೆ. ವಿಶ್ವದ ಬಹುದೊಡ್ಡ ಡೈನೋಸಾರ್‌ನ ಸ್ಮಶಾನ ಇಲ್ಲಿದೆ ಎಂದು ಸಂಶೋಧಕರು ಹೇಳುತ್ತಾರೆ.

297. ಸುಂದರಬನಗಳು:

ಬಾಂಗ್ಲಾದೇಶದಲ್ಲಿರುವ ಸುಂದರಬನಗಳ ಸಮೂಹ ನೋಡಲು ಒಂದು ಅದ್ಭುತ ತಾಣ. ಇಲ್ಲಿ ಅರಣ್ಯ ಪ್ರದೇಶ ಮಾತ್ರವಲ್ಲದೇ ಉದ್ಯಾನವನಗಳನ್ನೂ ಕಾಣಬಹುದಾಗಿದೆ. ಇದನ್ನು ಒಂದು ಅರ್ಥದಲ್ಲಿ ಸೌಂದರ್ಯಭರಿತ ಅರಣ್ಯ ಪ್ರದೇಶ ಎಂದು ಕರೆಯಬಹುದಾಗಿದೆ. ಗಂಗಾ ನದಿಯ ಗುಂಟ ಇವು ಹರಡಿ ಕೊಂಡಿರುವುದು ಈ ಸುಂದರ ಅರಣ್ಯದ ವಿಶೇಷ. ಬಾಂಗ್ಲಾ ದೇಶದಿಂದ ಆರಂಭವಾಗುವ ಸುಂದರಬನಗಳ ಸರಣಿಯು ಭಾರತದ ಪಶ್ಚಿಮ ಬಂಗಾಳ ದವರೆಗೂ ವ್ಯಾಪಿಸುವುದನ್ನು ಕಾಣಬಹುದು.

298. ಟಿಕಲ್:

ಕೊಲೊಂಬಿಯನ್ ಮಾಯಾ ಸಂಸ್ಕೃತಿಯ ಅವಿಭಾಜ್ಯ ಅಂಗವಾಗಿರುವ ಈ ಪ್ರಾಚ್ಯವಸ್ತು ಪ್ರದೇಶಗಳು ಅಂದಿನ ಸಂಸ್ಕೃತಿ ಮತ್ತು ಜನಜೀವನಕ್ಕೆ ಕನ್ನಡಿ ಹಿಡಿದಂತಿವೆ. ಪೆಟೆನ್ ಪ್ರಸ್ತಭೂಮಿ ಮತ್ತು ಉತ್ತರ ಗಾಟೆಮಾಲಾದಲ್ಲಿ ಕೇಂದ್ರಿತ ವಾಗಿವೆ. ಇಲ್ಲೊಂದು ರಾಷ್ಟ್ರೀಯ ಉದ್ಯಾನವನವೂ ಇದ್ದು, ಇದರ ಪ್ರಾಚೀನ ವೈಶಿಷ್ಟ್ಯವನ್ನು ಪರಿಗಣಿಸಿ ಇದನ್ನು 1979ರಲ್ಲಿ ವಿಶ್ವ ಸಂಸ್ಥೆಯು ಪರಂಪರೆಯ ತಾಣವಾಗಿ ಪರಿಗಣಿಸಿತು.

299. ಟಿಮ್ಗಡ್:

ಇದು ಉತ್ತರ ಆಫ್ರಿಕಾದಲ್ಲಿರುವ ರೋಮ್ ವಸಹಾತು. ಇದನ್ನು ಪತ್ತೆ ಹಚ್ಚಿದ ಮೊದಲ ವೀರ ಟ್ರಾರ್ಜನ್ ಎಂಬಾತ. ಸುಮಾರು ಕ್ರಿಸ್ತಶಕ 100ನೇ ಎ.ಡಿಯಲ್ಲಿ ಇದನ್ನು ಗುರುತಿಸಲಾಯಿತು. ರೋಮ್ ವಸಹಾತು ನಗರದ ಅವಶೇಷಗಳನ್ನು ಇಂದಿಗೂ ಕಾಣಬಹುದು. ಈ ಅವಶೇಷಗಳು ಈಗ ಅಲ್ಜೀರಿಯಾದಲ್ಲಿವೆ. ಈ ನಗರದ ಸುತ್ತಲೂ ರಕ್ಷಣಾ ಗೋಡೆ ಇತ್ತೆಂದು ಇತಿಹಾಸಕಾರರು ಹೇಳುತ್ತಾರೆ. ಅಲ್ಲದೇ ನಾಟಕಗಳಿಗೆ ಬಹು ಪ್ರಾಮುಖ್ಯ ನೀಡುತ್ತಿದ್ದ ರೋಮ್ ಸಂಸ್ಕೃತಿಯ ಭಾಗವೇ ಆಗಿರುವ ರಂಗಮಂದಿರವೂ ಅವಶೇಷಗಳಲ್ಲಿ ಪತ್ತೆಯಾಗಿದೆ. 1982ರಲ್ಲಿ ಇದು ವಿಶ್ವ ಪರಂಪರೆ ಪಟ್ಟಿಗೆ ಸೇರಿತು.

300. ಟಿ ಪಾಜಾ:

ಅಲ್ಜೀರಿಯಾದ ಕರಾವಳಿ ಪಟ್ಟಣವಿದು. ಅಲ್ಲದೇ ಟಿ ಪಾಜಾ ಪ್ರಾಂತ್ಯದ ರಾಜಧಾನಿಯೂ ಕೂಡ ಆಗಿತ್ತು. 1857ರಲ್ಲಿ ಪತ್ತೆಯಾದ ಇದೊಂದು ಆಧುನಿಕ ಪಟ್ಟಣ ಎಂದೇ ಗುರುತಿಸಲ್ಪಟ್ಟಿತ್ತು. ಇಲ್ಲಿನ ಸುಂದರ ಕಡಲ ತೀರ (ಬೀಚ್) ನೋಡುಗರನ್ನು ಕೈಬೀಸಿ ಕರೆಯುವಂತಿತ್ತು. ಇಲ್ಲಿ ಹಲವು ರೋಮ್ ಸಂಸ್ಕೃತಿಯ ಅವಶೇಷಗಳೂ ದೊರಕಿದವು. ರೋಮ್‌ನ ದೊರೆ ಕ್ಲಾಡಿಯಸ್ ಇದನ್ನು ತನ್ನ ಸೇನಾ ಪಡೆಯ ಕೇಂದ್ರ ಸ್ಥಾನವನ್ನಾಗಿ ಮಾಡಿಕೊಂಡಿದ್ದ ಎಂದು ಇತಿಹಾಸ ತಿಳಿಸುತ್ತದೆ.

301. ಟಿಯಾ:

ಇಥಿಯೋಪಿಯಾದ ಪ್ರಾಚ್ಯವಸ್ತು ಪಟ್ಟಣವೆಂದೇ ಇದು ಜನಪ್ರಿಯ.

ಇಲ್ಲಿನ ಪ್ರಾಚ್ಯವಸ್ತುಗಳು ಬೇರೆಡೆ ಎಲ್ಲಿಯೂ ಕಾಣಸಿಗುವುದಿಲ್ಲ. ಪ್ರಾಚ್ಯವಸ್ತು ಇಲಾಖೆ ಇನ್ನೂ ಇದನ್ನು ಬಗೆದು ಅಧ್ಯಯನವನ್ನು ಮಾಡುತ್ತಲೇ ಇದೆ. ಪ್ರಾಚ್ಯವಸ್ತುಗಳಿಗೇ ಸೀಮಿತವಾಗಿ ಇನ್ನಷ್ಟು ಅಧ್ಯಯನ ನಡೆದರೂ ಇಲ್ಲಿ ಸಾಲದು. ಅಷ್ಟು ಬಗೆಯ ಪುರಾತತ್ವ ಅವಶೇಷಗಳು ಇಲ್ಲಿ ಕಾಣಸಿಗುತ್ತವೆ.

302. ಟೊಂಬ್ ಆಫ್ ಆಸ್ಕಿಯಾ:

ಮಾಲಿ ದೇಶದ ಗಾವೊ ಪಟ್ಟಣದಲ್ಲಿದೆ. ಈ ಮಹಾಗೋಪುರದ ಅಡಿಯಲ್ಲಿ ಆಸ್ಕಿಯಾದ ಮೊದಲ ಮೊಹಮದ್ ಅವರ ಸಮಾಧಿ ಇದೆ ಎಂದು ಶಂಕಿಸಲಾಗಿದೆ. ಮೊದಲ ಮೊಹಮದ್ ಸೊಂಘೈ ಸಾಮ್ರಾಜ್ಯದ ಮಹಾನ್ ದೊರೆಯಾಗಿದ್ದ ಎನ್ನುತ್ತಾರೆ ಇತಿಹಾಸಕಾರರು. ಈ ಮಹಾ ಗೋಪುರವನ್ನು 15ನೇ ಶತಮಾನದ ಆಸುಪಾಸಿನಲ್ಲಿ ನಿರ್ಮಿಸಲಾಯಿತು. ಸಂಪೂರ್ಣ ಮಣ್ಣನ್ನೇ ಉಪಯೋಗಿಸಿ ಹೇಗೆ ಒಂದು ಅಭೂತಪೂರ್ವ ಕಲಾಕೃತಿಯನ್ನು ನಿರ್ಮಿಸಬಹುದು ಎನ್ನುವುದಕ್ಕೆ ಇದೊಂದು ಅತ್ಯುತ್ತಮ ಉದಾಹರಣೆ. ಇದನ್ನು ವಿಶ್ವ ಪರಂಪರೆ ತಾಣಕ್ಕೆ ಸೇರ್ಪಡೆ ಮಾಡಲಾಯಿತು.

303. ಟೊಂಗಾರಿಯಾ ನ್ಯಾಷನಲ್ ಪಾರ್ಕ್:

ನ್ಯೂಜಿಲೆಂಡಿನ ಅತ್ಯಂತ ಹಳೆಯ ರಾಷ್ಟ್ರೀಯ ಉದ್ಯಾನವನವಿದು. ಆ ದೇಶದ ಉತ್ತರ ದ್ವೀಪದಲ್ಲಿರುವ ಈ ಉದ್ಯಾನವನ್ನು ವಿಶ್ವಸಂಸ್ಥೆಯು ಸಾಂಸ್ಕೃತಿಕ ಹಾಗೂ ಪಾರಂಪರಿಕ ತಾಣಗಳ ಪಟ್ಟಿಗೆ ಸೇರಿಸಲು ಇದನ್ನು ಗುರುತಿಸಿಟ್ಟುಕೊಂಡಿದೆ. ಹಳೆಯ ಪಾರ್ಕ್‌ಗಳಲ್ಲಿ ಇದು ನಾಲ್ಕನೇ ಅತೀ ದೊಡ್ಡ ರಾಷ್ಟ್ರೀಯ ಉದ್ಯಾನವನವನ್ನು ಗುರುತಿಸಲಾಗಿದೆ. ಇಲ್ಲಿ ಜೀವಂತ ಜ್ವಾಲಾಮುಖಿಗಳ ಬುಗ್ಗೆಗಳನ್ನು ಹೊಂದಿರುವ ಪರ್ವತಗಳಿರುವುದೂ ವಿಶೇಷ.

304. ಟವರ್ ಆಫ್ ಲಂಡನ್:

ಇಂಗ್ಲೆಂಡಿನ ರಾಜಧಾನಿ ಲಂಡನ್‌ನಲ್ಲಿರುವ ಮಹಾರಾಣಿಯ ಅರಮನೆಯನ್ನು ಹೀಗೆ ಕರೆಯಲಾಗುತ್ತದೆ. ಲಂಡನ್‌ನ ಥೇಮ್ಸ್ ನದಿಯ ಉತ್ತರ ತೀರದಲ್ಲಿದೆ ಈ ಅರಮನೆ. ಈ ಅರಮನೆಯ ಆವರಣದಲ್ಲಿ ರಾಜಕೀಯ

ಕೈದಿಗಳಿಗಾಗಿ ಒಂದು ಸಕಲ ಸೌಲಭ್ಯಗಳಿರುವ ಕಾರಾಗೃಹವೂ ಇರುವುದು ಒಂದು ವಿಶೇಷ.

೩೦೫. ಟೌನ್ ಆಫ್ ಸುಖೊಥಾಯ್:

ಇದು ಅನೇಕ ಸಂಗತಿಗಳನ್ನು ಒಡಲಾಳದಲ್ಲಿ ಅಡಗಿಸಿಕೊಂಡಿರುವ ಪ್ರದೇಶ. ಎಲ್ಲವೂ ಸೇರಿಯೇ ಒಟ್ಟಾಗಿ ಇದನ್ನು ವಿಶ್ವ ಪರಂಪರೆ ತಾಣಗಳ ಪಟ್ಟಿಗೆ ಸೇರಿಸಲಾಗಿದೆ. ಇಲ್ಲೊಂದು ಐತಿಹಾಸಿಕ ಮಹತ್ವ ಸಾರುವ ಪಾರ್ಕ್, ಇನ್ನೊಂದು ಜನಾಕರ್ಷಕ ಉದ್ಯಾನವನ ಮೊದಲಾದವು ಇಲ್ಲಿವೆ. ಇವೆಲ್ಲ ಸುಖತೋಯ್ ಸಾಮ್ರಾಜ್ಯದ ಹಿರಿಮೆಯನ್ನು ಹೆಚ್ಚಿಸಿದಂಥವು.

೩೦೬. ಟ್ರೂಡೂಸ್ ಪರ್ವತಗಳು:

ಸಿಪ್ರಸ್‌ನ ಅತ್ಯಂತ ದೊಡ್ಡದಾದ ಪರ್ವತ ಶ್ರೇಣಿಗಳ ಪ್ರದೇಶವಿದು. ಇಲ್ಲಿನ ಪರ್ವತವೊಂದು 1952 ಮೀಟರ್ ಎತ್ತರದ್ದಿದ್ದು ಇದು ನೋಡಲು ಬಲು ಸುಂದರವಾಗಿದೆ. ಇಡೀ ಪರ್ವತ ಶ್ರೇಣಿಯಗುಂಟ ಸಾಕಷ್ಟು ಹೋಟೆಲು ಗಳು, ಪ್ರವಾಸಿಗರಿಗೆ ಅನುಕೂಲವಾಗುವಂತಹ ರೆಸಾರ್ಟ್‌ಗಳು ಹಾಗೂ ಪ್ರವಾಸಿ ಆಕರ್ಷಣೆಯ ಬಗೆಬಗೆಯ ವಿಶೇಷತೆಗಳನ್ನು ಹೊಂದಿದೆ.

೩೦೭. ಸುಮಾತ್ರಾದ ಟ್ರಾಪಿಕಲ್ ಮಳೆ ಪ್ರದೇಶ:

ಸುಮಾತ್ರಾದ ಅರಣ್ಯ ಪ್ರದೇಶದಲ್ಲಿರುವ ಗಿಡಮರಗಳು ಸದಾ ಮಳೆ ಸುರಿಸುವಂಥವು. ಇಲ್ಲಿ ವರ್ಷದ ಎಲ್ಲ ತಿಂಗಳೂ ಮಳೆ ತರುವ ಕಾಡುಗಳಿ ರುವುದು ಗಮನಾರ್ಹ. ಇದರಿಂದಾಗಿಯೇ ಸುಮಾತ್ರಾ ಪ್ರಸಿದ್ಧವಾಗಿದೆ. ಇದನ್ನು 2004ರಲ್ಲಿ ವಿಶ್ವ ಪರಂಪರೆ ತಾಣಕ್ಕೆ ಸೇರ್ಪಡೆ ಮಾಡಲಾಗಿದ್ದು, ಬರೀ ಮಳೆ ತರುವ ಕಾಡುಗಳಷ್ಟೇ ಅಲ್ಲದೇ, ಅನೇಕ ರಾಷ್ಟ್ರೀಯ ಉದ್ಯಾನವನಗಳೂ ಕೂಡ ಇಲ್ಲಿನ ಭಾಗ.

೩೦೮. ಟ್ರಾಯ್:

ಟರ್ಕಿಯಲ್ಲಿರುವ ನಗರವಿದು. ಮೊದಲು ಇದೊಂದು ಕಾಲ್ಪನಿಕ ನಗರವೂ

ಆಗಿತ್ತೆಂಬುದನ್ನು ಮರೆಯುವಂತಿಲ್ಲ. ಏಕೆಂದರೆ ಅತಿ ಸುಂದರಿ ಹೆಲೆನ್ ಟ್ರಾಯ್ ಎಂಬ ಪಟ್ಟಣದವಳೇ ಆಗಿದ್ದು, ಆಕೆಗಾಗಿ ಯುದ್ಧಗಳೇ ನಡೆದು ಹೋಗಿರುವುದನ್ನು ಅನೇಕ ಕೃತಿಗಳಲ್ಲಿ ನಾವು ಕಾಣುತ್ತೇವೆ. ಕಾಲ್ಪನಿಕ ವಿಷಯ ಏನೇ ಇರಲಿ. ಆದರೆ ಟ್ರಾಯ್ ಎಂಬ ನಗರ ಪ್ರಸ್ತುತ ಟರ್ಕಿಯಲ್ಲಿದೆ. ಇದೊಂದು ಪ್ರಾಚ್ಯವಸ್ತು ಕೇಂದ್ರಿತ ನಗರವಾಗಿರುವುದರಿಂದ ಹಾಗೂ ಇಲ್ಲಿನ ಪ್ರಾಚ್ಯ ವಸ್ತುಗಳನ್ನು ಆ ದೇಶ ಸರಿಯಾಗಿ ಕಾಪಾಡಿಕೊಳ್ಳುತ್ತ ಬಂದಿರುವುದ ರಿಂದ ಇದನ್ನು 1998ರಲ್ಲಿ ಪಾರಂಪರಿಕ ತಾಣವನ್ನಾಗಿ ವಿಶ್ವ ಸಂಸ್ಥೆ ಪರಿಗಣಿಸಿದೆ.

೩೦೯. ಸಿಂಗಿ ಡಿ ಬೆಮರಹಾ:

ಮಡಗಾಸ್ಕರ್ ಬಳಿ ಪಶ್ಚಿಮ ಕರಾವಳಿಯಲ್ಲಿ ಕೇಂದ್ರಿತವಾಗಿರುವ ಸಂರಕ್ಷಿತ ಅರಣ್ಯಪ್ರದೇಶವಿದು. ಇದರ ಭೌಗೋಳಿಕತೆ ಅತಿ ವಿಶಿಷ್ಟ. 1990ರಲ್ಲಿ ಇದನ್ನು ಪಾರಂಪರಿಕ ತಾಣಕ್ಕೆ ಸೇರಿಸಲಾಯಿತು. ಇಲ್ಲಿನ ಅರಣ್ಯ ಪ್ರದೇಶವೆಂದರೆ ಅದು ಅದ್ಭುತಗಳ ತಾಣ. ಇಲ್ಲಿ ಕಾಣುವಂತಹ ಪ್ರಾಣಿ ಪಕ್ಷಿಗಳು ಬೇರೆ ಅರಣ್ಯ ಪ್ರದೇಶಗಳಲ್ಲಿ ಕಾಣಸಿಗದು.

೩೧೦. ತುಬ್ಬತ್ತಹಾ ರೀಫ್:

ಇದು ಸುಲು ಸಮುದ್ರದಲ್ಲಿ ಕಂಡು ಬರುವ ಸುಳಿ. ಫಿಲಿಪಿನ್ಸ್ ದೇಶದ ವಿಶಿಷ್ಟ ಸಮುದ್ರವಿದು. ನಿಸರ್ಗದ ಅದ್ಭುತಗಳಲ್ಲಿ ಇದೂ ಒಂದು. ಸಮುದ್ರದ ಒಂದು ಭಾಗವನ್ನು ಎಂಟು ಕಿಲೋ ಮೀಟರ್ ಉದ್ದದ ಕಾಲುವೆ ಭೇದಿಸುತ್ತದೆ.

೩೧೧. ಟ್ವಿ ಫೆಲ್ಫಾಂಟೇನ್:

ನಮಿಬಿಯಾದ ಕ್ಯುನೆನೆ ಪ್ರಾಂತ್ಯದಲ್ಲಿರುವ ಈ ಪ್ರದೇಶ ಸುಮಾರು 2 ಸಾವಿರ ಶಿಲ್ಪಕಲಾ ಕೆತ್ತನೆಗಳನ್ನು ಹೊಂದಿದೆ. ಕಲ್ಲಿನ ಮೇಲೆ ಕೆತ್ತಲಾದ ಈ ಕೆತ್ತನೆಗಳನ್ನು ಗಮನಿಸಿದ ವಿಶ್ವ ಸಂಸ್ಥೆಯು 2007ರಲ್ಲಿ ನಮಿಬಿಯಾದ ಮೊದಲ ಪಾರಂಪರಿಕ ತಾಣವನ್ನಾಗಿ ಇದನ್ನು ಸೇರ್ಪಡೆ ಮಾಡಿಕೊಂಡಿತು. ಇಲ್ಲಿನ ಕೆತ್ತನೆಗಳು ಸುಮಾರು 2 ಸಾವಿರ ವರ್ಷಗಳಷ್ಟು ಹಳೆಯದಾದವು ಎಂಬುದಾಗಿ

ಗುರುತಿಸಲಾಗಿದೆ. ಇವು ಕ್ರಿಸ್ತಪೂರ್ವ ಯುಗದಲ್ಲೇ ಆದಿ ಮಾನವ ಕೆತ್ತನೆ ಮಾಡಿದವು ಎಂದೂ ಸಂಶೋಧಕರು ಹೇಳುತ್ತಾರೆ.

312. ಟೈರ್:

ಇದು ಲೆಬೆನಾನ್ ದೇಶದ ಪ್ರಮುಖ ನಗರ. ಲೆಬೆನಾನ್ ದೇಶದ ಭಾಷೆಯಲ್ಲಿ ಟೈರ್ ಅಂದರೆ ಕಲ್ಲು ಎಂದರ್ಥ. ಇಡೀ ನಗರ ಅಥವಾ ಸರಿಯಾಗಿ ಹೇಳಬೇಕೆಂದರೆ ಮೂಲ ನಗರವನ್ನು ಕಲ್ಲಿನಲ್ಲಿ ನಿರ್ಮಿಸಲಾಗಿದೆ. ಇದು ಲೆಬೆನಾನಿನ ನಾಲ್ಕನೇ ಅತೀ ದೊಡ್ಡ ನಗರ. ಜೊತೆಗೆ ದೇಶದ ಅತಿ ದೊಡ್ಡ ಬಂದರು ನಗರವೂ ಇದಾಗಿದೆ. ನಗರದಲ್ಲಿ ಅನೇಕ ಪುರಾತನ ಪಳಿಯುಳಿಕೆಗಳು ಕಾಣಸಿಗುತ್ತವೆ. ಇದರಲ್ಲಿ ರೋಮನ್ ಸಾಮ್ರಾಜ್ಯದ ಅವಶೇಷಗಳೂ ಕಂಡು ಬಂದಿರುವುದು ವಿಶೇಷ.

313. ಉಜುಂಗ್ ಕುಲಾನ್ ನ್ಯಾಷನಲ್ ಪಾರ್ಕ್:

ಇದು ಇಂಡೋನೇಷ್ಯಾದ ಜಾವಾದ ಪಶ್ಚಿಮ ತುದಿಯಲ್ಲಿ ನಿರ್ಮಾಣ ವಾಗಿದೆ. ಜ್ವಾಲಾಮುಖಿಯ ದ್ವೀಪಗಳನ್ನು ಒಳಗೊಂಡಿರುವುದು ಈ ರಾಷ್ಟ್ರೀಯ ಉದ್ಯಾನವನದ ವಿಶೇಷತೆ. ಇಲ್ಲಿನ ಜ್ವಾಲಾಮುಖಿಗಳು ಆಗಾಗ ಲಾವಾರಸವನ್ನು ಈಗಲೂ ಹೊರಸೂಸುತ್ತವೆ. ಇದು ಇಂಡೋನೇಷ್ಯಾದ ಮೊದಲ ರಾಷ್ಟ್ರೀಯ ಉದ್ಯಾನವನ. ವಿಶ್ವ ಪರಂಪರೆ ತಾಣಗಳ ಪಟ್ಟಿಯಲ್ಲಿ ಸೇರ್ಪಡೆಯಾಗಿದೆ.

314. ಉಮ್ಮರ್ ರಸಸ್:

ಜೋರ್ಡಾನಿನ ಪ್ರಾಚ್ಯವಸ್ತು ಸಂಗ್ರಹಾಲಯದಂತಹ ಪ್ರದೇಶವಿದು. ಇಲ್ಲಿ ರೋಮನ್ ಸಾಮ್ರಾಜ್ಯವೂ ಸೇರಿದಂತೆ ಹಲವು ಪ್ರಾಚೀನ ಸಂಸ್ಕೃತಿಯ ಪಳಿಯು ಳಿಕೆಗಳನ್ನು ಕಾಣಬಹುದಾಗಿದೆ. ಬೈಝಾಂಟೈನ್ ನಾಗರಿಕತೆಯೂ

ಇದರಲ್ಲಿ ಸೇರಿದೆ. ಇಷ್ಟಾಗಿಯೂ ಇಲ್ಲಿ ಇನ್ನೂ ಉತ್ಖನನ ಕಾರ್ಯ ನಡೆಯುತ್ತಲೇ ಇದೆ. ಕೆಲವು ಮಾತ್ರ ದೊರಕಿವೆ. ಇನ್ನು ಕೆಲವು ಪಳೆಯುಳಿಕೆಗಳು ದೊರೆಯಬೇಕಾಗಿದೆ. ಉತ್ಖನನ ನಡೆದ ಸಂದರ್ಭದಲ್ಲಿ ಚರ್ಚ್, ದೇವಾಲಯ ಗಳು, ಕಟ್ಟಡಗಳು ಇವೇ ಮೊದಲಾದವುಗಳ ಅವಶೇಷಗಳು ದೊರಕಿರುವುದು ಸಂಶೋಧನೆಗೆ ಇನ್ನಷ್ಟು ಪ್ರೇರಣೆ ನೀಡಿದೆ.

315. ನೂರ್:

ಯುವಿಎಸ್ ನೂರ್ ಮಂಗೋಲಿಯಾದ ಅತ್ಯಂತ ತಿಳಿಗೊಳದ ಸರೋವರ. ದೊಡ್ಡದೂ ಹೌದು. ಸಮುದ್ರ ಮಟ್ಟದಿಂದ 759 ಮೀಟರ್ ಎತ್ತರದಲ್ಲಿ ಇದು ಕೇಂದ್ರಿತವಾಗಿರುವುದು ಸರೋವರದ ವೈಶಿಷ್ಟ್ಯ.

316. ಅಕ್ಸಮಲ್:

ಮಾಯಾ ನಾಗರಿಕತೆಯ ಉತ್ತುಂಗ ಕಾಲದಲ್ಲಿ ಅತ್ಯಂತ ಹೆಸರು ಮಾಡಿ ನಂತರ ಈಗ ಕೋಲಂಬಿಯಾಕ್ಕೆ ಸೇರಿದ ಪ್ರದೇಶದಲ್ಲಿ ಸಂಪೂರ್ಣ ವಿನಾಶ ಹೊಂದಿದ ಪಳೆಯುಳಿಕೆಗಳ ನಗರ ಎಂಬ ಮಾತನ್ನು ಹೊತ್ತ ಪ್ರದೇಶವಿದು. ಇದು ಪತ್ತೆಯಾಗಿದ್ದು ಕ್ರಿಸ್ತಶಕ 500ನೇ ಇಸವಿಯಲ್ಲಿ. ಅನೇಕ ತಲೆಮಾರುಗಳ ಕಾಲ ಇದನ್ನು ಶಿಯು ರಾಜಮನೆತನದವರು ಆಳಿದರು. ನಂತರ ಆಳ್ವಿಕೆಯ ದೌರ್ಬಲ್ಯ ಮತ್ತು ಕಾಲನ ಹೊಡೆತಕ್ಕೆ ಸಿಲುಕಿ ಈ ನಗರ ವಿನಾಶ ಹೊಂದಿತು.

317. ವಾಲ್ಡ್ ಪೆನಿನ್ಸುಲಾ:

ಇದು ಅರ್ಜೆಂಟೀನಾದ ಸಮುದ್ರದಲ್ಲಿ ಕಂಡು ಬರುತ್ತದೆ. ಇದರ ಗಾತ್ರ ಸುಮಾರು 8 ಲಕ್ಷ 96 ಸಾವಿರದಷ್ಟು. ಇದನ್ನು ನೈಸರ್ಗಿಕ ತಾಣವಾಗಿ ಸಂರಕ್ಷಿತ ಪ್ರದೇಶವೆಂದು ಘೋಷಣೆ ಮಾಡಲಾಗಿದೆ. 1999ರಲ್ಲಿ ವಿಶ್ವ ಪರಂಪರೆ ಪಟ್ಟಿಗೆ ಸೇರ್ಪಡೆಯಾಗಿದೆ. ಇಲ್ಲಿನ ಸರೋವರಗಳು, ಪ್ರಾಣಿ ಪಕ್ಷಿಗಳು, ಅರಣ್ಯ ಹಾಗೂ ಭೂ ಪ್ರದೇಶದ ಸೊಬಗು ಅನನ್ಯವಾಗಿದೆ.

318. ವಲ್ಲಿ ಡ ಮಾಯ್:

ಶೇಚೆಲಿಸ್ ಪ್ರಾಂತ್ಯದ ಪ್ರಮುಖ ದ್ವೀಪವೊಂದರಲ್ಲಿ ವಲ್ಲಿ ಡಿ ಮಾಯ್ ಪ್ರದೇಶ ಕಂಡು ಬರುತ್ತದೆ. ಇಲ್ಲಿನ ವೈಶಿಷ್ಟ್ಯವೆಂದರೆ ಅತ್ಯಂತ ಸುರಕ್ಷಿತವಾಗಿ ಕಾಪಾಡಿಕೊಂಡು ಬಂದಿರುವ ಪಾಮ್ ಎಣ್ಣೆ ಉತ್ಪಾದನೆ ಮಾಡುವ ಗಿಡಮರ ಗಳು. ಇಲ್ಲಿಂದ ವಿಶ್ವದ ಹಲವಾರು ದೇಶಗಳಿಗೆ ಪಾಮ್ ತೈಲ ಮತ್ತು ಇನ್ನು ಕೆಲವು ದೇಶಗಳಿಗೆ ಪಾಮ್ ಎಣ್ಣೆ ತಯಾರಿಕೆ ಬೀಜಗಳು ರವಾನೆಯಾಗುತ್ತವೆ. ಪಾಮ್ ಮರಗಳ ಎಲೆಗಳು 6ರಿಂದ 14 ಮೀಟರ್‌ವರೆಗೆ ಇರುತ್ತವೆ. ಈ ಪ್ರದೇಶವನ್ನು 1983ರಲ್ಲಿ ವಿಶ್ವ ಪರಂಪರೆ ತಾಣಗಳ ಪಟ್ಟಿಗೆ ಸೇರ್ಪಡೆ ಮಾಡಲಾಗಿದೆ.

319. ವ್ಯಾಟ್ ಘೊ:

ದಕ್ಷಿಣ ಲಾವೋಸ್‌ನಲ್ಲಿ ಸಂಪೂರ್ಣ ನಾಮಾವಶೇಷವಾದ ದೇವಾಲಯ ಗಳ ಸಂಕೀರ್ಣವಿದು. ಘುಕೊ ಪರ್ವತ ಶ್ರೇಣಿಯ ಕೆಳಗೆ ನಿರ್ಮಿಸಲಾಗಿದ್ದ ಈ ದೇವಾಲಯ ಸಂಕೀರ್ಣವನ್ನು ಕಲಾಕೃತಿಯ ದೃಷ್ಟಿಯಿಂದ ನೋಡಿದಾಗ, ಇದೊಂದು ಅಪಾರ ಕಲಾತ್ಮಕತೆ ಮತ್ತು ತನ್ನದೇ ಆದ ವಿಶೇಷತೆಯನ್ನು ಹೊಂದಿದ ದೇವಾಲಯವಾಗಿತ್ತು ಎಂಬುದು ಕಂಡು ಬರುತ್ತದೆ. ಕಾಲಕ್ರಮೇಣ ಈ ಪ್ರದೇಶವು ಬುದ್ಧ ಧರ್ಮದ ಅನುಯಾಯಿಗಳ ಆರಾಧನಾ ಸ್ಥಳವಾಗಿ ಮಾರ್ಪಟ್ಟಿತು.

320. ವಿಗಾನ್ ಸಿಟಿ:

ಫಿಲಿಪಿನ್ಸ್ ದೇಶದ ಪಶ್ಚಿಮ ಕರಾವಳಿಯ ಅತ್ಯಂತ ದೊಡ್ಡ ಮತ್ತು ಸುಂದರ ನಗರವಿದು. ಇಲ್ಲಿನ ರಸ್ತೆಗಳು, ಶುಚಿತ್ವ, ಸಂಸ್ಕೃತಿ, ಕಟ್ಟಡಗಳ ವಿನ್ಯಾಸ ಮೊದಲಾದ ಕಾರಣಗಳಿಂದ ಇದೊಂದು ಮಹತ್ವದ ನಗರವಾಗಿದೆ. ವಿಶ್ವ ಸಂಸ್ಥೆಯು ನಗರದ ಎಲ್ಲ ಅಂಶಗಳನ್ನು ಪರಿಗಣಿಸಿ ಹಾಗೂ ಇಲ್ಲಿನ ಯುರೋಪಿ ಯನ್ ವಿನ್ಯಾಸವನ್ನು ಗಮನಿಸಿ ಪಾರಂಪರಿಕ ತಾಣಗಳಲ್ಲಿ ಒಂದಾಗಿ ಇದನ್ನು ಪರಿಗಣಿಸಿದೆ.

321. ವಿನಾಲೇಸ್ ವ್ಯಾಲಿ:

ವಿನಾಲೇಸ್ ವ್ಯಾಲಿ ಕಣಿವೆಯು ಕ್ಯುಬಾದಲ್ಲಿದೆ. ಸುಮಾರು 51 ಚದರ ಮೈಲಿ ಸುತ್ತಳತೆ ಹಾಗೂ ವಿಸ್ತಾರವನ್ನು ಹೊಂದಿರುವ ಈ ಕಣಿವೆಯು ನೋಡುಗರಿಗೆ ಹಬ್ಬ. ಈ ಕಣಿವೆಯಲ್ಲಿ ತಂಬಾಕು ಹೇರಳವಾಗಿ ಬೆಳೆಯುತ್ತದೆ. ಕಣಿವೆಯ ತಟದಲ್ಲಿ ನಿತ್ಯೋಪಯೋಗಿ ಬೆಳೆಗಳನ್ನು ಬೆಳೆಯಲಾಗುತ್ತದೆ. ಪ್ರವಾಸಿಗರ ಪ್ರಮುಖ ತಾಣವಾಗಿರುವ ಈ ಕಣಿವೆ ಪ್ರದೇಶವನ್ನು ವಿಶ್ವ ಪರಂಪರೆ ತಾಣಕ್ಕೆ ಸೇರ್ಪಡೆ ಮಾಡಲಾಗಿದೆ.

322. ವಿರುಂಗಾ ನ್ಯಾಷನಲ್ ಪಾರ್ಕ್:

ಇದು ಆಫ್ರಿಕಾದ ಮೊದಲ ರಾಷ್ಟ್ರೀಯ ಉದ್ಯಾನವನ. 1925ರಲ್ಲಿ ಇದನ್ನು ನಿರ್ಮಿಸಲಾಯಿತು. 7800 ಚದರ ಕಿಲೋ ಮೀಟರ್ ವಿಸ್ತೀರ್ಣ ಹೊಂದಿರುವ ಈ ಪಾರ್ಕ್ 1979ರಲ್ಲಿ ವಿಶ್ವ ಪರಂಪರೆ ತಾಣಗಳ ಪಟ್ಟಿಗೆ ಸೇರಿತು. ಇಲ್ಲಿನ ಗೋರಿಲ್ಲಾಗಳು ಪ್ರಸಿದ್ಧ. ಇಲ್ಲಿ ನಡೆದ ಕಾಂಗೋ ಜನಾಂಗೀಯ ಘರ್ಷಣೆ ಮತ್ತು ಬೇಟೆಗಾರರಿಂದಾಗಿ ಈ ಪಾರ್ಕಿನಲ್ಲಿನ ಗೋರಿಲ್ಲಾಗಳು ಸೇರಿದಂತೆ ಬಹುತೇಕ ಕಾಡುಪ್ರಾಣಿಗಳು ಸಂಕಷ್ಟಕ್ಕೆ ಸಿಲುಕಿದವು.

323. ವಾಲ್ಯುಬಿಲಿಸ್:

ಮೊರಾಕ್ಕೊದಲ್ಲಿರುವ ಪ್ರಾಚ್ಯವಸ್ತು ಪ್ರದೇಶವಿದು. ಹಲವಾರು ನಾಗರಿಕತೆಗಳ ಪಳೆಯುಳಿಕೆಗಳನ್ನು ಇಲ್ಲಿ ಸುರಕ್ಷಿತವಾಗಿ ಸಂರಕ್ಷಣೆ ಮಾಡಿ ಇಟ್ಟಿರುವುದು ಇಡೀ ವಿಶ್ವದಲ್ಲೇ ವಿಶೇಷ. ಆದ್ದರಿಂದಲೇ ಇದಕ್ಕೆ 1997ರಲ್ಲಿ ವಿಶ್ವ ಸಂಸ್ಥೆಯು ಮಾನ್ಯತೆ ನೀಡಿ, ಪಾರಂಪರಿಕ ತಾಣಗಳ ಪಟ್ಟಿಗೆ ಸೇರ್ಪಡೆ ಮಾಡಿತು.

324. ರೆಡೆಫೋರ್ಟ್ ಕ್ರೇಟರ್:

ಇದು ವಿಶ್ವದ ಅತಿ ದೊಡ್ಡ ಜ್ವಾಲಾಮುಖಿಯ ತೊಟ್ಟಿ. ದಕ್ಷಿಣ ಆಫ್ರಿಕಾದಲ್ಲಿರುವ ಇದನ್ನು ಹೇಗೆ ಬಣ್ಣಿಸಿದರೂ ಕಡಿಮೆ. ಇದು ಉಗುಳುವ ಲಾವಾರಸ ಗಾತ್ರ ಊಹೆಗೂ ನಿಲುಕದ್ದು. ಈ ಜ್ವಾಲಾಮುಖಿಯ ಕಾರಣಕ್ಕೇ ಸಮೀಪದ ನಗರಕ್ಕೆ ರೆಡೆಫೋರ್ಟ್ ಕ್ರೇಟರ್ ಎಂದು ಹೆಸರಿಡಲಾಗಿದೆ. 2005ರಲ್ಲಿ ಇದನ್ನು ಪಾರಂಪರಿಕ ತಾಣಗಳ ಪಟ್ಟಿಗೆ ಸೇರಿಸಲಾಗಿದೆ.

325. 'ಡಬ್ಲೂ' ನ್ಯಾಷನಲ್ ಪಾರ್ಕ್:

ಪಶ್ಚಿಮ ಆಫ್ರಿಕಾದಲ್ಲಿರುವ ಬಹುಮುಖ್ಯ ರಾಷ್ಟ್ರೀಯ ಉದ್ಯಾನವನವಿದು. ನೈಗರ್ ನದಿಯ ಬಳಿ ಇದು 'ಡಬ್ಲೂ' ಆಕಾರದಲ್ಲಿ ಕಂಡು ಬರುವುದರಿಂದ ಇದನ್ನು ಹೀಗೆ ಕರೆಯಲಾಗುತ್ತದೆ. ಇದಕ್ಕೆ ತಾಗಿಕೊಂಡಂತೆ ಇರುವ ಪ್ರಾಂತ್ಯಗಳಲ್ಲಿನ ಉದ್ಯಾನವನಗಳನ್ನೂ ಸೇರಿಸಿ ಇದನ್ನು 'ಡಬ್ಲೂ ಟ್ರಾನ್ಸ್‌ಬಾರ್ಡರ್ ಪಾರ್ಕ್' ಎಂದು ಕರೆಯಲಾಗುತ್ತದೆ.

326. ವಾದಿ ಅಲ್ ಹಿತಾನ್:

ಈಜಿಪ್ತ್‌ನಲ್ಲಿರುವ ಇದು ವಿವಿಧ ಪ್ರಾಣಿಗಳು ಹಾಗೂ ಮನುಷ್ಯರಿಂದ ಹೂಳಲ್ಪಟ್ಟ ಅವಶೇಷಗಳ ಅತಿ ದೊಡ್ಡ ಆಗರ. ಇಲ್ಲಿನ ಮರಳ ರಾಶಿಯಲ್ಲಿರುವ ಇವು ಎಷ್ಟು ಪ್ರಮಾಣದಲ್ಲಿವೆ ಎಂಬುದನ್ನು ಅಂದಾಜು ಕೂಡ ಮಾಡಲಾಗದಷ್ಟು ಪ್ರಮಾಣದಲ್ಲಿ ಇಲ್ಲಿ ಹೂತಿರುವ ಅವಶೇಷಗಳನ್ನು ಕಾಣಬಹುದಾಗಿದೆ. ವಿಶ್ವದ ಬೇರೆಲ್ಲೂ ಇಷ್ಟು ಪ್ರಮಾಣದ ಹೂತ ಅವಶೇಷಗಳು ಕಾಣುವುದಕ್ಕೆ ದೊರೆಯುವುದಿಲ್ಲ.

327. ವೆಸ್ಟರ್ನ್ ಕ್ಯಾಕಾಸಸ್:

ಇದು ಕಪ್ಪು ಸಮುದ್ರದಿಂದ ಎಲ್ಬರ್ಸ್ ಪರ್ವತದವರೆಗೆ ವ್ಯಾಪಿಸಿರುವ ಪ್ರದೇಶವಾಗಿದೆ. ನೈಸರ್ಗಿಕ ತಾಣಗಳನ್ನು ಹೊಂದಿರುವ ಈ ಪ್ರದೇಶವು ರಷ್ಯಾ ಗಡಿಯವರೆಗೂ ವಿಸ್ತರಿಸಿದೆ. ಯುರೋಪ್‌ನಲ್ಲಿ ಇದೊಂದೇ ಅತ್ಯಂತ ದೊಡ್ಡ ಪರ್ವತ ಶ್ರೇಣಿ ಎನ್ನಬಹುದು. ನೈಸರ್ಗಿಕವಾಗಿ ಅತ್ಯಾಕರ್ಷಕವಾಗಿರುವ ಇದನ್ನು ನೋಡುವುದೇ ಕಣ್ಣಿಗೆ ಒಂದು ಹಬ್ಬ.

328. ವೀಸ್ ಚರ್ಚ್:

1740ರ ಸುಮಾರಿಗೆ ನಿರ್ಮಾಣವಾದ ಈ ಚರ್ಚ್ ಆಲ್ಪ್ ಪರ್ವತ ಶ್ರೇಣಿಯ ತಳದಲ್ಲಿದ್ದು, ಬಾದಾಮಿ ಆಕಾರದಲ್ಲಿ ನಿರ್ಮಾಣವಾಗಿದೆ. ಡಾಮಿನಿಕಸ್ ಝಿಮರ್ಮನ್ ಎಂಬಾತ ಇದರ ನಿರ್ಮಾಪಕ. ಜರ್ಮನಿಗೆ ಶೋಭೆ ತಂದಿರುವ ಚರ್ಚ್ ಇದಾಗಿದೆ ಎಂದರೆ ತಪ್ಪಾಗಲಾರದು. ಇದನ್ನು ನೋಡಲು ನಿತ್ಯವೂ ಸಹಸ್ರಾರು ಭಕ್ತಾದಿಗಳು, ಆಸಕ್ತರು, ಪ್ರವಾಸಿಗರು ಬರುತ್ತಾರೆ.

329. ರ್‍ಯಾಂಗಲ್ ದ್ವೀಪ:

ಚುಕ್‌ಚಿ ಸಮುದ್ರ ಹಾಗೂ ಪೂರ್ವ ಸೈಬೀರಿಯನ್ ಸಮುದ್ರದ ನಡುವೆ ಆರ್ಕಟಿಕ್ ಮಹಾಸಾಗರದಲ್ಲಿ ಇರುವ ದ್ವೀಪವಿದು. ನಗರ ಮತ್ತು ಪಟ್ಟಣ ಪ್ರದೇಶಗಳಿಂದ ಬಹುದೂರ ಇರುವ ಈ ದ್ವೀಪಕ್ಕೆ ಪೂರ್ವದಲ್ಲಿ 60 ಕಿಮೀ ದೂರದಲ್ಲಿರುವ ಹೆರಾಲ್ಡ್ ದ್ವೀಪವೇ ಅತ್ಯಂತ ಸಮೀಪದ ತಾಣ ಎನ್ನಬಹುದು. ಈ ದ್ವೀಪದ ಮೇಲೆ ಸೊವೆತ್‌ಸ್ಕಾಯ್ ಎಂಬ ಎತ್ತರದ ಪರ್ವತವೂ ಇದೆ. ಇದರ ಎತ್ತರ ಒಂದು ಸಾವಿರ ಮೀಟರ್‌ಗೂ ಹೆಚ್ಚು.

೩೩೦. ಯಾಕುಶಿಮಾ:

ಜಪಾನಿನ ಅತ್ಯಂತ ಪ್ರಮುಖ ದ್ವೀಪಗಳಲ್ಲಿ ಇದೂ ಒಂದು. ಒಸುಮಿ ದ್ವೀಪ ಎಂಬುದಾಗಿಯೂ ಇದಕ್ಕೆ ಕರೆಯುತ್ತಾರೆ. ಅತ್ಯಂತ ದಟ್ಟ ಅರಣ್ಯದಿಂದ ಆವರಿಸಿರುವುದು ಈ ದ್ವೀಪದ ವಿಶೇಷತೆಗಳಲ್ಲಿ ಒಂದು. ಈ ದ್ವೀಪದ ಇನ್ನೊಂದು ವಿಶೇಷತೆ ಬಿಸಿಲು. ಹಾಗೆಯೇ ಇಲ್ಲಿ ಹಲವಾರು ತಿಂಗಳುಗಳ ಕಾಲ ಹಿಮಪಾತ ಆಗುವುದೂ ಇದರ ವಿಶೇಷತೆಯೇ ಎನ್ನಬೇಕು.

೩೩೧. ಯಲ್ಲೊಸ್ಟೋನ್ ನ್ಯಾಷನಲ್ ಪಾರ್ಕ್:

ಅಮೆರಿಕದ ಯೊಮಿಂಗ್ ಎಂಬಲ್ಲಿ ಈ ರಾಷ್ಟ್ರೀಯ ಉದ್ಯಾನವನ ಇದೆ. ಒಂದು ಸಂಶೋಧನೆಯ ಪ್ರಕಾರ ಯಲ್ಲೊಸ್ಟೋನ್ ಪಾರ್ಕ್ ವಿಶ್ವದ ಮೊದಲ ಪಾರ್ಕ್ ಆಗಿದ್ದು, ಇಲ್ಲಿನ ಪ್ರಾಣಿ ಸಂಕುಲಕ್ಕೆ ಹೆಸರಾಗಿತ್ತು. ಈಗಲೂ ಇಲ್ಲಿ ಹಲವಾರು ಬಗೆಯ ಪ್ರಾಣಿಗಳು, ಪಕ್ಷಿಗಳು ಮನೆ ಮಾಡಿವೆ. ಜೊತೆಗೆ, ಇಲ್ಲಿನ ಸಸ್ಯ ಸಂಕುಲವನ್ನು ನೋಡುವುದೇ ಒಂದು ಆನಂದದಾಯಕ ಅನುಭವ. ಅಮೆರಿಕದ ಕಿರಿಟಪ್ರಾಯ ಪಾರ್ಕ್ ಇದೆಂದರೆ ಅತಿಶಯೋಕ್ತಿ ಆಗಲಾರದು.

೩೩೨. ಇಂಕ್ಸು:

ಚೀನಾದ ಕಡೆಯ ರಾಜಮನೆತನವಾದ ಶಾಂಗ್ ಡೈನಾಸ್ಟಿಯ ರಾಜಧಾನಿಯಾಗಿದ್ದ ಇಂಕ್ಸು ಇಂದು ಹೇಳು-ಕೇಳುವರಿಲ್ಲದ ಹಾಳು ಸುರಿವ ಅವಶೇಷಗಳ ಪ್ರದೇಶ. ಇಲ್ಲೊಂದು ರಾಜಧಾನಿ ಇತ್ತು ಎಂಬುದಕ್ಕೆ ಪಳೆಯುಳಿಕೆಗಳು ಮಾತ್ರ ಈಗ ಸಾಕ್ಷಿಯಾಗಿ ನಿಂತಿವೆ. ರಾಜಧಾನಿಯಾಗಿದ್ದ ಈ ನಗರವನ್ನು 12 ಮಹಾರಾಜರು ಆಳಿದರು. ಸುಮಾರು 225 ವರ್ಷಗಳ ಕಾಲ ಆಳ್ವಿಕೆ ನಡೆಯಿತು ಎಂಬುದಾಗಿ ಇತಿಹಾಸ ಹೇಳುತ್ತದೆ. ಇಲ್ಲೊಂದು ರಾಜಧಾನಿ ಇತ್ತು ಎಂಬುದನ್ನು ಚೀನಾ ಸರ್ಕಾರ 1899ರಲ್ಲಿ ನಡೆಸಿದ ಉತ್ಖನನದಲ್ಲಿ ಪತ್ತೆ ಹಚ್ಚಿತು. ನಂತರ ಅವಶೇಷಗಳನ್ನು ಸಂರಕ್ಷಣೆ ಮಾಡಿ ಬಹುಮುಖ್ಯ ಮಾತ್ರವಲ್ಲದೇ ಅತೀ

ದೊಡ್ಡ ಪ್ರಾಚ್ಯವಸ್ತು ಪ್ರದೇಶವನ್ನಾಗಿಯೂ ಇದನ್ನು ಕಾಪಾಡಿಕೊಂಡು ಬಂದಿದೆ. ಇನ್ನೊಂದು ಅರ್ಥದಲ್ಲಿ ಇದನ್ನು ಚೀನಾದ ಐತಿಹಾಸಿಕ ರಾಜಧಾನಿ ಎಂದೇ ಬಣ್ಣಿಸಲಾಗುತ್ತದೆ. ಇದು ವಿಶ್ವ ಪರಂಪರೆ ತಾಣದಲ್ಲಿರುವ ಅತ್ಯಂತ ಪ್ರಮುಖ ಮತ್ತು ಅಗ್ರಪಂಕ್ತಿಯ ಪ್ರದೇಶವಾಗಿದೆ.

ನಮ್ಮ ದೇಶದಿಂದ ಆರಂಭಿಸಿ, ಇಡೀ ವಿಶ್ವವನ್ನೇ ಸುತ್ತಿ ಬಂದರೂ ನಮಗೆ ಕಣ್ಮನ ಸೆಳೆಯುವ ತಾಣಗಳು ಕಾಣಿಸಿಗುತ್ತ ಪಾರಂಪರಿಕವಾಗಿ, ಕಲಾತ್ಮಕವಾಗಿ ಗಮನ ಸೆಳೆಯುವ ಇವುಗಳ ಸ್ ಕಾರ್ಯದಲ್ಲಿ ಮನುಷ್ಯನ ಪ್ರಯತ್ನ ಎಷ್ಟಿರಬಹುದು ಲೆಕ್ಕಹಾಕಿ! ಒಂದೆ ಎರಡಲ್ಲ ಅಸಂಖ್ಯವಾಗಿರುವ ಈ ತಾಣಗಳು, ಇಡೀ ಜಗತ್ತಿನ ಎ ರಾಷ್ಟ್ರಗಳನ್ನೂ ಆವರಿಸಿವೆ. ಒಂದೇ ಒಂದು ದೇಶದಲ್ಲಿಯೂ 'ನಮ ಯಾವುದೇ ಪಾರಂಪರಿಕ ತಾಣ ಅಥವಾ ಸಾಂಸ್ಕೃತಿಕ ತಾಣ ಇ ಎಂಬುದಾಗಿ ಹೇಳುವಂತಿಲ್ಲ. ಕೇವಲ ಮರುಭೂಮಿಯನ್ನೇ ಹ ಹೊದ್ದಿರುವ ದೇಶಗಳಲ್ಲಿಯೂ ಕೂಡ ವಿಶ್ವ ಪರಂಪರೆಯ ತಾ ಎನ್ನಬಹುದಾದ ಸ್ಥಳಗಳಿವೆ.

ಹೀಗಾಗಿಯೇ ವಿಶ್ವಸಂಸ್ಥೆಯು ಕೆಲವು ದಶಕಗಳ ಹಿಂದೆ, ವಿ ಎಲ್ಲೆಡೆ ವ್ಯಾಪಿಸಿರುವ ವಿವಿಧ ನಾಗರಿಕತೆಗಳು ಮತ್ತು ಸಂಸ್ಕೃತಿ ತಾಣ ಪಟ್ಟಿಯನ್ನು ಸಿದ್ಧಪಡಿಸಿ ಜಗತ್ತಿಗೆ ಪರಿಚಯಿಸಲು ತೀರ್ಮಾನಿಸಿತು ಕಿರು ಪುಸ್ತಕವು ಪಾರಂಪರಿಕ ತಾಣಗಳ ಒಂದು ಸಮಗ್ರ ನೋಟವ ಕೊಡುತ್ತದೆ.

₹ 50/-
ISBN 978-81-8468-480-

9 788184 684803

ಭಾರತದ ವಿಶ್ವ ಪಾರಂಪರಿಕ ತಾಣಗಳು

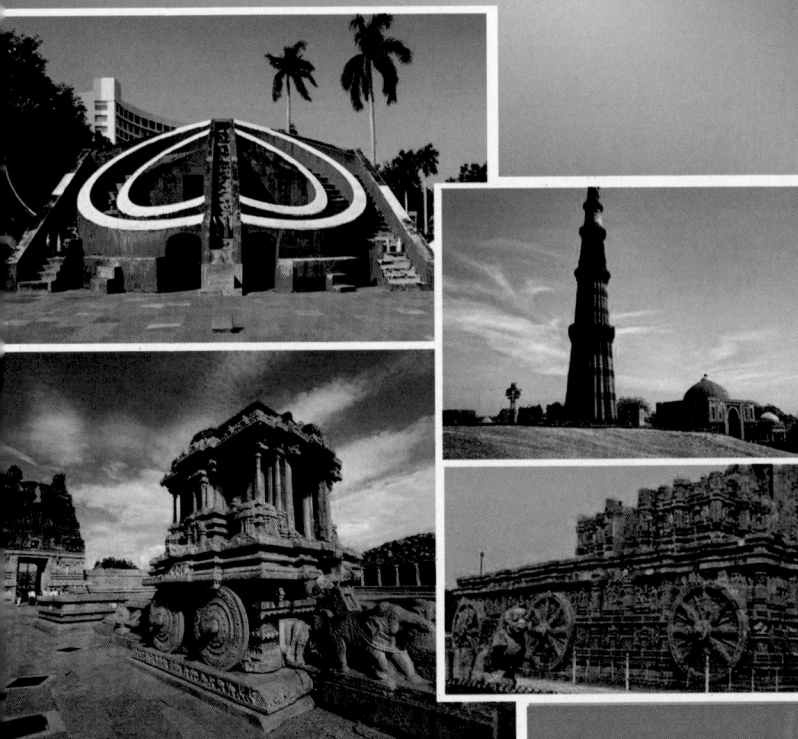

ಭಾರತದ
ವಿಶ್ವ ಪಾರಂಪರಿಕ
ತಾಣಗಳು

ಅನಿತಾ ಕೌಸಲ್ಯ

ವಾಸನ್ ಪಬ್ಲಿಕೇಷನ್

© ವಾಸನ್ ಪಬ್ಲಿಕೇಷನ್ಸ್

ಮುದ್ರಣ : 2018

ಪ್ರಕಾಶಕರು :

ವಾಸನ್ ಪಬ್ಲಿಕೇಷನ್ಸ್

25, ವಾಸನ್ ಟವರ್ಸ್,
ಡಾ॥ ಟಿ.ಸಿ.ಎಂ. ರಾಯನ್ ರಸ್ತೆ (ಗೂಡ್ಸ್‌ಶೆಡ್ ರಸ್ತೆ),
ಬೆಂಗಳೂರು – 560 053
e-mail: vasanpublications@gmail.com
www.mastermindbooks.com

ಮುದ್ರಣ :

ಎನ್.ಆರ್. ಎಂಟರ್‌ಪ್ರೈಸಸ್

ಪರಿವಿಡಿ.....

1.
ಅಜಂತಾ ಗುಹಾಂತರ್ಗತ ದೇಗುಲಗಳು

ಪಶ್ಚಿಮ ಘಟ್ಟಗಳಿಂದ ಆವೃತ್ತವಾಗಿರುವ ಪ್ರಕೃತಿ ಸೌಂದರ್ಯದ
ಮಡಿಲಪ್ರದೇಶದಲ್ಲಿದೆ ಅಜಂತ. ಮಹಾರಾಷ್ಟ್ರದ ಔರಂಗಾಬಾದ್ ಜಿಲ್ಲೆಯ

ವ್ಯಾಪ್ತಿಗೆ ಒಳಪಡುವ ಅಜಂತಾ ಊರಿನಿಂದ ಮೂರ್ನಾಲ್ಕು ಕಿ.ಮೀ.
ದೂರದಲ್ಲಿದೆ ಅಜಂತಾ ಕಣಿವೆ. ನಯನ ಮನೋಹರವೆನಿಸುವ ಈ
ಕಣಿವೆಯಲ್ಲಿ ಪ್ರಾಚೀನ ಕಾಲದಲ್ಲಿ ಶಾತವಾಹನರು, ವಾಕಾಟಕರು ಮತ್ತು
ಬಾದಾಮಿ ಚಾಲುಕ್ಯ ಅರಸರು ನಿರ್ಮಿಸಿದ ಗುಹಾಂತರ ದೇಗುಲಗಳು
ಅಂದಿನ ಕಾಲದ ಸಹಜ ಚಿತ್ರಕಲೆ, ಶಿಲ್ಪಸಿರಿ ಮತ್ತು ವಾಸ್ತುಶಿಲ್ಪಗಳ
ಶ್ರೇಷ್ಠತೆಯನ್ನು ಸಾರಿ ಹೇಳುತ್ತವೆ.

ಅಜಂತಾ ಕಣಿವೆ ಪ್ರದೇಶಕ್ಕೆ ಮಾರುಹೋಗದ ಪ್ರವಾಸಿಗನೇ ಇಲ್ಲ. ಇಲ್ಲಿ ವಾಘೋರಾ ನದಿ ಅಂಕುಡೊಂಕಾಗಿ ಹರಿದಿದೆ. ಕ್ರಿ.ಪೂ.2ನೆಯ ಶತಮಾನದಿಂದ ಕ್ರಿ.ಶ.7ನೆಯ ಶತಮಾನದವರೆಗಿನ ಅವಧಿಯಲ್ಲಿ ರಾಜಮನೆತನದವರಾದ ಶಾತವಾಹನರು, ವಾಕಾಟಕರು ಮತ್ತು ಬಾದಾಮಿ ಚಾಲುಕ್ಯರು ಬೌದ್ಧಧರ್ಮೀಯರಿಗಾಗಿ ಗುಹಾಂತರ ದೇಗುಲಗಳನ್ನು ಕಟ್ಟಿಸಿದರು. ವಿಭಿನ್ನ ಬಗೆಯ ಗುಹಾಂತರ ದೇಗುಲಗಳನ್ನು ಇಲ್ಲಿ ನೋಡಬಹುದು.

ಸುಮಾರು 900 ವರ್ಷಗಳ ಕಾಲ ಅಜಂತಾದ ಬಂಡೆಗಳನ್ನು ಕೊರೆದು, ಕೆತ್ತನೆ ಮಾಡಿ ಅವುಗಳಲ್ಲಿ ವೈಭವದ ಶಿಲ್ಪಕಲೆಯನ್ನು ಅರಳಿಸುವ ಕೆಲಸ ನಡೆಯಿತು. ಕಾಲಕ್ರಮೇಣ ಸುಮಾರು 1,200 ವರ್ಷಗಳಷ್ಟು ಸುದೀರ್ಘ ಅವಧಿಯವರೆಗೆ ಪೋಷಕರಿಲ್ಲದೆ ಅಜ್ಞಾತವಾಗಿತ್ತು. 19ನೆಯ ಶತಮಾನದಲ್ಲಿ ಆಂಗ್ಲ ಕುದುರೆ ಸವಾರನೊಬ್ಬನ ಕಣ್ಣಿಗೆ ಗೋಚರಿಸಿದ ನಂತರ ಆಂಗ್ಲರಾದಿಯಾಗಿ ಭಾರತೀಯ ಪುರಾತತ್ವ ಇಲಾಖೆಯ ಕಾಳಜಿಯಿಂದ ಅಜಂತಾ ಗುಹಾಂತರ ದೇಗುಲಗಳು ಇಂದು ಲೋಕವಿಖ್ಯಾತಿ ಪಡೆದಿವೆ.

ಅಜಂತಾದಲ್ಲಿ ಒಟ್ಟು 30 ಗುಹಾಂತರ ದೇಗುಲಗಳನ್ನು ಗುರುತಿಸಲಾಗಿದೆ. ಸುಮಾರು 3/4 ಮೈಲು ಉದ್ದವಾದ ಕುದುರೆಲಾಳದ ಆಕಾರದ ಬೆಟ್ಟದ ನಿಡಿದಾದ ಓರೆಯಲ್ಲಿ ದೇವಾಲಯಗಳ ನಿರ್ಮಾಣವಾಗಿದೆ. ಅಜಂತದ ದೇಗುಲಗಳಿಗೆ ಕಂಬಗಳುಳ್ಳ ಮುಖಮಂಟಪ, ಹಿಂಬದಿಯಲ್ಲಿ ಅರ್ಧ ವರ್ತುಲಾಕಾರದ ನಡು ಅಂಕಣ, ಕಂಬಗಳ ಸಾಲಿನಿಂದ ಬೇರ್ಪಡಿಸಿದ ಬದಿಯ ಅಂಕಣಗಳು, ಸ್ತೂಪ, ಗುಮ್ಮಟ ಮತ್ತು ಭಾವಣಿ ಕೋಣೆ ಇವು ದೇಗುಲಗಳ ಪ್ರಮುಖ ಲಕ್ಷಣಗಳು.

ಬುದ್ಧನ ಪೂರ್ವಜನ್ಮದ ಕಥೆಗಳು (ಜಾತಕ ಕಥೆಗಳು), ಬುದ್ಧನ ಜೀವನದ ಘಟನಾವಳಿಗಳನ್ನೇ ಹೆಚ್ಚಾಗಿ ಮನಮುಟ್ಟುವಂತೆ ಚಿತ್ರಿಸಲಾಗಿದೆ. ಹಿಂದೆ ಇಲ್ಲಿ ಬೌದ್ಧಭಿಕ್ಷುಗಳು ವಾಸಿಸುತ್ತಿದ್ದರು. ಆಗ ಇವರಿಗೆ ಅನ್ನ, ಬಟ್ಟೆಗಳನ್ನು ಕೊಟ್ಟು ಇವರಿಂದ ಆಶೀರ್ವಾದ ಪಡೆಯಲು ಜನಸಾಮಾನ್ಯರು ಈ ತಾಣಕ್ಕೆ ಬರುತ್ತಿದ್ದರಂತೆ.

ಅಜಂತಾ ಗುಹಾಂತರ ದೇಗುಲಗಳನ್ನು ನಾಲ್ಕು ಗುಂಪುಗಳಲ್ಲಿ

ವಿಂಗಡಿಸಲಾಗಿದೆ. 8ರಿಂದ 13ನೆಯ ಗುಹೆಗಳನ್ನು ಕ್ರಿ.ಪೂ. 3ನೆಯ ಶತಮಾನದಿಂದ ಕ್ರಿ.ಪೂ. 1ನೆಯ ಶತಮಾನದವರೆಗೆ ಶಾತವಾಹನರು, 14ರಿಂದ 19ನೆಯ ದೇಗುಲಗಳನ್ನು ಕ್ರಿ.ಶ.1ನೆಯ ಶತಮಾನದಿಂದ ಕ್ರಿ.ಶ.6ನೆಯ ಶತಮಾನದವರೆಗೆ ವಾಕಾಟಕ ರಾಜರು, 1ರಿಂದ 6ನೆಯ ದೇಗುಲಗಳನ್ನು ಕ್ರಿ.ಶ.3ನೆಯ ಶತಮಾನದಿಂದ ಕ್ರಿ.ಶ.6ನೆಯ ಶತಮಾನದವರೆಗೆ ವಾಕಾಟಕರೇ

ಮತ್ತು 20ರಿಂದ 30ನೆಯ ದೇಗುಲಗಳನ್ನು ಕ್ರಿ.ಶ.4ನೆಯ ಶತಮಾನದಿಂದ ಕ್ರಿ.ಶ.7ನೆಯ ಶತಮಾನದವರೆಗೆ ಬಾದಾಮಿಯ ಚಾಲುಕ್ಯರು ನಿರ್ಮಿಸಿರುವುದಾಗಿ ಚರಿತ್ರೆ ಹೇಳುತ್ತದೆ. 7ನೆಯ ದೇಗುಲಗಳನ್ನು ಕಟ್ಟಿದವರ ಬಗ್ಗೆ ಏಕಾಭಿಮತವಿಲ್ಲ. 8ರಿಂದ 13ನೆಯ ದೇಗುಲಗಳು ಬೌದ್ಧರ ಹೀನಯಾನ ಗುಂಪಿನವಾಗಿದ್ದರೆ, ಮಿಕ್ಕವು ಮಹಾಯಾನ ಗುಂಪಿನವಾಗಿವೆ.

ಹೀನಯಾನ ಅನುಯಾಯಿಗಳು ಬುದ್ಧನ ಪಾದ, ಧರ್ಮಚಕ್ರ, ದಂತಗಳ ಆಕಾರಗಳನ್ನು ಮಾತ್ರ ಆರಾಧಿಸುತ್ತಿದ್ದರಿಂದ ಬುದ್ಧನ ದೈಹಿಕ ರೂಪದ ಚಿತ್ರಣಗಳನ್ನು ನಿಷೇಧಿಸಲಾಗಿತ್ತು. ಶಾತವಾಹನರು ಬುದ್ಧನ ಜನನ, ತ್ಯಾಗ, ಜ್ಞಾನಸಂಪಾದನೆ, ಮಹಾಪರಿನಿರ್ವಾಣ ಇವುಗಳನ್ನು ಮಾತ್ರ ಕೆತ್ತನೆಗಳಲ್ಲಿ ಬಿಂಬಿಸಿದರು. ಆದರೆ ಚಿತ್ರಕಾರರು ಪ್ರಕೃತಿಯ ಸೊಬಗು, ಪ್ರಾಣಿ-ಪಕ್ಷಿಗಳು, ಗಂಧರ್ವರು, ದೇವಾನುದೇವತೆಗಳ ಚಿತ್ರಗಳನ್ನು ಅವುಗಳು ಜೀವತಳೆದಿರುವಷ್ಟು ನೈಜತೆಯಿಂದ ಬಿಡಿಸಿ ಬಣ್ಣ ಲೇಪಿಸಿದ್ದಾರೆ.

ಅಶೋಕ ಚಕ್ರವರ್ತಿಯ ನಂತರ ಮಹಾಯಾನ ಗುಂಪು ಬುದ್ಧನ

ವಿಗ್ರಹ ಆರಾಧನೆಗೆ ಒತ್ತು ನೀಡಿದ್ದರಿಂದ ಈತನಿಗೆ ಸಂಬಂಧಿಸಿದ ಹಲವಾರು ಸಂಗತಿಗಳನ್ನು ಚಿತ್ರ ಮತ್ತು ಶಿಲ್ಪಗಳಲ್ಲಿ ಮನೋಜ್ಞವಾಗಿ ವಿನ್ಯಾಸಗೊಳಿಸಲಾಗಿದೆ. ಜಾತಕ ಕಥಾನಕ, ಅಶ್ವಘೋಷನ ಬುದ್ಧಚರಿತೆ, ಆರ್ಯದೇವನ ಜಾತಕಮಾಲೆ, ಸಾರಿಪುತ್ರ ಪ್ರಕರಣಗಳ ಕುರಿತಾದ ಕೆತ್ತನೆಗಳು ನೋಡುಗರನ್ನು ಅಂದಿನ ಕಾಲದ ಕಲಾವಂತಿಕೆಯ ಶ್ರೇಷ್ಠತೆಯನ್ನು ಸಾರುತ್ತವೆ.

ಮಹಾಸರ್ಪಜಾತಕ, ಅಂತಃಪುರ ದೃಶ್ಯ, ನರ್ತಕಿಯರು, ಅಂತರಿಕ್ಷದಲ್ಲಿ ಸಂಚರಿಸುವ ಸ್ವರ್ಗಿಯರು, ಗಂಧರ್ವ ದಂಪತಿಗಳ ಪ್ರಣಯ, ಹೋರಿಗಳ

ಗುದ್ದಾಟ, ವಿಭಿನ್ನ ಸ್ವರೂಪದ ಜಿಂಕೆಗಳ ಚಿತ್ರಣಗಳು ಜೀವಂತ ಬೊಂಬೆಗಳಂತೆ ಎದ್ದು ಕಾಣುತ್ತವೆ. ಸೌಮ್ಯತೆ, ಅಸದೃಶ್ಯ ಕುಂಚಕೌಶಲ, ಸರಿಸಾಟಿಯಿಲ್ಲದ ವರ್ಣವಿನ್ಯಾಸದ ವೈಖರಿ, ಅಸಾಧಾರಣ ಪ್ರೌಢಿಮೆ ಇವು ಅಜಂತಾ ಭಿತ್ತಿಚಿತ್ರಗಳ ನಿದರ್ಶನಗಳು. ಚಿತ್ರಗಳ ಪ್ರಶಾಂತ ಭಾವ, ಸೌಮ್ಯ ಮುಖಮುದ್ರೆ, ಲಲಿತ ಭಂಗಿ, ಚಲನ ವಿನ್ಯಾಸ ಇವು ವಿಶ್ವದಲ್ಲಿ ಸೃಷ್ಟಿಕರ್ತ ತಾನೇ ತಾನಾಗಿ ಮೆರೆಯುವ ಬಗೆಯನ್ನು ಸೂಚಿಸುತ್ತವೆ.

ಜಗತ್ತಿನ ಸುಖಗಳೆಲ್ಲ ಲಭಿಸಿದರೂ ಅವನ್ನು ಬಿಟ್ಟುಬಿಟ್ಟ ಸಿದ್ಧಾರ್ಥನ ಸತ್ವಪೂರ್ಣ ವೈರಾಗ್ಯ ಭಾವದ ಚಿತ್ರಣ ಹೃದಯಂಗಮವಾಗಿದೆ. 17ನೆಯ

ಗುಹಾ ದೇಗುಲದಲ್ಲಿ ಬುದ್ಧನ ಪ್ರಮುಖ ಜೀವನ ಪ್ರಸಂಗವೊಂದನ್ನು ನೋಡಲು ಭಗವಾನ ವಿಷ್ಣು ಪರಿವಾರಸಮೇತ ಆಗಮಿಸುತ್ತಿರುವ ಚಿತ್ರ ಅತ್ಯದ್ಭುತವಾಗಿದೆ.

ಅಶೋಕ ಚಕ್ರವರ್ತಿಯ ಮಗ ವಿಜಯನ ಸಿಂಹಳ ದೇಶದ ವಿಜಯದ ಚಿತ್ರಣ ಇತಿಹಾಸದ ಬಗ್ಗೆ ಬೆಳಕು ಚೆಲ್ಲಿದರೆ, ನರ್ತಕಿಯರ ಗುಂಪು ಮತ್ತಿತರ ಸುಂದರ ಸ್ತ್ರೀಯರ ಕೆತ್ತನೆಗಳು ವಿಶಿಷ್ಟವಾಗಿವೆ. 16ನೆಯ ದೇಗುಲವನ್ನು ಬೆಟ್ಟದೊಳಗೆ 65 ಅಡಿಯಷ್ಟು ಕೊರೆದು ನಿರ್ಮಿಸಲಾಗಿದೆ. ಇದರಲ್ಲಿ ವಾಕಾಟಕ ಅರಸ ಹರಿಷೇಣನ ಶಿಲಾಶಾಸನ ಲಭಿಸಿದೆ. 20 ಕಂಬ ಮುಖಮಂಟಪದಲ್ಲಿ 5 ಕಂಬಗಳು, ಗರ್ಭಗೃಹದಲ್ಲಿ ಪಾದಾಸನನಾಗಿರುವ ಬುದ್ಧನ ಮೂರ್ತಿಯಿದೆ. 14ನೆಯ ದೇಗುಲ ಇಷ್ಟು ದೊಡ್ಡದಿದ್ದರೂ ಬುದ್ಧನ ಚಿತ್ರಣಗಳು ಸೊಗಸಾಗಿವೆ. 26ನೆಯ ಗುಹಾದೇಗುಲದಲ್ಲಿ ಬುದ್ಧನ ದೇಹದ ಹತ್ತಿರ ಅವನ ಅನುಯಾಯಿ ಆನಂದ ಕುಳಿತು ದುಃಖಿಸುತ್ತಿರುವ ಚಿತ್ರಣ ಮನಮಿಡಿಯುವಂತಿದೆ.

ಒಂದನೆಯ ಗುಹಾ ದೇಗುಲದಲ್ಲಿ ಬಾದಾಮಿಯ ಚಾಲುಕ್ಯರ ಚಕ್ರವರ್ತಿ, ಇಮ್ಮಡಿ ಪುಲಿಕೇಶಿ ಪರ್ಶಿಯಾದ ದೊರೆ ಖುಸ್ರುವಿನ ರಾಯಭಾರಿಗೆ ಸಂದರ್ಶನ ನೀಡುತ್ತಿರುವ ಕನ್ನಡದ ಅಂದಿನ ಅರಸನ ಧೀಮಂತಿಕೆಯ ದ್ಯೋತಕವಾಗಿದೆ. ಖುಸ್ರು ದೊರೆ ಮತ್ತವನ ಪತ್ನಿಯ ಚಿತ್ರಣಗಳು ಪುಲಿಕೇಶಿಗೂ ಖುಸ್ರುವಿನ ಸ್ನೇಹತ್ವದ ಬಗ್ಗೆ ತಿಳಿ ಹೇಳುತ್ತವೆ. ಇಲ್ಲಿನ ಒಂದು ಕಂಬದ ಬೋದಿಗೆಯ ಮೇಲೆ ನಾಲ್ಕು ದೇಹ, ಒಂದೇ ಮುಖವುಳ್ಳ ನಾಲ್ಕು ಜಿಂಕೆಗಳ ಚಿತ್ರಣ ಜೀವಂತವೇನೋ ಎಂಬಂತೆ ಅದ್ಭುತವಾಗಿ ಕೆತ್ತಲಾಗಿದೆ.

ಎರಡನೆಯ ಗುಹೆಯಲ್ಲಿಯೂ ಪುಲಿಕೇಶಿಯ ಆಸ್ಥಾನ, ಪರ್ಶಿಯಾದ ರಾಯಭಾರಿಯನ್ನು ಸ್ವಾಗತಿಸುತ್ತಿರುವ ಪುಲಿಕೇಶಿಯ ಕೆತ್ತನೆಗಳು ಗಮನ ಸೆಳೆಯುತ್ತವೆ. ಅಲ್ಲದೆ ಜಿಂಕೆ ಮತ್ತು ಶಿವಪಾರ್ವತಿಯರ ಭಿತ್ತಿಚಿತ್ರಗಳು ಆಕರ್ಷಕ. ಈ ಗುಹಾಲಯದಲ್ಲಿಯೇ ಬ್ರಾಹ್ಮಿಲಿಪಿ ಮತ್ತು ಸಂಸ್ಕೃತ ಭಾಷೆಗಳ ಬರಹರೂಪಗಳಿವೆ. ಸರಸ್ವತಿ, ಮೈತ್ರಿ ಶ್ಲೋಕಗಳನ್ನು ಬಣ್ಣದಲ್ಲಿ ಮೂಡಿದ ಬರಹ ಕಾಣಬಹುದು.

ಅಜಂತಾದ ಗುಹಾಚಿತ್ರಗಳಲ್ಲಿ ಬುದ್ಧನ ಹೊರತಾಗಿ ಅಂದಿನ ಕಾಲದಲ್ಲಿನ ವಿಭಿನ್ನ ಬಗೆಯ ಪಕ್ಷಿಗಳು, ಪ್ರಾಣಿಗಳು, ಗಿಡಮರ, ಬಳ್ಳಿಗಳು, ಮಾನವ ನಿರ್ಮಿತ ಗೃಹ, ಅರಮನೆಗಳು, ವಿಲಾಸ, ವೈಭವಗಳ ಚಿತ್ರಗಳನ್ನು ಕಾಲಾನಂತರದಲ್ಲಿನ ಅರಸರು ಮನೋಹರವಾಗಿ ಕೆತ್ತಿಸಿದ್ದಾರೆ. ಪ್ರಾಚೀನ ಭಾರತದ ಎಲ್ಲಾ ಕಲಾವಿದರಂತೆ ಅಜಂತಾದ ಕಲಾವಿದರೂ ಚಿತ್ರರಚನೆಯ ಮೂಲಕ ತಮ್ಮ ಆತ್ಮ ಉನ್ನತಿಯನ್ನು ಅರಸಿದರು. ದೇವದೇವತೆಗಳು, ಗಂಧರ್ವರು, ಅಪ್ಸರೆಯರು, ಕೆಲವು ಜೀವಿಗಳ ಕುರಿತಾದ ಚಿತ್ರಗಳು ಕಾಲ್ಪನಿಕವಾಗಿದ್ದು, ಈ ರಚನೆಗಳು ಅಂದಿನ ಕಲಾವಿದರ ಅಬಿರುಚಿಗೆ ಹಿಡಿದ ಕನ್ನಡಿಯಾಗಿದೆ

ಇಂದು ಅಜಂತಾದ ಎಲ್ಲಾ ಗುಹಾಚಿತ್ರಗಳನ್ನು ಪ್ರವಾಸಿಗರು ನೋಡಲು ಸಾಧ್ಯವಿಲ್ಲ. ಏಳು ಗುಹಾಂತರ ದೇಗುಲಗಳಲ್ಲಿನ ಚಿತ್ರ, ಶಿಲ್ಪಗಳನ್ನು ಸ್ಪಷ್ಟವಾಗಿ ನೋಡಬಹುದು. ಉಳಿದವು ಭಗ್ನಾವಶೇಷಗಳಂತೆ ಭಾಸವಾಗುತ್ತವೆ. ಪ್ರಕೃತಿಯ ಸೌಂದರ್ಯದ ನಡುವೆ ನಿರ್ಮಾಣಗೊಂಡಿರುವ ಕೆಲವು ಗುಹೆಗಳ ಮೇಲಿಂದ ವಾಘೋರಾ ನದಿ ಅಲ್ಲಲ್ಲಿ ಜಲಧಾರೆಗಳನ್ನು ಸೃಷ್ಟಿಸಿರುವುದರಿಂದ ಇವು ಕಣ್ಣಿಗೆ ಇನ್ನಷ್ಟು ಸೊಬಗನ್ನು ನೀಡುತ್ತವೆ.

ಕ್ರಿ.ಶ. 7ನೆಯ ಶತಮಾನದಲ್ಲಿ ಚೀನಾದ ಯಾತ್ರಿಕ ಹುಯೆನ್‌ತ್ಸಾಂಗ್ ಇಲ್ಲಿಗೆ ಭೇಟಿ ನೀಡಿದ್ದನೆಂದು ಆತನ ಬರವಣಿಗೆಗಳಿಂದ ಗೊತ್ತಾಗುತ್ತದೆ. ಅಜಂತಾ ಗುಹಾದೇಗುಲಗಳಲ್ಲಿ ಬೌದ್ಧಭಿಕ್ಷುಗಳು ವಾಸಿಸುತ್ತಿದ್ದರು. ಬೌದ್ಧಮತದ ಅವಸಾನದ ಬಳಿದ ಅಜಂತಾ ಪಾಳು ಬಿತ್ತೆಂದು ಸಹ ಆತ ಉಲ್ಲೇಖಿಸಿದ್ದಾನೆ.

ಬೌದ್ಧಧರ್ಮದ ಕಥಾನಕಗಳು ಸೇರಿದಂತೆ ಆಗಿನ ಕಾಲದ ಆಗುಹೋಗುಗಳ ಕುರಿತಾದ ಚಿತ್ರಣಗಳು ಬಂಡೆಗಳಿಂದ ಕೊರೆದ ಗುಹಾಂತರ ದೇವಾಲಯಗಳು ನೋಡುಗರು ನಿಬ್ಬೆರಗಾಗುವಂತೆ ಮೈತಳೆದಿವೆ. 1983ರಲ್ಲಿ ವಿಶ್ವಸಂಸ್ಥೆಯ ಯುನೆಸ್ಕೊದ ವಿಶ್ವಪರಂಪರೆಯ ಪಟ್ಟಿಯಲ್ಲಿ ಮಾನ್ಯತೆ ಪಡೆದಿರುವ ಅಜಂತಾ ಗುಹಾಲಯಗಳು ಭಾರತೀಯ ಕಲೆಗೆ ತಮ್ಮದೇ ಆದ ಕೊಡುಗೆಯನ್ನು ನೀಡಿವೆ.

2. ಆಗ್ರಾದ ಕೋಟೆ

ಆಗ್ರಾ ಎಂದಾಕ್ಷಣ ಕಣ್ಮುಂದೆ ಬರುವ ಚಿತ್ರಣವೆಂದರೆ ಆಧುನಿಕ ಅದ್ಭುತಗಳಲ್ಲಿ ಒಂದೆನಿಸಿರುವ ತಾಜ್‌ಮಹಲ್. ತಾಜ್‌ಮಹಲ್‌ಗೆ ಇನ್ನಷ್ಟು ಕಳೆ ತಂದಿರುವ ಶಹಜಹಾನ್ ಉದ್ಯಾನದ ಹತ್ತಿರದಲ್ಲಿರುವ ಕೆಂಪುಕೋಟೆ

ಆಗ್ರಾದ ಪ್ರಸಿದ್ಧಿಯನ್ನು ವೃದ್ಧಿಸಿದೆ. ಯಮುನಾ ನದಿಯ ಬಲದಂಡೆಯ ಮೇಲೆ ಕೆಂಪುಕೋಟೆ ಇದೆ. ಸುಮಾರು 2.5 ಸುತ್ತಳತೆಯ ಈ ಕೋಟೆಯ ಎತ್ತರ 70 ಅಡಿಗಳು. ಇತಿಹಾಸ ಪುಟಗಳನ್ನು ತಿರುವಿ ನೋಡಿದಾಗ

ಅಕ್ಬರ್ ಚಕ್ರವರ್ತಿ ಕೆಂಪುಕಲ್ಲಿನ ಕೋಟೆಯ ಮುಖ್ಯ ಭಾಗವನ್ನು ಕಟ್ಟಿಸಿದನೆಂಬ ಮಾಹಿತಿ ಸಿಗುತ್ತದೆ. 1565ರಿಂದ 1573ರವರೆಗಿನ ಎಂಟು ವರ್ಷಗಳ ಅವಧಿಯಲ್ಲಿ 4,000 ಕಾರ್ಮಿಕರು ಇದನ್ನು ನಿರ್ಮಿಸಿದರು. ಖಾಸೀಮ್ ಖಾನ್ ಮೀರ್ ಬಾರ್ ವಾ ಬಹ್ರ್ ಎಂಬ ವಾಸ್ತುಶಿಲ್ಪಿಯ ಮೇಲ್ವಿಚಾರಣೆಯಲ್ಲಿ ಕೋಟೆ ನಿರ್ಮಾಣಗೊಂಡಿತು.

ಇದಕ್ಕೂ ಮುಂಚೆಯೇ ಇಲ್ಲಿ ಇಟ್ಟಿಗೆಯ ಕೋಟೆ ಇತ್ತು. ಚೌಹಾಣ ರಜಪೂತರ ಅಧೀನದಲ್ಲಿದ್ದ ಇಟ್ಟಿಗೆಯ ಕೋಟೆಯನ್ನು ಘಜ್ನಿ ದೊರೆಗಳು ತಮ್ಮ ವಶಕ್ಕೆ ತೆಗೆದುಕೊಂಡರು. ಆ ನಂತರ ಸಿಕಂದರ್ ಲೋಧಿ ಕೋಟೆಯೊಳಗಿನ ಅರಮನೆಯಲ್ಲಿ ಠಿಕಾಣಿ ಹೂಡಿದ್ದ. ಆಗ ಆಗ್ರಾ ದೆಹಲಿಯ ದೊರೆಗಳ ಎರಡನೆಯ ರಾಜಧಾನಿ ಎನಿಸಿತ್ತು. ಸಿಕಂದರ್ ಲೋಧಿಯ ಮಗ ಇಬ್ರಾಹಿಂ ಲೋಧಿ ಒಂಬತ್ತು ವರ್ಷ ಕೋಟೆಯ ಮೇಲೆ ನಿಯಂತ್ರಣ ಸಾಧಿಸಿದ್ದ. ಪಾಣಿಪತ್ ಯುದ್ಧದಲ್ಲಿ ಸೋತು ಸಾವನ್ನಪ್ಪುವ ಮುನ್ನ ಈತ ಕೋಟೆಯೊಳಗೆ ಕೆಲವು ಅರಮನೆ, ಬಾವಿ ಮತ್ತು ಮಸೀದಿಗಳನ್ನು ನಿರ್ಮಿಸಿದ್ದನೆಂದು ಚರಿತ್ರೆ ಹೇಳುತ್ತದೆ.

ಪಾಣಿಪತ್ ಯುದ್ಧದಲ್ಲಿ ಜಯಶೀಲರಾದ ಮೊಘಲರು ಲೋಧಿಯಿಂದ ಅಪಾರ ಮೊತ್ತದ ಸಂಪತ್ತನ್ನು ವಶಪಡಿಸಿಕೊಂಡರು. ಇದಲ್ಲದೆ ಹುಮಾಯೂನ್‌ನಿಗೆ ಗ್ವಾಲಿಯರದ ದೊರೆ ವಿಖ್ಯಾತವೆನಿಸಿದ್ದ ಕೊಹಿನೂರ್ ವಜ್ರವನ್ನು ಸಹ ಅರ್ಪಿಸಿದ್ದ. ಆಗ್ರಾದಿಂದ ತುಂಬ ಪ್ರಭಾವಿತನಾಗಿದ್ದ ಅಕ್ಬರ್ ಇಲ್ಲಿದ್ದ ಹಳೆಯ ಇಟ್ಟಿಗೆಯ ಕೋಟೆಯನ್ನು ಪುನರುಜ್ಜೀವನ ಮಾಡುವ ಸಂಕಲ್ಪ ತೊಟ್ಟು ಅದನ್ನು ನೆರವೇರಿಸಿದ.

ಆಗ್ರಾದ ಕೋಟೆ ನೆಲಮಟ್ಟದಲ್ಲಿ ಇದೆ. ದೆಹಲಿಯಲ್ಲಿನ ದೀನ್ ಪಂಚ್ ಕಿಲಾ ಅಥವಾ ಪುರಾನಾ ಕಿಲಾದ ಮಾದರಿಯಲ್ಲಿ ಕೆಂಪು ಕೋಟೆಯನ್ನು ನಿರ್ಮಿಸಲಾಯಿತು. ಅಕ್ಬರನ ನಂತರ ಜಹಾಂಗೀರ, ಶಹಜಹಾನ್ ಮತ್ತು ಔರಂಗಜೇಬರೂ ಸಹ ಕೋಟೆಯನ್ನು ವ್ಯವಸ್ಥಿತವಾಗಿ ರಕ್ಷಿಸಿ, ಕೋಟೆಯ ಒಳಗೆ ಮತ್ತು ಆವರಣದಲ್ಲಿ ಹೊಸ ಕಟ್ಟಡಗಳನ್ನು ನಿರ್ಮಿಸಿದರು. ಕೋಟೆ ಎರಡು ಮುಖ್ಯ ಬಾಗಿಲುಗಳನ್ನು ಹೊಂದಿದೆ. ಇವುಗಳೆಂದರೆ ದೆಹಲಿ

ಬಾಗಿಲು ಮತ್ತು ಅಮರ ಸಿಂಗ್ ಬಾಗಿಲು ಮುಖ್ಯವಾದವು. ದೆಹಲಿ ಬಾಗಿಲು ಹಿಂದೆ ಕೋಟೆಗೆ ಹೆಬ್ಬಾಗಿಲನಂತಿತ್ತು. ಈಗ ಅಮರ ಸಿಂಗ್ ಬಾಗಿಲಿನಿಂದ ಮಾತ್ರ ಒಳಗೆ ಹೋಗಬಹುದು.

ಖಾಸ್ ಮಹಲ್, ಜಹಂಗೀರ್ ಮಹಲ್, ಶೀಷ್ ಮಹಲ್, ಮುಸಮ್ಮನ್ ಬುರ್ಜ್, ರಂಗ್ ಮಹಲ್, ಮೋತಿ ಮಸೀದಿ, ಮೀನಾ ಮಸೀದಿ, ದಿವಾನ್ ಇ ಆಮ್, ದಿವಾನ್ ಇ ಖಾಸ್ ಮುಂತಾದ ವೈಭವದ ಕಟ್ಟಡಗಳೊಂದಿಗೆ ಕೆಂಪು ಕೋಟೆ ಅಪರೂಪದ್ದೆನಿಸಿದೆ. ಅಬುಲ್ ಫಜಲ್ ಹಿಂದೆ ಕೋಟೆ 500 ಕಟ್ಟಡಗಳನ್ನು ಹೊಂದಿತ್ತು ಎಂದಿದ್ದಾನೆ. ಆದರೆ ಇದೀಗ 17 ಮುಖ್ಯ ಕಟ್ಟಡಗಳು ಮಾತ್ರ ಉತ್ತಮ ಸ್ಥಿತಿಯಲ್ಲಿವೆ.

ದಿವಾನ್ ಇ ಆಮ್ ಕಟ್ಟಡದಲ್ಲಿ ಆಗ ಮಯೂರ ಸಿಂಹಾಸನವಿತ್ತು. ಶಹಜಹಾನ್ ಕಾಲದಲ್ಲಿ ಮಯೂರ ಸಿಂಹಾಸನದ ಪ್ರಸ್ತಾಪ ಬರುತ್ತದೆ. ದಿವಾನ್ ಇ ಆಮ್ ಬಹು ಸ್ಥಂಭಗಳ ಕಟ್ಟಡವನ್ನು ಶಹಜಹಾನ್ ಆಳ್ವಿಕೆಯಲ್ಲಿ ಪೂರ್ತಿಗೊಳಿಸಲಾಯಿತು. ಪ್ರಜೆಗಳು ದೊರೆಗಳನ್ನು ಇಲ್ಲಿ ಮಾತ್ರ ಕಾಣಬಹುದಿತ್ತು. ದೊರೆಗಳು ಸಾರ್ವಜನಿಕರ ಅಹವಾಲುಗಳನ್ನು ಇಲ್ಲಿ ಸ್ವೀಕರಿಸುತ್ತಿದ್ದರು.

ದಿವಾನ್ ಇ ಖಾಸ್‌ನಲ್ಲಿ ಬೇರೆ ರಾಜ್ಯಗಳ ರಾಜರು, ಹೊರದೇಶಗಳ ರಾಯಭಾರಿಗಳನ್ನು ಇಲ್ಲಿನ ದೊರೆಗಳು ಭೇಟಿಯಾಗುತ್ತಿದ್ದರು. ದಿವಾನ್ ಇ ಖಾಸ್ ಕಟ್ಟಡವನ್ನು ಸಹ ಶಹಜಹಾನ್‌ನೇ ಕಟ್ಟಿಸಿದ. ಜಹಾಂಗೀರನ ಕಪ್ಪು ಸಿಂಹಾಸನ ಇಲ್ಲಿದೆ. ಅಕ್ಬರ್ ತನ್ನ ಮಗ ಜಹಾಂಗೀರನಿಗಾಗಿ ಜಹಾಂಗೀರ್ ಮಹಲ್ ಅನ್ನು ಕಟ್ಟಿಸಿದ. ಬಂಗಾಳಿ ಗುಡಿಸಲುಗಳ ಮೇಲ್ಚಾವಣಿಯ ಮಾದರಿಯಲ್ಲಿನ ಜಹನಾರಾ ಮತ್ತು ರೋಶನಾರಾ ಹೆಸರಿನ ಎರಡು ಸುಂದರ ವಿಶ್ರಾಂತಿ ಗೃಹಗಳಿವೆ. ಇವನ್ನು 'ಗೋಲ್ಡನ್ ಪೆವಿಲಿಯನ್' ಎಂದು ಕರೆಯಲಾಗಿದೆ. ಖಾಸ್ ಮಹಲ್ ಅಮೃತಶಿಲೆಯಿಂದ ಕಟ್ಟಲ್ಪಟ್ಟಿರುವ ಕಟ್ಟಡ. ಇದರ ಮೇಲಿನ ಕಲಾರಚನೆ ಚಿತ್ತಾಕರ್ಷಕವಾಗಿವೆ.

ಮೀನಾ ಮಸೀದಿಯನ್ನು ಮುಸ್ಲಿಂ ಧರ್ಮಗುರುಗಳಿಗಾಗಿ ಕಟ್ಟಿಸಲಾಗಿತ್ತು. ಮೋತಿ ಮಸೀದಿಯನ್ನು ಮುತ್ತಿನ ಮಸೀದಿ ಎಂದೂ ಹೆಸರಿಸಲಾಗಿದೆ. ಇಲ್ಲಿ ರಾಜಪರಿವಾರದವರು ಮಾತ್ರ ಪ್ರಾರ್ಥನೆ ಮಾಡುತ್ತಿದ್ದರು. ನಗೀಮಾ ಮಸೀದಿಯಲ್ಲಿ ಆಸ್ಥಾನದ ಕುಟುಂಬದವರ ಮಹಿಳೆಯರು ಪ್ರಾರ್ಥನೆ ಮಾಡುತ್ತಿದ್ದರು.

ಔರಂಗಜೇಬ ನಗೀಮಾ ಮಸೀದಿಯನ್ನು ಕಟ್ಟಿಸಿದ. ಶಹಜಹಾನ್‌ನ ಮಗಳು ಜಹನಾರಾ ಜುಮ್ಮಾ ಮಸೀದಿಯನ್ನು ಕಟ್ಟಿಸಿ ಸಾರ್ಥಕತೆ ಪಡೆದಿದ್ದಾಳೆ. ಮುಸಮ್ಮನ್ ಬುರ್ಜ್ ಎತ್ತರದ ಗೋಪುರದ ಕಟ್ಟಡ. ತಾಜ್‌ಮಹಲ್‌ನತ್ತ ಮುಖ ಮಾಡಿರುವ ಇದನ್ನು ಭವ್ಯವಾಗಿಯೇ ನಿರ್ಮಿಸಲಾಗಿತ್ತು. ದುರಂತವೆಂದರೆ ತಾಜ್‌ಮಹಲ್ ನಿರ್ಮಾತೃ ಶಹಜಹಾನ್‌ನನ್ನು ಆತನ ಮಗ ಔರಂಗಜೇಬ ಇಲ್ಲಿಯೇ ಬಂಧಿಸಿಟ್ಟಿದ್ದ. ಶಹಜಹಾನ್ ಸಾವನ್ನಪ್ಪಿದ್ದು ಇಲ್ಲಿಯೇ ಎಂಬ ಐತಿಹ್ಯವಿದೆ.

ಶೀಷ್ ಮಹಲ್ ಇಲ್ಲಿರುವ ವೈಭವದ ಇನ್ನೊಂದು ಕಟ್ಟಡ. ಇದು ರಾಜಪರಿವಾರದವರ ಅಲಂಕಾರಿಕ ಕಟ್ಟಡವಾಗಿತ್ತು. ಗೋಡೆಯೊಳಗೆ ಕನ್ನಡಿಯಂತಹ ಮೊಜಾಯಿಕ್ ಗಾಜುಗಳನ್ನು ಅಳವಡಿಸಲಾಗಿತ್ತು. ಶಾಹಿ ಬುರ್ಜ್ ಇದು ಶಹಜಹಾನ್‌ನ ಖಾಸಗಿ ಕೆಲಸಗಳಿಗೆ ಮೀಸಲಾದ ಭವನವಾಗಿತ್ತು. ನೌಬತ್ ಖಾನಾದಲ್ಲಿ ಸಂಗೀತ ಕಾರ್ಯಕ್ರಮಗಳನ್ನು

ಪ್ರಾಯೋಜಿಸಲಾಗುತ್ತಿತ್ತು. ರಂಗ್‌ಮಹಲ್‌ನಲ್ಲಿ ದೊರೆಗಳ ಪತ್ನಿಯರು ಮತ್ತು ಪುತ್ರಿಯರು ಕಾಲ ಕಳೆಯುತ್ತಿದ್ದರು. ರಂಗ್‌ಮಹಲ್‌ನಲ್ಲಿ ಸುಂದರ ಕಲಾಕೃತಿಗಳಲ್ಲದೆ ಅಪರೂಪದ ಕೆತ್ತನೆಗಳನ್ನು ಕಾಣಬಹುದು. ಮತ್ತೊಂದು ಭವನ ಮಚ್ಚಿಭವನ. ಕಾರಂಜಿಗಳಿಂದ ಆವೃತ್ತವಾಗಿತ್ತು. ಅಲ್ಲದೆ ಇಲ್ಲಿನ ಕೊಳದಲ್ಲಿ ವಿಭಿನ್ನ ಬಗೆಯ ಮೀನುಗಳನ್ನು ಸಂಗ್ರಹಿಸಲಾಗಿದೆ.

ಕೆಂಪುಕೋಟೆಯಲ್ಲಿನ ಕೆಲವು ಕಟ್ಟಡಗಳನ್ನು ಸಂಪೂರ್ಣವಾಗಿ ಅಮೃತಶಿಲೆಯಿಂದ ನಿರ್ಮಿಸಲಾಗಿದೆ. ಕೆತ್ತನೆಗಳು ಮತ್ತು ಪೇಟಿಂಗ್‌ಗಳಲ್ಲಿ ನೈಜತೆ ಇದೆ. ಪರ್ಶಿಯಾ ಕಲೆಯಿಂದ ಪ್ರಭಾವಿತವಾದರೂ ಇಲ್ಲಿನ ವಾಸ್ತುಶಿಲ್ಪ ಇಂಡೊ–ಮುಸ್ಲಿಂ ಪ್ರಕಾರದ ವಾಸ್ತುಶಿಲ್ಪ ಮಾದರಿ ಎಂದು ಗುರುತಿಸಲಾಗಿದೆ. ಭಾರತದ ಮೊದಲ ಸ್ವಾತಂತ್ರ್ಯ ಸಂಗ್ರಾಮದ ವೇಳೆ ಆಗ್ರಾದ ಕೋಟೆಯಲ್ಲಿ ಆಂಗ್ಲರ ವಿರುದ್ಧ ಹಲವು ಕ್ರಾಂತಿಕಾರಿ ಚಟುವಟಿಕೆಗಳು ನಡೆದಿದ್ದವು. ಇಲ್ಲಿ ಅಪಾರವಾದ ಸಂಪತ್ತನ್ನು ಕೂಡಿಡಲಾಗಿತ್ತು. 1857ರ ಕ್ರಾಂತಿಯ ಬಳಿಕ ಬ್ರಿಟಿಷರು ಇಲ್ಲಿಂದ ಚಿನ್ನ ಮತ್ತಿತರ ಬೆಲೆಬಾಳುವ ಆಭರಣಗಳನ್ನು ಇಂಗ್ಲೆಂಡಿಗೆ ಕೊಂಡೊಯ್ದರು.

ವಿಶಾಲ ಸುತ್ತಳತೆಯ ಕೋಟೆ, ಕೋಟೆಯಲ್ಲಿನ ಭವ್ಯವಾದ ಕಟ್ಟಡಗಳು, ಕಟ್ಟಡಗಳಲ್ಲಿನ ಸೂಕ್ಷ್ಮ ಕೆತ್ತನೆ ಮತ್ತು ಪೇಟಿಂಗ್ ಮತ್ತು ಸಂಗ್ರಹಿಸಲಾಗಿರುವ ವಿಭಿನ್ನ ಕಾಲದ ಆಯುಧಗಳು, ನಾಣ್ಯಗಳು ಇವೆಲ್ಲವನ್ನೂ ಗಮನಿಸಿ ಯುನೆಸ್ಕೊ ತನ್ನ ವಿಶ್ವಪರಂಪರೆಯ ಪಟ್ಟಿಯಲ್ಲಿ ಆಗ್ರಾ ಕೋಟೆಯನ್ನು ಸಂರಕ್ಷಿತ ತಾಣವೆಂದು 1983ರಲ್ಲಿ ಮಾನ್ಯ ಮಾಡಿತು.

3.

ಎಲಿಫೆಂಟಾ ಗುಹಾ ದೇವಾಲಯಗಳು

ಎಲಿಫೆಂಟಾ ಮಹಾರಾಷ್ಟ್ರ ರಾಜ್ಯದಲ್ಲಿನ ದ್ವೀಪ. ಮುಂಬೈನ ಅಪೋಲೋ ಬಂದರಿನಿಂದ ಏಳು ದೂರದಲ್ಲಿದೆ. ಗುಡ್ಡಗಳಿಂದ ಕೂಡಿದ 4.5 ಮೈಲು ಸುತ್ತಳತೆಯ ದ್ವೀಪ. ಪ್ರಾಚೀನ ಕಾಲದಲ್ಲಿ ಶ್ರೀಪುರಿ ಎಂಬ ಹೆಸರನ್ನು

ಹೊಂದಿತ್ತು. ಇಲ್ಲಿ ಕಡೆಯಲಾಗಿದ್ದ ಬೃಹತ್ ಆಕಾರದ ಆನೆಯ ವಿಗ್ರಹದಿಂದಾಗಿ ನಡುಗಡ್ಡೆಗೆ ಎಲಿಫೆಂಟಾ ಎಂಬ ಹೆಸರು ಬಂದಿದೆ. ಸ್ಥಳೀಯವಾಗಿ ಈ ತಾಣ ಘಾರಾಪುರಿ ಎಂದು ಕರೆಯಲ್ಪಡುತ್ತಿದೆ.

1864 ರಲ್ಲಿ ದ್ವೀಪದ ದಕ್ಷಿಣ ತುದಿಯಲ್ಲಿದ್ದ ಕಲ್ಲಿನ ಆನೆಯನ್ನು ಮುಂಬೈನ ವಿಕ್ಟೋರಿಯಾ ಉದ್ಯಾನಕ್ಕೆ ಸಾಗಿಸಲಾಯಿತು. ಎಲಿಫೆಂಟಾ

8ನೆಯ ಶತಮಾನದವರೆಗೆ ಮೌರ್ಯ ಸಂತತಿಯ ದೊರೆಗಳ ಅಧೀನದಲ್ಲಿತ್ತು. ಅನಂತರ ಚಾಲುಕ್ಯ ಪುಲಿಕೇಶಿ, ರಾಷ್ಟ್ರಕೂಟರು, ಕಲ್ಯಾಣಿ ಚಾಲ್ಯುಕರು, ದೇವಗಿರಿಯ ಯಾದವರು ಮತ್ತು ಅಹಮದಾಬಾದಿನ ಮುಸ್ಲಿಂ ದೊರೆಗಳ ನಿಯಂತ್ರಣದಲ್ಲಿತ್ತು. 1534ರಲ್ಲಿ ಪೋರ್ಚುಗೀಸರ ಕೈಸೇರಿತು. ಇವರು ಮೊದಲು ಇಲ್ಲಿಗೆ ಬಂದಾಗ ಗುಹೆಗಳನ್ನು ದನದ ಕೊಟ್ಟಿಗೆಯನ್ನಾಗಿ ಬಳಸಿಕೊಂಡಿದ್ದರು.

1682ರಲ್ಲಿ ಮರಾಠರು ಎಲಿಫೆಂಟಾವನ್ನು ಪೋರ್ಚುಗೀಸರಿಂದ ತಮ್ಮ ವಶಕ್ಕೆ ಪಡೆದರು. 1774ರಲ್ಲಿ ಬ್ರಿಟಿಷರು ಇದರ ಮೇಲೆ ತಮ್ಮ ಪ್ರಭುತ್ವ ಸಾಧಿಸಿದರು. ದ್ವೀಪದ ಮೇಲೆ ಸಂಪೂರ್ಣ ಹಿಡಿತ ಸಾಧಿಸಿದ್ದ ಬ್ರಿಟಿಷರು ಸೇನಾ ತುಕಡಿಯನ್ನು ನಿಯೋಜಿಸಿದ್ದರು. ಗುಹೆಗಳಲ್ಲಿನ ಅಪರೂಪದ ಶಿಲ್ಪ ಕೆತ್ತನೆಗಳುಳ್ಳ ದೇಗುಲಗಳನ್ನು ಬ್ರಿಟಿಷರು ಕಾಪಾಡಿದರು. 1909ರಲ್ಲಿ ಗುಹಾಲಯಗಳನ್ನು ಸಂರಕ್ಷಿತ ಪುರಾತನ ಅವಶೇಷಗಳೆಂದು ಘೋಷಿಸಿದರು.

ಎಲಿಫೆಂಟಾದಲ್ಲಿ ಆರು ಗುಹಾಲಯುಗಳಿವೆ. ಕ್ರಿ.ಶ.3ನೆಯ ಶತಮಾನದಿಂದಲೇ ಗುಹೆಗಳು ಈ ಭಾಗದಲ್ಲಿ ಆಳ್ವಿಕೆ ನಡೆಸಿದ ಆಳರಸರ ಗಮನ ಸೆಳೆದಿದ್ದವು. ಗುಹೆಗಳಲ್ಲಿ ದೇಗುಲಗಳನ್ನು ನಿರ್ಮಿಸಲಾಗಿದ್ದು, 6ರಿಂದ 8ನೆಯ ಶತಮಾನದ ಅವಧಿಯಲ್ಲಿ ಎಂದು ಇತಿಹಾಸಕಾರರು ಅಭಿಪ್ರಾಯಪಟ್ಟಿದ್ದಾರೆ.

ಎಲಿಫೆಂಟಾ ಶ್ರೇಷ್ಠ ಗುಹಾಶಿಲ್ಪಗಳಿಗೆ ವಿಖ್ಯಾತಿಯಾಗಿದೆ. ಇಲ್ಲಿರುವ ಆರೂ ಗುಹಾಲಯಗಳು ಶೈವ ಪಂಥದವು. ಆದರೆ ದ್ವೀಪದ ಒಂದು ಗುಡ್ಡದ ಮೇಲೆ ಬೌದ್ಧಸ್ತೂಪದ ಅವಶೇಷಗಳಿವೆ. ಹಾಗಾಗಿ ಅಜಂತಾ ಮತ್ತು ಎಲ್ಲೋರಾಗಳಂತೆ ಇದು ಮುಂಚೆ ಬೌದ್ಧಭಿಕ್ಷುಗಳ ಆಶ್ರಯತಾಣ ವಾಗಿತ್ತೆಂದು ಕೆಲ ಚರಿತ್ರೆಕಾರರು ಉಲ್ಲೇಖಿಸಿದ್ದಾರೆ.

ಇಲ್ಲಿನ ದೊಡ್ಡಗವಿ ತುಂಬಾ ಹೆಸರಾದದ್ದು. ಕಗ್ಗಲ್ಲಿನದಾದ ಈ ಗುಹೆ 26 ಅಡಿಗಳಿಗೂ ಹೆಚ್ಚು ಎತ್ತರವಾಗಿದ್ದು, 130 ಅಡಿಗಳಷ್ಟು ಅಗಲವಾಗಿದೆ. ಇಷ್ಟೇ ಅಡಿಗಳ ಉದ್ದವಿದೆ. ಮುಖಮಂಟಪ, ಹಜಾರ, ಕಂಬಸಾಲುಗಳು, ಗರ್ಭಗುಡಿಯನ್ನು ಗುಹೆ ಹೊಂದಿದೆ. ಗರ್ಭಗುಡಿಯಲ್ಲಿ

ಶಿವಲಿಂಗವಿದೆ. ಗುಹೆಯಲ್ಲಿನ ದೊಡ್ಡ ಆಕಾರದ ಮಹೇಶಮೂರ್ತಿ ಜಗತ್ಪ್ರಸಿದ್ಧ. ಅತ್ಯದ್ಭುತ ಶಿಲ್ಪಕೆತ್ತನೆಯ ಮಹೇಶಮೂರ್ತಿ ಮೂರು ಮುಖಗಳನ್ನು ಹೊಂದಿದ್ದು, ಇದನ್ನು ಸೃಷ್ಟಿ, ಸ್ಥಿತಿ ಮತ್ತು ಲಯಗಳ ಸೂಚಕವೆಂದು ನಂಬಲಾಗಿದೆ. ಮಹೇಶಮೂರ್ತಿ ದಖನ್ನಿನ ಗುಹಾಶಿಲ್ಪವೆಂದು ಗುರುತಿಸಲಾಗಿದೆ. ಮೂರ್ತಿ 21 ಅಡಿ ಅಗಲ ಮತ್ತು 18 ಅಡಿ ಎತ್ತರವಾಗಿದೆ. ಗುಹೆಯ ಮುಂಭಾಗದಲ್ಲಿ ನಿಂತರೆ ನೇರವಾಗಿ ಮೂರ್ತಿ ಗೋಚರಿಸುತ್ತದೆ. ಈ ಬೃಹತ್ ಉಬ್ಬುಶಿಲ್ಪ ಕೃತಿ ನೋಡಲು ಹೆಚ್ಚು ಪರಿಣಾಮಕಾರಿಯಾಗಿದೆ. ಮಹೇಶ ಮೂರ್ತಿಯನ್ನು ಎದೆಯಿಂದ ಮೇಲ್ಭಾಗದವರೆಗೆ ಮಾತ್ರ ಕೆತ್ತಲಾಗಿರುವುದು ವಿಶೇಷ. ಮೂರ್ತಿಯಲ್ಲಿನ ಮೂರು ಮುಖಗಳು ವಿಭಿನ್ನ ಭಾವವನ್ನು ಹೊರ ಸೂಸುತ್ತವೆ.

ನೋಡುಗರಿಗೆ ಮಧ್ಯದಲ್ಲಿ ಕಾಣುವ ಮುಖ ಶಾಂತ, ಗಂಭೀರ, ನಿರ್ವಿಕಾರ ಮತ್ತು ನಿರಾಮಯ ಸ್ವರೂಪವನ್ನು ತೋರುತ್ತದೆ. ಎಡ ಮತ್ತು ಬಲಗಡೆಯ ಮುಖಗಳು ಒಂದೊಂದು ಪಕ್ಕಕ್ಕೆ ತಿರುಗಿಕೊಂಡಂತೆ ಇವೆ. ಬಲಗಡೆಯ ಮುಖ ಶಿವನ ಅಘೋರ ಅಥವಾ ಭೈರವ ತತ್ವದ ಪ್ರತಿರೂಪ.

ದಪ್ಪ ತುಟಿ, ತಿರುವಿದ ಮೀಸೆ, ಕೋಪದಿಂದ ಊದಿದಂತಿರುವ ಕಣ್ಣು, ಗಡ್ಡವುಳ್ಳ ಚಿಬುಕ, ಇದಕ್ಕೆ ಪೂರಕವಾಗಿ ಸರ್ಪ ಮತ್ತು ರುಂಡದಿಂದ

ಅಲಂಕೃತವಾದ ದಪ್ಪ ಜಟೆಗಳಿಂದ ಹೆಣೆಯಲಾಗಿರುವ ಮುಕುಟ. ಇದಲ್ಲದೆ ಸರ್ಪಾಭರಣ, ಬಲಗೈಯಲ್ಲಿ ಹಿಡಿದೆತ್ತಿರುವ ಸರ್ಪಘೋರತೆಯಿಂದ ಈಶ್ವರ ಬಹುಉಗ್ರನಂತೆ ಕಾಣುತ್ತಾನೆ. ಎಡಭಾಗದ ಮುಖಮೂರ್ತಿ ವಾಮದೇವ ಅಥವಾ ಉಮಾತತ್ವದ ಪ್ರತೀಕ.

ಗುಂಗುರು ಕೂದಲು, ಮಣಿಹಾರ, ಪದಕ, ಪುಷ್ಪಗಳಿಂದ ಅಲಂಕೃತವಾಗಿದೆ. ಕಮಲಗಳನ್ನು ಹಿಡಿದ ಕೈಗಳ ಶಿಲ್ಪ ಅದ್ಭುತ. ಉತ್ತಮಭಾವ ಪ್ರಕಟಣೆ, ಅಂಗಾಂಗಗಳ ಸಹಜ ಪ್ರಮಾಣ ಮತ್ತು ಶಿಲ್ಪಗಳಲ್ಲಿ ನೈಜತೆಯ ಗೋಚರ ಇವು ಎಲಿಫೆಂಟಾ ಉಬ್ಬುಶಿಲ್ಪ ಕೆತ್ತನೆಗಳ ವೈಶಿಷ್ಟ್ಯವೆನ್ನಬಹುದು. ಗುಹೆಗಳಲ್ಲಿ ಅಳವಡಿಸಿರುವ ಬೆಳಕು–ನೆರಳಿನ ಸಂಯೋಜನೆಯಂತೂ ಆಗಿನ ಕಾಲದ ನಿರ್ಮಾಣ ಕಲೆ ಮತ್ತು ವಾಸ್ತುಶಿಲ್ಪದ ಶ್ರೀಮಂತಿಕೆಯನ್ನು ಸಾರಿ ಹೇಳುತ್ತದೆ.

ಹಿಂಭಾಗದ ಗೋಡೆಯಲ್ಲಿ ಸುಮಾರು 10 ಅಡಿಗಳಷ್ಟು ಒಳಸರಿದಂತೆ ಇರುವ 20 ಅಡಿ ಅಗಲದ ಕೋಷ್ಠದಲ್ಲಿ ನೆಲದಿಂದ ಮೇಲಿನವರೆಗೂ ಹಬ್ಬಿದಂತೆ ಮಹೇಶಮೂರ್ತಿಯ ಉಬ್ಬುಶಿಲ್ಪವನ್ನು ಕೆತ್ತಲಾಗಿದೆ. ದ್ವಾರಪಾಲಕರ ವಿಗ್ರಹಗಳನ್ನು ಬಿಟ್ಟರೆ ಎಂಟು ಶಿವನ ಲೀಲೆಯ ಇನ್ನಿತರ ಮೂರ್ತಿಗಳಿವೆ.

ಶಿವನ ಉಪದೇವತೆಗಳು, ಗಣದೇವತೆಗಳು, ನಟರಾಜ ವಿಗ್ರಹ, ಶಿವ ಅಷ್ಟಭುಜಗಳನ್ನು ಮತ್ತು ಕಾಲುಗಳನ್ನು ವಿವಿಧ ದಿಶೆಗೆ ಎತ್ತಿ ರಾಕ್ಷಸ ಸಂಹಾರದ ವಿರಾಟ್‌ಶಕ್ತಿಯ ಕೆತ್ತನೆಗಳು ಗಮನ ಸೆಳೆಯುತ್ತದೆ. ನಟರಾಜ ವಿಗ್ರಹ ಭಗ್ನಗೊಂಡಿದೆ. ಇದನ್ನು ಕಲಾವಿಮರ್ಶಕರು 'ಗಂಭೀರಕಲ್ಪನೆ ಮತ್ತು ಪ್ರಚಂಡಶಕ್ತಿಯಮೂರ್ತರೂಪ' ಎಂದಿದ್ದಾರೆ.

ಕಲ್ಲುಗೋಡೆಯ ಮೇಲಿನ ಪಾರ್ವತಿಯ ಮುನಿಸು, ರಾವಣ ಕೈಲಾಸವನ್ನು ಎತ್ತುತ್ತಿರುವ ದೃಶ್ಯ, ರಾವಣನ ಕೃತ್ಯದಿಂದ ಬೆಚ್ಚಿ ಬಿದ್ದಿರುವ ಪಾರ್ವತಿ ಶಿವನನ್ನು ಬಾಚಿ ತಬ್ಬಿಕೊಂಡಿರುವ ಶಿಲ್ಪಕೆತ್ತನೆಗಳು ಎಲಿಫೆಂಟಾ ಗುಹೆಗಳಿಗೆ ಹೆಚ್ಚು ಕಳೆತಂದಿವೆ. ಅರ್ಧನಾರೀಶ್ವರ ಮತ್ತು ಗಂಗಾಧರ ಶಿಲ್ಪಗಳು ಸಹ ನೋಡಲು ಅತಿ ಸುಂದರ.

ಶಿವನಿಗೆ ಸಂಬಂಧಿಸಿದ ಘಟನಾವಳಿಗೆ ಹೊರತಾಗಿ ಗುಹೆಗಳಲ್ಲಿ ಬ್ರಹ್ಮ, ವಿಷ್ಣು ಮತ್ತು ಇತರೆ ದೇವರ ಶಿಲ್ಪಗಳನ್ನು ಅತ್ಯಂತ ಕಾಳಜಿಪೂರ್ವಕವಾಗಿ ಕೆತ್ತಲಾಗಿದೆ. ಎಲಿಫೆಂಟಾದಲ್ಲಿನ ಒಂದೆರಡು ಗುಹೆಗಳು ಅಪೂರ್ಣ ಸ್ಥಿತಿಯಲ್ಲಿವೆ. ಪೋರ್ಚುಗೀಸರು ಗುಹೆಗಳ ಫಿರಂಗಿಯನ್ನು ಸಿಡಿಸಿದ್ದರಂತೆ.

ದೊಡ್ಡ ಗುಹೆಯತ್ತಲೇ ಪೋರ್ಚುಗೀಸರು ಫಿರಂಗಿ ಸಿಡಿಸಿದ್ದರೆಂದು ಇತಿಹಾಸ ಹೇಳುತ್ತದೆ. ಗುಹಾಲಯಗಳ ಮಹತ್ವ ಈ ವಿದೇಶಿಗರಿಗೆ ಗೊತ್ತಿತ್ತೊ ಇಲ್ಲವೋ ಅಥವಾ ಯುದ್ಧಸಂಬಂಧಿ ಭೀತಿಯಿಂದ ಅವರು ಸಿಡಿಮದ್ದು ಹಾರಿಸಿರಲಿಕ್ಕೆ ಸಾಕೆಂಬ ಅನಿಸಿಕೆಗಳಿವೆ. ಆಗ ಕೆಲವು ಶಿಲ್ಪಗಳು ಭಗ್ನಗೊಂಡಿರ ಬಹುದು ಎಂಬ ಊಹೆ. . ನಟರಾಜ ವಿಗ್ರಹ ಮಾತ್ರವಲ್ಲದೆ ಇನ್ನು ಕೆಲವು ಶಿಲ್ಪಗಳು ಭಗ್ನವಾಗಿವೆ. ಪೋರ್ಚುಗೀಸರ ಸಿಡಿಮದ್ದಿನಿಂದ ಗುಹೆಗಳಿಗೆ ಧಕ್ಕೆಯಾದದ್ದರ ಬಗ್ಗೆ ಸ್ಪಷ್ಟ ಮಾಹಿತಿ ಇಲ್ಲ. ಇನ್ನುಳಿದಂತೆ ಬೇರೆ ಯಾವ ಕೃತ್ಯದಿಂದಾಗಿ ಇವು ಭಗ್ನಗೊಂಡವೆಂಬ ಖಚಿತ ಮಾಹಿತಿಯೂ ಲಭ್ಯವಿಲ್ಲ.

ಎಲಿಫೆಂಟಾದಲ್ಲಿನ ಬಹುತೇಕ ಶಿಲ್ಪಗಳನ್ನು ದಖನ್ ರಾಜರೇ ನಿರ್ಮಿಸಿದ್ದಾರೆಂಬುದಕ್ಕೆ ಅವುಗಳ ಸ್ವರೂಪ ಮತ್ತು ಅಲಂಕಾರಗಳೇ ಸಾಕ್ಷಿ. ಅಲ್ಲದೆ ದೇಗುಲಗಳ ನಿರ್ಮಾಣ ಅವಧಿಯನ್ನು 6 ರಿಂದ 8ನೆಯ ಶತಮಾನ ಇರಬಹುದೆಂದು ಹೇಳಲಾಗುತ್ತದೆ. ಆಗ ದಕ್ಷಿಣ ಭಾರತದ ರಾಜವಂಶಸ್ಥರೇ ಇಲ್ಲಿ ಪ್ರಭುತ್ವ ಸಾಧಿಸಿದ್ದರೆಂಬುದು ಗಮನಾರ್ಹ ಅಂಶ. ಅಜಂತಾ ಮತ್ತು ಎಲ್ಲೋರಾಗಳಲ್ಲಿನ ಶಿಲ್ಪಗಳನ್ನು ಸಹ ಇವು ಹೋಲುತ್ತವೆ.

ಇಲ್ಲಿನ ಒಂದೊಂದು ಶಿಲ್ಪವೂ ಅನಾಮಿಕ ಶಿಲ್ಪಿಯ ತಪಸ್ಸಿದ್ಧಿಯ ಕುರುಹಾಗಿ ಭಾರತೀಯ ಶಿಲ್ಪದ ಶ್ರೇಷ್ಠ ಸಾಧನೆಯಾಗಿ ಮೆರೆಯುತ್ತದೆ. ಬ್ರಿಟಿಷ್ ಸರ್ಕಾರದ ಬಳಿಕ ಭಾರತೀಯ ಪುರಾತತ್ವ ಇಲಾಖೆ ಎಲಿಫೆಂಟಾ ಗುಹಾಲಯಗಳನ್ನು ಸಂರಕ್ಷಣೆಯ ಹೊಣೆ ಹೊತ್ತುಕೊಂಡಿದೆ. 1987ರಲ್ಲಿ ಇಲ್ಲಿನ ಮಹತ್ವವನ್ನು ಅರಿತು ವಿಶ್ವಸಂಸ್ಥೆಯ ಯುನೆಸ್ಕೊ ತನ್ನ ವಿಶ್ವಪರಂಪರೆಯ ತಾಣಗಳ ಪಟ್ಟಿಯಲ್ಲಿ ಎಲಿಫೆಂಟಾ ದ್ವೀಪವನ್ನು ಮಾನ್ಯ ಮಾಡಿತು.

4.

ಎಲ್ಲೋರಾದ ಗುಹಾ ದೇವಾಲಯಗಳು

ಎಲ್ಲೋರಾ ಮಹಾರಾಷ್ಟ್ರದ ಔರಂಗಾಬಾದ್‌ನಿಂದ 29 ಕಿ.ಮೀ. ದೂರದಲ್ಲಿದೆ. ಅಜಂತಾದಿಂದ 40 ಮೈಲುಗಳಷ್ಟು ಅಂತರದಲ್ಲಿದೆ. ಗೋದಾವರಿ ನದಿಯ ಉಪನದಿಯೊಂದರ ದಂಡೆಯ ಮೇಲೆ ಎಲ್ಲೋರಾ

ಇದೆ. ರಾಷ್ಟ್ರಕೂಟರ ಶಾಸನಗಳಲ್ಲಿ ಇದು ಎಲಾಪುರವೆಂದು, ಎಲ್ಲೂರು ಎಂದೂ ಉಲ್ಲೇಖಿಸಲ್ಪಟ್ಟಿದೆ. ಕಲ್ಲು ಬಂಡೆಗಳಲ್ಲಿನ ವಾಸ್ತುಶಿಲ್ಪದಿಂದಾಗಿ ಇಲ್ಲಿನ ಗುಹಾ ದೇವಾಲಯಗಳು ಹೆಸರುವಾಸಿ.

ಚರಣಾಂದ್ರಿ ಬೆಟ್ಟಗಳಿಗೆ ಅಭಿಮುಖವಾಗಿ ಇರುವ ಈ ಅಪರೂಪದ ಗುಹಾದೇಗುಲಗಳು ಒಟ್ಟು 34. ಐದನೆಯ ಶತಮಾನದಿಂದ ಹನ್ನೊಂದನೆಯ

ಶತಮಾನದವರೆಗಿನ ಅವಧಿಯಲ್ಲಿ ಕಲಚೂರಿ, ರಾಷ್ಟ್ರಕೂಟ ಮುಂತಾದ ಆಳರಸರಿಂದ ದೇಗುಲಗಳು ಇಲ್ಲಿ ನಿರ್ಮಾಣಗೊಂಡವು. ಎಲ್ಲೋರಾದ ಇಳಿಜಾರಿನ ಬೆಟ್ಟದ ಪಶ್ಚಿಮದ ಅಂಚಿನಲ್ಲಿ ಗುಹಾ ದೇಗುಲಗಳನ್ನು ಕಡೆದಿದ್ದಾರೆ.

ಎಲ್ಲೋರಾದಲ್ಲಿನ ಗುಹಾ ದೇವಾಲಯಗಳನ್ನು ಮೂರು ಗುಂಪುಗಳಲ್ಲಿ ವಿಂಗಡಿಸಲಾಗಿದೆ. ಇವುಗಳೆಂದರೆ ದಕ್ಷಿಣದಲ್ಲಿನ 12 ಬೌದ್ಧಗುಹೆಗಳು, ಮಧ್ಯದ 17 ಹಿಂದೂ ಗುಹಾಲಯಗಳು ಮತ್ತು ಉತ್ತರದ ಅಂಚಿನ 5 ಜೈನ ಆಲಯಗಳು. ಮೊದಲು 4ರಿಂದ 6ನೆಯ ಶತಮಾನದ ಉತ್ತರಾರ್ಧದ ವರೆಗೆ ಬೌದ್ಧ ಗುಹಾಲಯಗಳನ್ನು ನಿರ್ಮಾಣಗೊಂಡವು. ಬೌದ್ಧವಿಹಾರಗಳು ಬಹುಕೋಣೆಗಳ ಸಂಕೀರ್ಣವಾಗಿದ್ದು, ಬೌದ್ಧ ಅನುಯಾಯಿಗಳು ಇಲ್ಲಿ ವಾಸಿಸುತ್ತಿದ್ದರು. ಇಲ್ಲಿ ಅಡುಗೆ, ವಸತಿ, ವಿಶ್ರಾಂತಿ ಇತ್ಯಾದಿ ಕೋಣೆಗಳಿವೆ.

ಬೌದ್ಧವಿಹಾರಗಳಲ್ಲಿ ಹೆಚ್ಚು ಪ್ರಸಿದ್ಧವಾಗಿರುವವೆಂದರೆ 10 ಮತ್ತು ...ು ವಿಹಾರಗಳು. 10ನೆಯದು ವಿಶ್ವಕರ್ಮ ವಿಹಾರ. ಇದನ್ನು ಬಡಿಗರ

ಗುಡಿಸಲು ಅಥವಾ ಸುತಾರ ಕಾ ಜೋಪಡಾ ಎಂದೇ ಕರೆಯುತ್ತಿದ್ದರು. ಕಟ್ಟಿಗೆ ಕಂಬಗಳೆನೋ ಎನ್ನುವಷ್ಟು ನೈಜವಾಗಿಯೇ ಕಲ್ಲಿನ ಕಂಬಗಳು ಮೈತಳೆದು ನಿಂತಿವೆ.

12ನೆಯ ಗುಹಾಲಯ ತೀನ್‌ತಾಲ್ ಹೆಸರಿನಿಂದ ಪ್ರಖ್ಯಾತವಾಗಿದೆ. ಮೂರು ಅಂತಸ್ತಿನ ಭವನವನ್ನು ಒಳಗೊಂಡಿರುವ ಇದು ಪ್ರಾರ್ಥನೆ ಮತ್ತು ಧರ್ಮಬೋಧನೆಗೆ ಅನುಕೂಲವಾಗಿತ್ತು. ಬೌದ್ಧ ಗುಹಾಲಯಗಳಲ್ಲಿ ಅಜಂತಾ ಗುಹಾಲಯುಗಳಲ್ಲಿಯಂತೆ ಮಹಾಯಾನ ಪಂಥದ ಮೂರ್ತಿಗಳನ್ನು ಅತಿಸುಂದರವಾಗಿ ಕೆತ್ತಲಾಗಿದೆ. ಬುದ್ಧ, ಬೋಧಿಸತ್ವ, ಸಪ್ತಮಾನುಷ ಬುದ್ಧ ಶಿಲ್ಪಗಳು ಚಿತ್ತಾಕರ್ಷಕವಾಗಿವೆ. 10ನೆಯ ವಿಶ್ವಕರ್ಮ ಗುಹೆಯಲ್ಲಿ ಸ್ತೂಪದ ಮೇಲೆ ಕೆತ್ತಿರುವ ಬುದ್ದನ ವಿಗ್ರಹ ನಯನ ಮನೋಹರ. ಇಲ್ಲಿ ಸಿಂಹಾಸನದ ಮೇಲೆ ಪ್ರಲಂಬಪಾದನಾಗಿ ಬುದ್ಧ ವಿರಾಜಮಾನ ನಾಗಿದ್ದಾನೆ.

ಏಳನೆಯ ಶತಮಾನದ ಅಂತ್ಯ ಮತ್ತು ಎಂಟನೆಯ ಶತಮಾನದ ಆರಂಭದವರೆಗಿನ ಅವಧಿಯಲ್ಲಿ ಅಂದರೆ ಬೌದ್ಧ ಧರ್ಮ ಕ್ಷೀಣಿಸಲು ಆರಂಭಿಸಿದಾಗ ಹಿಂದೂ ಗುಹಾ ದೇಗುಲಗಳ ನಿರ್ಮಾಣ ಕಾರ್ಯ ಆರಂಭವಾಯಿತು. ಹಿಂದೂ ಗುಹಾಲಯಗಳನ್ನು ನಿರ್ಮಿಸುವಾಗ ಆಗಿನ ಅರಸರು ಮೂಲ ಬೌದ್ಧವಾಸ್ತುವನ್ನು ಬಿಟ್ಟುಕೊಡದೆ ಅದರಲ್ಲಿಯೇ ಹಿಂದೂ ಸಂಪ್ರದಾಯಕ್ಕೆ ಅನುಗುಣವಾಗಿ ಬದಲಾವಣೆಗಳನ್ನು ಮಾಡಿಕೊಂಡು ಆಲಯಗಳನ್ನು ನಿರ್ಮಿಸಲಾಯಿತು. ಕೈಲಾಸನಾಥ, ರಾವಣ್–ಕಾ–ಖಾಇ, ರಾಮೇಶ್ವರ, ದುಮಾರ್ ಲೇನಾ ಗುಹಾಲಯಗಳು ಲೋಕವಿಖ್ಯಾತಿ ಪಡೆದಿವೆ.

16ನೆಯ ಗುಹೆಯಲ್ಲಿ ಕೆತ್ತಲಾದ ಕೈಲಾಸನಾಥ ದೇವಾಲಯ ಜಗತ್ಪ್ರಸಿದ್ಧವಾದದ್ದು. ರಾಷ್ಟ್ರಕೂಟರ ದೊರೆ ಒಂದನೆಯ ಕೃಷ್ಣ (ಕ್ರಿ.ಶ.756–775) ಕೈಲಾಸನಾಥ ಗುಹಾಲಯ ಕಟ್ಟಿಸಲು ಆರಂಭಿಸಿದ. ದೇಗುಲ ಇವನ ಆಳ್ವಿಕೆಯಲ್ಲಿ ನಿರ್ಮಾಣಗೊಂಡರೂ ಈತನ ಉತ್ತರಾಧಿಕಾರಿಗಳು ದೇಗುಲದಲ್ಲಿ ವಿಭಿನ್ನ ಶಿಲ್ಪಗಳನ್ನು ಕೆತ್ತನೆ ಮಾಡಿ ಇದರ ವೈಭವವನ್ನು ಹೆಚ್ಚಿಸಿದರು.

ಒಂದೇ ಬಂಡೆಯಲ್ಲಿ ಕೈಲಾಸ ಗುಹಾಲಯ ಕೆತ್ತಲ್ಪಟ್ಟಿರುವುದೇ ವಿಶೇಷ. ಒಂದೇ ಬಂಡೆಯಲ್ಲಿ ಕೊರೆಯಲಾದ ಇಷ್ಟು ದೊಡ್ಡದಾದ ಇನ್ನೊಂದು ದೇವಾಲಯ ಪ್ರಪಂಚದಲ್ಲಿ ಮತ್ತೆಲ್ಲಿಯೂ ಕಾಣಸಿಗದು. ಸುಮಾರು 20,000 ಟನ್‌ನಷ್ಟು ಬಂಡೆಯನ್ನು ಸುಮಾರು ನೂರು ವರ್ಷಗಳ ಸುದೀರ್ಘ ಅವಧಿಯಲ್ಲಿ ಕೊರೆದು ಅತೀ ಭವ್ಯ ಕೈಲಾಸ ಮಂದಿರವನ್ನು ನಿರ್ಮಿಸಲಾಗಿದೆ.

25 ಅಡಿ ಜಗತಿಯ ಮೇಲೆ 150 ಅಡಿ ಉದ್ದ ಮತ್ತು 100 ಅಡಿಗಳಷ್ಟು ವಿಶಾಲವಾದ ಮಂದಿರವನ್ನು ಕಡೆಯಲಾಗಿದೆ. ಆನೆಸಿಂಹಗಳ ಸಾಲುಗಳುಳ್ಳ ಕೆತ್ತನೆ ಮಂದಿರಕ್ಕೆ ಶೋಭೆ. ಹೊರಭಾಗದ ಮಹಾದ್ವಾರದೊಂದಿಗೆ ಕಲ್ಲಿನ ಸೇತುವೆಯ ಮೂಲಕ ಒಳಭಾಗದ ಆವರಣ ಸಂಪರ್ಕ ಇಲ್ಲಿ ನೋಡಬಹುದು.

ಕೈಲಾಸ ದೇಗುಲದ ಗೋಪುರ ಮೂರು ಅಂತಸ್ತುಗಳನ್ನು ಹೊಂದಿದ್ದು, ರಾಮಾಯಣದ ದೃಶ್ಯಗಳನ್ನು ಅರ್ಥಗರ್ಭಿತವಾಗಿಯೂ, ನವಿರಾಗಿಯೂ ಕೆತ್ತಲಾಗಿದೆ. ರಾವಣ ಕೈಲಾಸ ಪರ್ವತವನ್ನು ಎತ್ತುವ ಕಥಾಪ್ರಸಂಗದ ಶಿಲ್ಪ ಅದ್ಭುತವಾದದ್ದು. ಕೈಲಾಸ ಪರ್ವತದ ಮೇಲೆ ಶಿವಪಾರ್ವತಿಯರಿದ್ದಾರೆ. ಕೈಲಾಸವನ್ನೆತ್ತುವ ರಾವಣನ ಪ್ರಯತ್ನದಿಂದ ಆ ಪರ್ವತವಾಸಿ ಗಳಲ್ಲಾದ ಕಳವಳ ತುಂಬ ಪರಿಣಾಮಕಾರಿ ಯಾಗಿ ಚಿತ್ರಿತವಾಗಿದೆ. ಮಂದಿರದ ಮುಂಭಾಗ ದಲ್ಲಿನ 50 ಅಡಿ ಎತ್ತರದ ನಂದಿಮಂಟಪ ಗಮನ ಸೆಳೆಯುತ್ತದೆ. ಇದರ ಎರಡೂ ಬದಿಗಳಲ್ಲಿ ಧ್ವಜಸ್ತಂಭಗಳಿವೆ.

14ನೆಯ ರಾವಣ್-ಕಾ-ಖಾಇ ಗುಹಾಲಯದ ಗುಹೆಯ ದಕ್ಷಿಣದ ಗೋಡೆಯ ಮೇಲೆ ಮಹಿಷಾಸುರ ಮರ್ದಿನಿ, ಶಿವತಾಂಡವ ನೃತ್ಯ, ಮಗ್ನಶಿವ, ಕೈಲಾಸ ಪರ್ವತವನ್ನು ಎತ್ತುತ್ತಿರುವ ರಾವಣ, ಪಗಡೆಯಾಟದಲ್ಲಿ ನಿರತರಾಗಿರುವ ಶಿವಪಾರ್ವತಿಯರ ಶಿಲ್ಪಗಳಿದ್ದರೆ, ಉತ್ತರದ ಗೋಡೆಯ

ಮೇಲೆ ದುರ್ಗೆ, ಲಕ್ಷ್ಮಿ, ವರಾಹ, ಲಕ್ಷ್ಮಿನಾರಾಯಣ ಮುಂತಾದ ವೈಷ್ಣವ ಶಿಲ್ಪಗಳಿವೆ. 15ನೆಯ ದಶಾವತಾರ ಗುಹೆಯಲ್ಲಿಯೂ ಸುಂದರವಾದ ದೇವತಾ ಮೂರ್ತಿಗಳಿವೆ. 21ನೆಯ ರಾಮೇಶ್ವರ ಗುಹೆಯಲ್ಲಿ ಗಂಗೆಯ ಶಿಲ್ಪ ಮನೋಹರವಾಗಿದೆ. 29ನೆಯ ದುಮಾರ್ ಲೇನಾ ಅಥವಾ ಸೀತೆಯ ಸ್ನಾನದ ಗುಹೆಯಲ್ಲಿ ಆಗ ತಾನೇ ಮಿಂದೆದ್ದು ಬರುತ್ತಿರುವ ಯಮುನೆಯ ಮೋಹಕ ಶಿಲ್ಪವಿದೆ.

ಗುಹೆಗಳಲ್ಲಿ ಹಿಂದೂ ಪುರಾಣಗಳಿಂದ ಆಯ್ದ ನರಸಿಂಹ ಅವತಾರ, ತ್ರಿವಿಕ್ರಮಾವತಾರ, ವರಾಹವತಾರ, ಗಜಾಸುರ ಮರ್ದನ, ಅಂಧಕಾಸುರ ಮರ್ದನ, ತ್ರಿಪುರ ದಹನ, ಗಿರಿಜಾ ಕಲ್ಯಾಣ ಮುಂತಾದ ಶೈವ–ವೈಷ್ಣವ ಕತೆಗಳೇ ಗುಹಾಶಿಲ್ಪಗಳಲ್ಲಿನ ಮುಖ್ಯ ವಸ್ತುಗಳು. ಕೈಲಾಸ ದೇಗುಲ ಪಟ್ಟದಕಲ್ಲಿನ ದ್ರಾವಿಡ ವಾಸ್ತುಶಿಲ್ಪವನ್ನು ಹೆಚ್ಚಾಗಿ ಬಿಂಬಿಸುತ್ತದೆ. ಇನ್ನಿತರ ಗುಹಾಲಯಗಳು ಗುಪ್ತರಿಂದ ಪ್ರಭಾವಿತವಾದರೂ ಸಮಕಾಲೀನ ದಖನಿ ಶಿಲ್ಪಶೈಲಿಯಿಂದಲೇ ಹೆಚ್ಚಾಗಿ ಕಂಗೊಳಿಸುತ್ತವೆ.

ವಿಶಾಲ ಎದೆ, ತುಂಬಿದ ದೇಹ, ನೀಳವಾದ ಆದರೂ ಭಾರ ಮತ್ತು ಸೌಷ್ಠತೆಯಿಂದ ಕೂಡಿದ ಅಂಗಾಂಗಗಳು, ಅಸೀಮ ಶಕ್ತಿಯನ್ನು ವ್ಯಕ್ತಪಡಿಸುವ ಮುಖಚರ್ಯೆ ಮತ್ತು ಅಂಗಭಂಗಿಗಳು ಎಲ್ಲೋರಾದಲ್ಲಿನ ಹಿಂದೂ ಶಿಲ್ಪದ ವೈಶಿಷ್ಠ್ಯ. ಅಲಂಕಾರಕ್ಕಿಂತ ಭಾವನಿರೂಪಣೆಯೇ ಇಲ್ಲಿ ಮುಖ್ಯವೆನಿಸುತ್ತದೆ.

ಕೈಲಾಸ ಮಂದಿರದಿಂದ 1.5 ಮೈಲು ದೂರದಲ್ಲಿ ಜೈನರ ಐದು ಗುಹಾಲಯಗಳಿವೆ. ಇವುಗಳಲ್ಲಿ ಇಂದ್ರಪ್ರಸ್ಥ ಮತ್ತು ಜಗನ್ನಾಥ ಮುಖ್ಯವಾದವು.

ಜೈನ ಗುಹಾಲಯಗಳು 9 ಮತ್ತು 10ನೆಯ ಶತಮಾನದಲ್ಲಿ ನಿರ್ಮಾಣಗೊಂಡಿವೆ ಎಂದು ಚರಿತ್ರೆಕಾರರ ಅಂದಾಜು. ಇವೆಲ್ಲವೂ ದಿಗಂಬರ ಪಂಥದವು. ಜೈನ ತೀರ್ಥಂಕರರು ಅನುಯಾಯಿಗಳಿಗೆ ಬೋಧನೆ ಮಾಡುತ್ತಿರುವ ಮೂರ್ತಿಗಳನ್ನು ಆಕರ್ಷಕವಾಗಿ ಕೆತ್ತಲಾಗಿದೆ. ಇಂದ್ರಪ್ರಸ್ಥ ಅಥವಾ ಇಂದ್ರಸಭಾ ಗುಹಾಲಯದಲ್ಲಿನ ಕಮಲದ ಹೂವಿನ ಕೆತ್ತನೆ, ಇಂದ್ರನ ಸಭಾಂಗಣ, ಇಂದ್ರನ ಆನೆ ಐರಾವತ, ಅಂಬಿಕಾ ಯಕ್ಷಿಣಿಯ ಶಿಲ್ಪಗಳು ನೋಡುಗರನ್ನು ನಿಬ್ಬೆರಗೊಳಿಸುತ್ತವೆ.

ಎಲ್ಲೋರಾದ ಗುಹಾಲಯಗಳು ಏಳು ಶತಮಾನಗಳಷ್ಟು ಸುದೀರ್ಘ ಅವಧಿಯಲ್ಲಿ ಕೆತ್ತಲ್ಪಟ್ಟರೂ ಆಗಿನ ಕಾಲದ ಅರಸರು ಮತಬೇಧವನ್ನು ಮಾಡಲಿಲ್ಲ. ಧಾರ್ಮಿಕ ಸಮನ್ವಯತೆ ಯನ್ನು ಕಾಪಾಡಿದ್ದರು ಎಂಬುದು ಇಲ್ಲಿನ ವಾಸ್ತುಶಿಲ್ಪಗಳಿಂದ ವ್ಯಕ್ತ ವಾಗುತ್ತದೆ.

ಅಜಂತಾದಲ್ಲಿನ ಮೂರ್ತಿಶಿಲ್ಪಗಳಿಗೆ ಹೋಲಿಸಿದರೆ ಇಲ್ಲಿನವು ಕಡಿಮೆ ಅಲಂಕಾರಗಳಿವೆ. ಆದರೆ ಭಾವಪೂರ್ವತೆಯಲ್ಲಿ ಶ್ರೀಮಂತವಾಗಿವೆ. ವಿಶ್ವದ ವಾಸ್ತುಶಿಲ್ಪಕ್ಕೆ ಪುರಾತನ ಕಾಲ ವೆನ್ನಬಹುದಾದ ಕಲೆಯನ್ನು ಪರಿಚಯಿಸಿರುವ ಎಲ್ಲೋರಾದ ಗುಹಾಲಯಗಳನ್ನು ಬ್ರಿಟಿಷರು ಸಹ ಸಂರಕ್ಷಿಸಿದ್ದರು.

1983ರಲ್ಲಿ ಎಲ್ಲೋರಾ ಗುಹಾಲಯಗಳು ವಿಶ್ವಸಂಸ್ಥೆಯ ಯುನೆಸ್ಕೊದ ವಿಶ್ವಪರಂಪರೆಯ ಪಟ್ಟಿಯಲ್ಲಿ ಗುರುತಿಸಲ್ಪಟ್ಟವು. ಅಲ್ ಮಸಾದಿ, ಫರಿಸ್ತಾ, ಥೆವೆನಾಟ್, ನಿಕ್ಕೊಲಾವೊ ಮನುಸ್ಸಿ, ಚಾರ್ಲ್ಸ್ ವ್ಯಾರೆ ವ್ಯಾಲೆಟ್ ಮತ್ತು ಸೀಲೆಯವರಂತಹ ಯಾತ್ರಿಕರು ಮತ್ತು ಬರಹಗಾರರು ಎಲ್ಲೋರಾದ ಶ್ರೇಷ್ಠತೆಯನ್ನು ಹಾಡಿ ಹೊಗಳಿದ್ದಾರೆ.

5.
ಹಂಪಿಯ ಕಟ್ಟಡ ಸ್ಮಾರಕಗಳು

ಭಾರತದಲ್ಲಿ ಚಾರಿತ್ರಿಕ ಮಹತ್ವ, ಕಲೆ ಮತ್ತು ವಾಸ್ತುಶಿಲ್ಪಗಳು ಸೇರಿದಂತೆ ಇನ್ನಿತರ ಸಾಂಸ್ಕೃತಿಕ ವಿಷಯಗಳ ಕುರಿತಂತೆ ತನ್ನದೇ ಆದ ವೈಶಿಷ್ಟ್ಯವನ್ನು ಹೊಂದಿರುವ ತಾಣವೆಂದರೆ ಹಂಪೆ. ಮಧ್ಯಯುಗದ ದಖನ್ ಭಾಗದ ಪ್ರಖ್ಯಾತ ಹಿಂದೂ ಮಹಾನಗರಗಳಲ್ಲಿ ಹಂಪೆ ಒಂದಾಗಿತ್ತು. ಇತಿಹಾಸ

ವಿಮರ್ಶಕರು ಹಂಪೆಯನ್ನು 'ಭಾರತದಪಾಂಪೆ' ಎಂದೇ ಬಣ್ಣಿಸಿದ್ದಾರೆ. ಪಾಂಪೆ ಎಂದರೆ ಪ್ರಾಚೀನ ರೋಮನ್‌ಸಾಮ್ರಾಜ್ಯದ ನಶಿಸಿಹೋದ ಮಹಾನ್ ನಗರ ಎಂದು ವಿಶ್ಲೇಷಿಸಲಾಗಿದೆ.ಐತಿಹಾಸಿಕ, ಭೌಗೋಳಿಕ, ಪರಿಸರ ಮಹತ್ವದ ಸ್ಥಳಗಳು ಹಾಗೂ ಜೀವಜಗತ್ತಿನಲ್ಲಿ ಅಪರೂಪದ ಪ್ರಭೇದಗಳನ್ನು ಹೊಂದಿರುವಂತಹ ಅಭಯಾರಣ್ಯಗಳು, ನದಿಕಣಿವೆಯಂತಹ ಪ್ರದೇಶಗಳನ್ನು ಹೊಂದಿರುವ ಹಂಪೆ ಇತಿಹಾಸದ ಗತವೈಭವದ ಸಾಮ್ರಾಜ್ಯವಾಗಿ ಮೆರೆದಿದ್ದು ಮಾತ್ರ ಈಗ ಐತಿಹ್ಯದ ಕುರುಹು ಮಾತ್ರ.

ನಿಕೊಲೊ ಕೊಂಟಿ, ಅಬ್ದುಲ್ ರಜಾಕ್, ಬಾರ್ಬೋಸಾ ಮತ್ತು ಡೆಮಿಂಗೊ ಪೇಯಿಸ್‌ರಂತಹ ವಿದೇಶಿ ರಾಯಭಾರಿಗಳು ಮತ್ತು ಯಾತ್ರಿಕರು ಹಂಪೆಯನ್ನು ಆಗಿನ ವಿಶ್ವದ ಶ್ರೇಷ್ಠ ಶಿಲ್ಪಕಲೆಯ ಬೀಡು ಎಂದು ತಮ್ಮ ಗ್ರಂಥಗಳಲ್ಲಿ ದಾಖಲಿಸಿದ್ದಾರೆ. ಪ್ರಾಚೀನ ಕಾಲದಲ್ಲಿ 'ಪಂಪಾ' ಎಂದು ಕರೆಯಲ್ಪಡುತ್ತಿದ್ದಹಂಪೆ ವಿಜಯನಗರ ಸಾಮ್ರಾಜ್ಯದ ಆಳ್ವಿಕೆಯಲ್ಲಿ ರಾಜಧಾನಿಯಾಗಿತ್ತು. ಸಂಗಮ, ಸಾಳುವ, ತುಳುವ ಮತ್ತು ಅರವೀಡು ಸಂತತಿಗಳಿಂದ ಆಳಲ್ಪಟ್ಟು ವಿಶ್ವ ನಾಗರಿಕತೆಗೆ ತನ್ನ ಹಲವು ಕೊಡುಗೆಗಳನ್ನು ನೀಡಿದ್ದ ಖ್ಯಾತಿ ಹಂಪೆಗಿದೆ.

ಮಧ್ಯಯುಗದ ಕಾಲದ ಮಹೋನ್ನತ ಶಿಲ್ಪಕಲೆಯ ಅವಶೇಷಗಳನ್ನು ಹಂಪೆಯಲ್ಲಿ ಕಾಣಬಹುದು. ಸುಮಾರು ಒಂಬತ್ತು ಚದರ ಮೈಲು ಪ್ರದೇಶದಲ್ಲಿ ಹಂಪೆಯ ಅವಶೇಷಗಳು ವ್ಯಾಪಿಸಿವೆ. ಭೀಮನ ದ್ವಾರ, ಗೋಪುರ ದ್ವಾರ, ಯೋಧರ ದ್ವಾರ, ತಾಂಬೂಲ ದ್ವಾರ ಇವು ಹಂಪೆಯ ಮುಖ್ಯ ಅವಶೇಷ ದ್ವಾರಗಳಾಗಿವೆ. ಹಿಂದೆ ವಿಜಯನಗರ ಸಾಮ್ರಾಜ್ಯ ಏಳು ಸುಭದ್ರ ಕೋಟೆಗಳನ್ನು ಹೊಂದಿತ್ತು. ಹಕ್ಕಬುಕ್ಕರು ವಿಜಯನಗರ ಸಾಮ್ರಾಜ್ಯಕ್ಕೆ ಅಡಿಪಾಯ ಹಾಕುವ ಮುನ್ನವೇ ಹಂಪೆ ಪೌರಾಣಿಕ ಮಹತ್ವವನ್ನು ಪಡೆದಿತ್ತು.

ಶ್ರೀರಾಮ ಇಲ್ಲಿಗೆ ಬಂದಿದ್ದ, ವಾನರ ಸೋದರರಾದ ವಾಲಿ–ಸುಗ್ರೀವರು

ವಾಸವಿದ್ದ ಕಿಷ್ಕಿಂಧೆ ಸಹ ಹಂಪೆಯ ಹಿರಿಮೆಯನ್ನು ಸಾರಿ ಹೇಳಿತ್ತು. ಇಲ್ಲಿನ ಮಾತಂಗ ಪರ್ವತದಲ್ಲಿ ಸುಗ್ರೀವ, ಹನುಮಂತರು ನೆಲೆಸಿದ್ದರು ಎಂಬುದಕ್ಕೆ ಪುರಾಣಗಳಲ್ಲಿ ಉಲ್ಲೇಖವಿದೆ.

ತುಂಗಾನದಿಯ ದಂಡೆಯ ಮೇಲೆ ಹಂಪೆ ಇದೆ. ಬೆಂಗಳೂರಿನಿಂದ 360 ಕಿ.ಮೀ. ದೂರದಲ್ಲಿದೆ. ಹೊಸಪೇಟೆಯಿಂದ ಕೇವಲ 13 ಕಿ.ಮೀ. ಅಂತರದಲ್ಲಿದೆ. ವಿಜಯನಗರ ಅರಸರ ಕಾಲದಲ್ಲಿ ಹಂಪೆಯಲ್ಲಿನ ಆಗುಹೋಗುಗಳು ವಿದೇಶಗಳಲ್ಲಿಯೂ ಚರ್ಚಿತವಾಗುತ್ತಿದ್ದವು. ಆಗ ಸಾಮ್ರಾಜ್ಯ ಎಷ್ಟೊಂದು ಉಚ್ಛ್ರಾಯ ಸ್ಥಿತಿಯಲ್ಲಿತ್ತೆಂದರೆ ಆಗ ಹಂಪೆಯ ಪೇಟೆಯಲ್ಲಿ ಆಭರಣ ವರ್ತಕರು ನಿರ್ಭೀತಿಯಿಂದ ಮುತ್ತು, ರತ್ನ ಮತ್ತು ಪಚ್ಚೆಗಳನ್ನು ಮಾರಾಟ ಮಾಡುತ್ತಿದ್ದರು. ಹಂಪೆ ಬಜಾರ್, ವಿಠಲ ಬಜಾರ್, ಅಚ್ಯುತರಾಯ ಬಜಾರ್, ಹಜಾರರಾಮ ಬಜಾರ್ ಅಂಗಡಿ ಸಾಲುಗಳು ಮುತ್ತುರತ್ನ ಮಾರುವಿಕೆಯ ಕೇಂದ್ರಗಳೆಂದು ಪ್ರವಾಸಿಗರಿಗೆ ಇಂದಿಗೂ ಪರಿಚಿತವಾಗಿವೆ.

ಹದಿನಾರು ಅಡಿ ಎತ್ತರದ ಕಡಲೆಕಾಳು ಗಣೇಶ ಮತ್ತು ಎಂಟು ಅಡಿ ಎತ್ತರದ ಸಾಸಿವೆಕಾಳು ಗಣೇಶ ಇವೆರಡೂ ಏಕಶಿಲಾ ವಿಗ್ರಹಗಳು. ಇವು ದೇಶದಲ್ಲಿಯೇ ಅತಿ ದೊಡ್ಡದಾದ ಏಕಶಿಲಾ ವಿಗ್ರಹಗಳು. ಇವು ಹಂಪೆಯ ಅಂದಿನ ಶಿಲ್ಪಕಲೆಯ ದ್ಯೋತಕದಂತಿವೆ.

ಹಂಪೆಯನ್ನು ದೇಗುಲಗಳ ಮಹಾಸಮೂಹವೆಂದು ಕರೆಯಬಹುದು. ಪ್ರವಾಸಿಗರು ಲೆಕ್ಕ ಮಾಡಲು ಪ್ರಯಾಸಪಡುವಷ್ಟು ದೇಗುಲಗಳು, ಜಿನಾಲಯುಗಳು, ವೈಷ್ಣವ ಕೇಂದ್ರಗಳು ಇಲ್ಲಿವೆ. ಒಂದೊಂದು ದೇವಾಲಯದಲ್ಲಿಯೂ ಒಂದೊಂದು ವಿಶೇಷತೆ ಇದೆ. ವಿಠಲರಾಯ ಗುಡಿ, ವಿರೂಪಾಕ್ಷ ದೇಗುಲ, ಅಚ್ಯುತರಾಯ ದೇಗುಲ, ಗಾಣಿಗಿತ್ತಿ ಜಿನಾಲಯ, ಪಂಪಾವತಿ ದೇಗುಲಕ್ಕೆ ಅಭಿಮುಖವಾಗಿರುವ ಹೇಮಕೂಟ ಗುಡಿಗಳ

ಸಮೂಹ, ವೈಷ್ಣವ ದೇಗುಲಗಳ ಸಮೂಹ, ಕಲ್ಲಿನ ನರಸಿಂಹ, ನಯನಮನೋಹರ ಮಹಾನವಮಿ ದಿಬ್ಬ, ಕಮಲ್‌ಮಹಲ್, ಕಲ್ಲಿನ ರಥ, ಅಂತಃಪುರದ ಮೂಲೆಗೋಪುರಗಳು, ಅರಮನೆಯ ವಿಶಾಲವಾದ ಆನೆ ಮತ್ತು ಕುದುರೆಲಾಯಗಳು ಹಿಂದೂ ವಾಸ್ತುಶಿಲ್ಪ ಶೈಲಿಯ ಘನತೆಯ ಪ್ರತೀಕವೆನಿಸಿವೆ. ರಾಣಿಯರ ಸ್ನಾನಗೃಹಗಳಂತಹ ಕಟ್ಟಡಗಳೂ ಅಂದಿನ ಶಿಲ್ಪಕಲೆಯ ಭವ್ಯತೆಯನ್ನು ವಿಶ್ವಕ್ಕೆ ಸಾರಿ ಹೇಳುತ್ತವೆ.

ಇಲ್ಲಿನ ದೇಗುಲಗಳ ಗೋಪುರಗಳು ದಕ್ಷಿಣದ ಶುದ್ಧ ವಿಮಾನಶೈಲಿ ಯನ್ನು ಅಭಿವ್ಯಕ್ತಪಡಿಸುತ್ತವೆ. ಇವು ಸಮಕಾಲೀನ ಚಾಲುಕ್ಯ–ಹೊಯ್ಸಳ ರಾಜವಂಶಗಳಲ್ಲಿ ರೂಢಿಯಲ್ಲಿದ್ದ ಗೋಪುರ ನಿರ್ಮಾಣ ವೈಖರಿಯಿಂದ ಪ್ರಭಾವಿತವಾಗದೇ ವಿಭಿನ್ನವಾಗಿವೆ. ವಿರೂಪಾಕ್ಷ ವಿಜಯನಗರ ಅರಸರ ಕುಲದೈವವಾಗಿದ್ದ. ವಿರೂಪಾಕ್ಷ ದೇಗುಲದ ಗೋಪುರ ಮುಂಭಾಗದಲ್ಲಿ 11 ಅಂತಸ್ತುಗಳುಳ್ಳ 170 ಅಡಿ ಎತ್ತರವಿದೆ. ಭಾರತದ ದೊಡ್ಡ ಗೋಪುರಗಳಲ್ಲಿ ಇದೂ ಒಂದು. ಒಳಗೆ ಟೊಳ್ಳಾಗಿರುವುದು ಇದರ ವೈಶಿಷ್ಟ್ಯ.

ಚಕ್ರತೀರ್ಥದ ದಡದ ಮೇಲಿರುವ ಕೋದಂಡರಾಮ ಗುಡಿಯಲ್ಲಿ ಆಳೆತ್ತರದ ರಾಮ, ಸೀತೆ, ಲಕ್ಷ್ಮಣ ಮತ್ತು ಸುಗ್ರೀವರ ಮೂರ್ತಿಗಳನ್ನು

ಬಂಡೆಯ ಮೇಲೆ ಕೆತ್ತಿದ್ದಾರೆ. ಅಚ್ಯುತರಾಯನ ಗುಡಿಯಲ್ಲಿ ಕೃಷ್ಣಲೀಲೆಗಳು ನಿರೂಪಿತವಾಗಿವೆ.

ವಿಠಲ ದೇವಾಲಯದ ಮುಂದೆ ಒಂದೇ ಶಿಲೆಯಲ್ಲಿ ಕೊರೆದಿರುವ 26 ಅಡಿ ಎತ್ತರದ ರಥವಿದೆ. ಎರಡು ಆನೆಗಳು ರಥವನ್ನು ಎಳೆಯುತ್ತಿರುವಂತೆ ಶಿಲ್ಪದಲ್ಲಿ ಕೆತ್ತಲಾಗಿದೆ. ಚಕ್ರಗಳೂ ಕಲ್ಲಿನವೂ. ಕೃಷ್ಣದೇವರಾಯ ಕಟ್ಟಿಸಿದ

ಕೃಷ್ಣ ದೇವಾಲಯದ ಬಳಿ ಅಖಂಡ ಶಿಲೆಯ ಬೃಹತ್ ಲಕ್ಷ್ಮೀನರಸಿಂಹ ವಿಗ್ರಹವಿದೆ. ಇದುವರೆಗೂ ಅನುಕರಿಸಲು ಆಗದಿರುವ ತಮ್ಮದೇ ಆದ ವಿಶೇಷತೆಗಳನ್ನು ಹೊಂದಿರುವ ಬೆಣಚುಕಲ್ಲು ಚಪ್ಪಡಿಗಳ ಕಟ್ಟಡ ರಚನೆಗಳು ಅಪೂರ್ವ ವಾಸ್ತುಶಿಲ್ಪದ ಉದಾಹರಣೆಗಳು. ಹಜಾರರಾಮ ದೇಗುಲದಲ್ಲಿನ ಕಲ್ಯಾಣಮಂಟಪದಲ್ಲಿ ರಾಮಾಯಣ ಮತ್ತು ಇತರೆ ಪೌರಾಣಿಕ ಕಥೆಗಳನ್ನು ಸಾರುವ ಉಬ್ಬು ಚಿತ್ರಗಳ ಶ್ರೇಣಿಗಳಿವೆ.

ತುಂಗಭದ್ರಾ ನದಿಯ ಮಧ್ಯದಲ್ಲಿರುವ ನಡುಗಡ್ಡೆಯಲ್ಲಿ ವ್ಯಾಸರಾಯರು ಮತ್ತು ಇತರ ಒಂಬತ್ತು ಯತಿಗಳ ನವವೃಂದಾವನ ಇದೆ. ವರಾಹಗುಡಿಯ ಮೇಲೆ ವಿಜಯನಗರ ಸಾಮ್ರಾಟರ ವರಾಹ ಲಾಂಛನವಿದೆ.

ವಿಜಯವಿಠಲ ದೇಗುಲದ ಬಹುಪಾಲು ನಶಿಸಿಹೋಗಿದ್ದರೂ ಉಳಿದಿರುವ ಕಟ್ಟಡ ಭಾಗದಲ್ಲಿನ ವಾಸ್ತುಶಿಲ್ಪ ತನ್ನ ಗತವೈಭವವನ್ನು

ಹೇಳುತ್ತದೆ. ಇದು 500 ಅಡಿ ಉದ್ದ, 310 ಅಡಿ ಅಗಲದ ವಿಶಾಲವಾದ ಅಂಗಳದಲ್ಲಿ ನಿರ್ಮಾಣವಾಗಿದೆ. ಇದರ ಸುತ್ತಲೂ 23 ಶಾಸನಗಳು ಲಭ್ಯವಾಗಿವೆ. ಮಹಾನವಮಿ ದಿಬ್ಬವನ್ನು ಶ್ರೀಕೃಷ್ಣದೇವರಾಯ ಕಟ್ಟಿಸಿದ. ಇದರಲ್ಲಿ ಬೇಟೆಯ ದೃಶ್ಯಗಳು, ಮೋಹಕವಾದ ನೃತ್ಯಭಂಗಿಗಳು, ಪೌರಾಣಿಕ ಪ್ರಾಣಿಗಳನ್ನು ಕಾಣಬಹುದು.

ಕಮಲ್‌ಮಹಲ್ ಹಂಪೆಯಲ್ಲಿ ಸುಸ್ಥಿತಿಯಲ್ಲಿರುವ ಆಕರ್ಷಕ ಕಟ್ಟಡ. ಎರಡು ಅಂತಸ್ತಿನ ಇದು ಇಂಡೊ-ಸಾರ್ಸೆನಿಕ್ ಶೈಲಿಯಲ್ಲಿ ನಿರ್ಮಾಣಗೊಂಡಿದ್ದು ಇದರ ಮೇಲಿಂದ ರಾಜಧಾನಿಯ ಸೌಂದರ್ಯವನ್ನು ವೀಕ್ಷಿಸಲು ಕಿಟಕಿಗಳನ್ನು ನಿರ್ಮಿಸಲಾಗಿದೆ. ಮೇಲ್ಭಾಗದಲ್ಲಿ ಪಿರಮಿಡ್ಡಿನಾಕಾರದ ಒಂಬತ್ತು

ಗೋಪುರಗಳಿವೆ. ಉಗ್ರನರಸಿಂಹ ಮೂರ್ತಿ 22 ಅಡಿಗಳಷ್ಟು ಎತ್ತರದ್ದಾಗಿದ್ದು, ಏಕಶಿಲಾಬಂಡೆಯಲ್ಲಿ ಇದನ್ನು ಕೆತ್ತಲಾಗಿದೆ.

ಒಂದೇ ದಿನದಲ್ಲಿ ಹಂಪೆಯಲ್ಲಿನ ಎಲ್ಲಾ ಕಟ್ಟಡ ಸ್ಮಾರಕಗಳನ್ನು ಅಧ್ಯಯನಶೀಲರು ನೋಡಲು ಸಾಧ್ಯವಿಲ್ಲ. ಕಟ್ಟಡ ಸ್ಮಾರಕಗಳು ದೂರ ದೂರದಲ್ಲಿ ಇವೆ. ಅದೆಷ್ಟೋ ಸ್ಮಾರಕಗಳು ಭಗ್ನಗೊಂಡಿವೆ. ಸಾಮಾನ್ಯ ಪ್ರವಾಸಿಗರು ಸ್ವಂತ ವಾಹನಗಳಲ್ಲಿ ಇಲ್ಲಿನ ಪ್ರಮುಖ ಕಟ್ಟಡ ಸ್ಮಾರಕಗಳನ್ನು ನೋಡಿಕೊಂಡು ಹೋಗುತ್ತಾರೆ.

ಪ್ರತಿ ವರ್ಷ ಹಂಪೆಯನ್ನು ವೀಕ್ಷಿಸಲು ಲಕ್ಷಾಂತರ ಪ್ರವಾಸಿಗರು ಹೊರರಾಜ್ಯದ ಪ್ರವಾಸಿಗರನ್ನು ಮತ್ತು ವಿದೇಶಿಯರನ್ನು ಕೈಬೀಸಿ ಕರೆಯುತ್ತಿದೆ.

2004ರಲ್ಲಿ ಯುನೆಸ್ಕೊ ಹಂಪೆಯನ್ನು ವಿಶ್ವ ಪರಂಪರೆಯ ಪಟ್ಟಿಯಲ್ಲಿ ಮಾನ್ಯ ಮಾಡಿರುವುದರಿಂದ ಇತ್ತೀಚಿನ ವರ್ಷಗಳಲ್ಲಿ ಇಲ್ಲಿಗೆ ಬರುವ ವಿದೇಶಿಗರ ಸಂಖ್ಯೆ ಇಮ್ಮಡಿಯಾಗಿದೆ. ರಾಜ್ಯ ಸರ್ಕಾರಕ್ಕೆ ಹಂಪೆಯ ಕಟ್ಟಡ ಸ್ಮಾರಕಗಳು, ದೇಗುಲಗಳು ದೊಡ್ಡ ಮೊತ್ತದ ಆದಾಯುವನ್ನು ತಂದುಕೊಡುತ್ತಿವೆ. ಹಂಪೆ ಇಂದು ದೇಶದ ಪ್ರಮುಖ ಪ್ರವಾಸಿ ತಾಣಗಳಲ್ಲಿ ಒಂದೆಂದು ಗುರುತಿಸಲ್ಪಟ್ಟಿದೆ.

6.
ಮಹಾಬಲಿಪುರಂ ಸ್ಮಾರಕಗಳು

ತಮಿಳುನಾಡಿನ ಕಾಂಚಿಪುರಂ ಜಿಲ್ಲೆಯಲ್ಲಿನ ಪಟ್ಟಣಗಳಲ್ಲಿ ಒಂದು ಮಹಾಬಲಿಪುರಂ. ಇದು ಚೆನ್ನೈನಿಂದ ದಕ್ಷಿಣದಲ್ಲಿ 60 ಕಿ.ಮೀ. ಅಂತರದಲ್ಲಿದೆ. ಪ್ರಾಚೀನ ಕಾಲದಲ್ಲಿ ಇದು ರೇವುಪಟ್ಟಣವಾಗಿತ್ತು ಎಂದುದು ಚರಿತ್ರೆ. ಪರಿಪ್ಲಸ್ ಮತ್ತು ಟಾಲೆಮಿ ಅವರಿದ್ದ ಕಾಲದಲ್ಲಿಯೇ ಇಲ್ಲಿಂದ ಭಾರತದ ವರ್ತಕರು ಏಷ್ಯಾದ ಇತರೆ ದೇಶಗಳಿಗೆ ವ್ಯಾಪಾರಕ್ಕಾಗಿ

ಹೋಗುತ್ತಿದ್ದರು. ಮಮಲ್ಲಪಟ್ಟಣಂ ಮತ್ತು ಮಮಲ್ಲಪುರಂ ಎಂದಾಗಿಯೂ ಕರೆಯಲ್ಪಡುತ್ತಿದ್ದ ಇಲ್ಲಿ ಚೀನಾದ ನಾಣ್ಯಗಳು ಮತ್ತು ರೋಮನ್ ನಾಣ್ಯಗಳು ದೊರೆತಿವೆ. ಇವು ಈ ಪಟ್ಟಣ ಪ್ರಾಚೀನ ಕಾಲದಲ್ಲಿ ವ್ಯಾಪಾರದ ಪ್ರಮುಖ ಕೇಂದ್ರವಾಗಿತ್ತೆಂಬುದನ್ನು ನಿರೂಪಿಸುತ್ತವೆ. ತದನಂತರ ಪಲ್ಲವರ ಕಾಲದಲ್ಲಿನ

ಶ್ರೀಹರಿ ಮತ್ತು ಶ್ರೀನಿಧಿ ಹೆಸರುಗಳುಳ್ಳ ನಾಣ್ಯಗಳೂ ಸಹ ಸಿಕ್ಕಿವೆ. ಪಲ್ಲವರು ಕಂಚಿಯನ್ನು ರಾಜಧಾನಿಯನ್ನಾಗಿ ಮಾಡಿಕೊಂಡಿದ್ದರೂ ಅವರ ಆಳ್ವಿಕೆಯಲ್ಲಿ ಮಹಾಬಲಿಪುರಂ ಪ್ರಮುಖ ಪಟ್ಟಣವಾಗಿತ್ತು.

ಬಂಗಾಳ ಕೊಲ್ಲಿಯ ಕರಾವಳಿ ತೀರದಲ್ಲಿರುವ ಮಹಾಬಲಿಪುರಂನ

ಆಸುಪಾಸಿನಲ್ಲಿ ಮರಳು ಬಯಲಿದೆ. ಸಮುದ್ರದ ದಂಡೆಯಲ್ಲಿಯೇ ಒಂದು ಸುಂದರ ದೇವಾಲಯವಿದೆ. ಇಲ್ಲಿಂದ ಸ್ವಲ್ಪ ದೂರದಲ್ಲಿ ಮರಳಿನಿಂದ ತಲೆಎತ್ತಿ ನಿಂತಿರುವ ಬಂಡೆಗಳನ್ನು ಕಾಣಬಹುದು. ಇವುಗಳನ್ನು ಕೊರೆದು ಪಲ್ಲವ ದೊರೆಗಳು ಭವ್ಯ ದೇಗುಲಗಳನ್ನು ನಿರ್ಮಿಸಿದ್ದಾರೆ. ಏಳನೆಯ ಶತಮಾನದಿಂದ ಒಂಬತ್ತನೆಯ ಶತಮಾನದ ಅವಧಿಯಲ್ಲಿ ಶಿಲ್ಪಕಲೆಯ ಮಾನದಂಡದಲ್ಲಿ ಅಪರೂಪವೆನಿಸುವ ದೇವಾಲಯಗಳನ್ನು ಪಲ್ಲವರು ನಿರ್ಮಿಸಿದರು.

ಒಂದನೆಯ ಮಹೇಂದ್ರವರ್ಮ ಮತ್ತು ಇವನ ಮಗ ನರಸಿಂಹ ವರ್ಮರ ಆಳ್ವಿಕೆಯಲ್ಲಿ ದೇಗುಲ ನಿರ್ಮಾಣ ಕಾರ್ಯ ಸುವ್ಯವಸ್ಥಿತವಾಗಿ ನಡೆಯಿತು. ಒಂದನೆಯ ನರಸಿಂಹವರ್ಮ ದೇಗುಲಗಳನ್ನು ಮಾತ್ರವಲ್ಲದೆ

ಮಹಾಬಲಿಪುರಂ ಪಟ್ಟಣವನ್ನು ಹೆಚ್ಚಿನ ಆಸಕ್ತಿಯಿಂದ ಅಭಿವೃದ್ಧಿಪಡಿಸಿದ. ಮಹಾಬಲಿಪುರಂನ ಸಮುದ್ರತೀರದಲ್ಲಿ ಸ್ವಲ್ಪ ಅಂತರದಲ್ಲಿದ್ದ ನಿಡಿದಾದ ಎರಡು ಕಲ್ಲಿನ ಗುಡ್ಡಗಳನ್ನು ಪಲ್ಲವ ದೊರೆಗಳು ತಮ್ಮ ಶಿಲ್ಪಕೃತಿಗಳಿಗೆ ಬಳಸಿಕೊಂಡರು. ಈ ಬಂಡೆಗಳಲ್ಲಿ ದೇಗುಲಗಳನ್ನು ನಿರ್ಮಿಸಿದರು. ಬೆಟ್ಟಗಳ ಇಳುಕಲಿನಲ್ಲಿರುವ ಗುಹೆಗಳಲ್ಲಿಯೂ ದೇಗುಲಗಳನ್ನು ನಿರ್ಮಿಸಿದರು.

ತೀರ ದೇವಾಲಯ ಹೆಚ್ಚು ಪ್ರಸಿದ್ಧಿಯಾಗಿದೆ. ಇದು ಕರಾವಳಿ

ತೀರದಲ್ಲಿರುವ ಕಲ್ಲಿನ ಕಟ್ಟಡ. ದೇಗುಲದ ಗೋಪುರ ಹಗುರವಾಗಿಯೂ ಲಾಲಿತ್ಯವಾಗಿಯೂ ಇದೆ. ಈ ದೇವಾಲಯವನ್ನು ಕಟ್ಟಿ 12 ಶತಮಾನಗಳಿಗೂ ಹೆಚ್ಚಿನ ಕಾಲಾವಧಿಯಾಗಿದ್ದರೂ ಸಮುದ್ರದಲೆಗಳ, ಬಿರುಗಾಳಿ–ಮಳೆಗಳ ಹೊಡೆತವನ್ನು ಮೆಟ್ಟಿ ನಿಂತಿದೆ ಎಂದರೆ ಎಷ್ಟೊಂದು ಭದ್ರವಾಗಿ ಮತ್ತು ಮುನ್ನೆಚ್ಚರಿಕೆ ವಹಿಸಿ ಕಟ್ಟಲಾಗಿತ್ತು ಎಂಬುದು ವೇದ್ಯವಾಗುತ್ತದೆ. ನೂರು ಅಡಿ ಉದ್ದ ಮತ್ತು 45 ಅಡಿಗಳಷ್ಟು ಎತ್ತರವಾಗಿರುವ ತೀರ ಮಂದಿರವನ್ನು ಗ್ರಾನೈಟ್ ಶಿಲೆಯಿಂದ ನಿರ್ಮಿಸಲಾಗಿದೆ.

ತಿರುಕಡಲಮಲ್ಲೈ ಮಂದಿರದಲ್ಲಿ ವಿಷ್ಣು ಮೂರ್ತಿಯನ್ನು ಪ್ರತಿಷ್ಠಾಪಿಸಲಾಗಿದೆ. ತಮ್ಮ ಕಾಲದಲ್ಲಿನ ಶಿಲ್ಪವೈಭವದ ಮಂದಿರಗಳು ಸಮುದ್ರದಲೆಗಳಿಗೆ

ಸಿಕ್ಕು ಹಾಳಾಗದಿರಲಿ ಎಂದೇ ಇದನ್ನು ಕಟ್ಟಲಾಯಿತೆಂಬ ಐತಿಹ್ಯವಿದೆ. ಇದನ್ನು ಕಟ್ಟಿದ ನಂತರ ಪಲ್ಲವ ಮಂದಿರಗಳಿಗೆ ಧಕ್ಕೆಯಾಗಲಿಲ್ಲವೆಂದು ಕೆಲವು ಪಲ್ಲವ ಕಾಲದ ಇತಿಹಾಸಕಾರರು ಉಲ್ಲೇಖಿಸಿದ್ದಾರೆ. ಎಂಟನೆಯ ಶತಮಾನದಲ್ಲಿದ್ದ ತಮಿಳು ಬರಹಗಾರ ತಿರುಮನಗೈ ಆಳ್ವಾರ್ ಮಹಾಬಲಿಪುರಂ ಅನ್ನು ಸಮುದ್ರಪರ್ವತವೆಂದೇ ಬಣ್ಣಿಸಿದ್ದಾರೆ. ಏಳು ಪಗೋಡಾಗಳ ನೆಲವಿದು

ಎಂದು ತಮಿಳು ಮಾತ್ರವಲ್ಲದೆ ಇತರೆ ದಾಖಲೆಗಳಲ್ಲಿಯೂ ಪ್ರಸ್ತಾಪವಿದೆ. ಆದರೆ ಆಗಿನ ಕಾಲದ ಎಲ್ಲಾ ಪಗೋಡಾಗಳೂ ಈಗ ನೋಡಲು ಸಿಗುವುದಿಲ್ಲ. ತೀರ ಮಂದಿರವೇ ಕಾಣಸಿಗುವ ಪ್ರದೇಶವನ್ನು 'ಪಗೋಡಾ' ಎನ್ನುತ್ತಾರೆ. ಇದಕ್ಕೂ ಮುನ್ನ ಇಲ್ಲಿ ಕೆಲವು ಪಗೋಡಾಗಳು ನಿರ್ಮಾಣಗೊಂಡಿರಬಹುದು.

ವರಾಹ ಗುಹಾದೇಗುಲವನ್ನು ಏಳನೆಯ ಶತಮಾನದಲ್ಲಿ ಗುಡ್ಡವನ್ನು ಕೊರೆದು ಕಟ್ಟಿಸಲಾಯಿತು. ಶಿಲ್ಪಕಲೆಯ ದೃಷ್ಟಿಯಿಂದ ಇದು ಸುಂದರವಾಗಿದೆ. ಗೋಡೆಗಳ ಮೇಲೆ ದೇವ-ದೇವತೆಗಳ ಚಿತ್ರಣಗಳನ್ನು ಕೆತ್ತಲಾಗಿದೆ. ಪಾಂಡವರ

ಹೆಸರಿನಲ್ಲಿ ನಿರ್ಮಿತವಾಗಿರುವ ಐದು ರಥಗಳು ಪಿರಮಿಡ್‌ಗಳನ್ನು ನೆನಪಿಸುತ್ತವೆ. ಅರ್ಜುನ, ಭೀಮ, ಯುಧಿಷ್ಠಿರ, ನಕುಲ ಮತ್ತು ಸಹದೇವ ರಥಗಳೆಂದೇ ಇವನ್ನು ಕರೆಯಲಾಗಿದೆ. ಮಹಾಬಲಿಪುರಂನಲ್ಲಿನ ವಾಸ್ತುಶಿಲ್ಪ ಕೃತಿಗಳಲ್ಲಿ ರಥಗಳು ಮತ್ತು ಮಂಟಪಗಳು ಪ್ರಧಾನವೆನಿಸಿವೆ.

ರಥವೆಂದರೆ ಇಲ್ಲಿ ಅಖಂಡ ಶಿಲೆಯಲ್ಲಿ ಕೆತ್ತಲ್ಪಟ್ಟ ಮಂದಿರವೆಂದು ಅರ್ಥೈಸಬಹುದು. ಬಂಡೆಯೊಳಗೆ ಕೊರೆದು ಮಾಡಿದ ರಚನೆಯನ್ನು ಮಂಟಪ ಎನ್ನಲಾಗಿದೆ. ರಥಗಳು ದ್ರಾವಿಡ ಶೈಲಿಯ ವಾಸ್ತುಶಿಲ್ಪಕ್ಕೆ ಹೆಸರಾಗಿವೆ. ಧರ್ಮರಾಜ ರಥ ದೊಡ್ಡದು ಮತ್ತು ಅತ್ಯಂತ ಸುಂದರವಾಗಿಯೂ ಇದೆ. ಮಂಟಪಗಳಲ್ಲಿನ ಸ್ತಂಭಗಳು ಮತ್ತು ವಿಗ್ರಹಗಳ ಕೆತ್ತನೆಗಳು ಮೋಹಕವಾಗಿವೆ. ದುರ್ಗ ಮತ್ತು ಮರಾಹ ಮಂಟಪಗಳಲ್ಲಿನ ವರಾಹ ಮತ್ತು ಮಹಿಷಾಸುರ ಮರ್ದಿನಿ ಶಿಲ್ಪಗಳು ಮುಖ್ಯವಾದವು. ಮಹಾಬಲಿಪುರಂನಲ್ಲಿನ ಆನೆಯ ಶಿಲ್ಪಗಳಂತೂ ಲೋಕವಿಖ್ಯಾತಿ ಗಳಿಸಿವೆ. ಸಾಲುಸಾಲಿನ ಮತ್ತು ಅಖಂಡವಾಗಿ ಕೆತ್ತಲ್ಪಟ್ಟಿರುವ ಆನೆಯ ಶಿಲ್ಪಗಳ ವೈವಿಧ್ಯತೆಯನ್ನು ಇನ್ನೊಂದೆಡೆ ಕಾಣಲಾಗದು.

ಬಂಡೆಗಳ ಹೊರಮೈಮೇಲೆ ಉಬ್ಬುಶಿಲ್ಪಗಳನ್ನು ಕೆತ್ತಿದ್ದಾರೆ. ಹೀಗೆ ಕೆತ್ತಿರುವ ಶಿಲ್ಪಗಳಲ್ಲಿ ಗಂಗಾವತರಣ ಅಥವಾ ಕಿರಾತಾರ್ಜುನೀಯ ಶಿಲ್ಪ ಸುಪ್ರಸಿದ್ಧವಾಗಿದೆ. ಬಂಡೆಯ ಎತ್ತರ ಸುಮಾರು 30 ಅಡಿ, ಉದ್ದ 80 ಅಡಿ. ಗಂಗೆ ಧರೆಗೆ ಇಳಿಯುತ್ತಿರುವುದನ್ನು ಸೂಚಿಸಲು ಬಂಡೆಯಲ್ಲಿ ಸಹಜವಾಗಿ ಇರುವ ಒಂದು ಬಿರುಕನ್ನು ಉಪಯೋಗಿಸಿದ್ದಾರೆ. ಸುತ್ತಲೂ ದೇವದೇವತೆಗಳ, ಋಷಿಗಳ ಗಜಗಳ ಶಿಲ್ಪಗಳಿವೆ. ಗಂಗಾಜಲದಲ್ಲಿ ವಾಸಿಸುವ ನಾಗಗಳೂ ಕೆತ್ತಲ್ಪಟ್ಟಿವೆ. ಆ ಕಾಲದ ನಾಗಪೂಜೆ ಮತ್ತು ನದಿಪೂಜೆಯ ಸಂಪ್ರದಾಯವನ್ನು ಈ ಶಿಲ್ಪ ಬಿಂಬಿಸುತ್ತದೆ.

ಮಹಾಬಲಿಪುರಂನಲ್ಲಿನ ಕೆಲವು ಕಟ್ಟಡಗಳು ಮತ್ತು ವಾಸ್ತುಶಿಲ್ಪಗಳು ಬೌದ್ಧವಿಹಾರ ಇಲ್ಲವೆ ಚೈತ್ಯಗಳನ್ನು ಹೋಲುತ್ತವೆ. ಪಲ್ಲವ ದೊರೆಗಳು ಮೊದಲಿಗೆ ಬೌದ್ಧ ಮಾದರಿಯ ಸ್ಮಾರಕಗಳಿಂದ ಪ್ರಭಾವಿತರಾಗಿರಲಿಕ್ಕೆ ಸಾಕು ಎಂದು ಇತಿಹಾಸಕಾರರು ಅಭಿಪ್ರಾಯಪಟ್ಟಿದ್ದಾರೆ. ಹೆಸರಾಂತ ಕಲಾ ಚಾರಿತ್ರಿಕ ಪರ್ಸಿ ಬ್ರೌನ್ ಪಲ್ಲವ ಕಾಲದ ಮಂಟಪ ಮತ್ತು ಕೆತ್ತನೆಗಳು ಅಜಂತಾ

ಮತ್ತು ಎಲ್ಲೋರಾಗಳಲ್ಲಿನ ಗುಹಾಲಯಗಳನ್ನು ಹೋಲುತ್ತವೆ ಎಂದು ಹೇಳಿದ್ದಾರೆ. ಚಾಲುಕ್ಯ ಚಕ್ರವರ್ತಿ ಇಮ್ಮಡಿ ಪುಲಿಕೇಶಿಯ ವಿರುದ್ಧ ಜಯ ಸಾಧಿಸಿದ ಬಳಿಕ ನರಸಿಂಹವರ್ಮ ಕೆಲವು ಅಪರೂಪದ ಶಿಲ್ಪಗಳನ್ನು ಸಂಗ್ರಹಿಸಿ ಅವರುಗಳನ್ನು ಕಂಚಿ ಮತ್ತು ಮಹಾಬಲಿಪುರಂಗಳಲ್ಲಿ ಇಟ್ಟು ಸಂರಕ್ಷಿಸಿದ.

ಹಿಂದೆ ಮಹಾಬಲಿಪುರಂ ಯುವ ಶಿಲ್ಪಿಗಳ ಕಲಿಕಾ ಕೇಂದ್ರವಾಗಿತ್ತು. ಇಲ್ಲಿ ಕೆಲವೊಂದು ಪೂರ್ತಿಗೊಳ್ಳದೆ ಇರುವ ವಿಭಿನ್ನ ಮಾದರಿಯ ಶಿಲ್ಪಗಳು ಇಂದಿಗೂ ಕಾಣಸಿಗುತ್ತವೆ. ವಿಭಿನ್ನ ಶೈಲಿಗಳ ವಾಸ್ತುಶಿಲ್ಪಕ್ಕೆ ಪಲ್ಲವ ದೊರೆಗಳು ಪ್ರೋತ್ಸಾಹ ನೀಡಿದ್ದರೆಂಬ ಅಂಶ ಇದರಿಂದ ವೇದ್ಯವಾಗುತ್ತದೆ. ಪಂಚ ರಥದಲ್ಲಿನ ವಾಸ್ತುಶಿಲ್ಪವನ್ನು ಸೂಕ್ಷ್ಮವಾಗಿ ನೋಡಿದಾಗ ಅದರಲ್ಲಿ ಎರಡು-ಮೂರು ಬಗೆಯ ಶಿಲ್ಪಗಳ ಸಮ್ಮಿಶ್ರಣವನ್ನು ಗುರುತಿಸಬಹುದು. ಪಂಚ ರಥಗಳಲ್ಲಿ ಪ್ರತಿಯೊಂದು ರಥವೂ ವಿಭಿನ್ನವಾಗಿ ಕಟ್ಟಲ್ಪಟ್ಟಿದೆ ಮತ್ತು ಕೆತ್ತಲ್ಪಟ್ಟಿದೆ.

ಇಲ್ಲಿನ ಪ್ರಾಚೀನ ಕಾಲದ ಸ್ಮಾರಕಗಳಿಂದ ಪ್ರಭಾವಿತಗೊಂಡ ಯುನೆಸ್ಕೊ ತನ್ನ ವಿಶ್ವ ಪರಂಪರೆಯ ಪಟ್ಟಿಯಲ್ಲಿ 1984ರಲ್ಲಿ ಮಾನ್ಯ ಮಾಡಿತು. 1827ರ ನಂತರ ಬ್ರಿಟಿಷರು ಮಹಾಬಲಿಪುರಂ ಆಧುನಿಕ ಪಟ್ಟಣವನ್ನು ಅಭಿವೃದ್ಧಿಪಡಿಸಿದರು. 1894ರಲ್ಲಿ ಇಲ್ಲಿ ಲೈಟ್‌ಹೌಸ್ ಅನ್ನು ನಿರ್ಮಿಸಲಾಯಿತು. ಭಾರತದ ಶಿಲ್ಪಕಲೆ ಮತ್ತು ವಾಸ್ತುಶಿಲ್ಪದಲ್ಲಿ ಮಹಾಬಲಿಪುರಂ ತನ್ನದೇ ಆದ ವಿಶಿಷ್ಟತೆಯನ್ನು ಹೊಂದಿದೆ.

7.
ಕೋನಾರ್ಕ್‌ದ ಸೂರ್ಯ ದೇವಾಲಯ

ಕೋನಾರ್ಕ್ ಒಡಿಶಾದಲ್ಲಿನ ಗ್ರಾಮ. ಈ ರಾಜ್ಯದ ರಾಜಧಾನಿ ಭುವನೇಶ್ವರದಿಂದ 66 ಕಿ.ಮೀ.ಗಳಷ್ಟು ದೂರದಲ್ಲಿದೆ. ಭವ್ಯವಾದ ಸೂರ್ಯ ದೇವಸ್ಥಾನದಿಂದಾಗಿ ಹೆಸರುವಾಸಿಯಾಗಿದೆ. ಧಾರ್ಮಿಕ ಮಹತ್ವದಿಂದಾಗಿ

ಹಿಂದೂ ಯಾತ್ರಿಕರನ್ನು ಮತ್ತು ಒಡಿಸಿಯ ಶ್ರೀಮಂತ ವಾಸ್ತುಶಿಲ್ಪ ರಚನೆಯಿಂದಾಗಿ ಹೊರರಾಜ್ಯ ಮತ್ತು ವಿದೇಶಗಳಿಂದ ಪ್ರವಾಸಿಗರನ್ನು ಆಕರ್ಷಿಸುವ ತಾಣವಿದು.

ಪುರಿಯ ಜಗನ್ನಾಥ ದೇಗುಲಕ್ಕೆ ಭೇಟಿ ಇತ್ತವರು ಇಲ್ಲಿಗೆ ಬಂದೇ ಹೋಗುತ್ತಾರೆ. ಪುರಿಯಿಂದ ಕೋನಾರ್ಕ್ ಕೇವಲ 30 ಕಿ.ಮೀ.ಗಳಷ್ಟು ಅಂತರದಲ್ಲಿದೆ. ಬಂಗಾಳ ಕೊಲ್ಲಿಯ ಕರಾವಳಿ ತೀರದಿಂದ ಎರಡು ಫರ್ಲಾಂಗ್‌ನಷ್ಟು ಹತ್ತಿರದಲ್ಲಿದೆ ಕೋನಾರ್ಕ್‌ದ ಸೂರ್ಯ ಮಂದಿರ. ಭಾರತದ ಭವ್ಯ ಮತ್ತು ದೊಡ್ಡ ದೇವಾಲಯಗಳಲ್ಲಿ ಇದೂ ಒಂದು.

ಕೋನ ಮತ್ತು ಅರ್ಕ ಇವೆರಡು ಪದಗಳಿಂದ ಕೋನಾರ್ಕ್ ಎಂಬ ಹೆಸರು ಬಂದಿದೆ. ಕೋನ ಎಂದರೆ ಮೂಲೆ ಮತ್ತು ಅರ್ಕ ಎಂದರೆ ಸೂರ್ಯ. ಒಟ್ಟಾರೆಯಾಗಿ ಮೂಲೆಯಲ್ಲಿರುವ ಸೂರ್ಯ ಎಂದರ್ಥ. ಪುರಾತನ ಭಾರತದಲ್ಲಿ ಸೂರ್ಯನನ್ನು ಪ್ರಮುಖವಾಗಿ ಆರಾಧಿಸುವ ಸ್ಥಳವೆಂದೇ ಕೋನಾರ್ಕ್ ಮಹತ್ವ ಪಡೆದಿತ್ತು. ಆಗ ಇದು ಕೋನಾರಕ್ ಎಂದು ಕರೆಯಲ್ಪಡುತ್ತಿತ್ತು. ಕೋನಾರ್ಕ್ ಸ್ಥಳ ಮಹತ್ವದ ಬಗ್ಗೆ ಪುರಾಣಗಳಲ್ಲಿ ಮತ್ತು ಇತಿಹಾಸ ಗ್ರಂಥಗಳಲ್ಲಿ ಉಲ್ಲೇಖವಿದೆ.

ಭವಿಷ್ಯ, ಸಂಬಾ ಪುರಾಣಗಳಲ್ಲಿ, ಕಪಿಲ ಸಂಹಿತ, ಮದಲ ಪಾಂಜಿ ಮತ್ತು ಪ್ರಾಚಿ ಮಹಾತ್ಮಗಳಂತ ಪುರಾತನ ಕೃತಿಗಳಲ್ಲಿ ಸೂರ್ಯ ದೇಗುಲದ ಐತಿಹ್ಯವಿದೆ. ಪುರಾಣಗಳಲ್ಲಿ ಕೃಷ್ಣ ಪರಮಾತ್ಮನ ಮಗ ಸಂಬಾ ಸೂರ್ಯನಿಗೊಂದು ದೇಗುಲ ಕಟ್ಟಿಸಿದನೆಂಬ ಪ್ರಸ್ತಾಪವಿದೆ. ಶಾಪಗ್ರಸ್ತನಾಗಿ ಕುಷ್ಠರೋಗಕ್ಕೆ ತುತ್ತಾಗುವ ಸಂಬಾ ಇದರಿಂದ ತೀರಾ ನೊಂದುಕೊಳ್ಳುತ್ತಾನೆ. ಹನ್ನೆರಡು ವರ್ಷಗಳ ಕಾಲ ಸೂರ್ಯದೇವನನ್ನು ನೆನೆಯುತ್ತ ತಪಸ್ಸು ಮಾಡಿದ ಮೇಲೆ ಈತನ ಕುಷ್ಠರೋಗ ವಾಸಿಯಾಗುತ್ತದೆ. ಸೂರ್ಯದೇವನ

ಅನುಗ್ರಹದಿಂದ ಮೊದಲಿನಂತಾದೆ ಎಂದು ಧನ್ಯನಾಗುವ ಸಂಬಾ ಸೂರ್ಯನಿಗೆ ಆಲಯವನ್ನು ಕಟ್ಟಿಸುತ್ತಾನೆ. ಚಂದ್ರಭಾಗಾ ನದಿಯಲ್ಲಿ ಪವಿತ್ರ ಸ್ನಾನಕ್ಕಾಗಿ ಮುಳುಗಿ ಎದ್ದಾಗ ಸಂಬಾನಿಗೆ ಗೋಚರಿಸುವ ದಿವ್ಯಶಕ್ತಿಯ ಅಕಾರವನ್ನೇ ದೇವಾಲಯದಲ್ಲಿ ಪ್ರತಿಷ್ಠಾಪಿಸುತ್ತಾನೆ.

ಮದಲ ಪಾಂಜಿಯು ಪ್ರಕಾರ ಸೂರ್ಯನ ದೇಗುಲವನ್ನು ನಿರ್ಮಿಸಿದವನೆಂದರೆ ಗಂಗ ವಂಶಕ್ಕೂ ಮುಂಚೆ ಆಳಿದ ಕೇಸರಿ ರಾಜವಂಶದ ಪುರಂದರ ಕೇಸರಿ ಎಂಬಾತ. ಆದರೆ ಸಂಬಾ ಮತ್ತು ಪುರಂದರ ಕೇಸರಿ ನಿರ್ಮಿಸಿದ ಮಂದಿರಗಳು ಈಗಿನ ಭವ್ಯಮಂದಿರದ ಹಿಂಭಾಗದಲ್ಲಿದ್ದ ಚಿಕ್ಕ ದೇಗುಲಗಳೆಂದು ಅರ್ಥೈಸಲಾಗಿದೆ. ಮಧ್ಯಯುಗೀನ ಚರಿತ್ರೆಗ್ರಂಥಗಳಲ್ಲಿ ಪುರಂದರ ಕೇಸರಿಯ ಬಗ್ಗೆ ಪ್ರಸ್ತಾಪವಿದೆ.

ಆದರೆ ಕೋನಾರ್ಕ್‌ನಲ್ಲಿನ ಬೃಹದಾಕಾರದ ಈಗಿರುವ ದೇಗುಲವನ್ನು ನಿರ್ಮಿಸಿದನೆಂದರೆ ಗಂಗ ಅರಸ ಅನಗಭೀಮನ ಮಗ ರಾಜಾ ನರಸಿಂಹದೇವನೆಂದು ಸ್ಪಷ್ಟವಾಗಿದೆ. ನರಸಿಂಹದೇವನ ಆಳ್ವಿಕೆಯ ಅವಧಿ ಕ್ರಿ.ಶ.1238 ರಿಂದ 1264. ಮುಸ್ಲಿಮ್ ದೊರೆಗಳ ಮೇಲೆ ವಿಜಯ ಸಾಧಿಸಿದ ದ್ಯೋತಕವಾಗಿ ಹೆಮ್ಮೆಯಿಂದ ಸೂರ್ಯನ ದೇವಾಲಯ ನಿರ್ಮಿಸಿದನೆಂಬ ಪ್ರಸ್ತಾಪವಿದೆ.

ಇನ್ನೊಂದೆಡೆ ತಂದೆ ಅನಗಭೀಮನ ಅಭಿಲಾಷೆಯನ್ನು ಪೂರೈಸುವ ಉದ್ದೇಶದಿಂದಲೇ ಇದನ್ನು ನಿರ್ಮಿಸಿದನಂತೆ. ಅನಗದೇವ ಸೂರ್ಯ ಮಂದಿರ ಕಟ್ಟಿಸುತ್ತೇನೆಂಬ ಹರಕೆ ಹೊತ್ತಿದ್ದರೂ ಅದು ಈಡೇರಿಸಿರಲಿಲ್ಲ. ಗಂಗ ವಂಶಸ್ಥರ ಆಳ್ವಿಕೆಯ ನಂತರದಲ್ಲಿ ದೊರೆತ ತಾಮ್ರಪಟಗಳಲ್ಲಿ ಸೂರ್ಯ ದೇಗುಲವನ್ನು ನರಸಿಂಹದೇವನೇ ಕಟ್ಟಿಸಿರುವ ಬಗ್ಗೆ ಮಾಹಿತಿ ಲಭ್ಯವಿದೆ. 'ತ್ರಿಕೋನ ಕೋನಕುಟಿರಮ್ ಅಚಿಕರದ್ ಉಷ್ಣಾರಷ್ಮೇಯ', 'ಮಹತ್ ಕುಟೀರ ಉಷ್ಣಾರಶ್ಮಿ' ಎಂಬಸಾಲುಗಳಮುಂದೆನರಸಿಂಹದೇವನಹೆಸರಿದೆ.

ಇಡೀ ದೇವಸ್ಥಾನ ಸೂರ್ಯದೇವನ ರಥದಂತೆ ಇರುವುದೇ ಕೋನಾರ್ಕ್ ಮಂದಿರದ ವಿಶೇಷತೆ. ಕಲ್ಲಿನ ಮೆಟ್ಟಿಲುಗಳ ಸಾಲಿನ ಮೇಲಿನ ಎತ್ತರವಾದ ವೇದಿಕೆಯ ಮೇಲೆ ದೇವಸ್ಥಾನವಿದೆ. ವೇದಿಕೆಯ ಸುತ್ತ 10 ಅಡಿ ವ್ಯಾಸದ 24 ರಥದ ಚಕ್ರಗಳು ತುಂಬ ಸುಂದರವಾಗಿ ಕೊರೆಯಲ್ಪಟ್ಟಿವೆ.

ವೇದಿಕೆಯ ಮೇಲಿನ ರಚನೆ ರಥವನ್ನು ಹೋಲುತ್ತದೆ. ಏಳು ಕುದುರೆಗಳು ರಥವನ್ನು ಎಳೆಯುವಂತೆ ನಿರೂಪಿತವಾಗಿದೆ. ಸೂರ್ಯರಥದ ಕಲ್ಪನೆ ಕಾಲಮಾನದ ಭಾವನೆಯನ್ನು ಅನುಸರಿಸಿದೆ. ಇದರ 24 ಚಕ್ರಗಳು ವರ್ಷದ 24 ಪಕ್ಷಗಳು ಸಂಕೇತಗಳು, ಚಕ್ರಗಳನ್ನೆಳೆಯುವ ಏಳು ಕುದುರೆಗಳು ವಾರದ ಏಳು ದಿನಗಳ ಪ್ರತೀಕ, ಚಕ್ರಗಳಲ್ಲಿರುವ ಎಂಟು ಅರಗಳು ದಿನದ ಎಂಟು ಪ್ರಹರಗಳನ್ನು ಸೂಚಿಸುತ್ತವೆ.

ಸೂರ್ಯರಥದ ನಿರೂಪಣೆಯೇ ಇಲ್ಲಿನ ಪ್ರಧಾನ ಆಕರ್ಷಣೆ. ಚುಕ್ಕೆ ಚುಕ್ಕೆಯ ವಿವಿಧ ಬಣ್ಣಗಳ ಛಾಯೆಗಳುಳ್ಳ ಬಿಳಿಮರಳು ಕಲ್ಲು ಮತ್ತು ಕಪ್ಪು ಹಸಿರಿನ ಕ್ಲೋರೈಟ್ ಶಿಸ್ಟ್ ಕಲ್ಲಿನಲ್ಲಿ ದೇವಾಲಯನ್ನು ಕಟ್ಟಲಾಗಿದೆ. ಸೇವಕರು ಮತ್ತು ಉಷಾ ಪ್ರತ್ಯೂಷರೊಡನೆ ಮಂದಹಾಸದಿಂದ ಕಂಗೊಳಿಸುವ ಸಮಭಂಗದಲ್ಲಿರುವ ದಿವ್ಯಸೂರ್ಯ ಮೂರ್ತಿಯನ್ನು ಇಲ್ಲಿ ಪ್ರತಿಷ್ಠಾಪಿಸಲಾಗಿತ್ತು. ಆದರೆ ದೇಗುಲದಲ್ಲಿನ ಹೆಚ್ಚಿನ ಮೂರ್ತಿಗಳು ಭಗ್ನಗೊಂಡಿವೆ. ಈಗ ಸೂರ್ಯ ದೇಗುಲ ಭಗ್ನಸ್ಥಿತಿಯಲ್ಲಿದ್ದರೂ ತನ್ನ ಭವ್ಯತೆಯನ್ನು, ಆಕರ್ಷಣೆಯನ್ನು ಕಳೆದುಕೊಂಡಿಲ್ಲ.

ಕಳಿಂಗ ರೇಖಾ ನಾಗರ ಪ್ರಾಸದ ಶೈಲಿಯ ಗೋಪುರ, ಕೆಳಗೆ ಗರ್ಭಗೃಹ, ಇದರ ಮುಂದೆ ಜಗನ್ಮೋಹನ ಹೆಸರಿನ ವಿಶಾಲ ಅಂಗಣವಿದೆ. ಜಗನ್ಮೋಹನದ ಮುಂದೆ ಪ್ರತ್ಯೇಕ ನಟಮಂದಿರವಿದೆ. ದೇಗುಲದ ಮಧ್ಯಭಾಗದ ಮೂರು ದಿಕ್ಕುಗಳಲ್ಲಿ ಸೂರ್ಯದೇವನ ಮೂರು ವಿಭಿನ್ನ ಮೂರ್ತಿ ಕೆತ್ತನೆಗಳಿವೆ. ಸೂರ್ಯನ ಯೌವನಾವಸ್ಥೆಯ, ಮಧ್ಯವಯಸ್ಸಿನ ಮತ್ತು ಇಳಿವಯಸ್ಸಿನ ಮುಖಭಾವಗಳನ್ನು ಇವು ಹೊರಹೊಮ್ಮುತ್ತವೆ. ಈ ಮುಖಭಾವಗಳು ಸೂರ್ಯದೇವ ಪ್ರಖರನಾಗಿರುವಾಗ, ತೀವ್ರ ಪ್ರಖರತೆಯಿಂದ ಕಳಚಿಕೊಳ್ಳುತ್ತಿರುವ ಮತ್ತು ಆತ ಅಸ್ತಮಿಸುತ್ತಿರುವ ಸಂಕೇತಗಳೆಂಬ ನಂಬಿಕೆ ಇದೆ.

ದೇಗುಲದ ಎಲ್ಲಾ ಭಾಗಗಳಲ್ಲಿ ಬಗೆಬಗೆಯ ರೇಖಾಚಿತ್ರಗಳಿವೆ. ವಿವಿಧ ಭಂಗಿಗಳಲ್ಲಿರುವ ಶಿಲ್ಪ ಕೆತ್ತನೆಗಳಿವೆ. ನಾನಾ ಕಾರ್ಯಗಳಲ್ಲಿ ಮಗ್ನರಾಗಿರುವ ಜನರು, ಅರಮನೆಯ, ಜನಸಾಮಾನ್ಯರ ನಿತ್ಯಜೀವನದ ದೃಶ್ಯಗಳು, ನಾಟ್ಯಕಾರರು, ಸಂಗೀತಕಾರರು, ನಾಗ–ನಾಗಿನಿಯರು, ಆನೆ, ಕುದುರೆ,

ಸಿಂಹ ಮೊದಲಾದ ಪ್ರಾಣಿಗಳು, ಬೇಟೆ, ಆನೆ ಹಿಡಿಯುವಿಕೆ, ವರ್ತಕರ ಬಿಡಾರ, ಹಗ್ಗ ಎಳೆಯುವಾಟದ ಕೆತ್ತನೆಗಳಿವೆ. ಸ್ತ್ರೀಯರ ಹಾವಭಾವಗಳು, ಅಂಗಸೌಷ್ಠವಗಳನ್ನು ಎತ್ತಿ ತೋರುವ ಅತಿಸೂಕ್ಷ್ಮ ಕುಸುರಿ ಕೆತ್ತನೆಗಳಿಂದಾಗಿ ಶಿಲ್ಪಗಳು ಗಮನ ಸೆಳೆಯುತ್ತವೆ. ಪುರಾತನ ಕಾಲದ ಕೆತ್ತನೆಗಳಂತೆ ಇಲ್ಲಿಯೂ ಮಿಥುನದ ಶಿಲ್ಪಗಳೂ ಇವೆ.

ವೈಷ್ಣವ ಸಂತ ಚೈತನ್ಯರು ದೇವಾಲಯಕ್ಕೆ ಬಂದಿದ್ದರು. ಚರಿತ್ರೆಕಾರ ಅಬುಲ್ ಫಜಲ್ ತನ್ನ ಐನ್ ಇ ಅಕ್ಬರಿಯಲ್ಲಿ ಸೂರ್ಯಮಂದಿರದ ಕೆತ್ತನೆಯನ್ನು ಹಾಡಿ ಹೊಗಳಿದ್ದಾನೆ. ಜೇಮ್ಸ್ ಫರ್ಗ್ಯೂಸನ್, ಕಿಟ್ಟೋಯಿ ಮತ್ತು ಎ.ಸ್ಟರ್ಲಿಂಗ್‌ರಂತಹ ಆಂಗ್ಲ ಇತಿಹಾಸಕಾರರು ತಮ್ಮ ಗ್ರಂಥಗಳಲ್ಲಿ ಕೋನಾರ್ಕ್‌ನ ಮಂದಿರದ ಸ್ಥಿತಿಗತಿಗಳ ಕುರಿತು ತಿಳಿಸಿದ್ದಾರೆ. ಸಂರಕ್ಷಣೆ ಇಲ್ಲದೆ ಕೆಲಭಾಗಗಳು ಶಿಥಿಲಗೊಂಡಿವೆ ಎಂದವರು ಅಭಿಪ್ರಾಯಪಟ್ಟಿದ್ದಾರೆ.

ಕೋನಾರ್ಕ್‌ನ ಮಹತ್ವವನ್ನು ಅರಿತು ಯುನೆಸ್ಕೊ 1984ರಲ್ಲಿ ಇದನ್ನು ತನ್ನ ವಿಶ್ವ ಪರಂಪರೆಯ ತಾಣಗಳಲ್ಲಿ ಒಂದೆಂದು ಗುರುತಿಸಿತು. ಕೋನಾರ್ಕ್ ಮಂದಿರದ ಪುನರುಜ್ಜೀವನಕ್ಕಾಗಿ ಇಂಡಿಯನ್ ಆಯಿಲ್ ಫೌಂಡೇಷನ್ ಮುಂದಾಗಿದ್ದು, 36 ಕೋಟಿ ರೂ.ಗಳನ್ನು ವ್ಯಯಿಸುತ್ತಿದೆ. ಇನ್ನೊಂದೆಡೆ ಭಾರತೀಯ ಪುರಾತತ್ವ ಇಲಾಖೆ 5 ಕೋಟಿ ರೂ.ಗಳನ್ನು ವ್ಯಯಿಸಿ ಪುನರುಜ್ಜೀವನಕ್ಕೆ ತಾನೂ ಕೈಜೋಡಿಸಿದೆ.

8.

ಮಹಾಬೋಧಿ ದೇಗುಲ ಸಂಕೀರ್ಣ

ಗೌತಮ ಬುದ್ಧನಿಗೆ ಜ್ಞಾನೋದಯವಾದದ್ದು ಬೋಧಗಯಾದ ಬೋಧಿವೃಕ್ಷದ ಕೆಳಗೆ. ಅಶೋಕ ಚಕ್ರವರ್ತಿ ಬೋಧಗಯಾದಲ್ಲಿ ಬೌದ್ಧವಿಹಾರ ನಿರ್ಮಿಸಿದ. ಇದನ್ನೇ ದೇಗುಲವನ್ನಾಗಿ ಪರಿವರ್ತಿಸಲಾಯಿತು. ನಂತರ ಬೋಧಗಯಾದಲ್ಲಿ ವಿವಿಧ ರಾಜವಂಶಸ್ಥರು ಮಹಾಬೋಧಿ ದೇಗುಲವನ್ನು

ನವೀಕರಿಸಿಸುತ್ತ ಬಂದರು. 19ನೆಯ ಶತಮಾನದಲ್ಲಿ ಬ್ರಿಟಿಷ್ ಇಂಡಿಯಾ ಕಂಪನಿ ಸುವ್ಯವಸ್ಥಿತವಾಗಿ ದೇಗುಲವನ್ನು ನಿರ್ಮಿಸಿತು.

1953ರ ನಂತರ ಭಾರತ ಸರ್ಕಾರದ ಅನುಮತಿಯಂತೆ ಶ್ರೀಲಂಕಾ, ನೇಪಾಳ, ಭೂತಾನ್, ಜಪಾನ್, ಚೀನಾ, ಥೈಲ್ಯಾಂಡ್, ವಿಯೆಟ್ನಾಂ, ಟಿಬೆಟ್, ತೈವಾನ್ ಮುಂತಾದ ಬೌದ್ಧ ಅನುಯಾಯಿಗಳ ದೇಶಗಳು

ಬೋಧಗಯಾದಲ್ಲಿ ತಮ್ಮ ಸಂಸ್ಕೃತಿ ಮತ್ತು ವಾಸ್ತುಕಲೆಗಳನ್ನು ಪ್ರತಿನಿಧಿಸುವ ದೇಗುಲಗಳನ್ನು ನಿರ್ಮಿಸಿದರು.

ಕ್ರಿ.ಪೂ. ಆರನೆಯ ಶತಮಾನದಲ್ಲಿದ್ದ ಶುದ್ಧೋಧನ ಮಹಾರಾಜ ತನ್ನ ಮಗ ಸಿದ್ಧಾರ್ಥನನ್ನು ಸುಖದ ಸುಪ್ಪತ್ತಿಗೆಯಲ್ಲಿಯೇ ಬೆಳೆಸಿದ. ಮದುವೆಯಾಗಿ ಒಂದು ಮಗುವಾಗುವವರೆಗೂ ಯುವರಾಜ ಸಿದ್ಧಾರ್ಥನಿಗೆ ಅರಮನೆಯ ಹೊರಗಿನ ವಿದ್ಯಮಾನಗಳೇ ಗೊತ್ತಿರಲಿಲ್ಲ. ಒಂದು ದಿನ ಅರಮನೆಯಿಂದ ಹೊರಗೆ ಬಂದಾಗ ಜೀವನದ ನರಳಿಕೆಯನ್ನೂ ಮನಗಂಡ. ಲೌಕಿಕ ಬದುಕಿನ ಆಗುಹೋಗುಗಳ ಬಗ್ಗೆ ಅದೆಷ್ಟೇ ಚಿಂತನೆ ನಡೆಸಿದರೂ ಆತನಿಗೆ ಸತ್ಯದ ಅರಿವಾಗಲಿಲ್ಲ. ಸತ್ಯದ ಅರಿವಿಗಾಗಿ ಹಲವಾರು ಕಷ್ಟಗಳನ್ನು ಎದುರಿಸಿದ. ಆದರೂ ಆತನನ್ನು ಕಾಡುತ್ತಿದ್ದ ಪ್ರಶ್ನೆಗಳಿಗೆ ಉತ್ತರ ಸಿಗಲಿಲ್ಲ. ಕೊನೆಗೆ ಫಲಗು ನದಿದಂಡೆಯ ಹತ್ತಿರದ ಅರಣ್ಯ ಪ್ರದೇಶದ ಅರಳಿ ಮರದ ಕೆಳಗೆ ಧ್ಯಾನಕ್ಕೆ ಕುಳಿತ. ಇಲ್ಲಿಯೇ ಸಿದ್ಧಾರ್ಥನಿಗೆ ಜ್ಞಾನೋದಯವಾಯಿತು. ಮುಂದೆ ಆತ ಮನಶಾಂತಿಯ ಕುರಿತಂತೆ ಜಗತ್ತಿಗೆ ತನ್ನ ಬೋಧನೆಗಳನ್ನು ಮಾಡಿದ. ಗೌತಮ ಬುದ್ಧನಾಗಿ ಈತ ಬೋಧಿಸಿದ ಸಂದೇಶಗಳು ಲೋಕಪ್ರಸಿದ್ಧ.

ಬುದ್ಧ ಜ್ಞಾನೋದಯ ಪಡೆದ ಸುಮಾರು 200 ವರ್ಷಗಳ ನಂತರ ಅಂದರೆ ಕ್ರಿ.ಪೂ. 250ರ ಹೊತ್ತಿಗೆ ಅಶೋಕ ಚಕ್ರವರ್ತಿ ಬೋಧಗಯಾದಲ್ಲಿ ಬೌದ್ಧವಿಹಾರವನ್ನು ಕಟ್ಟಿಸಿದ. ಬೌದ್ಧಧರ್ಮದ ಪ್ರಚಾರಕ್ಕಾಗಿ ತನ್ನ ಮಕ್ಕಳನ್ನು ಆಗಿನ ಸಿಂಹಳ ದೇಶಕ್ಕೆ ಕಳಿಸಿದ್ದ. ಅಶೋಕನ ಬಳಿಕ ಶುಂಗ ದೊರೆಗಳು ಸಹ ಬೌದ್ಧ ಧರ್ಮವನ್ನು ಪೋಷಿಸಿದರು. ಕುಶಾನರ ದೊರೆ ಹವಿಷ್ಕ ಬೋಧಗಯಾದಲ್ಲಿನ ವಿಹಾರವನ್ನು ಅಪರೂಪದ ನಾಣ್ಯಗಳಿಂದ ಅಲಂಕರಿಸಿದ್ದ. ಕುಶಾನರ ಕಾಲದಲ್ಲಿ ಪಿರಮಿಡ್ ಆಕಾರದ ಬುದ್ಧನ ದೇಗುಲವೂ ತಲೆಎತ್ತಿತು. ದೇಗುಲದ ನಾಲ್ಕು ದಿಕ್ಕುಗಳಲ್ಲಿ ಸಣ್ಣ ದೇವಾಲಯಗಳನ್ನು ಕಟ್ಟಲಾಗಿತ್ತು.

ಗುಪ್ತ ದೊರೆಗಳು ಬುದ್ಧನ ದೇಗುಲವನ್ನು ನವೀಕರಿಸಿದರು. ಸಂಪೂರ್ಣವಾಗಿ ಇಟ್ಟಿಗೆಯನ್ನು ಬಳಸಿ ಆಗಿನ ಭಾರತೀಯ ವಾಸ್ತುಶಿಲ್ಪದಲ್ಲಿ

ದೇಗುಲ ನಿರ್ಮಾಣವಾಗಿತ್ತು. ಸಮುದ್ರಗುಪ್ತನ ಸಮಕಾಲೀನವನಾದ ಸಿಂಹಳದ ಕಿತ್ತಿಸಿರಿಮೇಘನೆಂಬ ರಾಜ ಮಹಾಬೋಧಿ ವಿಹಾರದ ಪಕ್ಕದಲ್ಲಿ ಸಿಂಹಳೀಯ ಬೌದ್ಧ ಭಿಕ್ಷುಗಳು ತಂಗಲು ಸಂಘಾರಾಮ ಅಥವಾ ವಿಹಾರವನ್ನು ನಿರ್ಮಿಸಿದ್ದ. ಇದಕ್ಕಾಗಿ ಆತ ಸಮುದ್ರಗುಪ್ತನ ಅನುಮತಿಯನ್ನು ಪಡೆದಿದ್ದ. ಮೊದಲಿನಿಂದಲೂ ಬುದ್ಧನಿಗೆ ಜ್ಞಾನೋದಯುವಾದ

ಬೋಧಿವೃಕ್ಷವನ್ನು ಆಲಯದ ಹಿಂಭಾಗದಲ್ಲಿಯೇ ಸಂರಕ್ಷಿಸಿ ಅದಕ್ಕೆ ಪೂಜೆ ಸಲ್ಲಿಸಲಾಗುತ್ತಿದೆ. ಬೋಧಿವೃಕ್ಷಕ್ಕೆ ಹಿಂದೂ, ಬೌದ್ಧ, ಜೈನ ಮುಂತಾದ ಮತಗಳವರು ಇಂದಿಗೂ ತಮ್ಮ ಆಚಾರಗಳನ್ವಯ ಪೂಜೆ ನೆರವೇರಿಸುತ್ತಿದ್ದಾರೆ.

ನಾಲ್ಕನೆಯ ಶತಮಾನದ ಕೊನೆಯಲ್ಲಿ ಬೌದ್ಧಮತದ ಪ್ರಾಬಲ್ಯ ಕಡಿಮೆಯಾಯಿತು. ಭಾರತದ ಮೇಲೆ ಹೂಣರು ಆಕ್ರಮಣ ಮಾಡಿದಾಗ ಮಹಾಬೋಧಿ ದೇಗುಲ ಅನಾಥವಾಗಿತ್ತು. ಮುಂದೆ ಪಾಲ ದೊರೆಗಳ ಕಾಲದಲ್ಲಿ (8ರಿಂದ 12ನೆಯ ಶತಮಾನ) ಮಹಾಯಾನ ಬೌದ್ಧ ಪಂಥ ಪುನರುತ್ಥಾನ ಪಡೆಯಿತು.

ಆದರೆ ಸೇನ ಹಿಂದೂ ವಂಶಸ್ಥರು ಪಾಲರ ಪ್ರಾಬಲ್ಯವನ್ನು ಮುರಿದಾಗ ಮತ್ತೇ ಬೌದ್ಧ ಧರ್ಮ ಅಸಡ್ಡೆಗೆ ಒಳಗಾಯಿತು. ಗೌಡ ವಂಶದ ಶಶಾಂಕನ ಆಳ್ವಿಕೆಯಲ್ಲಿ ಉಂಟಾದ ಪ್ರಕೃತಿ ವಿಕೋಪಗಳಿಂದಾಗಿ ಬೋಧಗಯಾ ತತ್ತರಿಸಿತ್ತು. ಮುಂದೆ ದೇಶದ ಮೇಲೆ ಅರಬ್ ಮತ್ತು ತುರ್ಕರು ದಾಳಿ ಮಾಡಿದಾಗಲೂ ಮಹಾಬೋಧಿ ದೇಗುಲ ಮಹತ್ವ ಕಳೆದುಕೊಂಡಿತ್ತು. 12ನೆಯ ಶತಮಾನದಲ್ಲಿ ಗಯಾ ಮತ್ತು ಬೋಧಗಯಾ ಮಾತ್ರವಲ್ಲದೆ ಬಿಹಾರದ ಆಸುಪಾಸಿನ ಭಾಗಗಳೆಲ್ಲ ಪರಕೀಯರ ಸ್ವತ್ತಾಗಿದ್ದವು.

ಆದರೆ 11 ಮತ್ತು 19ನೆಯ ಶತಮಾನದಲ್ಲಿ ಬರ್ಮಾದ ಬೌದ್ಧರು ಮಹಾಬೋಧಿ ದೇಗುಲ ಮತ್ತದರ ಸುತ್ತಲಿನ ಗೋಡೆಯ ಆವರಣವನ್ನು ಪುನರುಜ್ಜೀವನ ಮಾಡಲು ಮುಂದಾದರು. 13ನೆಯ ಶತಮಾನದಲ್ಲಿ ಆಗಿನ ಬರ್ಮಾದ ದೊರೆ ಮಹಾಬೋಧಿ ದೇಗುಲದ ಮಾದರಿಯಲ್ಲಿಯೇ ತನ್ನ ನಾಡಿನ ಬಗಾನ್‌ನಲ್ಲಿ ಬುದ್ಧನ ದೇಗುಲ ಕಟ್ಟಿಸಿದ್ದ.

19ನೆಯ ಶತಮಾನದಲ್ಲಿ ಬೌದ್ಧ ಅನುಯಾಯಿಗಳ ಮುಖಂಡರೆಲ್ಲ ಒಟ್ಟಾಗಿ ಬೋಧಗಯಾದಲ್ಲಿನ ದೇಗುಲವನ್ನು ನವೀಕರಿಸಬೇಕೆಂದು ಬ್ರಿಟಿಷ್ ಅಧಿಕಾರಿಗಳಲ್ಲಿ ಕೇಳಿಕೊಂಡರು. 1880ರ ದಶಕದಲ್ಲಿ ಬ್ರಿಟಿಷರು ಬುದ್ಧ ದೇಗುಲ ಮತ್ತು ಆಸುಪಾಸಿನ ಇತರೆ ದೇಗುಲಗಳನ್ನು ಸಂರಕ್ಷಿಸುವಲ್ಲಿ ಕ್ರಮ ಕೈಗೊಂಡರು. ಸರ್. ಅಲೆಕ್ಸಾಂಡರ್ ಕನಿಂಗ್‌ಹ್ಯಾಮ್‌ನಿಗೆ ದೇಗುಲ ಸಂಕೀರ್ಣವನ್ನು ನವೀಕರಿಸುವ ಹೊಣೆಗಾರಿಕೆ ವಹಿಸಲಾಯಿತು. 1885ರಲ್ಲಿ ಬೌದ್ಧ ಅನುಯಾಯಿ ವೆಲಿಗಾಮಾ ಶ್ರೀಸುಮಂಗಲನ ಮಾರ್ಗದರ್ಶನದಲ್ಲಿ ಸರ್. ಎಡ್ವಿನ್ ಅರ್ನಾಲ್ಡ್ ಬೋಧಗಯಾವನ್ನು ಪುನರುತ್ಥಾನದ ಕುರಿತಾಗಿ

ಮಹತ್ವದ ಲೇಖನಗಳನ್ನು ಪ್ರಕಟಿಸಿ ಸರ್ಕಾರದ ಗಮನ ಸೆಳೆದ. ಇದಕ್ಕೂ ಕೆಲ ವರ್ಷಗಳ ಹಿಂದೆ ಶ್ರೀಲಂಕಾದ ಬೌದ್ಧ ಮುಖಂಡ ಅನಗರಿಕ ಧರ್ಮಪಾಲ ದೇಗುಲವನ್ನು ತಮ್ಮವರ ಸುಪರ್ದಿಗೆ ಒಪ್ಪಿಸಬೇಕೆಂದು ಹಕ್ಕೊತ್ತಾಯ ಮಾಡಿದ್ದ. ಇಂತಹ ವ್ಯಾಜ್ಯಗಳನ್ನು ಬದಿಗೊತ್ತಿದ ಬ್ರಿಟಿಷ್ ಇಂಡಿಯಾ ಅಧಿಕಾರಿಗಳು ಬೋಧಗಯಾ ತಾಣಕ್ಕೆ ಹೊಸ ಮೆರಗು ತಂದರು. ವ್ಯವಸ್ಥಿತವಾಗಿ ದೇಗುಲವನ್ನು ನಿರ್ಮಿಸುವಲ್ಲಿ ಯಶಸ್ವಿಯಾದರು.

ಬುದ್ಧ ದೇಗುಲ ಸಂಪೂರ್ಣವಾಗಿ ಇಟ್ಟಿಗೆಗಳಿಂದ ನಿರ್ಮಿತವಾಗಿದೆ. ಇದರ ಮುಖ್ಯ ಗೋಪುರ 55 ಮೀಟರ್ ಇಲ್ಲವೇ 180 ಅಡಿಗಳಷ್ಟು ಎತ್ತರವಾಗಿದೆ. ದೇಗುಲದ ಮಧ್ಯಭಾಗದಲ್ಲಿ ಬುದ್ಧನ ಪ್ರಶಾಂತ ಮೂರ್ತಿ ಇದೆ. ಹಳದಿ ವರ್ಣದ ಬುದ್ಧನ ಮೂರ್ತಿಯಲ್ಲಿ ವಿಶೇಷ ಕಾಂತಿಯಿದೆ. ದೇಗುಲ ನಾಲ್ಕು ಕಡೆಗಳಲ್ಲಿ ಗೋಡೆಗಳ ಪ್ರಾಕಾರಗಳನ್ನು ಹೊಂದಿದೆ. ಹಿಂಭಾಗದಲ್ಲಿ ಮಹಾಬೋಧಿ ವೃಕ್ಷವಿದೆ. ಇದಕ್ಕೆ ಖಟಾಂಜನವನ್ನು ಕಟ್ಟಲಾಗಿದೆ.

ಇಂದಿಗೂ ಇದನ್ನು ಪವಿತ್ರವೆಂದು ಯಾತ್ರಿಕರು ಬೇಧ-ಭಾವವಿಲ್ಲದೆ ಆರಾಧಿಸುತ್ತಾರೆ. ದೇಗುಲದ ನಾಲ್ಕು ದಿಕ್ಕುಗಳಲ್ಲಿನ ಎರಡು ಮೀಟರ್ ಎತ್ತರದ ಪ್ರಾಕಾರಗಳು ವಿಭಿನ್ನವಾಗಿವೆ. ಎರಡು ಪ್ರಾಕಾರಗಳನ್ನು ಕ್ರಿ.ಪೂ. 150ರ ಸುಮಾರಿಗೆ ನಿರ್ಮಿಸಲಾಗಿದ್ದರೆ, ಇನ್ನುಳಿದ ಎರಡನ್ನು ಕ್ರಿ.ಶ. 300-600ರ ಅವಧಿಯಲ್ಲಿ ಗುಪ್ತರ ಆಳ್ವಿಕೆಯಲ್ಲಿ ಕಟ್ಟಲಾಯಿತು. ಹಳೆಯ ಪ್ರಾಕಾರಗಳು ಮರಳುಶಿಲೆಯಿಂದ ನಿರ್ಮಿತವಾಗಿದ್ದು, ಇವುಗಳ ಮೇಲೆ ಆನೆಗಳು ಮಹಾಲಕ್ಷ್ಮಿಗೆ ನೀರೆರೆಯುತ್ತಿರುವ ಮತ್ತು ಸೂರ್ಯದೇವ ನಾಲ್ಕು ಕುದುರೆಗಳ ಮೇಲೆ ಸವಾರಿ ಮಾಡುತ್ತಿರುವ ಆಕರ್ಷಕ ಚಿತ್ರಣಗಳಿವೆ. ಹೊಸದಾದ ಪ್ರಾಕಾರಗಳ ಮೇಲೆ ಗರುಡ ಮತ್ತು ಕಮಲದ ಹೂಗಳು ಮತ್ತು ಬಳ್ಳಿಗಳ ಚಿತ್ರಣಗಳಿವೆ.

ಮಹಾಬೋಧಿ ದೇಗುಲದ ಗೋಪುರವೂ ಹಲವು ಬಗೆಯ ದೇವತೆಗಳ ಸುಂದರ ರೂಪಗಳೊಂದಿಗೆ ಗಮನ ಸೆಳೆಯುತ್ತದೆ. ಬುದ್ಧ ದೇಗುಲದ ಸುತ್ತಲೂ ಹಚ್ಚಹಸಿರಿನ ಉದ್ಯಾನವನ್ನು ನಿರ್ಮಿಸಲಾಗಿದೆ. 1953ರ ನಂತರ ಭಾರತ ಸರ್ಕಾರದ ಅನುಮತಿಯನ್ನು ಪಡೆದು ಬೌದ್ಧ ಮತದವರನ್ನು

ಹೆಚ್ಚಾಗಿ ಹೊಂದಿರುವ ಭೂತಾನ್, ಚೀನಾ, ಜಪಾನ್, ಮ್ಯಾನ್ಮಾರ್, ನೇಪಾಳ, ಶ್ರೀಲಂಕಾ, ವಿಯೆಟ್ನಾಂ, ಥೈಲ್ಯಾಂಡ್ ಮತ್ತು ಥೈವಾನ್ಗಳಂತಹ ದೇಶಗಳು ಮಹಾಬೋಧಿ ದೇಗುಲ ಸಂಕೀರ್ಣದಲ್ಲಿ ತಮ್ಮ ಸಂಸ್ಕೃತಿ ಮತ್ತು ವಾಸ್ತುಶಿಲ್ಪಗಳಿಗೆ ಅನುಗುಣವಾಗಿ ದೇಗುಲಗಳನ್ನು ನಿರ್ಮಿಸಿಕೊಂಡಿವೆ.

ಪ್ರತಿಯೊಂದು ದೇಗುಲ ಇನ್ನೊಂದಕ್ಕಿಂತ ವಿಭಿನ್ನವೂ, ವಿಶಿಷ್ಟತೆಯನ್ನೂ ಪಡೆದಿವೆ. ಚೀನಾದ ದೇಗುಲದಲ್ಲಿ 200 ವರ್ಷಗಳಷ್ಟು ಹಳೆಯದಾದ ಬುದ್ಧನ ಮೂರ್ತಿಯನ್ನು ಪ್ರತಿಷ್ಠಾಪಿಸಲಾಗಿದೆ. ಥೈಲ್ಯಾಂಡ್ ದೇಗುಲದಲ್ಲಿನ ಬುದ್ಧನ ಮೂರ್ತಿ ಸುಮಾರು 100 ವರ್ಷಗಳಷ್ಟು ಹಳೆಯದು. ಜಪಾನ್ ಮತ್ತು ಮ್ಯಾನ್ಮಾರ್ ದೇಶಗಳು ಪಗೋಡಾ ಮಾದರಿಯ ದೇಗುಲಗಳನ್ನು ಕಟ್ಟಿಸಿವೆ.

ಮಹಾಬೋಧಿ ದೇಗುಲ ಸಂಕೀರ್ಣ 4.8 ಹೆಕ್ಟೇರ್ನಷ್ಟು ವಿಶಾಲವಾಗಿ ವ್ಯಾಪಿಸಿದೆ. ಸಂಕೀರ್ಣದಲ್ಲಿರುವ ದೇಗುಲಗಳ ಎತ್ತರ ಸರಾಸರಿ 55 ಮೀಟರ್ಗಳಷ್ಟು, ಮುಖ್ಯ ಮತ್ತು ಪುರಾತನ ಮಹಾಬೋಧಿ ದೇಗುಲಕ್ಕೆ ಥೈಲ್ಯಾಂಡ್ ಸರ್ಕಾರ 290 ಕೆ.ಜಿ.ಯಷ್ಟು ಕೊಡುಗೆ ನೀಡಿದೆ. 2002ರಲ್ಲಿ ಯುನೆಸ್ಕೊ ತನ್ನ ವಿಶ್ವ ಪರಂಪರೆಯ ಪಟ್ಟಿಯಲ್ಲಿ ಮಹಾಬೋಧಿ ದೇಗುಲ ಸಂಕೀರ್ಣವನ್ನು ಗುರುತಿಸಿತು.

9.
ಚೋಳರ ದೇಗುಲ ಸ್ಮಾರಕಗಳು

ದಕ್ಷಿಣ ಭಾರತದ ಧಾರ್ಮಿಕ, ಕಲೆ, ವಾಸ್ತುಶಿಲ್ಪಗಳ ಮಹತ್ವದ ಕೇಂದ್ರಗಳಲ್ಲಿ ತಮಿಳುನಾಡಿನ ತಂಜಾವೂರು ಒಂದು. ಇಲ್ಲಿ ಮತ್ತು ಇದರ ಸುತ್ತಲೂ ಕ್ರಿ.ಶ. 9ರಿಂದ 11ನೆಯ ಶತಮಾನಗಳ ಅವಧಿಯಲ್ಲಿ ಆಳ್ವಿಕೆಯಲ್ಲಿದ್ದ ಚೋಳರು ನಿರ್ಮಿಸಿದ ಕೆಲವು ದೇಗುಲಗಳು ಶ್ರೀಮಂತ ಕಲಾಕೃತಿಗಳಿಂದ ಲೋಕಪ್ರಸಿದ್ಧವೆನಿಸಿವೆ. ಇಲ್ಲಿನ ಪೇಂಟಿಂಗ್ ಮಾದರಿ ಸಹ

ಹೆಸರುವಾಸಿಯಾದದ್ದು. ಕಾವೇರಿ ನದಿಮುಖಜ ಭೂಮಿಯಲ್ಲಿರುವ ತಂಜಾವೂರು ತಮಿಳುನಾಡಿನ ಅಕ್ಕಿಯ ಪಾತ್ರೆ ಎಂಬ ಹಿರಿಮೆಯನ್ನೂ ಪಡೆದಿದೆ.

ಒಂದನೆಯ ರಾಜೇಂದ್ರ ಚೋಳ ಗಂಗೈಕೊಂಡ ಚೋಳಪುರಕ್ಕೆ ರಾಜಧಾನಿಯನ್ನು ಬದಲಾಯಿಸುವ ಮುನ್ನ ತಂಜಾವೂರು ಚೋಳ ಅರಸರ ರಾಜಧಾನಿಯಾಗಿತ್ತು. ಚೋಳರ ಬಳಿಕ ಇಲ್ಲಿ ಆಡಳಿತ ನಡೆಸಿದ ಪಾಂಡ್ಯರು, ನಾಯಕರು ಮತ್ತು ಮರಾಠರು ಇಲ್ಲಿನ ಮಂದಿರಗಳನ್ನು ಸಂರಕ್ಷಿಸಿದರಲ್ಲದೆ ಇವುಗಳ ಸೌಂದರ್ಯವನ್ನು ಹೆಚ್ಚಿಸಿದರು. ಮರಾಠರ ಅರಮನೆ, ಸರಸ್ವತಿ

ಮಹಲ್ ಗ್ರಂಥಾಲಯ, 18ನೆಯ ಶತಮಾನದ ಚರ್ಚ್, ಶಿವಗಂಗಾ ಉದ್ಯಾನ, ಸಂಗೀತ ಮಹಲ್‌ಗಳಿಂದಾಗಿ ಭಾರತದ ಭೂಪಟದಲ್ಲಿ ತಂಜಾವೂರು ಅಪರೂಪದ ಸ್ಥಳವೆನಿಸಿದೆ.

ತಂಜಾವೂರಿಗೆ ಈ ಹೆಸರು ಬರಲು ಪುರಾಣದ ಐತಿಹ್ಯವಿದೆ. ಹಿಂದೂ ಪುರಾಣದಲ್ಲಿನ ಉಲ್ಲೇಖಗಳ ಪ್ರಕಾರ ನೀಲಮೇಘ ಪೆರುಮಾಳ್ ಎಂಬ ವಿಷ್ಣು ಅವತಾರದ ದೇವ ಇಲ್ಲಿ ಕಂಟಕಪ್ರಾಯನಾಗಿದ್ದ ತಂಜಾನ ಹೆಸರಿನ ದೊಡ್ಡ ರಾಕ್ಷಸನನ್ನು ಸಂಹರಿಸಿದ. ವಿಷ್ಣು ತಂಜಾನ ಅಸುರನನ್ನು ವಧೆ ಮಾಡಿದ ಈ ನೆಲವೇ ಮುಂದೆ ತಂಜಾವೂರು ಎನಿಸಿತು. ಕ್ರಿ.ಶ. 9 ರಿಂದ 11ನೆಯ ಶತಮಾನದಲ್ಲಿ ಚೋಳ ರಾಜರು ಇಲ್ಲಿ ಆಳ್ವಿಕೆ ನಡೆಸಿದರು.

ಚೋಳರು ಭಾರೀ ಮತ್ತು ಶ್ರೀಮಂತವೆನ್ನಬಹುದಾದ ಮಂದಿರಗಳನ್ನು ನಿರ್ಮಿಸಿ ತಮ್ಮ ವಂಶದ ಹೆಸರನ್ನು ಚಿರಸ್ಥಾಯಿಗೊಳಿಸಿದರು. ಬೃಹದೀಶ್ವರ, ಗಂಗೈಕೊಂಡ ಚೋಳೇಶ್ವರ ಮತ್ತು ಐರಾವತೇಶ್ವರ ಮಂದಿರಗಳು ಆಕಾರ, ವಾಸ್ತುಶಿಲ್ಪ ಮತ್ತು ಗೋಪುರಗಳಿಂದಾಗಿ ಅಪರೂಪದವೆನಿಸಿವೆ.

ಒಂದನೆಯ ರಾಜರಾಜ ಚೋಳ ಮಹಾರಾಜ ಕಟ್ಟಿಸಿದ ಬೃಹದೀಶ್ವರ ಆಲಯ ಜಗತ್ತಿನ ಪ್ರಮುಖ ದೇಗುಲಗಳಲ್ಲಿ ಒಂದೆನಿಸಿದೆ. ಕ್ರಿ.ಶ. 1003ರಲ್ಲಿ ಬೃಹದೀಶ್ವರ ದೇವಸ್ಥಾನವನ್ನು ಕಟ್ಟಲು ಆರಂಭಿಸಿದ ರಾಜರಾಜ ಚೋಳ ಮುಂದಿನ ಆರು ವರ್ಷಗಳಲ್ಲಿ ಇದರ ನಿರ್ಮಾಣವನ್ನು ಪೂರ್ಣಗೊಳಿಸಿದ. 216 ಅಡಿಗಳಷ್ಟು ಎತ್ತರದ ಗೋಪುರವನ್ನು ಹೊಂದಿದ ಬೃಹತ್ ದೇವಸ್ಥಾನವಿದು. ಗೋಪುರ 14 ಅಂತಸ್ತುಗಳನ್ನು ಹೊಂದಿದೆ. ಇಷ್ಟು ಎತ್ತರದ ಗೋಪುರದ ಮೇಲೆ ಅಖಂಡ ಶಿಲೆಯ ಗುಮ್ಮಟವಿದ್ದು, ಇದರ ಮೇಲೆ ಹನ್ನೆರಡೂವರೆ ಅಡಿಗಳ ಕಳಶವೂ ಇದೆ. ಎಂಬತ್ತು ಟನ್ ತೂಕದ ಶಿಲೆಯನ್ನು ಬಳಸಿ ಗುಮ್ಮಟ ರಚಿಸಿದ್ದಾರೆ.

ದೇವಾಲಯದಿಂದ ನಾಲ್ಕು ಮೈಲುಗಳ ದೂರದಲ್ಲಿದ್ದ ವಯಲೂರು ಎಂಬ ಹಳ್ಳಿಯಿಂದ ಗುಮ್ಮಟದ ಶಿಲೆಯನ್ನು ದೇವಸ್ಥಾನದತ್ತ ಅದನ್ನು ಸಾಗಿಸಬೇಕಾದರೆ ಕೆಲಸಗಾರರು ಹರಸಾಹಸ ಪಟ್ಟಿದ್ದರು. ಗುಮ್ಮಟದ ಶಿಲೆ ಕೂರಿಸಬೇಕಾದ ಸ್ಥಳದವರೆಗೆ ಒಂದು ಇಳಿಜಾರು ಮಾರ್ಗವನ್ನು ನಿರ್ಮಿಸಿ, ಅದರ ಮೇಲಿಂದ ಶಿಲೆಯುನ್ನು ತಳ್ಳಿಕೊಂಡು ಬಂದಿದ್ದರೆಂದರೆ ನಿರ್ಮಾಣಕಾರರ ಪರಿಶ್ರಮವನ್ನೂ, ತಂತ್ರಗಾರಿಕೆಯ ದೂರದೃಷ್ಟಿಯನ್ನು ಅರಿಯಬಹುದು. ಭಾರೀ ಎತ್ತರದ ಬೃಹದೀಶ್ವರ ದೇಗುಲದ ಗೋಪುರದ ನೆರಳು ದಿನದ ಯಾವುದೇ ಹೊತ್ತಿನಲ್ಲಿ ನೆಲದ ಮೇಲೆ ಬೀಳುವುದಿಲ್ಲವೆಂಬುದೇ ಇಲ್ಲಿನ ವಿಶಿಷ್ಟತೆ. ದೇವಸ್ಥಾನವನ್ನು ಸಂಪೂರ್ಣವಾಗಿ ಗ್ರಾನೈಟ್ ಶಿಲೆಯಿಂದ ನಿರ್ಮಿಸಲಾಗಿದೆ. ಈ ಬಗೆಯ ದೇವಸ್ಥಾನ ಜಗತ್ತಿನ ಮತ್ತೊಂದೆಡೆ ನೋಡ ಸಿಗುವುದಿಲ್ಲ.

ಕೋಟೆಗಳಿಗೆ ರಕ್ಷಣೆ ಒದಗಿಸುವುದಕ್ಕಾಗಿ ತಡೆಗೋಡೆ ಇಲ್ಲವೇ ರಕ್ಷಣಾ ಪ್ರಾಕಾರಗಳಂತೆಯೇ ರಾಜರಾಜ ಚೋಳ ದೇವಸ್ಥಾನದ ಸುತ್ತಲೂ ತಡೆಗೋಡೆಗಳನ್ನು ಮುತುವರ್ಜಿಯಿಂದ ಕಟ್ಟಿಸಿದ್ದ. ಮಂದಿರದಲ್ಲಿನ ಲಿಂಗವೂ ಬೃಹತ್ತಾದದ್ದು. ಸುಮಾರು ಒಂಬತ್ತು ಅಡಿ ಎತ್ತರದ ಲಿಂಗ ಆರು ಅಡಿ ಎತ್ತರದ ಪಾಣಿ ಬಟ್ಟಲಿನ ಮೇಲೆ ಇದೆ. ಲಿಂಗದ ಸುತ್ತಳತೆ ಸುಮಾರು 23 ಅಡಿಗಳು. ಬೃಹದೀಶ್ವರ ಲಿಂಗದ ಎದುರಿನ ನಂದಿಯ ಆಕಾರವೂ ದೊಡ್ಡದಾಗಿದೆ. ಇದು 12 ಅಡಿ ಎತ್ತರ ಮತ್ತು 19 ಅಡಿ ಉದ್ದವಾಗಿದೆ. ಗರ್ಭಗುಡಿಯ ಸುತ್ತಲೂ ಪ್ರದಕ್ಷಿಣಾಕಾರದಲ್ಲಿ ಕಮಾನುಗಳನ್ನು ನಿರ್ಮಿಸಲಾಗಿದೆ.

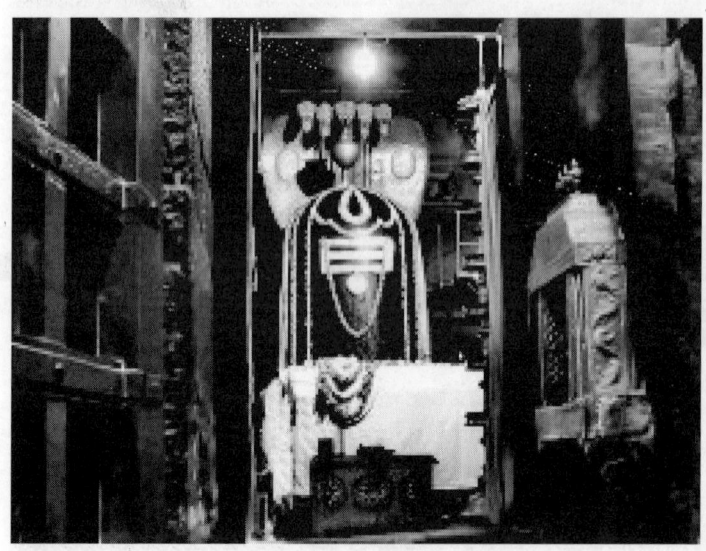

ಗರ್ಭಗುಡಿ ಚತುರ್ಭುಜಾಕಾರದ್ದಾಗಿದ್ದು, ಎರಡು ಕಲ್ಲಿನ ಕಂಬಗಳ ಮೇಲೆ ನಿಂತಿದೆ. ಗರ್ಭಗುಡಿಯಲ್ಲಿನ ಲಿಂಗದ ಹೊರತಾಗಿ ದೇಗುಲದಲ್ಲಿ ಅಷ್ಟದಿಕ್ಪಾಲಕರ ವಿಗ್ರಹಗಳು, ದುರ್ಗಾ, ಲಕ್ಷ್ಮಿ, ಸರಸ್ವತಿ, ವೀರಭದ್ರ, ಕಾಲಾಂತಕ, ನಟೇಶ, ಅರ್ಧನಾರೀಶ್ವರ ಮೂರ್ತಿಗಳು ಸುಂದರವಾಗಿ ಕೆತ್ತನೆ ಮಾಡಲ್ಪಟ್ಟಿವೆ.

ಮೊನಚಾಗಿ ಕೆತ್ತಲ್ಪಟ್ಟ ಗೋಡೆಗಳ ಮೇಲಿನ ಕಲಾಕೃತಿಗಳು ಗಹನವಾದ ತರ್ಕಕ್ಕೆ ಕೊಂಡೊಯ್ಯುವ ಭಾವಾತೀತತೆಯನ್ನು ಬಿಂಬಿಸುತ್ತವೆ. ಮಂದಿರದ ಹಿಂಭಾಗದ ಮೈದಾನದಲ್ಲಿ ರಾಜಮನೆತನದವರಿಗಾಗಿ ನಿರ್ಮಿಸಿದ ವಿಶಾಲ ಸ್ನಾನಗೃಹ ಗಮನ ಸೆಳೆಯುತ್ತದೆ.

ಬೃಹದೀಶ್ವರ ದೇವಸ್ಥಾನ ಆಗಿನ ಕಾಲದಲ್ಲಿ ಭರತನಾಟ್ಯಗಳಂತಹ ನೃತ್ಯಗಳ ಕೇಂದ್ರವೂ ಆಗಿತ್ತು. ಸಂಗೀತ ಕಾರ್ಯಕ್ರಮಗಳು ಹಬ್ಬಹರಿದಿನಗಳಲ್ಲಿ ಪ್ರಾಯೋಜನೆಗೊಳ್ಳುತ್ತಿದ್ದವು. 2010ರಲ್ಲಿ ಬೃಹದೀಶ್ವರ ದೇಗುಲ ಸಹಸ್ರಮಾನಗಳ ಸಂಭ್ರಮವನ್ನು ಕಂಡಿತು. ಆಗ ಸಹಸ್ರಮಾನ ಆಚರಣೆಯನ್ನು ಅರ್ಥಪೂರ್ಣವಾಗಿ ಪ್ರಾಯೋಜಿಸಲಾಗಿತ್ತು. ರಿಸರ್ವ್ ಬ್ಯಾಂಕ್ ದೇಗುಲದ ಚಿತ್ರಣವೂ ಸೇರಿದಂತೆ ಐದು ವಿಭಿನ್ನ ನಾಣ್ಯಗಳನ್ನು ಹೊರತಂದಿತ್ತು. ಇನ್ನೊಂದೆಡೆ ಅಂಚೆ ಇಲಾಖೆ ದೇಗುಲದ ರಾಜಗೋಪುರದ ಚಿತ್ರಣವಿರುವ ಅಂಚೆ ಚೀಟಿಯನ್ನು ಬಿಡುಗಡೆ ಮಾಡಿತ್ತು.

ಗಂಗೈಕೊಂಡ ಚೋಳೇಶ್ವರ ದೇವಸ್ಥಾನದ ನಿರ್ಮಾಣ ಕಾರ್ಯ ಕ್ರಿ.ಶ.1035ರಲ್ಲಿ ಪೂರ್ಣಗೊಂಡಿತು. ರಾಜರಾಜ ಚೋಳನ ಮಗ ರಾಜೇಂದ್ರ ಚೋಳ ಅಥವಾ ಒಂದನೆಯ ರಾಜೇಂದ್ರ ಉತ್ತರದ ರಾಜರ ವಿರುದ್ಧದ ಗೆಲುವುಗಳ ಸ್ಮರಣಾರ್ಥ ಈ ಶೈವ ಮಂದಿರ ಕಟ್ಟಿಸಿದ. ಇದರ ಗೋಪುರ 170ಕ್ಕೂ ಹೆಚ್ಚು ಅಡಿಗಳಷ್ಟು ಎತ್ತರವಿದೆ. ಬೃಹತ್ ಗಾತ್ರದ ದ್ವಾರಪಾಲಕರ ಕೆತ್ತನೆಗಳು ಆಕರ್ಷಣೀಯ.

ದರಾಸುರಂನಲ್ಲಿ ಎರಡನೆಯ ರಾಜರಾಜ ಚೋಳ ನಿರ್ಮಿಸಿದ ಐರಾವತೇಶ್ವರ ದೇಗುಲವಿದೆ. 80 ಅಡಿಗೂ ಹೆಚ್ಚಿನ ಎತ್ತರದ ಗೋಪುರವಿದೆ. ಗರ್ಭಗಡಿಯಲ್ಲಿ ಕಲ್ಲಿನ ಶಿವಮೂರ್ತಿ ಇದೆ. ಪುರಾಣ ಕಾಲದಲ್ಲಿ ಐರಾವತ ಆನೆಯನ್ನು ಇಲ್ಲಿ ಪೂಜಿಸಲಾಗಿತ್ತು ಮತ್ತು ಶಿವನು ಇಲ್ಲಿ ಐರಾವತೇಶ್ವರನ ಅವತಾರವನ್ನೆತ್ತಿದ್ದ ಎಂಬ ಪ್ರತೀತಿಯೂ ಹಾಸುಹೊಕ್ಕಾಗಿದೆ. ಮಂದಿರದ ಮುಂದೆ ದೊಡ್ಡ ರಥವನ್ನು ಎಳೆಯುತ್ತಿರುವ ಕುದುರೆಗಳ ಕೆತ್ತನೆಯನ್ನು ಚಿತ್ತಾಕರ್ಷಕವಾಗಿ ಕೆತ್ತಲಾಗಿದೆ.

ಗಂಗೈಕೊಂಡ ಚೋಳೇಶ್ವರ ಮತ್ತು ಐರಾವತೇಶ್ವರ ದೇಗುಲಗಳು ಕೆತ್ತನೆ,
ಶಿಲ್ಪ ಮತ್ತು ಚಿತ್ರಕಲೆಗಳಿಂದ ಭವ್ಯವಾಗಿ ಕಂಗೊಳಿಸುತ್ತವೆ. ಚೋಳರ ಕಾಲದ
ನಂತರ ಸರ್ಫೋಜಿ ಹೆಸರಿನ ಸ್ಥಳೀಯ ಮರಾಠ ದೊರೆ ಗಣಪತಿಯ
ದೇವಸ್ಥಾನವನ್ನು ಮರುವಿನ್ಯಾಸಗೊಳಿಸಿದ. ನಾಯಕ ವಂಶದವರು ಚೋಳ
ದೇಗುಲಗಳಲ್ಲಿನ ಕೆತ್ತನೆಗಳಿಗೆ ಪೇಂಟಿಂಗ್ ಕಲೆಯನ್ನು ಹೆಚ್ಚಿನ
ಮುತುವರ್ಜಿಯಿಂದ ಸಂಯೋಜಿಸಿ ಹೊಸ ಕಳೆ ತಂದರು.

ತಂಜಾವೂರು ನಾಯಕ ವಂಶದವರು ತಂಜಾವೂರಿನಲ್ಲಿ ಭವ್ಯ
ಅರಮನೆಯನ್ನು ಕಟ್ಟಿಸಿದರು. ಇವರ ನಂತರ ಅಧಿಕಾರಕ್ಕೆ ಬಂದ ಮರಾಠರು
ಇದರ ಮೇಲೆ ಪ್ರಭುತ್ವ ಸಾಧಿಸಿದರು. ಕ್ರಿ.ಶ. 1674ರಿಂದ 1855ರವರೆಗೆ
ಇದು ಭೋಸ್ಲೆ ರಾಜಮನೆತನದವರ ನಿವಾಸವೆನಿಸಿತ್ತು. ಕ್ರಿ.ಶ. 1700ರ
ಸುಮಾರಿಗೆ ಅರಮನೆಯ ಆವರಣದಲ್ಲಿ ಸರಸ್ವತಿ ಮಹಲ್ ಗ್ರಂಥಾಲಯ
ಸ್ಥಾಪನೆಗೊಂಡಿತು. ಇಲ್ಲಿ ತಾಳೆಗರಿ ಮತ್ತು ಕಾಗದದ ಮೇಲೆ ಬರೆದಿರುವ
30,000ಕ್ಕೂ ಅಧಿಕ ಭಾರತೀಯ ಮತ್ತು ಯೂರೋಪಿಯನ್ ಹಸ್ತಪ್ರತಿಗಳಿವೆ.
ಶೇಕಡಾ 80ರಷ್ಟು ಸಂಸ್ಕೃತ ಭಾಷೆಯಲ್ಲಿದ್ದು, ಬಹುತೇಕವಾಗಿ
ತಾಳೆಗರಿಯಲ್ಲಿವೆ.

ಅರಮನೆಯ ಒಳಭಾಗದಲ್ಲಿ ರಾಜರಾಜ ಚೋಳ ಆರ್ಟ್ ಗ್ಯಾಲರಿ
ಇದೆ. ಇದರಲ್ಲಿ 9ರಿಂದ 12ನೆಯ ಶತಮಾನದವರೆಗಿನ ಅವಧಿಯ ಕಲ್ಲು
ಮತ್ತು ಕಂಚಿನ ವಿಗ್ರಹಗಳನ್ನು ಸಂರಕ್ಷಿಸಲಾಗಿದೆ. ಬೃಹದೀಶ್ವರ ದೇಗುಲದ
ಪೂರ್ವ ದಿಕ್ಕಿನಲ್ಲಿ ಶಿವಗಂಗಾ ಉದ್ಯಾನವಿದ್ದು, ಇದು ಬಗೆಬಗೆಯ
ಹೂತೋಟಗಳನ್ನು ಒಳಗೊಂಡಿದೆ. ಭಾರತದ ಕಲೆ ಮತ್ತು ಸಂಸ್ಕೃತಿಯ
ಮೇಲೆ ವಿಶಿಷ್ಟ ಪ್ರಭಾವ ಬೀರಿರುವ ಚೋಳ ಮಹಾನ್ ದೇಗುಲಗಳನ್ನು
ವಿಶ್ವಸಂಸ್ಥೆಯ ಯೂನೆಸ್ಕೊ 1987ರಲ್ಲಿ ವಿಶ್ವ ಪರಂಪರೆಯ ಪಟ್ಟಿಯಲ್ಲಿ
ಗುರುತಿಸಿತು.

10.
ಹೆದಲಿಯ ಕೆಂಪುಕೋಟೆ ಕಟ್ಟಡಗಳ ಸಂಕೀರ್ಣ

ಭಾರತದ ಘನತೆಯ ಮತ್ತು ಭವ್ಯತೆಯ ಕಟ್ಟಡ ಸಂಕೀರ್ಣಗಳಲ್ಲಿ ಹೆಚ್ಚಿನ ಮಹತ್ವ ಪಡೆದಿದೆ. ವಿಭಿನ್ನ ಕಾಲಘಟ್ಟಗಳಲ್ಲಿ ಮೊಗಲ್‌ರು, ಮರಾಠರು, ಬ್ರಿಟಿಷ್ ಸರ್ಕಾರ ಮತ್ತು ಭಾರತ ಸರ್ಕಾರಗಳ ಸುಪರ್ದಿಗೆ ಒಳಪಟ್ಟ ಕೆಂಪುಕೋಟೆಯ ಸಂಕೀರ್ಣ ಭಾರತದ ಚರಿತ್ರೆಯ ಕೆಲವು ಅಧ್ಯಾಯಗಳಲ್ಲಿನ ಕೌತುಕವಾದ ವಿಷಯಗಳನ್ನು ಮತ್ತು ವಾಸ್ತುಶಿಲ್ಪದ ಶ್ರೀಮಂತಿಕೆಯನ್ನು ಸಾರಿ ಹೇಳುತ್ತದೆ.

17ನೆಯ ಶತಮಾನದಲ್ಲಿ ಮೊಗಲ್ ದೊರೆ ಶಹಜಹಾನ್‌ನಿಂದ ಮರುವಿನ್ಯಾಸಗೊಂಡು ಭವ್ಯವಾಗಿ ಕಟ್ಟಲ್ಪಟ್ಟ ಈ ಐತಿಹಾಸಿಕ ಕೋಟೆಗೆ

ಆರಂಭಿಕ ಬುನಾದಿ ಹಾಕಿದವನೆಂದರೆ ರಜಪೂತ ದೊರೆ ಪೃಥ್ವಿರಾಜ್ ಚೌಹಾನ್. ಹಳೆಯ ದೆಹಲಿಯಲ್ಲಿ ಹನ್ನೆರಡನೆಯ ಶತಮಾನದಲ್ಲಿಯೇ ಎತ್ತರವಾದ ಗೋಡೆಗಳುಳ್ಳ ಕೋಟೆಯನ್ನು ಪೃಥ್ವಿರಾಜ್ ಚೌಹಾನ್ ಕಟ್ಟಿಸಿದ್ದ. ತೋಮರ್ ದೊರೆ ಅನಾಗಪಾಲ ಈ ಕೋಟೆಯನ್ನು ಸುಭದ್ರಗೊಳಿಸಿದನೆಂದು ಚರಿತ್ರೆಯಲ್ಲಿ ಉಲ್ಲೇಖವಿದೆ. ರಜಪೂತರು ಮೊಗಲ್‌ರಿಂದ ಸೋಲಿಸಲ್ಪಟ್ಟ ನಂತರ ಇದು ಮೊಗಲರ ಆಸ್ತಿಯಾಯಿತು.

ಮೊಗಲ್ ದೊರೆಗಳನ್ನು ಇದನ್ನು ತಮ್ಮ ನಿವಾಸವನ್ನಾಗಿಯೂ ಬಳಸಿಕೊಂಡಿದ್ದರು. ಶಹಜಹಾನ್ ತನ್ನ ರಾಜಧಾನಿಯನ್ನು ಆಗ್ರಾದಿಂದ ದೆಹಲಿಯಲ್ಲಿನ ಶಹಾಜಹಾನಾಬಾದ್‌ಗೆ ಸ್ಥಳಾಂತರ ಮಾಡಿದ ಮೇಲೆ ಕೆಂಪುಕೋಟೆಯ ನಿರ್ಮಾಣಕ್ಕೆ ಮುಂದಾದ. ಶಹಜಹಾನ್ ಅತ್ಯಂತ ಮುತುವರ್ಜಿ ವಹಿಸಿ ಸುಮಾರು ಹತ್ತು ವರ್ಷಗಳ ಅವಧಿಯಲ್ಲಿ ಭಾರೀ ಹಣವನ್ನು ವ್ಯಯಿಸಿ ಕಟ್ಟಿಸಿದ ಕೋಟೆ ಇದು. 1638ರಲ್ಲಿ ಆರಂಭವಾದ ಕೋಟೆಯ ನಿರ್ಮಾಣ ಕಾಮಗಾರಿ 1648ರಲ್ಲಿ ಪೂರ್ತಿಗೊಂಡಿತು. ಆಗ ಇದಕ್ಕೆ ಲಾಲ್ ಕಿಲಾ ಎಂಬ ಹೆಸರಿತ್ತು. ಕಿಲಾ ಎಂದರೆ ಕನ್ನಡದಲ್ಲಿ ಕಿಲ್ಲೆ ಅಥವಾ ಕೋಟೆ ಎಂದರ್ಥ.

ತದನಂತರದಲ್ಲಿ ಇಲ್ಲಿನ ಆವರಣದಲ್ಲಿ ಔರಂಗಜೇಬ್ ಮತ್ತು ಬ್ರಿಟಿಷರು ಹೊಸದಾದ ಕಟ್ಟಡ, ಉದ್ಯಾನಗಳನ್ನು ನಿರ್ಮಿಸಿ ಅದರ ಸೌಂದರ್ಯವನ್ನು ಹೆಚ್ಚಿಸಿದರು. ಮೊಗಲ್, ಹಿಂದೂ, ಪರ್ಶಿಯಾ ಮತ್ತು ಯೂರೋಪಿಯನ್ ವಾಸ್ತುಶಿಲ್ಪಗಳು ಕೆಂಪುಕೋಟೆ ಕಟ್ಟಡಗಳ ಸಂಕೀರ್ಣದಲ್ಲಿ ಮೇಳೈಸಿವೆ. ಕೆಂಪು ಮರಳುಗಲ್ಲಿನಿಂದ ನಿರ್ಮಿತವಾಗಿರುವುದರಿಂದ ಕೋಟೆಗೆ ಕೆಂಪುಕೋಟೆ ಎಂಬ ಹೆಸರು. 1715ರಲ್ಲಿ ಭೂಕಂಪದಿಂದ ಕೋಟೆಗೆ ಸ್ವಲ್ಪ ಧಕ್ಕೆಯಾಗಿತ್ತು.

ಶಹಜಹಾನ್ ಕೆಂಪುಕೋಟೆಯನ್ನು ಕಟ್ಟಿಸುವ ಉಸ್ತುವಾರಿಯನ್ನು ಉಸ್ತಾದ್ ಅಹ್ಮದ್ ಮತ್ತು ಉಸ್ತಾದ್ ಹಮೀದ್ ಇವರಿಬ್ಬರಿಗೆ ವಹಿಸಿದ್ದ. 254.67 ಎಕರೆ ಪ್ರದೇಶದಲ್ಲಿ ಕೆಂಪುಕೋಟೆ ಕಟ್ಟಡಗಳ ಸಂಕೀರ್ಣವಿದೆ. ದೆಹಲಿಯ ಚಾಂದನಿ ಚೌಕಕ್ಕೆ ಎದುರಾದ ಲಾಹೋರ್ ಗೇಟ್ ಕೆಂಪುಕೋಟೆಯ ಮುಖ್ಯದ್ವಾರ. ಇಲ್ಲಿಂದ ಛಾವಣಿ ಇರುವ ಒಂದು ರಸ್ತೆ ದಾಟಿದರೆ ಕೋಟೆಯ ಕೊನೆಯ 'ದಿವಾನ್-ಇ-ಆಮ್' ಭವನವಿದೆ. ಇಲ್ಲಿ ಚಕ್ರವರ್ತಿಯು ಸಾರ್ವಜನಿಕರ ಸಮಸ್ಯೆಗಳನ್ನು ಆಲಿಸಿ ಅಹವಾಲುಗಳನ್ನು ಸ್ವೀಕರಿಸುತ್ತಿದ್ದ.

ಕೆಂಪುಕೋಟೆಯಲ್ಲಿನ ಜಗತಿಯಂತಹ ಸಿಂಹಾಸನ ಪೀಠವು ಅತ್ಯಂತ ಕಲಾಪೂರ್ಣವಾದ ಒಳಕಸೂರಿ ಕೆಲಸಗಳಿಂದ ಕೂಡಿದೆ. ಬಳ್ಳಿ, ಹೂವು, ಹಕ್ಕಿಯ ವಿನ್ಯಾಸಗಳನ್ನು ಬಿಡಿಸಲಾಗಿದೆ. ಇಲ್ಲಿಂದ ಉತ್ತರಕ್ಕೆ 'ದಿವಾನ್-ಇ-ಖಾಸ್' ಭವನವಿದೆ. ಇದು ಹೆಸರೇ ಸೂಚಿಸುವಂತೆ ಚಕ್ರವರ್ತಿಯ ಖಾಸಗಿ ಭೇಟಿಗೆ ಮೀಸಲಾಗಿದ್ದಿತು. ಹೊರದೇಶಗಳ ರಾಯಭಾರಿಗಳು, ಸಾಮಂತರನ್ನು ಇಲ್ಲಿ ಭೇಟಿಯಾಗಿ ಅವರೊಂದಿಗೆ ಇಲ್ಲಿಯೇ ವ್ಯವಹರಿಸುತ್ತಿದ್ದ.

ಕೆಂಪುಕೋಟೆಯ ಇನ್ನೊಂದು ಹೆಸರಾಂತ ಕಟ್ಟಡ ಭಾಗವೆಂದರೆ 'ನೌಬತ್'. ಮೊಗಲ್ ಸಾಮ್ರಾಜ್ಯ ವೈಭವದಿಂದ ಕೂಡಿದ್ದಾಗ ನೌಬತ್‌ನಲ್ಲಿ ದಿನಕ್ಕೆ ಐದು ಬಾರಿ ಸಂಗೀತ ಕಾರ್ಯಕ್ರಮಗಳು ನಡೆಯುತ್ತಿದ್ದವು. ದಿವಾನ್-ಇ-ಆಮ್‌ನಲ್ಲಿ ಅಮೃತಶಿಲೆಯ ಛತ್ರಿಯ ಕೆಳಗೆ ಶಹಜಹಾನ್ ಮಯೂರ

ಸಿಂಹಾಸನದ ಮೇಲೆ ಕುಳಿತು ದಿನಕ್ಕೆ ಎರಡು ಸಲ ದರ್ಬಾರು ನಡೆಸುತ್ತಿದ್ದ. ಇಲ್ಲಿ ಬಹಿರಂಗವಾಗಿ ರಾಜಕಾರ್ಯಗಳೂ ನಡೆಯುತ್ತಿದ್ದವು.

ಆರು ಅಡಿ ಉದ್ದ ಮತ್ತು ನಾಲ್ಕು ಅಡಿ ಇರುವ ಮಯೂರ ಸಿಂಹಾಸನದ ಮೆಟ್ಟಿಲು ಬೆಳ್ಳಿಯದಾಗಿತ್ತು. ಕೆಂಪು ಮಖಮಲ್‌ನ ಎಂಟು ಅಡಿ ಎತ್ತರದ ರಾಜಛತ್ರಿಯನ್ನು ಆಧರಿಸಿದ 12 ಕಂಬಗಳು, ಇವುಗಳಲ್ಲಿ ಕಮಾನು, ಛಾವಣಿ ಕಂಬ, ಎಲ್ಲಕ್ಕೂ ಚಿನ್ನದ ತಗಡಿನ ಹೊದಿಕೆ. ಇದರ ಮೇಲೆ ಮುತ್ತು, ರತ್ನಗಳನ್ನು ಹುದುಗಿಸಿದ ಕುಸುರಿ ಕೆಲಸ. ಹನ್ನೆರಡು ಕಂಬಗಳಲ್ಲಿ ಪ್ರತಿಯೊಂದರ ಮೇಲೂ ಎರಡೆರಡು ನವಿಲುಗಳು. ನವಿಲಿನ ಎರಡೂ ಪಕ್ಕಗಳಲ್ಲಿ ಅಷ್ಟೇ ಎತ್ತರವಾದ ರತ್ನಖಚಿತವಾದ ಹೂಗುಚ್ಛಗಳು. ಈ ಮಹೋನ್ನತವಾದ ಮಯೂರ ಸಿಂಹಾಸನವನ್ನು ವಿನ್ಯಾಸಗೊಳಿಸಲು ಶಹಜಹಾನ್ ಆಗಿನ 30 ಲಕ್ಷ ರೂ.ಗಳ ಬೆಲೆಯ ವಜ್ರಗಳನ್ನು ಮತ್ತು ಲಕ್ಷ ತೊಲ ಚಿನ್ನವನ್ನು ಬಳಸಿದ್ದ.

ಮೊಗಲ್ ದೊರೆಗಳ ಹೆಮ್ಮೆಯ ಪ್ರತೀಕವಂತಿದ್ದ ಇದನ್ನು 1739ರಲ್ಲಿ ದೆಹಲಿಯ ಮೇಲೆ ಆಕ್ರಮಣಗೈದಿದ್ದ ಪರ್ಶಿಯಾದ ದೊರೆ ನಾದಿರ್‌ಶಹಾ ತೆಗೆದುಕೊಂಡು ಹೋಗಿದ್ದ. ಈತನೇ ದೆಹಲಿಯ ಮಹಮ್ಮದ್ ಷಾನನ್ನು ಸೋಲಿಸಿ ಕೋಹಿನೂರ್ ವಜ್ರವನ್ನು ಸಹ ಪರ್ಶಿಯಾಕ್ಕೆ ಕೊಂಡೊಯ್ದಿದ್ದ. ಇದೀಗ 108 ಕ್ಯಾರೆಟ್‌ನ ವಿಶ್ವಖ್ಯಾತ ಕೋಹಿನೂರ್ ವಜ್ರ ಬ್ರಿಟಿಷ್ ಮ್ಯೂಸಿಯಂನಲ್ಲಿದೆ.

ದಿವಾನ್-ಇ-ಖಾಸ್ ಬಳಿ ಅರಮನೆಯ ಸ್ನಾನಗೃಹಗಳಿವೆ. ಮೂರು ಕೋಣೆಗಳಿದ್ದು ಮೊಗಲ್ ಆಳ್ವಿಕೆಯಲ್ಲಿ ಮೂರು ಕೋಣೆಗಳಲ್ಲಿ ಪರಿಮಳ ಬೀರುವ ನೀರಿನ ಚಿಲುಮೆಗಳಿರುತ್ತಿದ್ದವು. ಸ್ನಾನಗೃಹಗಳ ಎದುರಿಗೆ ಸಂದರಮೋತಿ ಮಸೀದಿ ಇದೆ. ಇದನ್ನು 1657ರಲ್ಲಿ ಔರಂಗಜೇಬ್ ಕಟ್ಟಿಸಿದ. ಸಾವನ್ ಮತ್ತು ಬಾದೋ ಎಂಬ ಜಲ ಆಸರೆಗಳಿರುವ 'ಜೀವನ್ ಉದ್ಯಾನ' ಇಲ್ಲಿಂದ ಸ್ವಲ್ಪ ಮುಂದಕ್ಕಿದೆ. ಇಲ್ಲಿ ಸಮಾರಂಭಗಳೂ, ಸಂಗೀತ, ನೃತ್ಯ ಇತ್ಯಾದಿ ಹಬ್ಬಗಳು ಜರುಗುತ್ತಿದ್ದವು. ಯಮುನಾ ನದಿಗೆ ಎದುರಾದ ಯುರೋಖಾ ಎಂಬ ಮಾಳಿಗೆಯಲ್ಲಿ ನಿಂತು ಸಾಮಾನ್ಯ ಜನರ

ಸುಖದುಃಖಗಳನ್ನು ಚಕ್ರವರ್ತಿ ಕೇಳುತ್ತಿದ್ದ. ನದಿಯ ಬಳಿಯ ಮರಳಿನ ಮೇಲಿನ ಆನೆಕಾಳಗವನ್ನು ನೋಡಲು ಚಕ್ರವರ್ತಿ ಉಪಸ್ಥಿತನಿರುತ್ತಿದ್ದ.

ದೆಹಲಿ ಕೆಂಪುಕೋಟೆಯ ಇನ್ನೊಂದು ಸುಂದರ ಕಟ್ಟಡವೆಂದರೆ ರಂಗ್‌ಮಹಲ್. ಇದು ಬಣ್ಣಗಳ ಅರಮನೆ ಎಂದೆ ಪ್ರಸಿದ್ಧವಾಗಿತ್ತು. ಕೋಟೆಯ ಗೋಡೆಗಳ ಎತ್ತರ 18 ಮೀಟರ್‌ನಿಂದ 33 ಮೀ.ಗಳವರೆಗೆ ಇರುವುದು ಇದರ ವಿಶೇಷ.

ಮೊಗಲ್‌ರ ಅವನತಿಯ ಬಳಿಕ ದೆಹಲಿಯ ಮೇಲೆ ಪ್ರಭುತ್ವ ಸಾಧಿಸಿದ್ದ ಮರಾಠರು ಕೆಂಪುಕೋಟೆಯನ್ನು ಸಂರಕ್ಷಿಸಿದರು. ದೆಹಲಿಯನ್ನು ಅಮ್ಮದ್ ಷಾ ದುರಾನಿಯ ಆಕ್ರಮಣದಿಂದ ರಕ್ಷಿಸುವುದಕ್ಕಾಗಿ ಮರಾಠರು ಕೆಂಪುಕೋಟೆಯ ದಿವಾನ್ ಇ ಖಾಸ್‌ನಲ್ಲಿ ಬೆಳ್ಳಿಯನ್ನು ಮಾರಿ ಶಸ್ತ್ರಾಸ್ತ್ರಗಳನ್ನು ಖರೀದಿಸಿದ್ದರು. 1803ರಲ್ಲಿ ಎರಡನೆಯ ಆಂಗ್ಲೋ-ಮರಾಠಾ ಯುದ್ಧದಲ್ಲಿ ಬ್ರಿಟಿಷ್‌ರಿಗೆ ಶರಣಾದ ಮರಾಠರು ಕೆಂಪುಕೋಟೆಯ ಮೇಲಿನ ಪ್ರಭುತ್ವ ಕಳೆದುಕೊಂಡರು. ಬ್ರಿಟಿಷರು ಇಲ್ಲಿಂದ ಆಡಳಿತ ನಡೆಸಿ ತಮ್ಮ ದೌಲತ್ತು ಮೆರೆದರು.

ಭಾರತದ ಮೊದಲ ಸ್ವಾತಂತ್ರ್ಯ ಸಂಗ್ರಾಮ ಎಂದೇ ಬಿಂಬಿತವಾಗಿರುವ 1857ರ ದಂಗೆಯಲ್ಲಿ ಭಾರತೀಯರು ಬ್ರಿಟಿಷರನ್ನು ತಾತ್ಕಾಲಿಕವಾಗಿ ಹತ್ತಿಕ್ಕಿದ್ದಾಗ ಮೊಗಲ್ ಚಕ್ರವರ್ತಿ ಬಹದ್ದೂರ್ ಶಾನನ್ನು ಕ್ರಾಂತಿಕಾರರು ತಮ್ಮ ದೊರೆ ಎಂದು ಮಾನ್ಯ ಮಾಡಿದ್ದರು. ಆಗ ಮೊದಲ ಬಾರಿ ಭಾರತದ ಬಾವುಟ ದೆಹಲಿಯ ಕೋಟೆಯ ಮೇಲೆ ಹಾರಾಡಿತ್ತು. ಕೆಂಪುಕೋಟೆಯಲ್ಲಿ ಆಡಳಿತ ನಡೆಸಿದ್ದ ಕೊನೆಯ ಮೊಗಲ್ ಸಾಮ್ರಾಟ್ ಬಹದ್ದೂರ್ ಶಾ. ಆದರೆ ಬ್ರಿಟಿಷರು ಭಾರತೀಯರ ದಂಗೆಯನ್ನು ಹತ್ತಿಕ್ಕಿದಾಗ ಬಹದ್ದೂರ್ ಶಾ ಕೆಂಪುಕೋಟೆಯಲ್ಲಿ ಯುದ್ಧಕೈದಿಯಾಗಿ ಬಂಧಿಸಲ್ಪಟ್ಟಿದ್ದ. ನಂತರ ಈತನನ್ನು ರಂಗೂನ್‌ಗೆ ಗಡೀಪಾರು ಮಾಡಲಾಯಿತು.

ಬ್ರಿಟಿಷರು 1863ರಲ್ಲಿ ಕೆಂಪುಕೋಟೆ ಆವರಣದ ಆಸುಪಾಸಿನ ಕೆಲವು ಕಟ್ಟಡಗಳನ್ನು ನೆಲಸಮಗೊಳಿಸಿ ಉದ್ಯಾನಗಳನ್ನು ನಿರ್ಮಿಸಿದರು. ಅಲ್ಲದೆ ತಮ್ಮ ಸೇನೆಯನ್ನು ಬಲಪಡಿಸಲೆಂದು ಕೋಟೆಯಲ್ಲಿನ ಕೆಲವು ಬೆಲೆಬಾಳುವ

ಆಭರಣಗಳನ್ನು ಕರಗಿಸಿದ್ದರು. ಬ್ರಿಟಿಷರು ತಮ್ಮ ಸ್ವಂತ ಅನುಕೂಲಕ್ಕಾಗಿ ಕೆಲವು ಕಟ್ಟಡಗಳನ್ನು ನಿರ್ಮಿಸಿದರು. ಇವು ಇಂದಿಗೂ ಗಟ್ಟಿಮುಟ್ಟಾಗಿ ತಮ್ಮ ಅಂದಿನ ವಿಭಿನ್ನತೆಯನ್ನು ಬಿಂಬಿಸುತ್ತಿವೆ. ಕೆಂಪುಕೋಟೆ ದೇಶದಲ್ಲಿನ ಅತಿ ಸುಂದರ ಕೋಟೆ. ಇಲ್ಲಿನ ಕಟ್ಟಡಗಳು ಮತ್ತು ಉದ್ಯಾನಗಳಿಂದ ಪ್ರಭಾವಿತಗೊಂಡು ದೆಹಲಿಯ ಇತರೆ ಸ್ಥಳಗಳಲ್ಲಿ, ರಾಜಸ್ತಾನ, ಆಗ್ರಾ, ಮಧ್ಯಪ್ರದೇಶಗಳಲ್ಲಿ ವಿಭಿನ್ನ ಬಗೆಯ ಕೋಟೆಕಟ್ಟಡಗಳು ಕಾಲಕ್ರಮೇಣದಲ್ಲಿ ತಲೆ ಎತ್ತಿದವು.

ಭಾರತದ ಸ್ವಾತಂತ್ರ್ಯ ಪಡೆದಾಗ ರಾಷ್ಟ್ರಧ್ವಜ ಅಧಿಕೃತವಾಗಿ ಇಲ್ಲಿಯೇ ಮೊದಲು ಹಾರಾಡಿತು. ಪ್ರತಿವರ್ಷ ಆಗಸ್ಟ್ 15ರಂದು ತ್ರಿವರ್ಣ ಧ್ವಜವನ್ನು ಹಾರಿಸಿ ಭಾರತ ಸರ್ಕಾರ ಸ್ವಾತಂತ್ರ್ಯ ದಿನವನ್ನು ಆಚರಿಸುತ್ತಿದೆ. ಭಾರತ ಸರ್ಕಾರ ಕೆಂಪುಕೋಟೆಯ ಕಟ್ಟಡ ಸಂಕೀರ್ಣವನ್ನು ಪ್ರಾಚೀನ ಸ್ಮಾರಕ ಮತ್ತು ಪುರಾತತ್ವ ಮಹತ್ವದ ತಾಣವೆಂದು 1959ರಲ್ಲಿ ವಿಶೇಷ ಕಾಯ್ದೆಯನ್ನು ರೂಪಿಸಿತು.

ಸ್ವಾತಂತ್ರ್ಯಗೊಂಡ ನಂತರ ಕೆಂಪುಕೋಟೆಯ ಬಹುತೇಕ ಭಾಗ 2003 ಡಿಸೆಂಬರ್ 22ರವರೆಗೂ ಭಾರತೀಯ ಸೇನೆಯ ನಿಯಂತ್ರಣದಲ್ಲಿತ್ತು. ಆ ಬಳಿಕ ಇದನ್ನು ಭಾರತೀಯ ಪುರಾತತ್ವ ಇಲಾಖೆಯ ಸುಪರ್ದಿಗೆ ವಹಿಸಲಾಗಿದೆ. ಯುನೆಸ್ಕೊ ತನ್ನ ವಿಶ್ವ ಪರಂಪರೆಯ ಪಟ್ಟಿಯಲ್ಲಿ ಕೆಂಪುಕೋಟೆ ಕಟ್ಟಡ ಸಂಕೀರ್ಣವನ್ನು ಗುರುತಿಸಿರುವುದರಿಂದ ಇಲ್ಲಿನ ಹಳೆಯ ಯಾವುದೇ ಕಾಮಗಾರಿಗಳನ್ನು ನಾಶಗೊಳಿಸುವಂತಿಲ್ಲ. ಭಾರತದ ಹೆಮ್ಮೆಯ ಪ್ರತೀಕದಂತೆ ಇರುವ ಇದು ವರ್ಷವೂ ಕೋಟ್ಯಾಂತರ ಪ್ರವಾಸಿಗರನ್ನು ಆಕರ್ಷಿಸುತ್ತದೆ.

11.
ಖಜುರಾಹೊ ಸ್ಮಾರಕ ಸಮೂಹಗಳು

ಒಂದು ದೊಡ್ಡ ಸರೋವರ, ಅದರ ಪಕ್ಕದ ಪಟ್ಟಣದ ಸುತ್ತಮುತ್ತ ಹಲವಾರು ದೇವಾಲಯಗಳು. ಇದರ ಹತ್ತಿರದಲ್ಲಿಯೇ ಖುದಾರ್ ನದಿ. ಇದರ ದಂಡೆಯಲ್ಲೂ ಕೆಲವು ದೇಗುಲಗಳು. ಕೆಲವು ಭಗ್ನಾವಶೇಷದ ಸ್ಥಿತಿಯಲ್ಲಿದ್ದರೆ, ಇನ್ನು ಕೆಲವು ಇಂದಿಗೂ ಒಳ್ಳೆಯ ಸ್ಥಿತಿಯಲ್ಲಿವೆ. ಇದು ಖಜುರಾಹೊದ ಈಗಿನ ವಾಸ್ತವತೆ.

ಇಲ್ಲಿನ ದೇಗುಲಗಳಲ್ಲಿನ ಅತ್ಯದ್ಭುತ ಶಿಲ್ಪಕಲೆಯ ವೈಭವ, ಗೋಪುರಗಳ ಸಿರಿವಂತಿಕೆ ಮತ್ತು ಒಂದಕ್ಕಿಂತ ಮತ್ತೊಂದು ವಿಭಿನ್ನವಾಗಿಯೂ ಮತ್ತು ತನ್ನದೇ ಆದ ಮಹತ್ವವನ್ನೂ ಸಾರಿ ಹೇಳುತ್ತವೆ. ಇದರಿಂದಾಗಿ ಪ್ರತಿ

ವರ್ಷ ಅಸಖ್ಯಾಂತ ಪ್ರವಾಸಿಗರನ್ನು ಆಕರ್ಷಿಸುವ ಖಜುರಾಹೊ ತಾಣ ಭೂಮಿಯ ಮೇಲಿನ ಸ್ವರ್ಗವೆಂದು ಹೊರದೇಶಗಳ ಯಾತ್ರಿಕರು ನಿಬ್ಬೆರಗಾಗಿ ಉದ್ಗರಿಸಿದ್ದರು. ಭಾರತೀಯ ಸಂಸ್ಕೃತಿ ಮತ್ತು ಇತಿಹಾಸದಲ್ಲಿ ತನ್ನದೇ ಆದ ಛಾಪನ್ನು ಮೂಡಿಸಿರುವ ಖಜುರಾಹೊದ ಬಗ್ಗೆ ವಿವರವಾಗಿ ಕೆಳಗಿನಂತೆ ಅವಲೋಕಿಸಬಹುದು.

ದೆಹಲಿಯಿಂದ 620 ಕಿ.ಮೀ. ದೂರದಲ್ಲಿರುವ ಖಜುರಾಹೊ ಆಸುಪಾಸಿನಲ್ಲಿ ಕ್ರಿ.ಶ. 920ರಿಂದ 1050ವರೆಗಿನ 200ಕ್ಕೂ ಹೆಚ್ಚು ವರ್ಷಗಳ ಆಳ್ವಿಕೆಯಲ್ಲಿ ಚಂದೇಲ ರಾಜರು 85 ದೇಗುಲಗಳನ್ನು ಕಟ್ಟಿಸಿದರು. ಆಗ ಖಜುರಾಹೊ ಚಂದೇಲರ ಸಾಂಸ್ಕೃತಿಕ ರಾಜಧಾನಿಯಾಗಿತ್ತು. 9ನೆಯ ಶತಮಾನದ ಆದಿಭಾಗದಲ್ಲಿ ನನ್ನುಕ ಚಂದೇಲನೆಂಬುವ ಖಜುರಾಹೊದಲ್ಲಿ ಚಂದೇಲ ರಾಜ್ಯ ಸ್ಥಾಪಿಸಿದನೆಂದು ಚರಿತ್ರೆ ಹೇಳುತ್ತದೆ.

ತದನಂತರ ಚಂದೇಲರು ಕಾಲಿಂಜರ್ ಕೋಟೆಗೆ ತಮ್ಮ ರಾಜಧಾನಿಯನ್ನು ವರ್ಗಾಯಿಸಿಕೊಂಡರು. ಖಜುರಾಹೊವನ್ನು ಶಾಸನಗಳಲ್ಲಿ 'ಖಜುರವಾಹಿಕಾ' ಎಂದುಹೆಸರಿಸಲಾಗಿದೆ. ಸಂಸ್ಕೃತದಲ್ಲಿ ಖಜುರ ಎಂದರೆ ಖರ್ಜೂರ, ವಾಹಕನೆಂದರೆಮಾರುವವರು ಎಂದರ್ಥ. ಆಗಿನ ಖಜುರಾಹೊ ಪಟ್ಟಣದಮಹಾದ್ವಾರವನ್ನು ಚಿನ್ನದಲ್ಲಿಮಾಡಿದ ಎರಡು ಖರ್ಜೂರ

ವೃಕ್ಷಗಳಿಂದ ಅಲಂಕರಿಸಿದ್ದರಂತೆ. ಸುತ್ತಮುತ್ತಲೂ ಖರ್ಜೂರಮರಗಳು ಹೇರಳವಾಗಿದ್ದವಂತೆ. ಈ ಹಿನ್ನೆಲೆಯಿಂದ ಖಜುರಾಹೊಗೆ ಈ ಹೆಸರು.

19ನೆಯ ಶತಮಾನದಲ್ಲಿ ಖಜುರಾಹೊ ಹೊರಜಗತ್ತಿಗೆ ಸ್ಪಷ್ಟವಾಗಿ ಗೊತ್ತಾಯಿತು. ದಟ್ಟ ಕಾನನದಲ್ಲಿ ಭಾರೀ ಗಾತ್ರದ ಮರಗಿಡಗಳಿಂದ ಮುಚ್ಚಿ ಹೋಗಿದ್ದ ಖಜುರಾಹೊ ಸ್ಮಾರಕಗಳನ್ನು ಪತ್ತೆ ಮಾಡಿ ಗುರುತಿಸಿದವನೆಂದರೆ ಬ್ರಿಟಿಷ್ ಇಂಜಿನಿಯರ್ ಟಿ.ಎಸ್.ಬರ್ಟ್. ತದನಂತರ ಜನರಲ್ ಅಲೆಕ್ಸಾಂಡರ್ ಕನ್ನಿಂಗ್‌ಹ್ಯಾಮ್ ಇವುಗಳ ಬಗ್ಗೆ ವ್ಯವಸ್ಥಿತ ಅಧ್ಯಯನ ನಡೆಸಿ ವಿಶ್ವ ಭೂಪಟದಲ್ಲಿ ಸ್ಥಾನಮಾನ ಗಳಿಸಿಕೊಟ್ಟ. ಭಾರತೀಯ ಪುರಾತತ್ವ ಇಲಾಖೆಯ ಸಹಯೋಗದಲ್ಲಿ ಕನ್ನಿಂಗ್‌ಹ್ಯಾಮ್ ಖಜುರಾಹೊದ ಅಪೂರ್ವ ವಾಸ್ತುಶಿಲ್ಪತೆಯನ್ನು ವಿದೇಶಿಯರಿಗೂ ಪರಿಚಯಿಸಿದ. ಚಂದೇಲ ಕಾಲದಲ್ಲಿ 85 ಶೈವ, ವೈಷ್ಣವ, ಜೈನ ಮತ್ತು ಬೌದ್ಧ ದೇಗುಲಗಳು ನಿರ್ಮಾಣಗೊಂಡವು. ಆಗ ಇವು ಚಂದೇಲ ಅರಸರ ಮತ್ತು ಜನತೆಯ ಸರ್ವಧರ್ಮ ಸಮನ್ವಯ ಭಾವನೆಗಳ ಪ್ರತೀಕದಂತಿದ್ದವು. ಈಗ ಇವುಗಳಲ್ಲಿ 25–30 ದೇಗುಲಗಳು ತಮ್ಮ ಅಸ್ತಿತ್ವವನ್ನು ಉಳಿಸಿಕೊಂಡಿವೆ.

ಖಜುರಾಹೊದಲ್ಲಿನ ದೇಗುಲಗಳನ್ನು ಪಶ್ಚಿಮ ಗುಂಪು, ಪೂರ್ವ ಗುಂಪು ಮತ್ತು ದಕ್ಷಿಣ ಗುಂಪುಗಳೆಂದು ವಿಂಗಡಿಸಿದ್ದಾರೆ. ಪಶ್ಚಿಮ ಗುಂಪಿನಲ್ಲಿ ವಿಷ್ಣು ಮತ್ತು ಶಿವ ದೇವಾಲಯಗಳಿವೆ. ಪೂರ್ವ ಮತ್ತು ದಕ್ಷಿಣ ಗುಂಪುಗಳಲ್ಲಿ ಜೈನ ದೇಗುಲಗಳಿವೆ. ಖುದಾರ್ ನದಿಯ ದಡದಲ್ಲಿ ಎತ್ತರವಾದ ಜಗತಿಗಳ ಮೇಲೆ ಒಂದೊಂದು ಪ್ರತ್ಯೇಕವಾಗಿ ನಿಂತಿವೆ.

ದೇಗುಲಗಳ ರಚನೆಯಲ್ಲಿ ವ್ಯವಸ್ಥೆಬದ್ಧ ಯೋಜನೆ ಎಂಬುದಿಲ್ಲ. ಸ್ವಯಂಪೂರ್ಣ ಅತ್ಯುತ್ತಮ ವಾಸ್ತುಕೃತಿಗಳು. ಶಿಲುಬೆಯಾಕಾರದ ಜಗತಿಯ ಮೇಲೆ ಮೂರು ಭಾಗಗಳಲ್ಲಿ ನಿರ್ಮಿತವಾಗಿವೆ. ಗರ್ಭಗೃಹ, ಮಂಟಪ ಮತ್ತು ಅರ್ಧಮಂಟಪಗಳೇ ಇವುಗಳ ಭಾಗಗಳು. ಹೊರಗೋಡೆಗಳ ಮೇಲಿನ ಅಲಂಕರಣ ಕೆತ್ತನೆಗಳು ಕಟ್ಟಡಗಳ ಭವ್ಯತೆಯನ್ನು ಹೆಚ್ಚಿಸಿವೆ. ಆನಂದಮಯ ತೃಪ್ತ ಜೀವನದ ಭಾವವನ್ನು ಬೀರುತ್ತಿರುವ ಮಾನವರ ಮತ್ತು ಸುಂದರ ದೇವತೆಗಳ ನೂರಾರು ಶಿಲ್ಪಗಳು ಎಲ್ಲಾ ದೇಗುಲಗಳ ಕಲಾವೈಭವವನ್ನು ಹೆಚ್ಚಿಸಿವೆ.

ದೇವಾಲಯದ ಒಳಭಾಗ ಆಯಾ ಧರ್ಮಗಳ ಸ್ವರೂಪಗಳಿಗೆ ಹೊಂದುವಂತೆ ಯೋಜಿಸಲ್ಪಟ್ಟಿವೆ. ದೇಗುಲ ಕಟ್ಟಡಕ್ಕೆ ಒಂದೇ ಪ್ರವೇಶ ಮಾರ್ಗ. ಒಳಪ್ರವೇಶಕ್ಕೆ ಮೆಟ್ಟಿಲುಗಳ ಸರಣಿಯಿದೆ. ಅರ್ಧಮಂಟಪಕ್ಕೆ ಪ್ರವೇಶ ಮಾಡಿ ಕಂಬಗಳಿಂದ ಕೂಡಿದ ಮಂಟಪದೊಳಗೆ ಹೋದರೆ ಗರ್ಭಗೃಹ. ಒಳಭಾಗದಲ್ಲೂ ಸುಂದರ ಶಿಲ್ಪಗಳು. ಕುಬ್ಜ ಸುಂದರ ಸ್ತ್ರೀಯರ ವಿಗ್ರಹಗಳು ಗಮನಾರ್ಹ. ಅದರಲ್ಲಿಯೂ ಬೋಧಿಗೆಗಳ ಮೇಲಿನ ಸೂರುಗಳಲ್ಲಿರುವ ವಿಗ್ರಹಗಳು ಮತ್ತು ಕಸೂತಿ ಕೆಲಸ ಕಲಾಐಸಿರಿಯ ದ್ಯೋತಕವೆನಿಸಿವೆ.

ಭಾರತೀಯ ಶಿಲ್ಪಕಲೆಯ ಪರಾಕಾಷ್ಠೆಯ ಅತ್ಯುತ್ತಮ ನಿದರ್ಶನಗಳಲ್ಲಿ ಪ್ರಮುಖವೆನಿಸಿರುವ ಖಜುರಾಹೊದ ದೇಗುಲಗಳಲ್ಲಿ ಹಂತಹಂತವಾಗಿ ಕೆತ್ತಲಾದ ನಗ್ನ ಅಪ್ಸರೆಯರ, ಗಂಧರ್ವರ ಅಸಾಧಾರಣ ಸುಂದರ ದೇಹಶಿಲ್ಪಗಳು ಬಾಗಿ ಬಳುಕುತ್ತ ನೋಡುಗರ ಚಿತ್ತವನ್ನು ತಮ್ಮಲ್ಲಿ ಸೆರೆಹಿಡಿಯುತ್ತವೆ. ಸುಂದರ ಸ್ತ್ರೀ ಶಿಲ್ಪಗಳಲ್ಲಿ ತುಂಬಿ ತುಳುಕುವ ವಿವಿಧ ಶೃಂಗಾರಪ್ರಧಾನ ಭಾವಭಂಗಿಗಳು ಪುರುಷರ ಚಿತ್ತವನ್ನು ರಸಮಯ ಗಳಿಗೆಗಳತ್ತ ವಾಲಿಸುವಷ್ಟು ಸಹಜತೆಯಿಂದ ಕೂಡಿವೆ.

ಮಧ್ಯಯುಗೀನ ಕಾಲದಲ್ಲಿನ ಲೈಂಗಿಕ ಜೀವನವನ್ನು ವಿವರಿಸುವ ಶಿಲ್ಪಗಳು ಇವಾಗಿವೆ. ಶೃಂಗಾರ, ಸರಸ-ಸಲ್ಲಾಪ, ಮಿಥುನಗಳಲ್ಲಿ ಆಗಿನ ಕಾಲದವರು ಎಂತಹ ಮನೋಭಾವದವರಾಗಿದ್ದರು ಮತ್ತು ಹೆಣ್ಣು-ಗಂಡಿನ ಸಮ್ಮಿಲನದಲ್ಲಿ ಆಗಿನ ಜನರು ಎಷ್ಟೊಂದು ರಸಿಕರಾಗಿದ್ದರೆಂಬುದನ್ನು ದೇಗುಲಗಳಲ್ಲಿನ ಶಿಲ್ಪಗಳಲ್ಲಿ ಮನಮುಟ್ಟುವಂತೆ ಬಿಂಬಿಸಲಾಗಿದೆ.

ವಾಯುವ್ಯ ದಿಕ್ಕಿನಲ್ಲಿನ ಖಂಡರಿಯ ಮಹಾದೇವ ದೇಗುಲ ಅತಿದೊಡ್ಡದು. ಇದರಲ್ಲಿ ಖಜುರಾಹೊ ವಾಸ್ತುಶಿಲ್ಪ ಶೈಲಿಯ ಪೂರ್ಣ ವಿಕಾಸವನ್ನು ಕಾಣಬಹುದು. ಎತ್ತರದ ಜಗತಿಯ ಮೇಲೆ ಕಟ್ಟಿರುವ ಈ ದೇಗುಲದಲ್ಲಿ ಅರ್ಧಮಂಟಪ, ಮಂಟಪ, ಮಹಾಮಂಟಪ, ಅಂತರಾಳ, ಗರ್ಭಗುಡಿ ಮತ್ತು ಪ್ರದಕ್ಷಿಣ ಮಂಟಪಗಳಿವೆ. ಗರ್ಭಗುಡಿಯಲ್ಲಿ ಅಮೃತಶಿಲೆಯ ಶಿವಲಿಂಗವಿದೆ. ಇಲ್ಲಿನ ಮೂರ್ತಿಶಿಲ್ಪ ಬಹು ಸುಂದರ.

ಇದರ ಶಿಖರ ಸಮೂಹ ಭವ್ಯವಾದದ್ದು. ಶಿಖರ ಶ್ರೇಣಿಗಳ ಮೇಲೆ ಗೋಪುರವಿದೆ. ಅಷ್ಟದಿಕ್ಪಾಲಕರು, ಅಪ್ಸರೆಯರು, ಸುರಸುಂದರೆಯರು, ವಿದ್ಯಾಧರೆಯರ ವಿವಿಧ ಭಂಗಿಗಳ ರಮಣೀಯ ಶಿಲಾಕೃತಿಗಳು ಇಲ್ಲಿ ಒಂದುಗೂಡಿವೆ.

ಚಿತ್ರಗುಪ್ತ ದೇವಾಲಯದಲ್ಲಿರುವ ಏಳು ಕುದುರೆಗಳ ರಥವನ್ನು ನಡೆಸುತ್ತಿರುವ ಐದಡಿಯ ಸೂರ್ಯ ಮೂರ್ತಿ, 11 ತಲೆಗಳಿರುವ ವಿಷ್ಣು ವಿಗ್ರಹ (ಮಧ್ಯದ ತಲೆ ವಿಷ್ಣುವಿನದು, ಉಳಿದ ಹತ್ತು ಆತನ ಅವತಾರಗಳದ್ದು) ಆಕರ್ಷಕವಾಗಿವೆ. ಲಕ್ಷ್ಮಣ ದೇವಾಲಯದಲ್ಲಿ ಸುಂದರ ಶಿಲ್ಪಗಳಿವೆ. ಈ ಗುಂಪಿನಲ್ಲಿರುವ ಚೌಸತ್ ಯೋಗಿನಿ–64 ಯೋಗಿನಿಯರ ದೇವಾಲಯ ಇಲ್ಲಿರುವ ಅತ್ಯಂತ ಪ್ರಾಚೀನ ದೇವಾಲಯ.

ಖುದಾರ್ ನದಿಯ ದಕ್ಷಿಣದಲ್ಲಿ ಚತುರ್ಭುಜ ವಿಷ್ಣುವಿನ ಮಂದಿರವಿದೆ. ಇದು ಪಂಚಾಯತನ ಪದ್ಧತಿಯಲ್ಲಿ ನಿರ್ಮಾಣಗೊಂಡಿದೆ. ಐದು ಗರ್ಭಗುಡಿಗಳನ್ನು ಹೊಂದಿರುವುದೇ ಇದರ ವಿಶೇಷ. ಈ ಆಲಯದ ಗರ್ಭಗುಡಿಯ ದ್ವಾರದ ಮೇಲೆ ನವಗ್ರಹಗಳನ್ನು ಕೆತ್ತಿದ್ದಾರೆ.

ಖಜುರಾಹೊಗೆ ಸಮೀಪದಲ್ಲಿರುವ ಜೈನ ದೇಗುಲಗಳಲ್ಲಿ ಪ್ರಮುಖವಾದವುಗಳೆಂದರೆ ಆದಿನಾಥ, ಪಾರ್ಶ್ವನಾಥ, ಜಿನನಾ ಬಸದಿ ಮತ್ತು ಘಂಟೈ ಮಂದಿರ. ಬೌದ್ಧ ಧರ್ಮದ ಕುರುಹಾಗಿ ಒಂದೇ ಶಿಲ್ಪ ಉಳಿದಿದೆ. ಇದು 9ನೆಯ ಶತಮಾನದ ಶಾಸನವುಳ್ಳ ಬೃಹದಾಕಾರದ ಬುದ್ಧನ ಮೂರ್ತಿ.

11ನೆಯ ಶತಮಾನದಲ್ಲಿ ಆದಿಭಾಗದಲ್ಲಿ ಸುಪ್ರಸಿದ್ಧ ಪ್ರವಾಸಿ ಅಲ್ ಬರೂನಿ ಖಜುರಾಹೊವಿಗೆ ಬಂದಿದ್ದ. ದೇವಾಲಯಗಳ ಸಮೀಪದಲ್ಲಿನ ವಸ್ತುಸಂಗ್ರಹಾಲಯದಿಂದ ಆತ ತುಂಬ ಪ್ರಭಾವಿತನಾಗಿದ್ದ. ಇದೀಗ ಭಗ್ನ ದೇಗುಲಗಳಿಂದ ಸಂಗ್ರಹಿಸಿದ ಉತ್ತಮ ಕೃತಿಗಳನ್ನು ಬಯಲುಮಂದಿರದಲ್ಲಿ ಇಟ್ಟಿದ್ದಾರೆ.

ಕ್ರಿ.ಶ.1334ರಲ್ಲಿ ಇಲ್ಲಿಗೆ ಭೇಟಿ ನೀಡಿದ್ದ ಇಬ್ನ್ ಬತೂತ್ "ಖಜುರಾಹೊದಲ್ಲಿ ಒಂದುಮೈಲು ಉದ್ದದ ಕೊಳವಿದೆ, ಸುತ್ತಲೂ ದೇವಾಲಯಗಳು, ಮೂರ್ತಿಗಳು ಇವೆ, ಮಧ್ಯದಲ್ಲಿಮೂರು ಗುಮ್ಮಟಗಳಿವೆ, ಇವುಗಳಲ್ಲಿ ಯೋಗಿಗಳಿದ್ದಾರೆ. ಇಲ್ಲಿನಪ್ರತಿಯೊಂದುಶಿಲ್ಪಕಲೆಮತ್ತು ಕೆತ್ತನೆ ತನ್ನದೇ ಆದ ಕತೆಯನ್ನು ಹೇಳುತ್ತದೆ. ಇಲ್ಲಿರುವಂತಹ ಮಹೋನ್ನತ ವಾಸ್ತುಶಿಲ್ಪ ಮತ್ತೆಲ್ಲಿಯೂ ನೋಡಲು ಸಾಧ್ಯವಿಲ್ಲ" ಎಂದು ಉದ್ಗರಿಸಿದ್ದ.

ಭಾರತೀಯ ಪುರಾತತ್ವ ಇಲಾಖೆ ಇಲ್ಲಿನ ದೇಗುಲ ಸ್ಮಾರಕಗಳ ಸಂರಕ್ಷಣೆಯ ಹೊಣೆಯನ್ನು ಹೊತ್ತುಕೊಂಡಿದೆ. ಖಜುರಾಹೊ ದೇಗುಲಗಳನ್ನು ಆಧುನಿಕ ಭಾರತದ ಏಳು ಅಚ್ಚರಿಗಳಲ್ಲಿ ಒಂದೆಂದು ಮಾನ್ಯ ಮಾಡಲಾಗಿದೆ.

ತೀರಾ ಅಪರೂಪದ ಮತ್ತು ಅತಿಸಹಜವೆನಿಸುವ ಪ್ರಾಚೀನ ಕಾಲದ ಖಜುರಾಹೊ ಶಿಲ್ಪಕಲೆಯನ್ನು ವಿಶ್ವಸಂಸ್ಥೆಯ ಯುನೆಸ್ಕೊ 1986ರಲ್ಲಿ ತನ್ನ ವಿಶ್ವ ಪರಂಪರೆಯ ಪಟ್ಟಿಯಲ್ಲಿ ಮಾನ್ಯ ಮಾಡಿದೆ. ಪ್ರತಿ ವರ್ಷ ದೇಶದ ನಾನಾ ಭಾಗಗಳಿಂದ ನೃತ್ಯಪಟುಗಳನ್ನು ಆಹ್ವಾನಿಸಿ ಫೆಬ್ರವರಿ ತಿಂಗಳಲ್ಲಿ ಖಜುರಾಹೊ ಹಬ್ಬವನ್ನು ಏರ್ಪಡಿಸಲಾಗುತ್ತಿದೆ. ಭಾರತದಲ್ಲಿ ಅತಿಹೆಚ್ಚು ವಿದೇಶಿ ಪ್ರವಾಸಿಗರನ್ನು ಆಕರ್ಷಿಸುವ ದೇಶದ ತಾಣಗಳಲ್ಲಿ ಖಜುರಾಹೊ ಅಗ್ರಪಂಕ್ತಿಯಲ್ಲಿ ನಿಂತಿದೆ.

12.

ಕಾಜಿರಂಗ ರಾಷ್ಟ್ರೀಯ ಉದ್ಯಾನ

ಸುತ್ತಲೂ ದಟ್ಟಾರಣ್ಯ ಪ್ರದೇಶ, ಹುಲ್ಲುಗಾವಲನ್ನು ಕಣ್ಮುಂದೆ ತರುವ ವಾತಾವರಣ, ಪೂರ್ವ ಹಿಮಾಲಯದ ಅಂಚಿನಲ್ಲಿನಲ್ಲಿದ್ದು ಬ್ರಹ್ಮಪುತ್ರ ಸೇರಿದಂತೆ ಕೆಲವು ನದಿಗಳ ನೀರಿನಿಂದ ಸುತ್ತುವರಿದ ಭೂಭಾಗ. ಇಂತಹ ಪರಿಸರದಲ್ಲಿ ತೀರಾ ವೈವಿಧ್ಯಮಯವಾದ ಜೀವ ಪ್ರಭೇದಗಳು. ಅಸ್ಸಾಂ

ರಾಜ್ಯದ ಕಾಜಿರಂಗ ರಾಷ್ಟ್ರೀಯ ಉದ್ಯಾನ ಮತ್ತದರ ಆಸುಪಾಸಿನ ಸ್ಥಳಗಳನ್ನು ಪ್ರಾಕೃತಿಕವಾಗಿ ಹೀಗೆಯೇ ನೋಡಿ ಆನಂದಿಸಬಹುದು. ಈ ರಮ್ಯ ವಾತಾವರಣದ ಆಕರ್ಷಣೀಯ ಕೇಂದ್ರಬಿಂದು ಕಾಜಿರಂಗ ಪಾರ್ಕ್.

ಗೋಲ್ಘಾಟ್ ಮತ್ತು ನಗಾವೋನ್ ಇವೆರಡೂ ಜಿಲ್ಲೆಗಳಲ್ಲಿ 430

ಚದರ ಕಿ.ಮೀ.ಗಳಿಗೂ ಹೆಚ್ಚಿಗೆ ವ್ಯಾಪಿಸಿರುವ ಕಾಜಿರಂಗ ಪಾರ್ಕ್ ಪ್ರತಿವರ್ಷ ಅಸಖ್ಯಾಂತ ಪ್ರವಾಸಿಗರನ್ನು ತನ್ನತ್ತ ಕೈಬೀಸಿ ಕರೆಯುತ್ತದೆ. ಭಾರತದ ಅತಿ ಪ್ರಮುಖ ಅಭಯಾರಣ್ಯವೆನಿಸಿರುವ ಕಾಜಿರಂಗ ಒಂದು ಕೊಂಬಿನ ಘೇಂಡಾಮೃಗಗಳ ಆವಾಸ ಸ್ಥಾನ. ಅತಿಹೆಚ್ಚಿನ ಹುಲಿ ಜನಸಾಂದ್ರತೆಯ ತಾಣ, ಆನೆಗಳ ನೆಚ್ಚಿನ ಬೀಡು, ಪಕ್ಷಿಗಳ ಸ್ವರ್ಗ ಎಂದೆಲ್ಲಾ ಬಣ್ಣಿಸಲ್ಪಟ್ಟಿದೆ.

ಜಗತ್ತಿನಲ್ಲಿ ಇರುವ ಒಟ್ಟಾರೆ ಘೇಂಡಾಮೃಗ (ರಿನೊ) ಗಳಲ್ಲಿ 2/3ರಷ್ಟು ಕಾಜಿರಂಗದಲ್ಲಿಯೇ ಇವೆ. ಇಲ್ಲಿನ ಒಂದು ಕೊಂಬಿನ ಈ ಭಾರೀ ಗಾತ್ರದ ಸಸ್ಯಾಹಾರಿ ಪ್ರಾಣಿಗಳು ಇಲ್ಲಿನ ಪ್ರಮುಖ ಆಕರ್ಷಣೆ. ಕಾಜಿರಂಗ ಪಾರ್ಕ್ ಮತ್ತದರ ಸುತ್ತಲಿನ ಮೀಸಲು ಅರಣ್ಯಧಾಮದಲ್ಲಿ 1,630ಕ್ಕೂ ಹೆಚ್ಚಿನ ಘೇಂಡಾಮೃಗಗಳಿವೆ.

ಕಾಜಿರಂಗ ರಾಷ್ಟ್ರೀಯ ಉದ್ಯಾನ ಇಷ್ಟು ವಿಶಾಲವಾಗಿ ಬೆಳೆದುನಿಂತು, ವಿಶ್ವ ಪರಂಪರೆಯ ಪಟ್ಟಿಯಲ್ಲಿ ಗುರುತಿಸಲ್ಪಡುವಲ್ಲಿ ಮಹತ್ವದ ಹಿನ್ನೆಲೆ ಇದೆ. 1904ರಲ್ಲಿ ಈ ಭಾಗದ ವೀಕ್ಷಣೆಗೆಂದು ಬಂದಿದ್ದ ಆಗಿನ ಭಾರತದ

ವೈಸರಾಯ್ ಲಾರ್ಡ್ ಕರ್ಜನ್‌ನ ಪತ್ನಿ ಮೇರಿ ವಿಕ್ಟೋರಿಯಾ ಲೀಟರ್ ಕರ್ಜನ್ ಒಂದು ಕೊಂಬಿನ ಘೇಂಡಾಮೃಗಗಳನ್ನು ನೋಡಿ ಆನಂದ ಪುಳಕಿತರಾದರು. ಇನ್ನೊಂದೆಡೆ ವ್ಯವಸ್ಥಿತ ರಕ್ಷಣೆಯಿಲ್ಲದೆ ಎಲ್ಲೆಂದರಲ್ಲಿ ಓಡಾಡಿಕೊಂಡಿದ್ದ ಈ ಅಪರೂಪದ ಜೀವಿಗಳನ್ನು ಒಂದೆಡೆ ಸೇರಿಸಿ ರಕ್ಷಣಾಧಾಮ ನಿರ್ಮಿಸಲು ಪತಿಯನ್ನು ಕೇಳಿಕೊಂಡರು. ಲಾರ್ಡ್ ಕರ್ಜನ್ ಕೂಡಲೇ ಕ್ರಮ ಕೈಗೊಂಡು 1905 ಜೂನ್ 1 ರಂದು ಕಾಜಿರಂಗ ಮತ್ತದರ ಸುತ್ತಲಿನ ಒಟ್ಟು 232 ಕಿ.ಮೀ.ಗಳ ಅರಣ್ಯ ಪ್ರದೇಶವನ್ನು ಮೀಸಲು ಅರಣ್ಯಧಾಮವೆಂದು ಘೋಷಿಸಿದ.

ಮುಂದಿನ ಮೂರು ವರ್ಷಗಳಲ್ಲಿ ಮತ್ತೆ ಬ್ರಹ್ಮಪುತ್ರ ದಂಡೆಯ ಹತ್ತಿರದವರೆಗಿನ 152 ಕಿ.ಮೀ.ಗಳ ಭಾಗವನ್ನು ಮೀಸಲು ಧಾಮಕ್ಕೆ ಸೇರಿಸಲಾಯಿತು. 1916ರಲ್ಲಿ ಈ ಮೀಸಲು ಪ್ರದೇಶವನ್ನು ಕೆಲವು ಷರತ್ತುಗಳೊಂದಿಗೆ ಆಟಧಾಮವನ್ನಾಗಿ ಗುರುತಿಸಲಾಯಿತು. 1938ರಲ್ಲಿ ಇಲ್ಲಿ ಬೇಟೆಯಾಡುವಿಕೆಯನ್ನು ನಿಷೇಧಿಸಲಾಯಿತು ಮತ್ತು ಪ್ರವಾಸಿಗರ ವೀಕ್ಷಣೆಗೆ ಅನುಮತಿ ನೀಡಲಾಯಿತು.

1950ರಲ್ಲಿ ಈ ಭಾಗದ ಅರಣ್ಯ ಸಂರಕ್ಷಣಾಧಿಕಾರಿ ಪಿ.ಡಿ. ಸ್ಟ್ರ್ಯಾಸೆ ಅರಣ್ಯಜೀವಿಗಳ ಸಂರಕ್ಷಣೆಯ ಉದ್ದೇಶದಿಂದ ಆಟಧಾಮವನ್ನು ಕಾಜಿರಂಗ ವನ್ಯಜೀವಿ ಧಾಮವೆಂದು ಮರುನಾಮಕರಣ ಮಾಡಿದ. ಬೇಟೆ, ಕಳ್ಳತನಗಳನ್ನು ತಡೆಯುವ ನಿಟ್ಟಿನಲ್ಲಿ ಅಸ್ಸಾಂ ಸರ್ಕಾರ 1954 ಮತ್ತು 1968ರಲ್ಲಿ ಕಟ್ಟುನಿಟ್ಟಿನ ಕಾಯ್ದೆಗಳನ್ನು ಜಾರಿಗೆ ತಂದಿತು. 1974ರಲ್ಲಿ ಕೇಂದ್ರ ಸರ್ಕಾರ ಅಧಿಕೃತವಾಗಿ ಇದನ್ನು ರಾಷ್ಟ್ರೀಯ ಉದ್ಯಾನವೆಂದು ಮಾನ್ಯ ಮಾಡಿತು.

ಕಾಜಿರಂಗ ಪಾರ್ಕ್‌ನಲ್ಲಿ ಘೇಂಡಾಮೃಗಗಳ ಹೊರತಾಗಿ ಏಷ್ಯಾದ ಕಾಡು ನೀರೆಮ್ಮೆ, ಕಾಡುಕೋಣ, ಹುಲಿ, ಆನೆ, ಚಿರತೆ, ಕೆಲವು ವಿಧಗಳ ಜಿಂಕೆಗಳು, ಮಂಗಗಳು, ಕರಡಿ, ನರಿ ಮುಂತಾದ ಪ್ರಾಣಿಗಳನ್ನು ವ್ಯವಸ್ಥಿತವಾಗಿ ಸಂರಕ್ಷಿಸಲಾಗಿದೆ. 2010ರ ಹುಲಿಗಣತಿಯಂತೆ ಈ ಭಾಗದಲ್ಲಿ ಪ್ರತಿ ಕಿ.ಮೀ.ಗೆ ಕನಿಷ್ಟ ಒಂದು ಹುಲಿ ಇರುವಿಕೆಯನ್ನು ಸಮೀಕ್ಷಿಸಲಾಗಿದೆ. ಹುಲಿಗಳ ಸಂರಕ್ಷಣೆಗಾಗಿಯೇ 2006ರಲ್ಲಿ ಹುಲಿ ಮೀಸಲುಧಾಮುವನ್ನು ಆರಂಭಿಸಲಾಯಿತು. ಕಾಜಿರಂಗ ಮತ್ತದರ ಸುತ್ತಲಿನ ಪ್ರದೇಶದಲ್ಲಿ 1,470ಕ್ಕೂ

ಹೆಚ್ಚು ನೀರೆಮ್ಮೆಗಳು, 1,940ಕ್ಕೂ ಹೆಚ್ಚು ಆನೆಗಳು ಮತ್ತು ಜವುಗು ನೆಲದಲ್ಲಿ ಮಾತ್ರ ಕಂಡು ಬರುವ ಮಚ್ಚೆ ಜಿಂಕೆಗಳು ಸೇರಿದಂತೆ 420ಕ್ಕೂ ಅಧಿಕ ವಿಭಿನ್ನ ಬಗೆಯ ಜಿಂಕೆಗಳನ್ನು ಗುರುತಿಸಲಾಗಿದೆ.

ಬೆಂಗಾಲಿ ನರಿ, ಗೋಲ್ಡನ್ ಜ್ಯಾಕೆಲ್, ಸ್ಲಾತ್ ಕರಡಿ, ಅಸ್ಸಾಂ ಮಕಾಕ್, ಇಂಡಿಯನ್ ಮತ್ತು ಚೈನೀಸ್ ಪಂಗೋಲಿಯನ್‌ಗಳು, ಕಾಡುಬೆಕ್ಕು, ಹಳದಿ ಮತ್ತು ಕೃಷ್ಣವರ್ಣದ ಚಿರತೆಗಳು, ಸಾಂಬಾರ್ ಮುಂತಾದ ಕಾಡುಪ್ರಾಣಿಗಳನ್ನು ಸಾಕಿ ಇವುಗಳ ಸಂತಾನ ವೃದ್ಧಿಗೆ ಯೋಜನೆಗಳನ್ನು ರೂಪಿಸಲಾಗಿದೆ. ಪಕ್ಷಿಗಳ ಅನೇಕಾನೇಕ ಪ್ರಭೇದಗಳನ್ನು ನೋಡಬೇಕೆಂದರೆ ಇಲ್ಲಿಗೇ ಬರಬೇಕೆಂದರೂ ತಪ್ಪಿಲ್ಲ. ಪಕ್ಷಿಗಳ ಆವಾಸಕ್ಕೆ ಕಾಜಿರಂಗ ಅತ್ಯುತ್ತಮ ಹವಾಮಾನ ಮತ್ತು ಪರಿಸರದ ತಾಣ. ಚಳಿಗಾಲದಲ್ಲಿ ನೆರೆಹೊರೆಯ ರಾಜ್ಯಗಳಿಂದ ಮಾತ್ರವಲ್ಲದೆ ಮಧ್ಯ ಏಷ್ಯಾದಿಂದಲೂ ಇಲ್ಲಿ ಪಕ್ಷಿಗಳು ವಲಸೆ ಬರುತ್ತವೆ.

ಪೆಲಿಕನ್, ಹೆರೊನ್, ಏಷಿಯನ್ ಓಪನ್‌ಬಿಲ್ ಸ್ಟಾರ್ಕ್, ಫಿಶ್ ಈಗಲ್, ನವಿಲು ಕೆಂಬೂತ, ರಕ್ತ ಕೆಂಬೂತ, ಬೆಟ್ಟ ಗೊರವಂಕ, ರಾಜ ಪಾರಿವಾಳ, ಬಿಳಿರೆಕ್ಕೆಯ ಮರಬಾತು, ಗ್ರೇ ಪೆಲಿಕನ್, ಕೋಡುಕೊಕ್ಕು, ಸ್ವಾಂಪ್

ಫ್ರಾಂಕೊಲಿನ್, ಬೆಂಗಾಲ್ ಫ್ಲಾರಿಕಾನ್, ಪೇಲ್ ಕ್ಯಾಪಟ್ ಪೀಜನ್ ಹೀಗೆ ವಿಭಿನ್ನ ಬಗೆಯ ಹಕ್ಕಿಗಳನ್ನು ಇಲ್ಲಿ ಪೋಷಿಸಲಾಗಿದೆ. ಹಿಂದೆ ಇಲ್ಲಿ ಏಳು ಬಗೆಯ ರಣಹದ್ದುಗಳಿದ್ದವು. ಆದರೆ ಈಗ ಮೂರು ಜಾತಿಯವು ಮಾತ್ರ ಉಳಿದಿವೆ. ಬರ್ಡ್‌ಲೈಫ್ ಇಂಟರ್‌ನ್ಯಾಷನಲ್ ಸಂಸ್ಥೆ ಕಾಜಿರಂಗ ಪಾರ್ಕ್ ಅನ್ನು ಮಹತ್ವದ ಪಕ್ಷಿ ಪ್ರದೇಶವೆಂದು ಘೋಷಿಸಿದೆ.

ಜಗತ್ತಿನ ಎರಡು ಅತಿದೊಡ್ಡ ಹಾವುಗಳೆನಿಸಿರುವ ರೆಟಿಕ್ಯುಲೇಟ್ ಪೈಥಾನ್ ಮತ್ತು ರಾಕ್ ಪೈಥಾನ್‌ಗಳನ್ನು ಕಾಜಿರಂಗ ಪಾರ್ಕ್‌ನಲ್ಲಿ ನೋಡಬಹುದು. ಇವಲ್ಲದೆ ಕಾಳಿಂಗ ಸರ್ಪ, ವಿಭಿನ್ನ ಪ್ರಭೇದಗಳ ನಾಗರಹಾವುಗಳು, ಕಾಮನ್ ಕ್ರೇಟ್, ಅತಿವಿಷಕಾರಿಯಾದ ರಸೆಲ್ ವೈಪರ್ ಹಾವು ಇಲ್ಲಿದೆ. ಹದಿನೈದು ಬಗೆಯ ಆಮೆಗಳನ್ನು ಸಾಕಲಾಗಿದೆ. 42 ಪ್ರಭೇದಗಳ ಮೀನುಗಳಿವೆ. ಅಪರೂಪದ ಗಂಗಾ ಡಾಲ್ಫಿನ್ ಅನ್ನು ಇಲ್ಲಿ ಮಾತ್ರ ಕಾಣಸಿಗುತ್ತದೆ.

ಲಕ್ಷಾಂತರ ವರ್ಷಗಳ ಹಿಂದೆ ಘೇಂಡಾಮೃಗಗಳು ಗಂಗಾ ಮತ್ತು ಬ್ರಹ್ಮಪುತ್ರ ನದಿಗಳ ಬಯಲುಪ್ರದೇಶಗಳಲ್ಲಿ ಮತ್ತು ಉತ್ತರಪ್ರದೇಶದಲ್ಲಿ ಹೆಚ್ಚಿನ ಸಂಖ್ಯೆಯಲ್ಲಿ ಇದ್ದವು. ಆದರೆ ವಾತಾವರಣದಲ್ಲಿ ಆದ ಬದಲಾವಣೆ, ದಟ್ಟಾರಣ್ಯಗಳು ನಾಶವಾಗಿ ಸಾಧಾರಣ ಅರಣ್ಯಗಳಾದ ಹಿನ್ನೆಲೆಯಿಂದ ಅವು ಹುಲ್ಲುಗಾವಲಿನ ವಾತಾವರಣವಿರುವ ಅಸ್ಸಾಂ ಮತ್ತು ನೇಪಾಳದ ಭಾಗಗಳಲ್ಲಿ ಬಂದು ನೆಲೆ ನಿಂತವು ಎಂಬುದು ಜೀವಶಾಸ್ತ್ರಜ್ಞರ ಅಭಿಮತ.

ಕಾಜಿರಂಗದ ಸುತ್ತಲೂ ಬ್ರಹ್ಮಪುತ್ರ ಸೇರಿದಂತೆ ನಾಲ್ಕು ನದಿಗಳು ಹರಿಯುತ್ತಿದ್ದು ಇಲ್ಲಿನ ಒತ್ತುಒತ್ತಾಗಿರುವ ಅಗಲಎಲೆಯ ಮರಗಳುಳ್ಳ ಅರಣ್ಯಪ್ರದೇಶ ಘೇಂಡಾಮೃಗ ಮತ್ತು ಆನೆಗಳಂತಹ ಭಾರೀ ಗಾತ್ರದ ಸಸ್ಯಾಹಾರಿ ಪ್ರಾಣಿಗಳು ನೆಲೆಯೂರಲು ಹೆಚ್ಚು ಪ್ರಶಸ್ತವೆನಿಸಿದೆ.

2005ರಲ್ಲಿ ಕಾಜಿರಂಗ ರಾಷ್ಟ್ರೀಯ ಪಾರ್ಕ್ ಶತಾಬ್ಧಿಯ ಸಂಭ್ರಮವನ್ನು ಕಂಡಿತು. ಈ ಆಚರಣೆಗೆ ಕರ್ಜನ್ ಕುಟುಂಬದ ಈಗಿನ ತಲೆಮಾರಿನವರನ್ನು ಆಹ್ವಾನಿಸಲಾಗಿತ್ತು. ಕಾಜಿರಂಗ ಅಭಯಾರಣ್ಯದ ರಕ್ಷಣೆಗೆ ಕೇಂದ್ರ ಪರಿಸರ ಇಲಾಖೆ ಪ್ರತಿ ವರ್ಷ ಹಣಕಾಸಿನ ನೆರವು ನೀಡುತ್ತಿದೆ. ವಿಶ್ವ ವನ್ಯಜೀವಿ ಸಂಸ್ಥೆ, ವಿಶ್ವಸಂಸ್ಥೆಗಳು ಆರ್ಥಿಕ ಸಹಾಯ ನೀಡುತ್ತಿವೆ.

ಆಫ್ರಿಕಾವನ್ನು ಹೊರತುಪಡಿಸಿದರೆ ಬಹುವೈವಿಧ್ಯದ ವನ್ಯಜೀವಿಗಳನ್ನು ಹೊಂದಿರುವ ಕಾಜಿರಂಗ ಪಾರ್ಕ್ ಮತ್ತದರ ಆಸುಪಾಸಿನ ಪ್ರದೇಶವನ್ನು ಯೂನೆಸ್ಕೊ 1985ರಲ್ಲಿ ಅಪರೂಪದ ನೈಸರ್ಗಿಕ ತಾಣವೆಂದು ತನ್ನ ಸಂರಕ್ಷಣಾ ಪಟ್ಟಿಯಲ್ಲಿ ಒಂದೆಂದು ಗುರುತಿಸಿತು.

ಕಾಜಿರಂಗ ಇಷ್ಟೊಂದು ಮಹತ್ವದ ಪ್ರದೇಶವಾಗಿದ್ದರೂ ಇಂದಿಗೂ ಬೇಟೆಗಾರರಿಂದ ಮುಕ್ತವಾಗಿಲ್ಲ. ಘೇಂಡಾಮೃಗಗಳ ಕೊಂಬುಗಳಿಗೆ ಜಾಗತಿಕ ಮಾರುಕಟ್ಟೆಯಲ್ಲಿ ಭಾರೀ ಬೆಲೆ ಮತ್ತು ಬೇಡಿಕೆ ಇರುವುದರಿಂದ ಕಳ್ಳಕಾಕರು ತಮ್ಮದೇ ಆದ ತಂತ್ರ ರೂಪಿಸಿ ಬೇಟೆಯಾಡುತ್ತಿದ್ದಾರೆ. ಬ್ರಹ್ಮಪುತ್ರ ನದಿಗೆ ಪ್ರವಾಹ ಬಂತೆಂದರೆ ಕಾಜಿರಂಗಕ್ಕೆ ಪೆಟ್ಟು ಬೀಳುತ್ತದೆ. ಸುತ್ತಲೂ ನದಿಗಳಿರುವುದರಿಂದ ಈ ಪ್ರಕೃತಿ ಮುನಿಸಿಗೆ ಅದೆಷ್ಟೊ ಪ್ರಾಣಿಗಳು ಬಲಿಯಾಗಿವೆ.

ಪ್ರವಾಹದ ಮುನ್ಸೂಚನೆ ಇದ್ದಾಗ ತಾತ್ಕಾಲಿಕವಾಗಿ ಇಲ್ಲಿನ ಜೀವಿಗಳನ್ನು ಬೇರೆಡೆಗೆ ಸ್ಥಳಾಂತರಿಸುವ ಕ್ರಮವನ್ನು ಸರ್ಕಾರ ಅನುಸರಿಸುತ್ತಿದೆ. ಹಿಂದೆ ಯುನೈಟೆಡ್ ಲಿಬರೇಷನ್ ಫ್ರಂಟ್ ಆಫ್ ಅಸ್ಸಾಂ (ಉಲ್ಫಾ) ಪ್ರತ್ಯೇಕತೆಯ ಚಳುವಳಿಯನ್ನು ಹಮ್ಮಿಕೊಂಡಿದ್ದಾಗ ಈ ಭಾಗದ ಆರ್ಥಿಕತೆಗೆ ಪೆಟ್ಟು ಬಿದ್ದಿತ್ತು. ಆದರೆ ಉಲ್ಫಾ ಉಗ್ರರಿಂದ ವನ್ಯಜೀವಿಗಳಿಗೆ ಯಾವುದೇ ಧಕ್ಕೆ ಬಂದಿಲ್ಲ. ಬದಲಿಗೆ ಬೇಟೆಗಾರರನ್ನು ಶಿಕ್ಷಿಸಿದ ಉದಾಹರಣೆಗಳಿವೆ. ಅಸಖ್ಯಾಂತ ಪ್ರವಾಸಿಗರನ್ನು ಆಕರ್ಷಿಸುವ ದೇಶದ ಪ್ರವಾಸಿ ಸ್ಥಳಗಳಲ್ಲಿ ಕಾಜಿರಂಗ ಪ್ರಮುಖವೆನಿಸಿದೆ.ಹಸಿರುಸಿರಿ ಮತ್ತು ಅನೇಕಾನೇಕ ಪ್ರಾಣಿಪಕ್ಷಿಗಳನ್ನು ಒಂದೆಡೆ ನೋಡಬಹುದಾದ ಕಾಜಿರಂಗ ಉದ್ಯಾನವನ್ನು ವಿಶ್ವಸಂಸ್ಥೆಯ ಯೂನೆಸ್ಕೊ 1985ರಲ್ಲಿ ವಿಶ್ವ ಪರಂಪರೆಯ ಪಟ್ಟಿಯಲ್ಲಿ ಗುರುತಿಸಿತು.

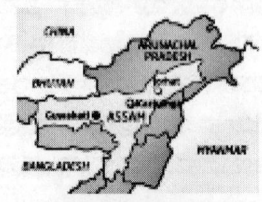

13.

ಭಿಂಬೆಟ್ಕಾ ಕಲ್ಲುಗುಹಾ ಸಮೂಹಗಳು

ಮಧ್ಯಪ್ರದೇಶದಲ್ಲಿನ ಭಿಂಬೆಟ್ಕಾ ಒಂದು ಹಳ್ಳಿ. ಇದು ಜಾಗತಿಕ ಮಟ್ಟದಲ್ಲಿ ಅಪರೂಪದ ತಾಣವೆಂದು ಗುರುತಿಸಲ್ಪಟ್ಟಿದೆ. ಅದೇ ಇಲ್ಲಿನ ಪುರಾತನ ಕಲ್ಲುಗುಹೆಗಳ ಸಮೂಹದಿಂದಾಗಿ. ಆಸ್ಟ್ರೇಲಿಯದ ಕಕಡು ನ್ಯಾಷನಲ್ ಪಾರ್ಕ್, ಕಲಹರಿ ಮರುಭೂಮಿಯಲ್ಲಿನ ಬುಶ್‌ಮನ್ ಮತ್ತು ಫ್ರಾನ್ಸ್‌ನಲ್ಲಿನ ಲಾಸ್ಕಸ್

ಪ್ರಾಚೀನ ಗುಹೆಗಳಲ್ಲಿ ಇರುವಂತೆ ಶಿಲಾಯುಗ ಕಾಲದ ಮಾನವ ನೆಲೆಗಳಿರುವ ಕುರುಹುಗಳನ್ನು ಇಲ್ಲಿ ಸ್ಪಷ್ಟವಾಗಿ ಗುರುತಿಸಲಾಗಿದೆ. ಕನಿಷ್ಠ 30,000 ವರ್ಷಗಳ ಹಿಂದೆಯೇ ಇಲ್ಲಿ ಮಾನವನ ನೆಲೆಯಿತ್ತು ಎಂದು ಜೀವಶಾಸ್ತ್ರಜ್ಞರು ದೃಢೀಕರಿಸಿದ್ದಾರೆ. ದಕ್ಷಿಣ ಏಷ್ಯಾದಲ್ಲಿನ ಶಿಲಾಯುಗದ ಅತ್ಯಂತ ಹಳೆಯ ಮಾನವ ನೆಲೆಯ ತಾಣವೆಂದು ಭಿಂಬೆಟ್ಕಾ ಮಾನ್ಯವಾಗಿದೆ.

ಭಿಂಬೆಟ್ಕಾ ಪ್ರದೇಶ ಭೂಪಾಲ್‌ನಿಂದ ಹೊಶಾಂಗಾಬಾದ್‌ಗೆ ಹೋಗುವ ಮಾರ್ಗದ ಒಳಗಿನ ಕಾಡುಪ್ರದೇಶದಲ್ಲಿ ಇದೆ. ಭೂಪಾಲ್‌ನಿಂದ ಸುಮಾರು 45 ಕಿ.ಮೀ.ಗಳ ದೂರ. ಸದಾ ಹರಿಯುವ ನೀರಿನ ತೊರೆಗಳು, ಸಂಪದ್ಭರಿತವಾದ ಸಸ್ಯಸಂಕುಲ ಮತ್ತು ಜೀವ ಪ್ರಭೇದಗಳಿಂದ ಆವೃತ್ತವಾಗಿದೆ. ಇದರ ಸುತ್ತಮುತ್ತ ಅಂದರೆ ಭಿಂಬೆಟ್ಕಾ ಗ್ರಾಮದಲ್ಲಿ ಇದೀಗ ಜನವಸತಿಯೂ ಇದೆ.

ಭಾರತೀಯ ಪುರಾತತ್ವ ಇಲಾಖೆಯ ದಾಖಲೆಗಳ ಪ್ರಕಾರ ಭಿಂಬೆಟ್ಕಾ ಹಲವು ವರ್ಷಗಳ ಕಾಲ ಬೌದ್ಧಧರ್ಮೀಯರ ಆಶ್ರಯ ತಾಣವಾಗಿತ್ತು.

ಇದೀಗ ಇಲ್ಲಿ ಹೆಚ್ಚಾಗಿ ಆದಿವಾಸಿಗಳು ನೆಲೆಸಿದ್ದಾರೆ. ಭಿಂಬೆಟ್ಕಾ ಸಮೀಪ ಮೌರ್ಯ ಮತ್ತು ಶುಂಗ ಸಾಮ್ರಾಜ್ಯಗಳ ಕಾಲದ ಕೆಲವು ಶಾಸನಗಳು ಪ್ರಾಪ್ತವಾಗಿವೆ. ಭಿಂಬೆಟ್ಕಾ ಮತ್ತು ಲಖಾಜಪುರಗಳ ನಡುವಿನ ಬೋರಾನವಾಲಿಯಲ್ಲಿ ಸಣ್ಣ ಸ್ತೂಪಗಳು ಪತ್ತೆಯಾಗಿವೆ. ಭಿಂಬೆಟ್ಕಾ ಕಲ್ಲುಗುಹೆಗಳ ಇನ್ನೊಂದು ಭಾಗದಲ್ಲಿ ಶಂಖ ಲಿಪಿಯ ಅನೇಕ ಕೆತ್ತನೆ ಬರಹಗಳನ್ನು ಕಾಣಬಹುದು.

ಭಿಂಬೆಟ್ಕಾ ಪುರಾಣದ ಐತಿಹ್ಯವನ್ನೂ ಹೊಂದಿದೆ. ಮಹಾಭಾರತದ ಕಾಲದಲ್ಲಿ ಪಾಂಡವರ ಬಲಿಷ್ಠ ವ್ಯಕ್ತಿ ಭೀಮ ಇಲ್ಲಿ ತಂಗಿದ್ದನಂತೆ. ಭೀಮ ಇದ್ದ ಸ್ಥಳಕ್ಕೆ ಭಿಂಬೆಟ್ಕಾ ಎಂದು ಕರೆಯುವುದು ರೂಢಿ. ಹಿಂದಿಯಲ್ಲಿ

ಭಿಂಬೆಟ್ಕಾವನ್ನು 'ಭೀವ್‌ಬೈಠಕ್' ಎಂದುಬಿಡಿಸಿಹೇಳುತ್ತಿದ್ದರು. ಕಾಲಾಂತರದಲ್ಲಿ ಉಚ್ಚಾರಭಿಂಬೆಟ್ಕಾ ಎಂದಾಗಿದೆ. ಈ ಪ್ರದೇಶ ಈಗಮಧ್ಯಪ್ರದೇಶದ ರೈಸೆನ್ ಜಿಲ್ಲೆಯುವ್ಯಾಪ್ತಿಗೆ ಒಳಪಡುತ್ತದೆ. ವಿಂಧ್ಯಾಚಲಪರ್ವತಗಳಿಂದ ಭಿಂಬೆಟ್ಕಾ ಸುತ್ತುವರಿಯಲ್ಪಟ್ಟಿದೆ.

ಭಿಂಬೆಟ್ಕಾದ ಬಗ್ಗೆ ಹೆಚ್ಚಿನ ಅಧ್ಯಯನ ನಡೆಸಿದ ಹೆಗ್ಗಳಿಕೆ ವಿ.ಎಸ್. ವಾಕನಕರ್ ಎಂಬುವರಿಗೆ ಸಲ್ಲುತ್ತದೆ. 1950ರ ದಶಕದಲ್ಲಿ ಅವರು ರೈಲಿನಲ್ಲಿ

ಸಂಚರಿಸುತ್ತಿದ್ದಾಗ ಗಿಡಮರಗಳ ಒಳಭಾಗದಲ್ಲಿ ದೊಡ್ಡ ಗಾತ್ರದ ಕಲ್ಲುಬಂಡೆಗಳು ರುವುದನ್ನು ನೋಡಿದರು. ಕುತೂಹಲದಿಂದ ಇಲ್ಲಿಗೆ ಬಂದಾಗ, 700ಕ್ಕೂ ಹೆಚ್ಚಿನ ಕಲ್ಲುಗುಹೆಗಳನ್ನು ಗುರುತಿಸಿದರು. ತಾವು ಹಿಂದೆ ಸ್ಪೇನ್ ಮತ್ತು ಫ್ರಾನ್ಸ್‌ಗಳಲ್ಲಿ ನೋಡಿದ್ದ ಕಲ್ಲುಗುಹೆಗಳಂತೆಯೇ ಇರುವ ಇವುಗಳ ಕುರಿತು ವಾಕನಕರ್ ಹೆಚ್ಚಿನ ಅಧ್ಯಯನ ನಡೆಸಿದರು. ಇವರ ಸಹಾಯಕ್ಕೆ ಭಾರತೀಯ ಪುರಾತತ್ವ ನಿಂತಿತ್ತು. ಈ ತಂಡ 1957ರಲ್ಲಿ ಪೂರ್ವ ಇತಿಹಾಸದ ಕೆಲವು ಗುಹೆಗಳನ್ನು ಆವಿಷ್ಕರಿಸಿತು. ವಿಶ್ವದ ಅತಿಹಳೆಯ ಕಲ್ಲುಗೋಡೆಗಳು ಮತ್ತು ನೆಲತಳಗಳಲ್ಲಿ ಭಿಂಬೆಟ್ಕಾದವೂ ಸೇರಿವೆ ಎಂದು ನಿರ್ಣಯಿಸಲಾಗಿದೆ.

ಇಲ್ಲಿನ ಗುಹೆಗಳು ಮತ್ತು ಕಲ್ಲುಗೋಡೆಗಳ ಮೇಲೆ ಆಧುನಿಕ ಜಮಾನದವರು ಸಹ ಅಚ್ಚರಿಪಡುವಂತೆ ಅಸಂಖ್ಯಾತ ಚಿತ್ರಗಳನ್ನು ಬಿಡಿಸಿ ಪೇಂಟಿಂಗ್ ಮಾಡಲಾಗಿದೆ. ಈ ಪೇಂಟಿಂಗ್‌ಗಳು 30,000 ವರ್ಷದಷ್ಟು ಹಳೆಯವು ಎಂದು ತರ್ಕಿಸಲಾಗಿದೆ. ಪೂರ್ವ ಇತಿಹಾಸ ಕಾಲದಲ್ಲಿ ಆಗ ರೂಢಿಯಲ್ಲಿ ಇದ್ದಂತೆ ಕೆಲವು ಅಪರೂಪದ ಕಲ್ಲುಗಳನ್ನು ಕುಟ್ಟಿ ಅದಕ್ಕೆ ಕೆಲವು ದ್ರವ್ಯಗಳನ್ನು ಸೇರಿಸಿ ಚಿತ್ರಗಳನ್ನು ಪೇಂಟ್ ಮಾಡಲಾಗಿದೆ. ಈ ಪೇಟಿಂಗ್‌ಗಳು ಅಂದಗೆಡದೆ ಮೂಲಸ್ವರೂಪವನ್ನು ಉಳಿಸಿಕೊಂಡಿವೆ. ಮಧ್ಯಯುಗೀನ ಕಾಲಕ್ಕೆ ಸಂಬಂಧಿಸಿದ ಚಿತ್ರ ಮತ್ತು ಪೇಟಿಂಗ್‌ಗಳು ಹೆಚ್ಚು ವ್ಯವಸ್ಥಿತವಾಗಿವೆ.

ಇಲ್ಲಿನ ಸುಮಾರು 400 ಗುಹೆ ಮತ್ತು ಶಿಲೆಗಳಲ್ಲಿ ಪೇಂಟಿಂಗ್‌ಗಳನ್ನು ಗುರುತಿಸಿದ್ದಾರೆ. ಇಲ್ಲಿನ ಕಲ್ಲು ಕೆತ್ತನೆ, ಚಿತ್ರ ರಚನೆ ಮತ್ತು ಪೇಟಿಂಗ್‌ಗಳನ್ನು ಒಟ್ಟು ಏಳು ವಿಭಿನ್ನ ಕಾಲದ್ದು ಎಂದು ವಿಂಗಡಿಸಲಾಗಿದೆ. ಇವುಗಳೆಂದರೆ:

1.ಅಪ್ಪರ್ ಪ್ಯಾಲೆಯೊಲಿಥಿಕ್ ಅವಧಿ: ಕಾಡೆಮ್ಮೆ, ಹುಲಿ ಮತ್ತು ರಿನೊಸಾರಸ್‌ಗಳ ರೇಖಾಚಿತ್ರಗಳನ್ನು ಹಸಿರು ಮತ್ತು ಗಡಸು ಕೆಂಪು ಬಣ್ಣಗಳ ಮಿಶ್ರಣದಲ್ಲಿ ಪೇಂಟ್ ಮಾಡಲಾಗಿದೆ. ಈ ಕಾಲದಲ್ಲಿನ ಜನರಿಗೆ ಪ್ರಾಣಿಗಳ ಸಂಗಡ ಒಡನಾಟ ಹೊಂದಿದ್ದು, ಕಾಡುಮೃಗಗಳ ಬಗ್ಗೆ ತಿಳಿದುಕೊಂಡು ಚಿತ್ರರಚಿಸಿದ್ದರು ಎಂಬುದು ವೇದ್ಯವಾಗುತ್ತದೆ.

2. ಮೆಸೊಲಿಥಿಕ್ ಅವಧಿ: ಪ್ರಾಣಿಗಳಲ್ಲದೆ ಮಾನವ ಬೇಟೆಯಾಡುವಿಕೆ ಮತ್ತು ಅವನು ಬಳಸುತ್ತಿದ್ದ ಆಯುಧಗಳ ಕುರಿತಾದ ರೇಖಾಚಿತ್ರಗಳು ಮತ್ತು ಪೇಟಿಂಗ್‌ಗಳು. ಜನರ ಸಮುದಾಯ ನೃತ್ಯ, ಪಕ್ಷಿಗಳು, ಸಂಗೀತದ ಪರಿಕರಗಳು, ತಾಯಂದಿರು ಮತ್ತು ಮಕ್ಕಳು, ಗರ್ಭಿಣಿ ಮಹಿಳೆ, ಸತ್ತ ಪ್ರಾಣಿಗಳನ್ನು ಒಯ್ಯುತ್ತಿರುವ ಪುರುಷರು, ಪಾನೀಯ ಸೇವಿಸುತ್ತಿರುವ ಮತ್ತು ಸತ್ತವರನ್ನು ಹೂಳುತ್ತಿರುವ ಚಿತ್ರರಚನೆಗಳನ್ನು ಈ ಕಾಲದಲ್ಲಿ ಬಿಡಿಸಲಾಗಿತ್ತು.

3.ಕ್ಯಾಲ್ಕೊಲಿಥಿಕ್ ಅವಧಿ: ಮಾಳ್ವಾ ಬಯಲು ಪ್ರದೇಶಗಳ ಕೃಷಿ ಕುಟುಂಬದವರೊಂದಿಗೆ ಸ್ಥಳೀಯರು ವಸ್ತುಗಳ ವಿನಿಮಯ ಮಾಡಿಕೊಳ್ಳುತ್ತಿದ್ದರು ಎಂಬುದರ ಆಧಾರಗಳು ಚಿತ್ರಗಳ ಮೂಲಕ ತಿಳಿದುಬಂದಿದೆ. ಕೆಲವು ಚಿತ್ರಗಳಿಗೆ ಪೇಂಟ್ ಮಾಡಲಾಗಿದೆ.

4.ಪೂರ್ವ ಇತಿಹಾಸ ಕಾಲ (ನಾಲ್ಕು ಮತ್ತು ಐದನೆಯ ಅವಧಿ): ಕುದುರೆ ಸವಾರರು, ಧಾರ್ಮಿಕ ಸಂಕೇತಗಳ ಚಿತ್ರ ರಚನೆ ಮತ್ತು ಪೇಟಿಂಗ್‌ಗಳು ಮತ್ತು ವಿವಿಧ ಕಾಲಗಳ ಬರಹಗಳನ್ನು ಈ ಕಲ್ಲುಗುಹೆ ಮತ್ತು ಗೋಡೆಗಳಲ್ಲಿ ಕಾಣಬಹುದು. ಮಾಯಾ ರಥ, ಪ್ರಕೃತಿ ದೇವತೆ, ಯಕ್ಷ-ಯಕ್ಷಿಣಿಯರ ಚಿತ್ರಗಳನ್ನು ಸಹ ಇಲ್ಲಿ ಕಾಣಬಹುದು.

5. ಮಧ್ಯಯುಗೀನ ಅವಧಿ (ಆರು ಮತ್ತು ಏಳನೆಯ ಅವಧಿ): ಮ್ಯಾಂಗನೀಸ್, ಹೆಮಟೈಟ್ ಮತ್ತು ಕಟ್ಟಿಗೆ ರೂಪದ ಕಲ್ಲಿದ್ದಲಿನ ಸಮ್ಮಿಶ್ರಣದಲ್ಲಿ ಪೇಂಟಿಂಗ್‌ಗಳನ್ನು ರಚಿಸಲಾಗಿದೆ. ಮಧ್ಯಯುಗೀನ ಕಾಲದ ಮಾನವ ಚಟುವಟಿಕೆಗಳು, ಯುದ್ಧ, ಸಂಗೀತ, ನೃತ್ಯ, ಪ್ರಾಣಿ ಪಕ್ಷಿಗಳು, ದೇವತೆಗಳ ಚಿತ್ರಣಗಳನ್ನು ಈ ಗುಹೆಗಳಲ್ಲಿ ಕಾಣಬಹುದು.

ಇಲ್ಲಿನ ಒಂದು ಕಲ್ಲುಬಂಡೆ 'ಜೂ ರಾಕ್' ಎಂದೇಹೆಸರಾಗಿದೆ. ಆನೆಗಳು, ಸಂಬಾರ್, ಕಾಡೆಮ್ಮೆ, ಜಿಂಕೆಗಳ ಚಿತ್ರ ಮತ್ತು ಪೇಂಟಿಂಗ್‌ಗಳು ಹೆಚ್ಚಾಗಿವೆ. ಇದರಪಕ್ಕದ ಇನ್ನೊಂದುಬಂಡೆಯಲ್ಲಿನವಿಲು, ಹಾವು, ಜಿಂಕೆಮತ್ತುಸೂರ್ಯನ ಆಕೃತಿಗಳಿಗೆ ಆಕರ್ಷಕವಾಗಿ ಪೇಂಟ್ ಮಾಡಲಾಗಿದೆ. ಮತ್ತೊಂದು ಬಂಡೆಯಲ್ಲಿ ಬೇಟೆಗಾರರು ಬಿಲ್ಲು-ಬಾಣಗಳೊಂದಿಗೆ ಮುನ್ನುಗ್ಗುತ್ತಿರುವುದು, ಶಸ್ತ್ರಸಜ್ಜಿತರಾಗಿ ಯುದ್ಧಕ್ಕೆ ಹೋಗುತ್ತಿರುವ ಚಿತ್ರ ದೃಶ್ಯಗಳಿವೆ.

ಮಾನವ ವಿಕಾಸದ ಕುರಿತಾಗಿ ಉತ್ತಮ ನಿದರ್ಶನಗಳನ್ನು ಹೊರಜಗತ್ತಿಗೆ ನೀಡಿರುವ ವಿಶಾಲವಾದ ಈ ಕಲ್ಲುಗುಹಾ ಸಮೂಹವನ್ನು 2003ರಲ್ಲಿ ಯುನೆಸ್ಕೊ ತನ್ನ ವಿಶ್ವಪರಂಪರೆಯ ಪಟ್ಟಿಯಲ್ಲಿ ಮಾನ್ಯ ಮಾಡಿತು.

14.

ಛತ್ರಪತಿ ಶಿವಾಜಿ ಟರ್ಮಿನಸ್

ಮುಂಬೈನಲ್ಲಿನ ಛತ್ರಪತಿ ಶಿವಾಜಿ ಟರ್ಮಿನಸ್ ಯೂರೋಪಿಯನ್ ಮತ್ತು ಭಾರತೀಯ ಅಭಿರುಚಿಗಳಿಗೆ ಹೊಂದಿಕೊಳ್ಳುವಂತೆ ನಿರ್ಮಾಣಗೊಂಡ ರೈಲ್ವೆ ನಿಲ್ದಾಣ. ಮಧ್ಯಯುಗೀನ ಇಟಾಲಿಯನ್ ಮಾದರಿಯ ವಾಸ್ತುಶಿಲ್ಪವನ್ನು ಅನುಸರಿಸಿ ಸುಧಾರಿತ ಗಾಥಿಕ್ ಶೈಲಿಯ ವಿನ್ಯಾಸದಲ್ಲಿ ಕಟ್ಟಲ್ಪಟ್ಟ ಈ ರೈಲು ನಿಲ್ದಾಣ ಆಗ ವಿಕ್ಟೋರಿಯಾ ಟರ್ಮಿನಸ್ ಎಂದೆನಿಸಿತ್ತು.

ಭಾರತದಲ್ಲಿ ಔದ್ಯೋಗಿಕ ಕ್ರಾಂತಿ ಕುಡಿಯೊಡೆದಾಗ ಪ್ರಮುಖ ವ್ಯಾಪಾರ ನಗರಿ ಮುಂಬೈನಲ್ಲಿ ಬ್ರಿಟಿಷರು ತಮ್ಮ ಪರಿಕಲ್ಪನೆಯಲ್ಲಿ ವಿಕ್ಟೋರಿಯನ್ ಮಾದರಿಯ ಕಟ್ಟಡಗಳನ್ನು ನಿರ್ಮಿಸಿದರು. ಆಗ ಮುಖ್ಯವಾಗಿ ತಲೆಎತ್ತಿದ ಕಾಮಗಾರಿಯೇ ವಿಕ್ಟೋರಿಯಾ ಟರ್ಮಿನಸ್. ಗಾಥಿಕ್ ಶೈಲಿ ಮತ್ತು

ಇಂಡೊ–ಸಾರ್ಸೆನಿಕ್ ವಾಸ್ತುಶಿಲ್ಪಗಳ ಸಮ್ಮಿಲನದ ಇದು ಆಧುನಿಕ ಭಾರತದ ಶ್ರೇಷ್ಠ ಕಟ್ಟಡ ಸ್ಮಾರಕಗಳಲ್ಲಿ ಒಂದು.

ಮುಂಬೈನಲ್ಲಿನ ಛತ್ರಪತಿ ಶಿವಾಜಿ ಟರ್ಮಿನಸ್ (ಸಿಎಸ್‌ಟಿ) ಅಥವಾ ಛತ್ರಪತಿ ಶಿವಾಜಿ ರೈಲ್ವೆ ನಿಲ್ದಾಣ ಯುನೆಸ್ಕೊದ ವಿಶ್ವ ಪರಂಪರೆಯ ಪಟ್ಟಿಯಲ್ಲಿ 2004ರಲ್ಲಿ ಗುರುತಿಸಲ್ಪಟ್ಟ ಕಟ್ಟಡ ಸ್ಮಾರಕ. 19ನೆಯ ಶತಮಾನದ ಉತ್ತರಾರ್ಧದಲ್ಲಿ ಬ್ರಿಟಿಷರು ಮುಂಬೈನಲ್ಲಿ ತಮ್ಮ ಆಡಳಿತಕ್ಕೆ ಅನುಕೂಲವಾಗ

ಲೆಂದು ವಿಕ್ಟೋರಿಯನ್ ಮಾದರಿಯ ಕಟ್ಟಡಗಳನ್ನು ಕಟ್ಟಿಸಿದರು. ಇವುಗಳಲ್ಲಿ ಒಂದು ವಿಕ್ಟೋರಿಯನ್ ಟರ್ಮಿನಸ್. ಇದನ್ನು 1996ರಲ್ಲಿ ಛತ್ರಪತಿ ಶಿವಾಜಿ ಟರ್ಮಿನಸ್ ಎಂದು ಮರುನಾಮಕರಣ ಮಾಡಲಾಯಿತು.

ದೇಶದಲ್ಲಿ ಔದ್ಯೋಗಿಕ ಕ್ರಾಂತಿ ಕುಡಿಯೊಡೆದದ್ದು ಮುಂಬೈ ನಗರದಲ್ಲಿಯೇ. ಇದಕ್ಕೂ ಮುಂಚೆ ಸಹ ಇಲ್ಲಿನ ಬಂದರಿನಿಂದ ಹೊರ ದೇಶಗಳಿಗೆ ಹೆಚ್ಚಿನ ಪ್ರಮಾಣದ ಆಮದು ಮತ್ತು ರಫ್ತುಗಳಾಗುತ್ತಿದ್ದವು. ವಾಣಿಜ್ಯ ನಗರಿಯ ಮಧ್ಯದಲ್ಲಿ ಗ್ರೇಟ್ ಇಂಡಿಯನ್ ಪೆನಿನ್ಸುಲಿಯನ್ ರೈಲ್ವೆ ಸಂಸ್ಥೆ ಮುಂಬೈ ಮತ್ತು ಹೊರಗಿನ ಭಾಗಗಳಿಗೆ ಸಂಪರ್ಕ ಕಲ್ಪಿಸುವ

ಉದ್ದೇಶದಿಂದ ಹೊಸ ಮಾರ್ಗಗಳನ್ನು ನಿರ್ಮಿಸಿತು. ಮುಂಬೈನಿಂದ ಠಾಣೆವರೆಗಿನ 33 ಕಿ.ಮೀ.ಗಳ ಅಂತರದಲ್ಲಿ ದೇಶದ ಮೊದಲ ರೈಲು ಸಂಚಾರ 1853ರಲ್ಲಿ ಆರಂಭವಾಯಿತು.

1878ರಲ್ಲಿ ವಿಕ್ಟೋರಿಯಾ ರೈಲು ನಿಲ್ದಾಣದ ನಿರ್ಮಾಣವನ್ನು ಬ್ರಿಟಿಷ್ ಸರ್ಕಾರ ಆರಂಭಿಸಿತು. ನಿಲ್ದಾಣ ಕಟ್ಟಡದ ವಿನ್ಯಾಸದ ಉಸ್ತುವಾರಿಯನ್ನು ಫ್ರೆಡರಿಕ್ ವಿಲಿಯಮ್ ಸ್ಟೀವನ್ಸ್‌ನಿಗೆ ವಹಿಸಲಾಯಿತು. ಈ ಬ್ರಿಟಿಷ್ ವಾಸ್ತುಶಿಲ್ಪಿ ಹತ್ತು ತಿಂಗಳ ಕಾಲ ಯೂರೋಪ್ ಪ್ರವಾಸ ಕೈಗೊಂಡು ಅಲ್ಲಿನ ಎಲ್ಲಾ ಪ್ರಮುಖ ನಿಲ್ದಾಣಗಳನ್ನು ಅಭ್ಯಸಿಸಿದ. ಲಂಡನ್ನಿನ ಸೇಂಟ್ ಪ್ರಾಂಕಾಸ್ ರೈಲ್ವೆ ನಿಲ್ದಾಣದ ಮಾದರಿಯಲ್ಲಿ ವಿಕ್ಟೋರಿಯಾ ನಿಲ್ದಾಣ ವಿನ್ಯಾಸಗೊಳಿಸುವ ಯೋಜನೆ ರೂಪಿಸಿದ. ಇದಕ್ಕೂ ಮುನ್ನ ಅಲೆಕ್ಸ್ ಹೆರ್ಮನ್ ಎಂಬ ಕಲಾವಿದ ನಿಲ್ದಾಣದ ಕರಡು ನಕ್ಷೆಯನ್ನು ಜಲವರ್ಣದಲ್ಲಿ ನಿರ್ಮಿಸಿದ್ದ.

ವಿಕ್ಟೋರಿಯಾ ರೈಲು ನಿಲ್ದಾಣದ ನಿರ್ಮಾಣಕ್ಕೆ ಹತ್ತು ವರ್ಷಗಳು ಬೇಕಾದವು. 1887ರಲ್ಲಿ, ವಿಕ್ಟೋರಿಯಾ ರಾಣಿ ಬ್ರಿಟಿಷ್ ಸಿಂಹಾಸನಕ್ಕೆ ಬಂದು ಐವತ್ತು ವರ್ಷಗಳು ಸಂದ ನೆನಪಿಗೆ ಮುಂಬೈನಲ್ಲಿ ನಿರ್ಮಿಸಲಾದ ರೈಲ್ವೆ ನಿಲ್ದಾಣಕ್ಕೆ ವಿಕ್ಟೋರಿಯಾ ಟರ್ಮಿನಸ್ ಎಂದು ಹೆಸರಿಸಲಾಯಿತು. 1888ರಲ್ಲಿ ವಿಕ್ಟೋರಿಯಾ ಟರ್ಮಿನಸ್ ನಿರ್ಮಾಣ ಕಾರ್ಯ ಸಂಪೂರ್ಣ ಗೊಂಡಿತು.

ವಿಕ್ಟೋರಿಯಾ ರೈಲ್ವೆ ನಿಲ್ದಾಣಕ್ಕೆ ಆಗ 2,60,000 ಸ್ಟರ್ಲಿಂಗ್ ಪೌಂಡ್‌ಗಳು ತಗುಲಿದ್ದವು. ಮುಂಬೈನಲ್ಲಿ ನಿರ್ಮಾಣಗೊಂಡ ಕಾಮಗಾರಿಗಳಲ್ಲಿ ಅತಿ ದುಬಾರಿಯ ವೆಚ್ಚದ ಕಾಮಗಾರಿ ಇದೇ ಆಗಿತ್ತು. ಈ ರೈಲ್ವೆ ನಿಲ್ದಾಣ ಕಟ್ಟಡದ ವಿಶೇಷತೆ ಎಂದರೆ ಇದು ಸುಧಾರಿತ ಗಾಥಿಕ್ ಶೈಲಿಯಲ್ಲಿ ವಿನ್ಯಾಸಗೊಂಡಿದ್ದು. ಮುಂದೆ ಇದರ ಅಧೀನ ಕಟ್ಟಡಗಳನ್ನು ಕಟ್ಟಲಾಯಿತು. ಇದರಲ್ಲಿ ಇಂಡೋ–ಸಾರ್ಸೆನಿಕ್ ವಾಸ್ತುಶಿಲ್ಪವನ್ನೂ ಅಳವಡಿಸಿಕೊಳ್ಳಲಾಗಿದೆ. ಆದಾಗ್ಯೂ ಗಾಥಿಕ್ ಶೈಲಿಯ ಕಟ್ಟಡವೆಂದೇ ಜನಪ್ರಿಯಗೊಂಡಿದೆ.

ಮುಂಬೈ ಆಗ ಗಾಥಿಕ್ ಸಿಟಿ ಎಂದೇ ಕರೆಯಲ್ಪಡುತ್ತಿತ್ತು. ಗಾಥಿಕ್ ಸಂಕೇತದ ನಗರವೆಂದು ಸಹ ಮುಂಬೈ ಹೆಸರಾಗಿತ್ತು. ಇಷ್ಟು ವ್ಯವಸ್ಥಿತ

ಗಾಥಿಕ್ ಶೈಲಿಯ ಕಟ್ಟಡ ನಮ್ಮ ದೇಶದ ಬೇರೆಡೆ ಇರಲಿಲ್ಲ. ರೋಮನ್ ವಾಸ್ತುಶಿಲ್ಪದ ಸಂಪ್ರದಾಯಬದ್ಧತೆಗಿಂತ ಭಿನ್ನವಾದ ವಾಸ್ತುಶೈಲಿಯೇ ಗಾಥಿಕ್. ಚೂಪು ಕಮಾನಿನ, ತೆಳ್ಳನೆಯ ಕಂಬಗಳ ಮತ್ತು ದೊಡ್ಡ ಕಿಟಕಿಗಳು ಗಾಥಿಕ್ ಶೈಲಿಯ ಲಕ್ಷಣಗಳು.

ವಿಕ್ಟೋರಿಯಾ ನಿಲ್ದಾಣ ಮಧ್ಯದಲ್ಲಿ ಕಲ್ಲುಶಿಲೆಯ ಗುಮ್ಮಟವನ್ನು ಹೊಂದಿದೆ. ಗುಮ್ಮಟದ ಮೇಲಿನ ಮಧ್ಯಭಾಗದಲ್ಲಿ ಪ್ರಗತಿಯ ಸಂಕೇತದ ಮೂರ್ತಿ ಇದೆ. ಗುಮ್ಮಟದ ನಾಲ್ಕೂ ಬದಿಗೆ ಸಣ್ಣ ಗೋಪುರಗಳಿವೆ. ಕಮಾನುಗಳು ಕಟ್ಟಡದ ಸಮತೋಲನವನ್ನು ಕಾಪಾಡುವ ಜೊತೆಗೆ ಅದರ ಸೌಂದರ್ಯವನ್ನು ಹೆಚ್ಚಿಸಿವೆ.

ಪ್ರವೇಶ ದ್ವಾರದ ಮೇಲೆ ಸಿಂಹ ಮತ್ತು ಹುಲಿಗಳ ವಿನ್ಯಾಸಗಳಿವೆ. ಇವು ಬ್ರಿಟನ್ ಮತ್ತು ಭಾರತವನ್ನು ಸಂಕೇತಿಸುತ್ತವೆ. ಸುಧಾರಿತ ಗಾಥಿಕ್ ಶೈಲಿಯ ವಿನ್ಯಾಸದ ಜೊತೆಗೆ ವಿಕ್ಟೋರಿಯಾ ರೈಲು ನಿಲ್ದಾಣ ಮತ್ತದರ ಅಧೀನ ಕಟ್ಟಡಗಳಲ್ಲಿ ಹಿಂದೂ–ಇಸ್ಲಾಮಿಕ್ ವಾಸ್ತುಶಿಲ್ಪವನ್ನು ಬಳಸಲಾಗಿದೆ. ಅಲಂಕರಣದಲ್ಲಿ ಶ್ರೀಮಂತಿಕೆಯನ್ನು ಕಾಣಬಹುದು. ನಿಲ್ದಾಣದಲ್ಲಿನ ಗುಮ್ಮಟವಿರುವ ಕೇಂದ್ರ ಕಟ್ಟಡವನ್ನು ಮರಳುಶಿಲೆ ಮತ್ತು ಲೈಮ್‌ಸ್ಟೋನ್‌ನಿಂದ ನಿರ್ಮಿಸಲಾಗಿದ್ದರೆ, ನಿಲ್ದಾಣದ ಒಳಭಾಗದಲ್ಲಿ ಉನ್ನತ ದರ್ಜೆಯ ಇಟಾಲಿಯನ್ ಅಮೃತಶಿಲೆಯನ್ನು ಬಳಸಲಾಗಿದೆ.

ಇದೀಗ ಸಂಕ್ಷಿಪ್ತವಾಗಿ ಸಿಎಸ್‌ಟಿ (ಛತ್ರಪತಿ ಶಿವಾಜಿ ಟರ್ಮಿನಸ್) ಎಂದು ಕರೆಯಲ್ಪಡುವ ನಿಲ್ದಾಣ ಕಟ್ಟಡ ಮಧ್ಯ ರೈಲ್ವೆಯ ಮುಖ್ಯ ಕಚೇರಿಯೂ ಹೌದು. ಸಿಎಸ್‌ಟಿ ದೇಶದ ಎಲ್ಲ ಪ್ರಮುಖ ಭಾಗಗಳಿಗೆ ಸಂಪರ್ಕ ವ್ಯವಸ್ಥೆಯನ್ನು ಹೊಂದಿದೆ. ಒಟ್ಟು 18 ರೈಲ್ವೆ ಮಾರ್ಗಗಳಲ್ಲಿ ಏಳು ಸ್ಥಳೀಯ ಫ್ಲಾಟ್‌ಫಾರ್ಮ್‌ಗಳಾಗಿದ್ದರೆ, ಉಳಿದ 11 ಹೊರಭಾಗಗಳ ಮಾರ್ಗಗಳು. ಇದು ಜನನಿಬಿಡ ತಾಣವೆನಿಸಿದೆ. ದಿನಂಪ್ರತಿ 2.5 ದಶಲಕ್ಷ ಜನರು ನಿಲ್ದಾಣ ಮತ್ತದರ ಆಸುಪಾಸಿನಲ್ಲಿ ಓಡಾಡುತ್ತಾರೆ.

ಆರಂಭದಲ್ಲಿ ನಿಲ್ದಾಣ ಕಟ್ಟಡವನ್ನು ಸಂಚಾರ ಮತ್ತು ರೈಲ್ವೆ ಆಡಳಿತ ಕಚೇರಿಗಳನ್ನಾಗಿ ಮಾತ್ರ ಉಪಯೋಗಿಸಲಾಗುತ್ತಿತ್ತು. ಮುಂದೆ ಅನೇಕ

ಅಧೀನ ಕಚೇರಿ ಕಟ್ಟಡಗಳು ಸಹ ನಿರ್ಮಾಣಗೊಂಡವು. ಮುಂಬೈ ಉಪನಗರಗಳಿಗೆ ಸಂಪರ್ಕ ಕಲ್ಪಿಸುವ ರೈಲುಮಾರ್ಗ 1925ರಲ್ಲಿ ಕಾರ್ಯಾರಂಭಗೊಂಡಿತು. 1929ರಲ್ಲಿ ಸಿಎಸ್‌ಟಿಯಲ್ಲದೆ ಜನದಟ್ಟಣೆಯನ್ನು ನಿಯಂತ್ರಿಸಲು ಹೊಸ ನಿಲ್ದಾಣವನ್ನು ನಿರ್ಮಿಸಲಾಯಿತು. ಸಿಎಸ್‌ಟಿಯಲ್ಲಿ ಈಗ ಕೆಲವು ರೈಲ್ವೆ ಕಚೇರಿಗಳಿವೆ. ಇಲ್ಲಿಂದ ಪ್ರತಿದಿನವೂ 23 ಗಂಟೆಗಳ ಕಾಲ ಸ್ಥಳೀಯ ರೈಲುಗಳು ಸಂಚಾರ ನಡೆಸುತ್ತವೆ.

ಸಿಎಸ್‌ಟಿಯ ಸುತ್ತಮುತ್ತಲಿನ ಪ್ರವಾಸಿ ಆಕರ್ಷಣೆಯ ಸ್ಥಳ ಮತ್ತು ತಾಣಗಳೆಂದರೆ ಗೇಟ್‌ವೇ ಆಫ್ ಇಂಡಿಯಾ, ಫ್ಲೋರಾ ಫೌಂಟೇನ್, ಮುಂಬೈ ಯೂನಿವರ್ಸಿಟಿ, ಜುಹು ಬೀಚ್, ಮರೀನ್ ಡ್ರೈವ್, ಸಂಜಯ್ ಗಾಂಧಿ ನ್ಯಾಷನಲ್ ಪಾರ್ಕ್, ಎಲಿಫೆಂಟಾ ಗುಹೆಗಳು. ಆಸ್ಕರ್ ಪ್ರಶಸ್ತಿ ಪಡೆದ 'ಸ್ಲಮ್‌ಡಾಗ್‌ಮಿಲಿಯನೇರ್' ಚಿತ್ರದಹಲವು ದೃಶ್ಯಗಳನ್ನುಸಿಎಸ್‌ಟಿಯಲ್ಲಿ ಚಿತ್ರೀಕರಿಸಲಾಗಿತ್ತು. ಇದಲ್ಲದೆಮೇಲಿಂದಮೇಲೆ ವಿವಿಧ ಭಾಷೆಗಳ ಚಿತ್ರ ನಿರ್ದೇಶಕರು ಸಿಎಸ್‌ಟಿಯಲ್ಲಿ ಚಿತ್ರೀಕರಣ ನಡೆಸುತ್ತಾರೆ. 2008 ನವೆಂಬರ್ 26ರಂದು ಪಾಕ್ ಮೂಲದ ಉಗ್ರರು ಸಿಎಸ್‌ಟಿಯ ಪ್ಯಾಸೆಂಜರ್ ಹಾಲ್ ಪ್ರವೇಶಿಸಿ ಜನರತ್ತ ಗುಂಡು ಹಾರಿಸಿ, ಗ್ರೆನೆಡ್‌ಗಳನ್ನೂ ಎಸೆದಿದ್ದರು. ಆಗ 58 ಜನರು ಸತ್ತು 104 ಜನರು ಸಾವನ್ನಪ್ಪಿದ್ದರು

15.
ತಾಜ್‌ಮಹಲ್

ತಾಜ್‌ಮಹಲ್ ಇದೊಂದು ಸಮಾಧಿ ಮಂದಿರ. ಮೊಘಲ್ ಚಕ್ರವರ್ತಿ ಶಹಜಹಾನ್ ತನ್ನ ಮೂವರು ಪತ್ನಿಯರಲ್ಲಿ ಅನುಪಮ ಸೌಂದರ್ಯವತಿಯಾಗಿದ್ದ ಮಮ್ತಾಜ್ ಮಹಲ್‌ಳ ನೆನಪಿಗೆಂದು ವಿಶೇಷ ಕಾಳಜಿಯಿಂದ ಕಟ್ಟಿಸಿದ ಅತ್ಯದ್ಭುತ ಕಟ್ಟಡವಿದು. ಮಮ್ತಾಜ್‌ಳಲ್ಲಿ ಷಹಜಹಾನ್ ಹೆಚ್ಚಿನ

ಪ್ರೀತಿ, ಅನ್ಯೋನ್ಯತೆ ಹೊಂದಿದ್ದ. ತಂದೆ ಜಹಾಂಗೀರ್ ಸಿಂಹಾಸನದಲ್ಲಿ ಇರುವಾಗಲೇ ಮಮ್ತಾಜ್‌ಳೊಂದಿಗೆ ಶಹಜಹಾನ್ ವಿವಾಹವಾಗಿತ್ತು. ಸೊಸೆಯ ಸೌಂದರ್ಯವನ್ನು ನೋಡಿ ಜಹಾಂಗೀರ್ ಈಕೆಯನ್ನು

ಅರಮನೆಯ ಅಕ್ಕರೆಯ ಮಕುಟ ಎಂದು ಉದ್ಗರಿಸಿದ್ದ. ತಾಜ್‌ಮಹಲ್ ಅನ್ನು ನಿರ್ಮಿಸಲು ಸುಮಾರು 20,000 ಕೆಲಸಗಾರರು ನಿರಂತರವಾಗಿ ದುಡಿದಿದ್ದರು.

ಶಹಜಹಾನ್ ಮತ್ತು ಮಮ್ತಾಜ್‌ಳ ದಾಂಪತ್ಯ ಅನ್ಯೋನ್ಯತೆಯಿಂದ ಕೂಡಿತ್ತು. ಈತ ದಂಗೆಯೊಂದನ್ನು ಅಡಗಿಸಲು ಬಹ್ರಾಂಪುರಕ್ಕೆ ಹೋಗಿದ್ದ. ಇದರ ವಿಜಯೋತ್ಸವದಲ್ಲಿ ಮಮ್ತಾಜ್ ಸಹ ಹೋಗಿದ್ದಳು. ಆದರೆ

ಇದ್ದಕ್ಕಿದ್ದಂತೆ ಕಾಯಿಲೆಗೆ ತುತ್ತಾದ ಈಕೆ 14ನೆಯ ಮಗುವಿಗೆ ಜನ್ಮ ನೀಡಿ ಕಣ್ಮುಚ್ಚಿದಳು. ಪ್ರೀತಿಯ ಮಡದಿಯ ಜೊತೆ 19 ವರ್ಷ ಕಳೆದಿದ್ದ ಶಹಜಹಾನ್‌ನಿಗೆ ಈ ಸಾವು ಆಘಾತವನ್ನುಂಟು ಮಾಡಿತು. ಸರಳ ಉಡುಪು ಧರಿಸುತ್ತ ಏಕಾಂತದಲ್ಲಿಯೇ ಕಾಲ ಕಳೆಯಲಾರಂಭಿಸಿದ. ತದನಂತರ ಮಮ್ತಾಜ್‌ಳಿಗಾಗಿ ಭವ್ಯ ಸ್ಮಾರಕ ಮಂದಿರವನ್ನು ನಿರ್ಮಿಸಲು ಮುಂದಾದ.

ಮಮ್ತಾಜ್ ಸಾವನ್ನಪ್ಪಿದ ಬಳಿಕ ಆಕೆಯ ಶವವನ್ನು ಬಹ್ರಾಂಪುರದ ಜೈನಾಬಾದ್ ಉದ್ಯಾನದಲ್ಲಿ ತಾತ್ಕಾಲಿಕವಾಗಿ ಹೂಳಲಾಗಿತ್ತು. ಆರು ತಿಂಗಳ ತರುವಾಯ ಶಹಜಹಾನ್ ಅದನ್ನು ಆಗ್ರಾಕ್ಕೆ ತರಿಸಿಕೊಂಡು ಈಗಿನ

ತಾಜ್‌ಮಹಲ್ ಕಟ್ಟಡದ ಮಧ್ಯದಲ್ಲಿ ಹೂಳಿಸಿ ಸುಂದರ ಗೋರಿಯನ್ನು ಕಟ್ಟಿಸಿದ.

ನಂತರ ತನ್ನ ಸಾಮ್ರಾಜ್ಯ ಮತ್ತು ಹೊರರಾಜ್ಯಗಳಲ್ಲದೆ ಹೊರದೇಶಗಳ ಶಿಲ್ಪಿಗಳನ್ನೆಲ್ಲ ಕರೆಯಿಸಿ ಮಹೋನ್ನತ ಸಮಾಧಿ ಮಂದಿರ ಕಟ್ಟಲು ಯೋಜನೆ ರೂಪಿಸಿದ. ಅಮೃತಶಿಲೆಗಳನ್ನು ರಾಜಸ್ತಾನದ ಮಕ್ರಾನಾದಿಂದ ತರಿಸಿದ. ಕೆಂಪು ಮರಳುಶಿಲೆ ಪಕ್ಕದ ಫತೇಪುರ ಸಿಕ್ರಿ ಮತ್ತು ಧೋಲಪುರಗಳಲ್ಲಿ ಲಭ್ಯವಾಯಿತು. ಇದಲ್ಲದೆ 28 ವಿಭಿನ್ನ ಪ್ರಶಸ್ತ ಶಿಲ್ಪಕಲ್ಲುಗಳನ್ನು ಮಧ್ಯ ಏಷ್ಯಾದ ಕೆಲವು ದೇಶಗಳಿಂದ ತರಿಸಿಕೊಂಡ.

ಈಗಿನ ತಾಜ್ ಆವರಣ ಸ್ಥಳ ಆಗ ಮಹಾರಾಜ ಜಯಸಿಂಹನ ಅಧೀನದಲ್ಲಿತ್ತು. ಜಯಸಿಂಹನಿಗೆ ಅರಮನೆಯೊಂದನ್ನು ಉಡುಗೊರೆಯಾಗಿ ಕೊಟ್ಟು ಪ್ರತಿಯಾಗಿ ಯಮುನಾ ನದಿ ಬಲದಂಡೆಯಲ್ಲಿ ಮೂರು ಎಕರೆ ಜಾಗವನ್ನು ಶಹಜಹಾನ್ ಪಡೆದ. ಜಾಗವನ್ನು ಅಗೆದು ಸಮತಟ್ಟಾಗಿ ಮಾಡಲಾಯಿತು. ತಾಜ್ ಸಮಾಧಿಯನ್ನು ವ್ಯವಸ್ಥಿತವಾಗಿ ನಿರ್ಮಿಸಲು ಯಮುನಾ ನದಿಯ ನೀರನ್ನು ಬಳಸಿಕೊಂಡು ಕಾಲುವೆಗಳನ್ನು ತೋಡಲಾಯಿತು, ಬಾವಿಗಳನ್ನು ಅಗೆಯಲಾಯಿತು.

ಕಟ್ಟಡದ ನಿರ್ಮಾಣ ಕಾರ್ಯ 1632ರಲ್ಲಿ ಆರಂಭವಾಯಿತು. ಲಾಹೋರಿನ ಪ್ರಸಿದ್ಧ ವಾಸ್ತುಶಿಲ್ಪಿ ಉಸ್ತಾದ್‌ನನ್ನು ಕರೆಸಲಾಯಿತು. ಕಲ್ಲಿನಲ್ಲಿ ಹೂಗಳನ್ನು ಕೆತ್ತುವುದರಲ್ಲಿ ಪ್ರಸಿದ್ಧನಾಗಿದ್ದ ಬುಖಾರಾ ಎಂಬುವವನನ್ನು ಮಧ್ಯ ಏಷ್ಯಾದಿಂದ ಕರೆ ತರಲಾಯಿತು. ಗುಮ್ಮಟ ರಚನೆಯಲ್ಲಿ ಪಳಗಿದ್ದ ಶಿಲ್ಪಿಯನ್ನು ಕರೆತರಲು ಕಾನ್‌ಸ್ಟಾಂಟಿನೋಪಲ್‌ಗೆ ದೂತರು ಹೋಗಿದ್ದರು.

ಶಿಲ್ಪ ನಿರ್ಮಾಣಗಳ ಪ್ರಧಾನ ಉಸ್ತುವಾರಿಯನ್ನು ಶಿಲ್ಪಿ ಉಸ್ತಾದ್ ಈಸ್‌ನಿಗೆ ವಹಿಸಲಾಗಿತ್ತು. ಕಟ್ಟಡ ನಿರ್ಮಾಣದ ಮೇಲ್ವಿಚಾರಣೆಯನ್ನು ಮಕ್ರಾಮತ್ ಖಾನ್ ಮತ್ತು ಮೀರ್ ಅಬ್ದುಲ್ ಕರೀಮ್ ಇವರಿಗೆ ನೀಡಲಾಗಿತ್ತು. ಕಟ್ಟಡದ ಗೋಪುರಗಳಿಗೆ ಭವ್ಯ ಆಕಾರ ಕೊಟ್ಟ ಕೀರ್ತಿ ಇಸ್ಮಾಯಿಲ್ ಖಾನ್‌ನಿಗೆ ಸಲ್ಲುತ್ತದೆ. ಅಲಂಕರಣ ಲಿಪಿಯ ವಿನ್ಯಾಸಕನಾಗಿದ್ದವನೆಂದರೆ ಅಮಾನತ್‌ಖಾನ್. ಕುಂದಣ ಕೆಲಸ ಮಾಡಿದವರಲ್ಲಿ ಪ್ರಮುಖನಾದವನೆಂದರೆ ಚಿರಂಜಿಲಾಲ್ ಮನ್ನೂಲಾಲ್.

ಮಮ್ತಾಜ್‌ಳ ಸಮಾಧಿಯ ನಿರ್ಮಾಣ ಕಾರ್ಯ 12 ವರ್ಷಗಳಲ್ಲಿ ಪೂರ್ತಿಗೊಂಡರೆ, ತಾಜ್‌ಮಹಲಿನ ಸಂಪೂರ್ಣ ಕಟ್ಟಡ, ಮುಂಭಾಗದ ಈಜುಕೊಳ, ಉದ್ಯಾನ, ಮಸೀದಿ, ಜಮತ್‌ಖಾನ್ ಮಂದಿರ, ಪ್ರವೇಶ ಮಾರ್ಗ ಇವುಗಳನ್ನು ನಿರ್ಮಿಸಲು ಮತ್ತೇ 10 ವರ್ಷಗಳು ಬೇಕಾದವು. ಬಹುತೇಕ ಅಮೃತಶಿಲೆಯಲ್ಲಿನ ಈ ಅತ್ಯದ್ಭುತ ಕಟ್ಟಡಕ್ಕಾಗಿ ಶಹಜಹಾನ್ ಆಗಿನ ಲೆಕ್ಕದಲ್ಲಿ ನಾಲ್ಕು ಕೋಟಿ ರೂ.ಗಳನ್ನು ವ್ಯಯಿಸಿದ್ದ. ಸುಮಾರು 20,000 ಕೆಲಸಗಾರರು ತಾಜ್ ನಿರ್ಮಾಣಕ್ಕಾಗಿ ಎಡೆಬಿಡದೆ ದುಡಿದರು.

ತಾಜ್‌ಮಹಲ್ ಆಗ್ರಾ ನದಿಯ ಬಲದಂಡೆಯ ಮೇಲೆ ದೊಡ್ಡ ಆಯತಾಕಾರದ ಅಡಿಪಾಯದಲ್ಲಿ, ಚಚ್ಚೌಕನೆಯ ವೇದಿಕೆಯ ಮೇಲೆ ನಿರ್ಮಿತವಾಗಿದೆ. ಮುಖ್ಯಗುಮ್ಮಟ ನೆಲದಿಂದ 67 ಮೀಟರ್ ಎತ್ತರವಿದೆ. ಇದು ಸಂಪೂರ್ಣ ಅಮೃತಶಿಲೆಯಿಂದ ಕಟ್ಟಲ್ಪಟ್ಟಿದೆ. ಒಳಗೋಡೆಗಳನ್ನು ಕಟ್ಟಲು ಸ್ಥಳೀಯ ಇಟ್ಟಿಗೆಗಳನ್ನು ಬಳಸಲಾಗಿದೆ. ಹೊರಗೆಲ್ಲ ಅಮೃತಶಿಲೆಯ ಮೆರಗು ಇದೆ. ಗುಮ್ಮಟದ ತುದಿಯಲ್ಲಿ ಚಂದ್ರಾಕೃತಿಯ ಮತ್ತು ತ್ರಿಶೂಲವನ್ನು ಹೋಲುವ ವಿನ್ಯಾಸಗಳಿವೆ.

ತಾಜ್‌ಮಹಲ್ ಮಂದಿರ ಪರ್ಶಿಯಾ ವಾಸ್ತುಶಿಲ್ಪದಿಂದ ಪ್ರೇರೇಪಣೆಗೊಂಡಿದೆ. ಆದರೆ ಇದು ಇಂಡೋ-ಮೊಘಲ್ ವಾಸ್ತುಶಿಲ್ಪಗಳ ಮಧುರ ಸಮ್ಮಿಲನವೂ ಆಗಿದೆ. ಅರೆಗೋಳಾಕಾರದ ಮುಖ್ಯ ಗುಮ್ಮಟದ ನಾಲ್ಕು ಬದಿಗಳಲ್ಲಿ ಚಿಕ್ಕ ಗುಮ್ಮಟಗಳನ್ನು ನಿರ್ಮಿಸಲಾಗಿದೆ. ಇದಲ್ಲದೆ ಕಟ್ಟಡ ವೇದಿಕೆಯ ನಾಲ್ಕೂ ಮೂಲೆಗಳಲ್ಲಿ 42 ಮೀಟರಿನ ಒಂದೊಂದು ಗೋಪುರಸ್ತಂಭಗಳಿವೆ. ಎಡಬದಿಗೆ ಪ್ರಾರ್ಥನಾ ಮಂದಿರ ಅಥವಾ ಮಸೀದೆ ಇದೆ. ಬಲಬದಿಗೆ ಜಮತ್‌ಖಾನ್ ಮಂದಿರವಿದೆ. ಇವೆಲ್ಲವೂ ತಾಜ್‌ಗೆ ಸಮತೋಲನವನ್ನು ಒದಗಿಸಿರುವ ಜೊತೆ ಅದರ ಸುಂದರತೆಯನ್ನು ಹೆಚ್ಚಿಸಿವೆ.

ತಾಜ್‌ಮಹಲಿನ ಹಜಾರದ ನಡುವೆ ಅಂದರೆ ಮುಖ್ಯ ಗುಮ್ಮಟದ ಕೆಳಗೆ ಮಮ್ತಾಜಳ ಸ್ಮಾರಕ ಸಮಾಧಿ ಇದೆ. ಇದನ್ನು ಸೂಕ್ಷ್ಮವಾದ ಕೆತ್ತನೆ ಕೆಲಸದಿಂದ ಅಲಂಕರಿಸಲಾಗಿದೆ. ಅನೇಕ ಬಗೆಯ ಅಮೂಲ್ಯ ಲೋಹಗಳು ಮತ್ತು ಪ್ರಶಸ್ತ ಶಿಲೆಗಳು ಇದಕ್ಕೆ ಮೆರಗು ನೀಡಿವೆ. ಪಕ್ಕದಲ್ಲಿ ಶಹಜಹಾನನ ದೊಡ್ಡ ಸ್ಮಾರಕ ಸಮಾಧಿ ಇದೆ. ಸಮಾಧಿಗಳ ಸುತ್ತಲಿನ ಗೋಡೆಗಳಲ್ಲಿ ಸುಂದರವಾದ ಹೂಬಳ್ಳಿಗಳ ಸೂಕ್ಷ್ಮ ಕೆತ್ತನೆಯಿದೆ. ಅಮೃತಶಿಲೆಯಲ್ಲಿ ಕೊರೆದ ಜಾಲಂಧ್ರದಿಂದ ಬೆಳಕು ಒಳಬಂದು ಸ್ಮಾರಕಗಳನ್ನು ಬೆಳಗುತ್ತದೆ. ಸಮಾಧಿಗಳಿರುವ ಕೋಣೆಯ ಕೆಳಭಾಗದಲ್ಲಿ ನೆಲಮಾಳಿಗೆ ಇದೆ. ವಾಸ್ತವವಾಗಿ ಮಮ್ತಾಜ್ ಮತ್ತು ಶಹಜಹಾನ್‌ರ ಮೂಲ ಸಮಾಧಿಗಳಿರುವುದು ಇಲ್ಲಿಯೇ. ಮೇಲಿನವು ಸ್ಮಾರಕ ಸಮಾಧಿಗಳು. ನೆಲಮಾಳಿಗೆಯಲ್ಲಿನ ಸಮಾಧಿಗಳಿಗೆ ಹೆಚ್ಚಿನ ಶಿಲ್ಪವೈಭವವಿಲ್ಲ.

ತಾಜ್ ಕಟ್ಟಡದ ಎದುರು ಭಾಗದಲ್ಲಿ ದೊಡ್ಡ ಕೊಳವನ್ನು ನಿರ್ಮಿಸಲಾಗಿದ್ದು ಇದರಲ್ಲಿ ತಾಜ್‌ಮಹಲ್ ಪ್ರತಿಬಿಂಬಿತವಾಗುತ್ತದೆ. ತಾಜ್ ಸುತ್ತಲೂ ಉದ್ಯಾನ ಮತ್ತು ಸುಂದರ ಹೂತೋಟಗಳಿವೆ. ನೀರಿನ ಬುಗ್ಗೆಗಳು, ಕಾರಂಜಿಗಳು ತಾಜ್ ಮುಂಭಾಗಕ್ಕೆ ಕಳೆ ಕಟ್ಟಿವೆ. ಹೆಬ್ಬಾಗಿಲಿನಿಂದ ತಾಜ್‌ಮಂದಿರದವರೆಗೆ ನೇರವಾದ ನೀರಿನ ಕಾಲುವೆ ಇದೆ. ಇದರ ಎರಡೂ ಕಡೆ ಕಾಲುದಾರಿಗಳಿವೆ. ಇವುಗಳ ಇಕ್ಕೆಲಗಳಲ್ಲಿ ಸೈಪ್ರಸ್ ಮರಗಳಿವೆ. ಹುಲ್ಲುಹಾಸು ಇನ್ನಷ್ಟು ಸೌಂದರ್ಯವನ್ನು ತಂದಿತ್ತಿದೆ.

ಹುಣ್ಣಿಮೆಯ ರಾತ್ರಿಯ ಬೆಳದಿಂಗಳಲ್ಲಿ ತಾಜ್ ಕಣ್ಣು ಕೋರೈಸುವಂತಹ ದಿವ್ಯ ನೋಟವನ್ನು ಹೊರಹೊಮ್ಮುತ್ತದೆ. ಕಟ್ಟಡ ಸರಳವಾಗಿಯೂ, ಗಂಭೀರವಾಗಿಯೂ ಗೋಚರಿಸುತ್ತದೆ. ಆದರೆ ಇಡೀ ಕಟ್ಟಡ ಮತ್ತು ಸುತ್ತಲಿನ ಆವರಣಗಳು ಅತ್ಯಂತ ಪ್ರಮಾಣಬದ್ಧವಾಗಿಯೂ, ಸಮತೋಲನವನ್ನು ಕಂಡುಕೊಂಡಿರುವುದರಿಂದ ತಾಜ್ ನಯನ ಮನೋಹರವೆನಿಸುತ್ತದೆ.

ಹಿಂಭಾಗದಲ್ಲಿ ಶಾಂತವಾಗಿ ಹರಿಯುವ ಯಮುನಾ ನದಿ ಪ್ರಾಕೃತಿಕವಾಗಿ ತಾಜ್ ಕಟ್ಟಡಕ್ಕೆ ವಿಶಿಷ್ಟ ಸೊಬಗನ್ನು ತಂದುಕೊಟ್ಟಿದೆ. ತಾಜ್ ಎಡಬಲಗಳಲ್ಲಿನ ಮಸೀದಿ ಮತ್ತು ಜಮತ್‌ಖಾನ್ ಮಂದಿರಗಳನ್ನು ಕೆಂಪುಶಿಲೆಗಳಿಂದ ನಿರ್ಮಿಸಲಾಗಿದ್ದರಿಂದ ಇವು ಬಿಳಿವರ್ಣದ ಅಮೃತಶಿಲೆಯ ತಾಜ್ ಕಟ್ಟಡಕ್ಕೆ ಅತ್ಯುತ್ತಮ ಸಂಯೋಜಕವೆನಿಸಿವೆ.

ತಾಜ್‌ನಲ್ಲಿನ 28 ಬಗೆಯ ಪ್ರಶಸ್ತವಾದ ಶಿಲ್ಪಗಳು, ಕೆತ್ತನೆಗಳು, ಕ್ಯಾಲಿಗ್ರಾಫ್ ಕೆಲಸ, ಗೋಡೆಗಳಲ್ಲಿನ ಸೂಕ್ಷ್ಮ ಕೆತ್ತನೆ ಇವುಗಳಿಂದ ತಾಜ್ ಒಂದು ಸುಂದರ ಕಲಾಕೃತಿ ಎನಿಸಿದೆ. ಅತ್ಯಂತ ಶುದ್ಧ, ದಂತದಂತೆ ನಯಗೊಳಿಸಿದ, ಹಾಲುಬಿಳುಪಿನ ಅಮೃತಶಿಲೆಯ ಶ್ರೀಮಂತಿಕೆಯ ಈ ವೈಭವೋಪೇತ ಸಮಾಧಿ ಮಂದಿರವನ್ನು ಮಹೋನ್ನತವಾದದ್ದು ಮತ್ತು ಅಪರೂಪದ್ದು ಎಂದು ಯುನೆಸ್ಕೊ ಇದನ್ನು ತನ್ನ ವಿಶ್ವ ಪರಂಪರೆಯ ಪಟ್ಟಿಯಲ್ಲಿ 1983ರಲ್ಲಿ ಮಾನ್ಯ ಮಾಡಿತು.

ತಾನು ಬದುಕಿರುವಾಗಲೇ ಶಹಜಹಾನ್ ತಾಜ್‌ಗೆ ಪರ್ಯಾಯವಾಗಿ ಕಪ್ಪುಶಿಲೆಯಲ್ಲಿ ತನಗಾಗಿ ಇನ್ನೊಂದು ಕಟ್ಟಡವನ್ನು ನಿರ್ಮಿಸಿ ಇದನ್ನು ತಾಜ್‌ನೊಂದಿಗೆ ಬೆಳ್ಳಿಲೇಪನದ ಸೇತುವೆಯ ಮೂಲಕ ಸಂಪರ್ಕಿಸುವ ಯೋಜನೆ ರೂಪಿಸಿದ್ದ. ಆದರೆ ತನ್ನ ಮಕ್ಕಳು ಸಿಂಹಾಸನಕ್ಕಾಗಿ ಕಿತ್ತಾಟ ನಡೆಸಿದ್ದರಿಂದ ಅವನ ಕನಸು ಕೈಗೂಡಲೇ ಇಲ್ಲ. ಇವನ ಮಗ ಔರಂಗಜೇಬ ತಂದೆಯನ್ನು ಬಂಧಿಸಿ ಆಗ್ರಾ ಕೋಟೆಯಲ್ಲಿ ಬಂಧಿಸಿಟ್ಟಿದ್ದ. ಶಹಜಹಾನ್ ಕೊನೆಯ ದಿನಗಳನ್ನು ತಾಜ್‌ಮಹಲ್ ನೋಡುತ್ತಲೇ ನೆಮ್ಮದಿ ಕಂಡನಂತೆ.

16.
ಸಾಂಚಿಯ ಮಹಾಸ್ತೂಪ ಮತ್ತು ಸ್ಮಾರಕಗಳು

ಮಧ್ಯಪ್ರದೇಶದ ಸಾಂಚಿಯಲ್ಲಿ ಪುರಾತನ ಕಾಲದ ಮಹಾಸ್ತೂಪವಿದೆ. ಭಾರತದ ಅತ್ಯಂತ ಹಳೆಯ ಕಟ್ಟಡ ಸ್ಮಾರಕಗಳಲ್ಲಿ ಒಂದು. ಸುಮಾರು 54 ಅಡಿ ಎತ್ತರದ ಮತ್ತು 120 ಅಡಿ ವ್ಯಾಸದ ಈ ಸ್ತೂಪವನ್ನು ಕಟ್ಟಲು ಆರಂಭಿಸಿದವ ಅಶೋಕ ಚಕ್ರವರ್ತಿ. ಹಿಂದೆ ಸಾಂಚಿಯ ಪ್ರಶಾಂತ ವಾತಾವರಣದಲ್ಲಿ ಬೌದ್ಧ ಭಿಕ್ಷುಗಳು ಇಲ್ಲಿ ಧ್ಯಾನ ಮಾಡುತ್ತಿದ್ದರು. ಸಾಂಚಿಯ

ಸುತ್ತಮುತ್ತಲೂ ಬೌದ್ಧ ಭಿಕ್ಷುಗಳ ಚೈತ್ಯ ಮತ್ತು ವಿಹಾರಗಳಿವೆ. ಭಾರತದ ಪುರಾತನ ವಾಸ್ತುಶಿಲ್ಪ ದ್ಯೋತಕದ ಸಾಂಚಿಯ ಸ್ತೂಪ ವಿಶ್ವ ಪರಂಪರೆಯ ಪಟ್ಟಿಯಲ್ಲಿ ಮಾನ್ಯತೆ ಪಡೆದಿದೆ.

ಭಾರತಕ್ಕೆ ಬೌದ್ಧ ಧರ್ಮದ ಕೊಡುಗೆ ಅಪಾರ. ಬೌದ್ಧ ಧರ್ಮದ ಕೇಂದ್ರಗಳು ಇಂದಿಗೂ ದೇಶದಲ್ಲಿ ಸಂರಕ್ಷಿಸಲ್ಪಟ್ಟಿವೆ. ಇವುಗಳಲ್ಲಿ ಪ್ರಮುಖವೆಂದು ಮಾನ್ಯತೆ ಪಡೆದಿರುವುದು ಮಧ್ಯಪ್ರದೇಶದಲ್ಲಿನ ಸಾಂಚಿಯ

ಮಹಾಸ್ತೂಪ. ಭೂಪಾಲ್‌ನಿಂದ 28 ಮೈಲುಗಳಷ್ಟು (45 ಕಿ.ಮೀ.) ದೂರದಲ್ಲಿದೆ ಸಾಂಚಿ. ಇದಕ್ಕೆ ಈ ಹೆಸರು ಬಂದಿರುವುದು ಪಾಳಿ ಭಾಷೆಯ ಶಾಂತಿ ಎಂಬ ಪದದಿಂದ. ಪಾಳಿ ಭಾಷೆಯ ಶಾಂತಿ ಪದದ ಅಪಭ್ರಂಶ ಸಾಂಚಿ. ಕಾಕನಾಯ ಎಂಬ ಹೆಸರನ್ನು ಸಹ ಸಾಂಚಿ ಪಡೆದಿತ್ತು.

ಪ್ರಾಚೀನ ಕಾಲದಲ್ಲಿ ಜನಜಂಗುಳಿಯಿಂದ ದೂರವಾಗಿ ಲೋಕಕಲ್ಯಾಣ ಮತ್ತು ಶಾಂತಿಗಳಿಗಾಗಿ ಧ್ಯಾನ ಮಾಡಲು ಬೌದ್ಧ ಭಿಕ್ಷುಗಳು ಪ್ರಶಾಂತ ಜಾಗವನ್ನು ಆರಿಸಿಕೊಳ್ಳುತ್ತಿದ್ದರು. ಇಂತಹ ಸ್ಥಳಗಳಲ್ಲಿ ಚೈತ್ಯ ಮತ್ತು ವಿಹಾರಗಳನ್ನು ಕಟ್ಟಿಕೊಳ್ಳುತ್ತಿದ್ದರು. ಬೌದ್ಧ ಭಿಕ್ಷುಗಳಿಗೆ ಸಾಂಚಿ ಅತ್ಯಂತ ಪ್ರಶಾಂತ ಸ್ಥಳವೆನಿಸಿತ್ತು. ಬೌದ್ಧ ಧರ್ಮದ ಪರಿಪಾಲಕನಾಗಿದ್ದ ಅಶೋಕ ಚಕ್ರವರ್ತಿ ಕ್ರಿ.ಪೂ. 3ನೆಯ ಶತಮಾನದಲ್ಲಿ ಸ್ತೂಪವನ್ನು ಕಟ್ಟಲು ಆರಂಭಿಸಿದ.

ಇದನ್ನು ಕಟ್ಟಿಸಲು ಸಲಹೆಯಿತ್ತವಳು ಅಶೋಕನ ಪತ್ನಿ ದೇವಿ. ಈಕೆ ಸಾಂಚಿಯ ಪಕ್ಕದ ವಿದಿಶಾ ಪ್ರಾಂತ್ಯದ ವರ್ತಕನ ಮಗಳಾಗಿದ್ದಳು. ಸಾಂಚಿಯಲ್ಲಿ ಜನ್ಮ ತಳೆದಿದ್ದಳು. ಸಾಂಚಿಯಲ್ಲಿಯೇ ಅಶೋಕ ಮತ್ತು ದೇವಿಯರ ವಿವಾಹವಾಗಿತ್ತು. ಮರಳುಶಿಲೆ ಮತ್ತು ಇಟ್ಟಿಗೆಗಳನ್ನು ಬಳಸಿ ಅಶೋಕ ಇದನ್ನು ಕಟ್ಟಿಸಲು ಆರಂಭಿಸಿದ. ಬೌದ್ಧ ಧರ್ಮದ ಕುರುಹಿನ ಸಂಕೇತವಾಗಿ ಮತ್ತು ಗೌತಮ ಬುದ್ಧನ ಸ್ಮರಣಾರ್ಥವಾಗಿ ಸ್ತೂಪ ಕಟ್ಟಿಸಲು ಅಶೋಕ ಮುಂದಾಗಿದ್ದ.

ಮೌರ್ಯ ಸಾಮ್ರಾಜ್ಯದ ನಂತರ ಆಳ್ವಿಕೆಗೆ ಬಂದ ಶುಂಗರ ಕಾಲಾವಧಿಯಲ್ಲಿ ಸ್ತೂಪವನ್ನು ನೆಲಸಮಗೊಳಿಸಿ ಹೊಸದಾಗಿ ಕಟ್ಟಲಾಯಿತೆಂಬ ವಾದವಿದೆ. ಮೌರ್ಯರ ಆಳ್ವಿಕೆಯಲ್ಲಿ ಸೇನಾಧಿಕಾರಿಯಾಗಿದ್ದ ಪುಷ್ಯಮಿತ್ರ ಶುಂಗ ಮುಂದೆ ಶುಂಗ ವಂಶದ ಸಾಮ್ರಾಜ್ಯವನ್ನು ಸ್ಥಾಪಿಸಿದ. ಈತ ಮೂಲ ಸ್ತೂಪವನ್ನು ನಾಶಪಡಿಸಿದ ಮತ್ತು ಈತನ ಪುತ್ರ ಅಗ್ನಿಮಿತ್ರ ಹೊಸದಾಗಿ ಸ್ತೂಪವನ್ನು ಕಟ್ಟಿಸಿದನೆಂದು ಚರಿತ್ರೆಯಲ್ಲಿ ವ್ಯಾಖ್ಯಾನಗಳಿವೆ.

ಮುಂದೆ ಪಟ್ಟಕ್ಕೆ ಬಂದ ಶುಂಗ ದೊರೆಗಳು ಸ್ತೂಪವನ್ನು ಇನ್ನಷ್ಟು ಎತ್ತರಕ್ಕೆ ನಿರ್ಮಿಸಿದರು. ಸ್ತೂಪದ ಮೇಲಿನ ಕಲ್ಲು ಮತ್ತು ಸುತ್ತಲಿನ ಕಟಾಂಜನಗಳನ್ನು ಕಟ್ಟಿಸಿದರು. ಅಲ್ಲದೆ ಇವರು ಸಾಂಚಿಯಲ್ಲಿನ ಇನ್ನೆರಡು ಸ್ತೂಪಗಳನ್ನು ಸಹ ಕಟ್ಟಿದರು. ಶಾತವಾಹನ ಅರಸರು ಸ್ತೂಪದ ನಾಲ್ಕು ಕಡೆಗಳಲ್ಲಿ ಅಲಂಕಾರಿಕ ತೋರಣ ಅಥವಾ ಪ್ರವೇಶದ್ವಾರಗಳನ್ನು ಏರಿಸಿ ಸ್ತೂಪಗಳಿಗೆ ಹೆಚ್ಚಿನ ಕಳೆ ತಂದುಕೊಟ್ಟರು.

ಸ್ತೂಪದ ಕಟ್ಟಡ ಸ್ಮಾರಕದ ಬಗ್ಗೆ ಹೇಳುವುದಾದರೆ ಇದು ಎತ್ತರಿಸಿದ ವೇದಿಕೆಯ ಮೇಲಿನ ಒಂದು ಗುಮ್ಮಟ. ಇದರ ಮೇಲ್ಭಾಗದಲ್ಲಿ

ಕಟಾಂಜನವಿರುವ ಹರ್ಮಿಕವಿದೆ. ಹರ್ಮಿಕದ ಮಧ್ಯೆ ಕಂಬದಂತಹ ದಂಡ ಭಾಗವಿದೆ. ಇದರ ತುದಿಗೆ ಬಿಡಿಸಿದ ಕೊಡೆಯಂತೆ ಕಾಣುವ ಛತ್ರವಿದೆ. ಈ ಛತ್ರ ಧರ್ಮದ ಹಿರಿಮೆಯ ಸಂಕೇತ.

ವೇದಿಕೆಯ ಮೇಲೆ ಗುಮ್ಮಟದ ಸುತ್ತಲೂ ಪ್ರದಕ್ಷಿಣೆ ಬರಲು ಜಾಗವಿದೆ. ವೇದಿಕೆ ಹತ್ತಲು ಮೆಟ್ಟಿಲುಗಳನ್ನು ಕಟ್ಟಿದ್ದಾರೆ. ಸ್ತೂಪದ ಸುತ್ತಲೂ ಕಲ್ಲಿನ ಕಟಾಂಜನವಿದೆ. ಇದರ ನಾಲ್ಕೂ ಕಡೆಗಳಲ್ಲಿ ಕಲ್ಲಿನಲ್ಲಿಯೇ ಕಡೆಯಲಾದ ಅಲಂಕಾರಿಕ ಪ್ರವೇಶದ್ವಾರಗಳಿವೆ. ಮಹಾಸ್ತೂಪ ಮತ್ತು ಇನ್ನುಳಿದ ಎರಡು ಸ್ತೂಪಗಳನ್ನು ಕಟ್ಟುವಲ್ಲಿ ಜನರು ವಂತಿಗೆ ನೀಡಿದ್ದರು. ತೋರಣಗಳಲ್ಲಿ

ಸಾಂಚಿ ಮತ್ತು ಸುತ್ತಲಿನ ಪಟ್ಟಣಗಳ ಮೇಲಿನ ದಾಳಿಗಳು, ಕುದುರೆ ಮತ್ತು ಆನೆಗಳು, ಸವಾರರು, ನಿಬಿಡವಾದ ಅರಣ್ಯ, ಸಿಂಹ, ಆನೆ, ನವಿಲು, ಸ್ತ್ರೀ-ಪುರುಷರು ಮತ್ತು ಮೆರವಣಿಗೆಗಳ ದೃಶ್ಯಗಳಿವೆ. ನವಿರಾದ ಮತ್ತು ಅತ್ಯಂತ ಅಲಂಕಾರಿಕ ಪುಷ್ಪ ವಿನ್ಯಾಸಗಳು ತೋರಣದಲ್ಲಿ ರೂಪಿಸಲ್ಪಟ್ಟಿವೆ.

ಈ ಶಿಲ್ಪಕಲೆ ಮತ್ತು ಶಿಲ್ಪಕೃತಿಗಳು ಆಗಿನ ಸಂಸ್ಕೃತಿಯ ದ್ಯೋತಕವಾಗಿವೆ. ಬೌದ್ಧ ಧರ್ಮದ ಅಭ್ಯುದಯ, ಪುಣ್ಯಕ್ಷೇತ್ರಗಳಲ್ಲಿ ಶ್ರದ್ಧೆ ಮತ್ತು ಧರ್ಮವನ್ನು ಅನುಸರಿಸುವಲ್ಲಿ ಮತ್ತು ಅದನ್ನು ಪ್ರಚುರಪಡಿಸುವಲ್ಲಿ ಆಗಿನ ಭಿಕ್ಷುಗಳ ಪರಿಶ್ರಮ ಇವೆಲ್ಲವೂ ಶಿಲ್ಪಕೃತಿಗಳಲ್ಲಿ ಅಡಕವಾಗಿವೆ. ತೋರಣಗಳಲ್ಲಿ ಕೆಲವೆಡೆ ಗ್ರೀಕ್ ಬೌದ್ಧ ಅನುಯಾಯಿಗಳ ಚಿತ್ರಣಗಳೂ ಇವೆ. ಆಗಿನ ಗ್ರೀಕ್ ಜನರ ಉಡುಗೆಗಳು, ಅವರ ಅಭಿರುಚಿ ಮತ್ತು ಸಂಗೀತ ವಾದ್ಯಗಳನ್ನು ಬಿಂಬಿಸುವ ಕೆತ್ತನೆಗಳಿವೆ.

ಮಹಾಸ್ತೂಪ 54 ಅಡಿಗಳಷ್ಟು ಎತ್ತರವಾಗಿದ್ದು, 120 ಅಡಿಗಳಷ್ಟು ವಿಶಾಲವಾದ ವ್ಯಾಸವನ್ನು ಹೊಂದಿದೆ. ಇದಕ್ಕೆ ನಾಲ್ಕೂ ಕಡೆ ಅಲಂಕಾರಿಕವಾಗಿ ನಿರ್ಮಿತವಾಗಿರುವ ತೋರಣಗಳು ಸ್ತೂಪದ ಅಂದಕ್ಕೆ ಮೆರಗು ನೀಡಿವೆ. ಸಾಂಚಿ ಸ್ತೂಪ ಭಾರತದಲ್ಲಿನ ಅತ್ಯಂತ ಹಳೆಯ ಶಿಲಾರಚನೆ.

ಇದು ಬಹುತೇಕ ಅರ್ಧಗೋಳಾಕಾರದ ಗುಮ್ಮಟವನ್ನು ಹೊಂದಿದೆ. ಗುಮ್ಮಟದ ಸುತ್ತಲೂ ಹೊರಮೈಮೇಲೆ ಬಳ್ಳಿಯಾಕಾರದ ಅಲಂಕಾರಿಕ ರಚನೆಗಳಿವೆ. ಜಾಥಕ ಕತೆಗಳು, ಬೋಧಿವೃಕ್ಷದ ಕೆಳಗೆ ಬುದ್ಧನಿಗೆ ಜ್ಞಾನೋದಯ, ಬುದ್ಧನ ಮಹಾನಿರ್ವಾಣ ಇವೆಲ್ಲವೂ ಇಲ್ಲಿನ ಕಲಾಕೃತಿಗಳಲ್ಲಿ ಅಡಕವಾಗಿವೆ. ದಕ್ಷಿಣ ಪ್ರವೇಶ ದ್ವಾರದ ಬಳಿ ಅಶೋಕ ಸ್ತಂಭವಿದೆ. ಇದರ ಎತ್ತರ 42 ಅಡಿಗಳು. ಇದು ಅಪೂರ್ವ ಕೆತ್ತನೆಗಳಿಂದ ಕೂಡಿದೆ. ಸ್ತೂಪದ ಸುತ್ತ ಆವರಣವಿದ್ದು, ಅಲ್ಲಿ ಬುದ್ಧನ ಜೀವನಕ್ಕೆ ಸಂಬಂಧಿಸಿದ ಚಿತ್ರಗಳನ್ನು ಬಿಡಿಸಲಾಗಿದೆ. ಎರಡನೆಯ ಸ್ತೂಪ ಪಶ್ಚಿಮ ದಿಕ್ಕಿಗಿದೆ. ಇದನ್ನು ಕ್ರಿ.ಪೂ. ಎರಡನೆಯ ಶತಮಾನದಲ್ಲಿ ಕಟ್ಟಲಾಯಿತು. ಮೂರನೆಯ ಸ್ತೂಪ ಆಗ್ನೇಯ ದಿಕ್ಕಿಗಿದ್ದು, ಕ್ರಿ.ಪೂ. 140ನೆಯ ಕಾಲದ್ದೆಂದು ಅಂದಾಜಿಸಲಾಗಿದೆ.

ಕ್ರಿ.ಶ. 12ನೆಯ ಶತಮಾನದವರೆಗೆ ಸಾಂಚಿಯಲ್ಲಿ ವಿವಿಧ ಆಳರಸರು ಸ್ತೂಪಗಳ ಸಮೀಪ ಬೌದ್ಧ ದೇಗುಲ ಮತ್ತು ವಿಹಾರಗಳನ್ನು ಕಟ್ಟಿದರು. ಇವೆಲ್ಲ ಕಟ್ಟಡ ಸ್ತಂಭಗಳ ಮೇಲೆ ಆಗಿನ ಕಾಲದ ಸೂಕ್ಷ್ಮ ಕೆತ್ತನೆಗಳಿವೆ. ಬುದ್ಧನ ದೇಗುಲಗಳು ಗಮನ ಸೆಳೆಯುತ್ತವೆ. ಸಣ್ಣವು ದೊಡ್ಡವು ಸೇರಿದಂತೆ ಸಾಂಚಿಯಲ್ಲಿ ಒಟ್ಟು 45ಕ್ಕೂ ಹೆಚ್ಚು ಚೈತ್ಯ ಮತ್ತು ದೇಗುಲಗಳಿವೆ.

ದೇಶದಲ್ಲಿ ಬೌದ್ಧ ಧರ್ಮ ಅವನತಿ ಹೊಂದುತ್ತಿರುವಂತೆಯೇ ಸಾಂಚಿಯಲ್ಲಿನ ಸ್ಮಾರಕಗಳು ಅನಾದರಕ್ಕೆ ಒಳಗಾದವು. ಸಾಂಚಿಯ ಬೆಟ್ಟದ ಮೇಲೆ ನಡೆದ ಉತ್ಖನನದ ವೇಳೆ ಮೂರ್ತಿಶಿಲ್ಪಗಳು ಮತ್ತು ಬೌದ್ಧ ಧರ್ಮದ ಕುರುಹುಗಳು ಪತ್ತೆಯಾದವು. ಬುದ್ಧನ ಶಿಷ್ಯರಾದ ಸಾರಿಪುತ್ರ ಮತ್ತು ಇತರರ ಅವಶೇಷಗಳು ದೊರೆತವು.

ಕ್ರಿ.ಶ. 1818ರಲ್ಲಿ ಬಂಗಾಳ ಕಾಲ್ದಳದ ಸೇನಾಧಿಕಾರಿ ಜನರಲ್ ಟೇಲರ್ ಇಲ್ಲಿಗೆ ಭೇಟಿ ನೀಡಿದ್ದ. ಆತ ಸ್ಮಾರಕಗಳನ್ನು ಸಂರಕ್ಷಿಸುವಂತೆ ಈ ಭಾಗದವರಿಗೆ ಸೂಚಿಸಿದ್ದ. ಕೆಲವು ಪುರಾತತ್ವ ಶೋಧಕರ ಪರಿಶ್ರಮಪಟ್ಟು 1881ರವರೆಗೆ ಇಲ್ಲಿ ಇನ್ನಷ್ಟು ಅವಶೇಷಗಳನ್ನು ಪತ್ತೆ ಮಾಡಿದರು. ಮುಂದೆ ಸಾಂಚಿಯಲ್ಲಿನ ಸ್ಮಾರಕಗಳನ್ನು ಸಂರಕ್ಷಿಸುವ ಕಾರ್ಯ ವ್ಯವಸ್ಥಿತವಾಗಿ ನಡೆಯಿತು.

1912 ಮತ್ತು 1919ರ ಅವಧಿಯಲ್ಲಿ ಸರ್. ಜಾನ್ ಮಾರ್ಶಲ್‌ರ ಮೇಲ್ವಿಚಾರಣೆಯಲ್ಲಿ ಸಾಂಚಿಯ ಸ್ಮಾರಕಗಳು ಹೆಚ್ಚು ಸುರಕ್ಷತೆ ಪಡೆದವು. ಕೆಲ ಬ್ರಿಟಿಷ್ ಅಧಿಕಾರಿಗಳು ಲಂಡನ್ನಿಗೆ ತೆಗೆದುಕೊಂಡು ಹೋಗಿದ್ದ ಸಾಂಚಿಯ ಮೂರ್ತಿಗಳನ್ನು 1952ರಲ್ಲಿ ಭಾರತ ಸರ್ಕಾರ ಪುನಃ ಪಡೆಯುವಲ್ಲಿ ಯಶಸ್ವಿಯಾಯಿತು. ಸಾಂಚಿಯ ಬೆಟ್ಟದ ಮೇಲೆ ಇಂದು ಸುಮಾರು 50 ಸ್ಮಾರಕಗಳನ್ನು ಗುರುತಿಸಲಾಗಿದೆ. 1989ರಲ್ಲಿ ಸಾಂಚಿಯ ಮಹಾಸ್ತೂಪ ಮತ್ತು ಆಸುಪಾಸಿನ ಸ್ಮಾರಕಗಳನ್ನು ಯುನೆಸ್ಕೊ ಪುರಾತನ ವಾಸ್ತುಶಿಲ್ಪದ ಮಹತ್ವದವೆಂದು ತನ್ನ ವಿಶ್ವ ಪರಂಪರೆಯ ಪಟ್ಟಿಯಲ್ಲಿ ಗುರುತಿಸಿತು.

17.
ಪಟ್ಟದಕಲ್ಲು ಸ್ಮಾರಕಗಳು

ಬಿಜಾಪುರ ಜಿಲ್ಲೆಯ ಬಾದಾಮಿ ತಾಲ್ಲೂಕಿನ ಚಿಕ್ಕಗ್ರಾಮ ಪಟ್ಟದಕಲ್ಲು. ಬಾದಾಮಿಯಿಂದ 22 ಕಿ.ಮೀ. ದೂರದಲ್ಲಿ ಮಲಪ್ರಭಾ ನದಿಯ ಎಡದಂಡೆಯ ಮೇಲಿದೆ. ಹಿಂದೆ ಇದು ಚಾಲುಕ್ಯರ ಉಪರಾಜಧಾನಿಯಾಗಿತ್ತು. ಚಾಲುಕ್ಯ ಕೀರ್ತಿವರ್ಮನ ರಾಜಧಾನಿಯಾಗಿತ್ತೆಂದು ಮನಗೂಳಿಯ ಶಾಸನ ಹೇಳುತ್ತದೆ. ಚಾಲುಕ್ಯ ಅರಸರು ತಮ್ಮ ಪಟ್ಟಬಂಧೋತ್ಸವವನ್ನು ಇಲ್ಲಿಯೇ ಮಾಡಿಕೊಳ್ಳುತ್ತಿದ್ದರೆಂಬುದು ಸಿಂಗಿರಾಜ

ಪುರಾಣ, ಹಮ್ಮೀರ ಕಾವ್ಯಗಳಿಂದ ತಿಳಿದುಬರುತ್ತದೆ.

ಚಾಲುಕ್ಯರು ಮಾತ್ರವಲ್ಲದೆ ಈ ಭಾಗವನ್ನಾಳಿದ ನಂದರು, ಗುಪ್ತರು, ಕದಂಬ ಮುಂತಾದ ರಾಜಮನೆತನದವರು ಸಹ ಇಲ್ಲಿ ಪಟ್ಟಾಭಿಷೇಕ ಮಾಡಿಕೊಳ್ಳುತ್ತಿದ್ದರಂತೆ. ಅದಕ್ಕೆಂದೇ ಇದಕ್ಕೆ ಈ ಹೆಸರು ಬಂದಿದೆ. ಪಟ್ಟದಕಲ್ಲಿಗೆ ಪ್ರಾಚೀನ ಕಾಲದಲ್ಲಿ ಕಿಸುವೊಳಲ್, ರಕ್ತಪುರ ಎಂಬ ಹೆಸರುಗಳೂ ಇದ್ದವು. ಟಾಲೆಮಿ ಇದನ್ನು ಪೆಟಿರ್ಗಲ್ ಎಂದು ಕರೆದಿದ್ದಾನೆ.

ಅಲ್ಲದೆ ಚರಿತ್ರೆಕಾರರು ಹಮ್ಮೀರಪುರ, ಪಟ್ಟಶಿಲಾಪುರ ಎಂದಾಗಿಯೂ ಉಲ್ಲೇಖಿಸಿದ್ದಾರೆ. ಭವ್ಯ ಶಿಲ್ಪಕಲೆ ಮತ್ತು ವಾಸ್ತುಶಿಲ್ಪಗಳುಳ್ಳ ದೇಗುಲಗಳಿಂದ ಪಟ್ಟದಕಲ್ಲು ಹೆಸರುವಾಸಿಯಾಗಿದೆ.

ದಕ್ಷಿಣ ಮತ್ತು ಉತ್ತರ ವಾಸ್ತುಶಿಲ್ಪಕಲೆಯ ಸಂಗಮ ಬೀಡು ಪಟ್ಟದಕಲ್ಲು. ಸಂಗಮೇಶ್ವರ, ಮಲ್ಲಿಕಾರ್ಜುನ, ವಿರೂಪಾಕ್ಷ ಮಂದಿರಗಳು

ದ್ರಾವಿಡ ಶೈಲಿಯ ಗೋಪುರಗಳನ್ನು ಹೊಂದಿದ್ದರೆ, ಗಳಗನಾಥ, ಕಾಶಿ ವಿಶ್ವೇಶ್ವರ, ಜಂಬುಲಿಂಗ, ಕಾಡಸಿದ್ದೇಶ್ವರ ದೇವಾಲಯಗಳು ಉತ್ತರದ ವಾಸ್ತುಶಿಲ್ಪದಿಂದ ಪ್ರಭಾವಿತಗೊಂಡಂಥವು. ಇವೆರಡು ವಾಸ್ತುಶಿಲ್ಪ ಪದ್ಧತಿಗಳು ಕಾಲಕ್ರಮದಲ್ಲಿ ಕಲ್ಯಾಣದ ಚಾಲುಕ್ಯ ವಾಸ್ತುಪದ್ಧತಿಯ ಉಗಮಕ್ಕೆ ಕಾರಣವಾಯಿತೆಂದು ವಾಸ್ತುಶಾಸ್ತ್ರಜ್ಞರು ಅಭಿಪ್ರಾಯಪಟ್ಟಿದ್ದಾರೆ.

ವಿರೂಪಾಕ್ಷ ದೇಗುಲ ಅತ್ಯಂತ ದೊಡ್ಡದು ಮತ್ತು ಆಕರ್ಷಕವಾದದ್ದು. ಪ್ರಾಕಾರ ಗೋಡೆ, ಎರಡು ಮಹಾದ್ವಾರಗಳು, ನಂದಿ ಮಂಟಪ, ಇದರ ಮೇಲೆ ದ್ರಾವಿಡ ಶಿಖರದ ಮೆಟ್ಟಿಲುಗಳು ಇವೆ. ಒಂದರ ಮೇಲೊಂದು ಕಿರಿದಾಗುತ್ತ ಹೋಗಿರುವ ಅಡ್ಡರೇಖಾಕಾರಗಳ ಮಾದರಿಯಲ್ಲಿ

ಮೆಟ್ಟಿಲುಗಳನ್ನು ನೋಡಬಹುದು. ಶೈವ ಮತ್ತು ವೈಷ್ಣವ ದೇವರುಗಳನ್ನು ಪ್ರತಿಷ್ಠಾಪಿಸಲಾಗಿದೆ. ರಾವಣ ಕೈಲಾಸ ಪರ್ವತವನ್ನೆತ್ತುತ್ತಿರುವುದು, ಜಟಾಯುವನ್ನು ಸಂಹರಿಸುತ್ತಿರುವುದು, ಗಜೇಂದ್ರ ಮೋಕ್ಷ ಕೆತ್ತನೆಗಳು ಕಣ್ಣಿಗೆ ಮುದ ನೀಡುತ್ತವೆ. ಹೊರಮಗ್ಗುಲಲ್ಲಿ ರಸಿಕ ದಂಪತಿಗಳ ಶಿಲ್ಪಗಳು ಚಿತ್ತಾಕರ್ಷಕ ವಾಗಿವೆ. 8–9ನೆಯ ಶತಮಾನದ ಕೆಲವು ಶಾಸನಗಳನ್ನು ಸಹ ಕಾಣಬಹುದು.

ವಿರೂಪಾಕ್ಷ ದೇಗುಲವನ್ನು ಲೋಕೇಶ್ವರವೆಂದೂ ಕರೆಯುತ್ತಾರೆ. ಚಾಲುಕ್ಯ ಅರಸು ಎರಡನೆಯ ವಿಕ್ರಮಾದಿತ್ಯನ ಹಿರಿಯ ರಾಣಿ ಲೋಕಮಹಾದೇವಿ ಇದನ್ನು ಕಟ್ಟಿಸಿದಳು. ಇದರ ಪಕ್ಕದಲ್ಲಿಯೇ ಮಲ್ಲಿಕಾರ್ಜುನ ಅಥವಾ ತ್ರೈಲೋಕೇಶ್ವರ ದೇವಾಲಯವಿದೆ. ಇಲ್ಲಿ ಮೂರು ಗರ್ಭ ಗುಡಿಗಳಿದ್ದು, ಬ್ರಹ್ಮ, ವಿಷ್ಣು, ಮಹೇಶ್ವರರ ಮೂರ್ತಿಗಳಿವೆ. ರಾಮಾಯಣ ಮತ್ತು ಪಂಚತಂತ್ರದ ಶಿಲ್ಪಕತ್ತನೆಗಳು ಸುಂದರ ವಾಗಿವೆ. ಇದನ್ನು ಎರಡನೆಯ ವಿಕ್ರಮಾದಿತ್ಯನ ಕಿರಿಯ ರಾಣಿ ತ್ರೈಲೋಕ್ಯಮಹಾದೇವಿ ಕಟ್ಟಿಸಿದಳು.

ಅಕ್ಕತಂಗಿಯರು ಕಟ್ಟಿಸಿದ ದೇಗುಲಗಳು ಶಿಲ್ಪಕಲೆಯ ದೃಷ್ಟಿಯಲ್ಲಿ ಅವಳಿ ಕೃತಿಗಳಂತೆ ತೋರುತ್ತವೆ. ಇವೆರಡೂ ದೇಗುಲಗಳಲ್ಲಿ ಕಂಡುಬರುವ ಅಲಂಕರಣ ಶಿಲ್ಪದ ಸೊಗಸು, ನಾಜೂಕು ಆಕರ್ಷಕವಾದದ್ದು, ಚಾಲುಕ್ಯ ಕಾಲದ ಶಿಲ್ಪಿಗಳು ಶಿಲ್ಪ ಮತ್ತು ವಾಸ್ತುಶಿಲ್ಪಗಳ ನಡುವೆ ಸಾಧಿಸಿರುವ ಸಾಮರಸ್ಯ ಗಮನಾರ್ಹವಾಗಿದೆ. ಅಲಂಕರಣ ಅತಿ ಎನಿಸದೆ ಸಹಜತೆಯನ್ನು ಸೂಚಿಸುತ್ತದೆ. ಈ ಸಹಜ ಸಂಯಮ ಇಡೀ ಕಟ್ಟಡಗಳಿಗೆ ಗಾಂಭೀರ್ಯವನ್ನು ಒದಗಿಸಿದೆ.

ಸಂಗಮೇಶ್ವರ ಗುಡಿಯ ಮೊದಲ ಹೆಸರು ವಿಜಯೇಶ್ವರ ಎಂದಾಗಿತ್ತು. ಇದನ್ನು ಕ್ರಿ.ಶ. 696–733ರ ಅವಧಿಯಲ್ಲಿ ಕಟ್ಟಲಾಯಿತು. ಪಟ್ಟದಕಲ್ಲಿನ

ದಕ್ಷಿಣಾತ್ಯಶೈಲಿ ಪ್ರಧಾನ ದೇಗುಲಗಳಲ್ಲಿ ಇದೇ ಅತ್ಯಂತ ಹಳೆಯದು. ಗುಡಿಯ ಮಂಟಪದಲ್ಲಿ ದೊಡ್ಡ ಶಾಸನವಿದ್ದು ಪಟ್ಟದಕಲ್ಲಿನ ಪ್ರಾಕೃತಿಕ ವರ್ಣನೆ ಇದೆ. ದೇವಾಲಯದ ಒಳಗೂ ಕೆಲವು ಶಿಲಾಶಾಸನಗಳಿವೆ.

ಉತ್ತರ ಭಾರತ ಪ್ರಭಾವದ ಗಳಗನಾಥ ದೇಗುಲದಲ್ಲಿನ ಗರ್ಭಗುಡಿಯಲ್ಲಿ ಬಲಗಡೆ ನಿಂತ ದ್ವಾರಪಾಲಕನಿಗೆ ಮೂರು ಕಣ್ಣುಗಳಿರುವ ಶಿಲ್ಪವಿದ್ದು, ಕೋಡಿನ ಆಭರಣಗಳಿವೆ. ಇದರ ಮಂಟಪದ ಕಂಬಗಳ ಮೇಲೆ ಶ್ರೀಕೃಷ್ಣನ ಲೀಲೆ, ಶಿವನಿಂದ ತ್ರಿಪುರ ದಹನ, ಗಜಾಸುರನ ಸಂಹಾರದ ಚಿತ್ರಣಗಳು ಕಣ್ಣು ಕೋರೈಸುತ್ತವೆ.

ಪಾಪನಾಥ ಮಂದಿರ ಕೂಡ ಔತ್ತರೇಯ ಪ್ರಭಾವದ್ದು. ಇದು ಮೂಲತಃ ಶೈವ ಮಂದಿರ. ಒಳಗಡೆ ಶಿವಲಿಂಗವಿದೆ. ಗೋಡೆಗಳ ಮೇಲೆ ದಶರಥ ಮಹಾರಾಜನ ಪುತ್ರಕಾಮೇಷ್ಠಿಯಾಗದಿಂದ ಹಿಡಿದು ರಾಮ ಪಟ್ಟಾಭಿಷೇಕದ ವರೆಗಿನ ದೃಶ್ಯಗಳನ್ನು ಮನೋಹರವಾಗಿ ಕೆತ್ತಲಾಗಿದೆ. 7ನೆಯ ಶತಮಾನದ ಕಿರುಶಾಸನವೂ ಇಲ್ಲಿದೆ.

ಗಳಗನಾಥ ಮಂದಿರದ ದಕ್ಷಿಣ ದಿಕ್ಕಿನ ಮಂಟಪದಲ್ಲಿ ಅಂಧಕಾಸುರಾಂತಕನ ಶಿವಮೂರ್ತಿ ಇದ್ದು, ಶಿವ ಕಪಾಲಮಾಲೆ ಧರಿಸಿದ್ದಾನೆ. ಪುರಾತನ ಜೈನ ಮಂದಿರ ಊರ ಹೊರಗೆ ಇದ್ದು, ಇದರ ರಚನೆ 10ನೆಯ ಶತಮಾನ ವೆನ್ನಲಾಗಿದೆ. ಎದುರಿನ ಅರ್ಧಮಂಟಪದಲ್ಲಿ ನಿಜಾಕಾರದ ಎರಡು ಆನೆಗಳ ಮೇಲೆ ಮಾವುತರಿರುವ ಮಾಟ ಬಲುಸುಂದರ.

ಬಾದಾಮಿ ಚಾಲುಕ್ಯರ ಕಾಲದಲ್ಲಿ ರೂಪುಗೊಂಡ ಚಾಲುಕ್ಯ ವಾಸ್ತುಶಿಲ್ಪ ಕೃತಿಗಳು ಚಾಲುಕ್ಯರ ಆಳ್ವಿಕೆಯ ಸಂಸ್ಕೃತಿ, ಶಕ್ತಿಸಂಪತ್ತುಗಳ ಪ್ರತೀಕಗಳಾಗಿ ನಿಂತಿವೆ. ಪಟ್ಟದಕಲ್ಲು ಈ ಸಿರಿಯ ಭಂಡಾರ. ಇಲ್ಲಿನ ದೇವಾಲಯಗಳ ಶಿಲ್ಪಗಳಲ್ಲಿ ಪುರಾಣ ಕಥಾ ಸನ್ನಿವೇಶಗಳು, ದೇವದೇವತಾ ಮೂರ್ತಿಗಳಲ್ಲದೆ ಆಗಿನ ಸಾಮಾಜಿಕ ಜೀವನದ ಚಿತ್ರಣವನ್ನು ಕಾಣಬಹುದು. ಆಗಿನ ಕಾಲದಲ್ಲಿ ಪ್ರಚಲಿತದಲ್ಲಿದ್ದ ಹಲವು ಬಗೆಯ ಸಂಗೀತ ವಾದ್ಯಗಳು, ಉಡುಗೆ ತೊಡುಗೆಗಳು, ಕೇಶವಿನ್ಯಾಸ, ಗ್ರಾಮಜೀವನ ಇವೆಲ್ಲ ಅಲ್ಲಿ ಮನಮುಟ್ಟುವಂತೆ ಮೂಡಿವೆ.

ರೇವಡಿ ಒವಜ್ಜ, ಅನಿವಾರಿತಗುಂಡ ಎಂಬ ಸ್ಥಪತಿಗಳಿಂದ, ಚೆಂಗಮ್ಮ, ಪುಲ್ಲಪ್ಪನ್, ನಿರ್ಮಾಣದೇವ, ಬಲದೇವಯ್ಯ, ದೇವ, ಆರ್ಯ ಮೊದಲಾದ

ಶಿಲ್ಪಿಗಳಿಂದ, ಅಚಲನ್‌ರಂತಹ ನಾಟ್ಯಶಾಸ್ತ್ರ ಪ್ರವೀಣರಿಂದ, ಚಲಬ್ಬೆ ಮೊದಲಾದ ದೇವದಾಸಿಯರಿಂದ ಪಟ್ಟದಕಲ್ಲು ಕಲಾಪೂರ್ಣವಾಗಿತ್ತು. ಆಗ ನಂದಿಧ್ವಜಗಳು ಇಲ್ಲಿ ಮೆರೆಯುತ್ತಿದ್ದವು. ಭಾರತೀಯ ಶಿಲ್ಪಕಲೆಯ ಇತಿಹಾಸ ಅಭ್ಯಾಸಿಗಳಿಗೆ ಪಟ್ಟದಕಲ್ಲು ಒಂದು ವಿದ್ಯಾಲಯದಂತಿದೆ. ಭಾರತೀಯ ಶಿಲ್ಪಕಲೆಯ ವಿಕಾಸಕ್ಕೆ ಸಂಬಂಧಿಸಿದ ಹಲವಾರು ಅಂಶಗಳನ್ನು

ಇಲ್ಲಿ ಗುರುತಿಸಬಹುದು. ಅಪರೂಪದ ವಾಸ್ತುಶಿಲ್ಪ ಮತ್ತು ಶಿಲ್ಪ ಮಹತ್ವದ ಈ ಸ್ಥಳವನ್ನು ವಿಶ್ವಸಂಸ್ಥೆಯ ಯುನೆಸ್ಕೊ ತನ್ನ ವಿಶ್ವಪರಂಪರೆಯ ಪಟ್ಟಿಯಲ್ಲಿ 1987ರಲ್ಲಿ ಗುರುತಿಸಿತು.

ರಾಜ್ಯ ಮಾತ್ರವಲ್ಲದೆ ಹೊರರಾಜ್ಯ ಮತ್ತು ವಿದೇಶಗಳಿಂದ ಇಲ್ಲಿಗೆ ಶಿಲ್ಪಕಲಾ ಆಸಕ್ತರು ಬರುತ್ತಾರೆ. ಪ್ರವಾಸಿಗರಿಗೆ ಇದು ಒಳ್ಳೆಯ ಸ್ಥಳವೂ ಹೌದು. ಸುತ್ತಲಿನ ಬಾದಾಮಿ, ಐಹೊಳೆಗಳು ಸಹ ಹೆಚ್ಚೆಚ್ಚು ಪ್ರವಾಸಿಗರನ್ನು ಆಕರ್ಷಿಸುತ್ತವೆ. ಕನ್ನಡ ನಾಡಿಗೆ ವಿಶೇಷ ಹೆಮ್ಮೆ ಮತ್ತು ಮಹತ್ವವನ್ನು ತಂದುಕೊಟ್ಟಿರುವ ಬಿಜಾಪುರ ಜಿಲ್ಲೆಯ ಈ ಮೂರು ತಾಣಗಳು ಪ್ರೌಢಶಾಲಾ ಮತ್ತು ಕಾಲೇಜ್ ವಿದ್ಯಾರ್ಥಿಗಳಲ್ಲಿ ನಮ್ಮ ಸಂಸ್ಕೃತಿಯ ಬಗ್ಗೆ ಕುತೂಹಲವನ್ನು ಉಂಟು ಮಾಡುತ್ತವೆ.

18.
ಸುಂದರಬನ್ಸ್
ರಾಷ್ಟ್ರೀಯ ಉದ್ಯಾನ

ಸುಂದರ್‌ಬನ್ಸ್ ಅರಣ್ಯ ಪ್ರದೇಶ ಪಶ್ಚಿಮ ಬಂಗಾಳ ಮತ್ತು ನೆರೆಯ ಬಾಂಗ್ಲಾದೇಶಗಳಲ್ಲಿ ವ್ಯಾಪಿಸಿದೆ. ಒಟ್ಟು 9,630 ಚದರ ಕಿ.ಮೀ.ಗಳಷ್ಟು ವಿಶಾಲದ್ದು. ಇದರಲ್ಲಿ ಶೇಕಡಾ 60ರಷ್ಟು ಬಾಂಗ್ಲಾದೇಶದ ಹದ್ದುಬಸ್ತಿಗೆ, ಶೇಕಡಾ 40ರಷ್ಟು ಭಾರತದ ನಿಯಂತ್ರಣಕ್ಕೆ ಒಳಪಟ್ಟಿದೆ. ಸುಂದರ್‌ಬನ್ಸ್‌ನ

ಒಟ್ಟಾರೆ ಭೂಭಾಗದಲ್ಲಿ 4,264 ಚದರ ಕಿ.ಮೀ.ಗಳಷ್ಟು ಮ್ಯಾಂಗ್ರೋವ ಅರಣ್ಯವಿದೆ. 2,585 ಚದರ ಕಿ.ಮೀ.ಗಳಷ್ಟು ಮೀಸಲು ಪ್ರದೇಶವೆನಿಸಿದೆ. ಭಾರತದಲ್ಲಿ 1,330 ಚದರ ಕಿ.ಮೀ.ಗಳಷ್ಟನ್ನು ಸುಂದರ್‌ಬನ್ಸ್ ರಾಷ್ಟ್ರೀಯ ಉದ್ಯಾನವೆಂದು ಘೋಷಿಸಲಾಗಿದೆ.

ನಮ್ಮ ದೇಶದಲ್ಲಿ ಪಶ್ಚಿಮ ಬಂಗಾಳದ 24 ಪರಗಣ ವಲಯದಲ್ಲಿ

ಸುಂದರ್‌ಬನ್ಸ್ ಹುಲಿ ಮೀಸಲುಧಾಮವನ್ನು ರಚಿಸಲಾಯಿತು. 1978ರಲ್ಲಿ ಹುಲಿಗಳ ವ್ಯವಸ್ಥಿತ ಮತ್ತು ವೈಜ್ಞಾನಿಕ ಸಂರಕ್ಷಣೆಗಾಗಿ ಹುಲಿ ಮೀಸಲು ಧಾಮವನ್ನು ಮೀಸಲು ಅರಣ್ಯಪ್ರದೇಶವೆಂದು ಘೋಷಿಸಲಾಯಿತು. ಸುಂದರ್‌ಬನ್ಸ್ ಜೈವಿಕಮಂಡಲದ ಅಪರೂಪದ ತಾಣವೆಂದು ಮಾನ್ಯ ವಾಗಿದೆ. ತೀರಾ ವೈವಿಧ್ಯಮಯ ಜೀವ ಮತ್ತು ಸಸ್ಯ ಪ್ರಭೇದಗಳನ್ನು ಹೊಂದಿರುವ ಇದನ್ನು ವಿಶ್ವಸಂಸ್ಥೆಯ ಯುನೆಸ್ಕೊ ತನ್ನ ವಿಶ್ವಪರಂಪರೆಯ ಪಟ್ಟಿಯಲ್ಲಿ 1980ರ ದಶಕದಲ್ಲಿ ಗುರುತಿಸಿತು.

ಗಂಗಾ, ಬ್ರಹ್ಮಪುತ್ರ, ಮೇಘನಾ ಮತ್ತದರ ಉಪನದಿಗಳು ಬಂಗಾಳ ಕೊಲ್ಲಿಯತ್ತ ಹರಿಯುವಲ್ಲಿ ಜಗತ್ತಿನಲ್ಲಿಯೇ ಬೃಹದಾಕಾರದ ನದಿಮುಖಜ ಭೂಮಿಯನ್ನು ನಿರ್ಮಿಸಿವೆ. ಅಪರೂಪದ ಮ್ಯಾಂಗ್ರೋವ ಮರಗಳು ಇಲ್ಲಿ ಉದ್ದಗಲಕ್ಕೂ ಬೆಳೆದು ನಿಂತಿವೆ. ವಿಶ್ವದಲ್ಲಿ ಕಂಡುಬರುವ ಒಟ್ಟು 50 ಮ್ಯಾಂಗ್ರೋವ ಪ್ರಭೇದಗಳಲ್ಲಿ 26 ಪ್ರಭೇದಗಳು ಸುಂದರ್‌ಬನ್ಸ್‌ನಲ್ಲಿಯೇ ಇವೆ. ಇಲ್ಲಿನ ಮ್ಯಾಂಗ್ರೋವ ಮರಗಳಲ್ಲಿ ಹೆಚ್ಚಿನವು ಸುಂದರಿ ಮರಗಳು. ಈ ಹಿನ್ನೆಲೆಯಲ್ಲಿ ಈ ಭೂಭಾಗಕ್ಕೆ ಸುಂದರ್‌ಬನ್ಸ್ ಎಂಬ ಹೆಸರು ಬಂದಿದೆ.

ಮ್ಯಾಂಗ್ರೋವ್ ಮರಗಳ ವಿಶಿಷ್ಟತೆ ಎಂದರೆ ಇವು ತಮ್ಮ ಬಿಳಿಲುಗಳ

ಮೂಲಕ ಉಸಿರಾಟ ಪಡೆದುಕೊಳ್ಳುವುದು. ನದಿಗಳು ತುಂಬಿ ಹರಿಯುವಾಗ ಮ್ಯಾಂಗ್ರೋವ ಮರಗಳ ಬುಡ ಸಂಪೂರ್ಣವಾಗಿ ನೀರಿನಲ್ಲಿ ಮುಳುಗಿರುತ್ತವೆ. ಆದರೆ ಮರಗಳ ಮೇಲ್ಭಾಗದಲ್ಲಿರುವ ಬಿಳಿಲು ಅಥವಾ ಮೊನೆಗಳು ಉಸಿರಾಟ ಪ್ರಕ್ರಿಯೆಗೆ ಸಹಾಯಕವೆನಿಸುತ್ತವೆ. ಮಾಂಗ್ರೋವ ಕಾಡುಗಳು ಶತಮಾನಗಳ ಕಾಲದಿಂದ ಈ ಪ್ರದೇಶವನ್ನು ಚಂಡಮಾರುತಗಳಿಂದ ರಕ್ಷಿಸುತ್ತ ಬಂದಿವೆ ಎಂಬುದು ಗಮನಾರ್ಹ ಸಂಗತಿ.

ಸುಂದರ್‌ಬನ್ಸ್ ಪ್ರದೇಶದ ಸುತ್ತಮುತ್ತಲಿನ ಭಾಗಗಳನ್ನು ಮೊಘಲ ದೊರೆಗಳು ಸ್ಥಳೀಯ ಜನರ ಅವಶ್ಯಕತೆಗಾಗಿ ಬಿಟ್ಟುಕೊಟ್ಟಿದ್ದರು. ಆಗ ಇಲ್ಲಿನ ಜನರು ಕೃಷಿ, ತೋಟಗಾರಿಕೆ, ಮೀನುಗಾರಿಕೆ, ಜೇನು ಸಂಗ್ರಹ ಮುಂತಾದವುಗಳಿಗಾಗಿ ಬಳಸಿಕೊಂಡಿದ್ದರು. ಆದರೆ ಆಗ ದಟ್ಟಾರಣ್ಯವಾಗಿದ್ದ ಈ ಪ್ರದೇಶದಲ್ಲಿ ಹುಲಿಗಳ ಉಪಟಳ ಹೆಚ್ಚಾಗಿತ್ತು. ಹೆಚ್ಚಿನ ಸಂಖ್ಯೆಯ ಜನರು ಹುಲಿಗಳಿಗೆ ಬಲಿಯಾಗಿದ್ದರು. ಆದಾಗ್ಯೂ ಕಳ್ಳಕಾಕರು, ಅಪರಾಧಿಗಳು ಇಲ್ಲಿಗೆ ಬಂದು ತಲೆ ಮರೆಸಿಕೊಂಡಿದ್ದರು. ಇಲ್ಲಿ ಕಟ್ಟಲಾದ ಕಟ್ಟಡಗಳನ್ನು 17ನೆಯ ಶತಮಾನದಲ್ಲಿ ಪೋರ್ಚುಗೀಸರು ತಮ್ಮ ವಶಕ್ಕೆ ತೆಗೆದುಕೊಂಡರು. ಬ್ರಿಟಿಷರು ಇವರನ್ನು ಹೊಡೆದೋಡಿಸಿ ತಮ್ಮ ಅಧಿಪತ್ಯ ಸ್ಥಾಪಿಸಿದರು.

ಕ್ರಿ.ಶ. 1764ರಲ್ಲಿ ಬ್ರಿಟಿಷ್ ಈಸ್ಟ್ ಇಂಡಿಯಾ ಕಂಪನಿ ಬಂಗಾಳ ಪ್ರಾಂತ್ಯದ ಉನ್ನತ ಅಧಿಕಾರಿಯ ಮೇಲ್ವಿಚಾರಣೆಯಲ್ಲಿ ಸುಂದರ್‌ಬನ್ಸ್ ಪ್ರದೇಶದ ಚಟುವಟಿಕೆಗಳನ್ನು ನಿಯಂತ್ರಿಸಲು ಆರಂಭಿಸಿತು. ಆದರೆ ಬ್ರಿಟಿಷರಿಗೆ ಕೆಳದರ್ಜೆಯ ಕಾರ್ಮಿಕರ ನಿಯಂತ್ರಣ ಹಾಗೂ ಕೆಳಸ್ತರದ ಇನ್ನಿತರ ಆಡಳಿತ ನಿರ್ವಹಿಸುವುದು ಕಷ್ಟವಾಗಿದ್ದರಿಂದ ಆ ಹೊಣೆಗಾರಿಕೆಯನ್ನು ಜಮೀನ್ದಾರರಿಗೆ ವಹಿಸಿದ್ದರು. 1969ರಲ್ಲಿ ಅರಣ್ಯ ನಿರ್ವಹಣಾ ವಲಯವನ್ನು ರಚಿಸಿದ ಬ್ರಿಟಿಷರು 1975ರಲ್ಲಿ ಮ್ಯಾಂಗ್ರೋವ ಸಂರಕ್ಷಣಾ ಮೀಸಲು

ಪ್ರದೇಶವನ್ನು ಗುರುತಿಸಿದರು. 1903ರಲ್ಲಿ ಡೇವಿಡ್ ಪ್ರೇನ್ ಎಂಬ ಜೀವಶಾಸ್ತ್ರಜ್ಞ ಒಟ್ಟಾರೆ 245 ಜೀವಸಂಕುಲಗಳನ್ನು ಮತ್ತು 334 ಸಸ್ಯ ಪ್ರಬೇಧಗಳನ್ನು ಈ ಪ್ರದೇಶದಲ್ಲಿ ಪತ್ತೆ ಮಾಡಿದ್ದ.

ಸುಂದರ್‌ಬನ್ಸ್ ರಾಷ್ಟ್ರೀಯ ಉದ್ಯಾನದ ಬಗ್ಗೆ ಹೇಳುವುದಾದರೆ ಇದು ವಿಶ್ವಪ್ರಸಿದ್ಧ ರಾಯಲ್ ಬೆಂಗಾಲ್ ಟೈಗರ್ (ಬಂಗಾಳಿ ಹುಲಿ)ಗಳಿಗಾಗಿ ಖ್ಯಾತಿಯಾಗಿದೆ. ಉದ್ಯಾನ ಮತ್ತು ಹುಲಿ ಮೀಸಲು ಅರಣ್ಯಧಾಮಗಳಲ್ಲಿ 250ಕ್ಕೂ ಹೆಚ್ಚು ಹುಲಿಗಳಿವೆ ಎಂದು ಅಂದಾಜಿಸಲಾಗಿದೆ. ಹತ್ತು-ಹದಿನೈದು ವರ್ಷಗಳ ಹಿಂದೆ ಇವುಗಳ ಸಂಖ್ಯೆ ಸುಮಾರು 400ರಷ್ಟಿತ್ತು. ಆದರೆ ಮಾನವನ ಜೊತೆಗಿನ ಸಂಘರ್ಷ, ಕಳ್ಳಕಾಕರ ಬೇಟೆ ಮತ್ತು ಹವಾಮಾನ

ವೈಪರೀತ್ಯದಿಂದಾದ ಬದಲಾವಣೆಯಿಂದಾಗಿ ಇವುಗಳ ಆವಾಸ ಸ್ಥಾನಗಳು ನಾಶಗೊಂಡಿವೆ.

ಬಂಗಾರದ ವರ್ಣ, ಕಪ್ಪು ಪಟ್ಟಿಗಳು, ಬಲಾಢ್ಯತೆಯಿಂದಾಗಿ ಬಂಗಾಳಿ ಹುಲಿಗಳು ನೋಡಲು ಆಕರ್ಷಕ. ನದಿ ನೀರಿನಲ್ಲಿ ಸ್ವಚ್ಛಂದವಾಗಿ ಈಜುವುದನ್ನು ನೋಡುವುದೇ ಮಹದಾನಂದ. ಸ್ಥಳೀಯರು ಇವುಗಳ ಚೆಲ್ಲಾಟವನ್ನು ನೋಡಿ ಪುಳಕಿತರಾಗುತ್ತಾರೆ. ಬಂಗಾಳಿ ಹುಲಿಗಳು ನರಭಕ್ಷಕಗಳು. ಇತ್ತೀಚಿನ ವರ್ಷಗಳಲ್ಲೂ ಅನೇಕರು ಇವುಗಳಿಗೆ ಆಹಾರವಾಗಿದ್ದಾರೆ. ಆದರೆ ಸರ್ಕಾರ ವ್ಯವಸ್ಥಿತ ಮುನ್ನಚ್ಚರಿಕೆಯ ಕ್ರಮಗಳನ್ನು ಕೈಗೊಂಡಿರುವುದರಿಂದ ಸಾವಿನ ಪ್ರಮಾಣ ಶೇಕಡಾ 30ರಷ್ಟು ಇಳಿದಿರುವುದು ನೆಮ್ಮದಿಯ ಸಂಗತಿ. ಪ್ರವಾಸಿಗರಿಗೆ ಹುಲಿಗಳನ್ನು ಮೀಸಲುಧಾಮಗಳಲ್ಲಿ ನೋಡಲು ಸಫಾರಿ ವ್ಯವಸ್ಥೆ ಇದೆ.

ಹುಲಿಗಳ ಹೊರತಾಗಿ 40 ಸಸ್ತನಿ ಪ್ರಭೇದಗಳು, 260 ಪಕ್ಷಿ ಪ್ರಭೇದಗಳು ಮತ್ತು 35 ಉರಗ ಪ್ರಭೇದಗಳನ್ನು ಇಲ್ಲಿ ಕಾಣಬಹುದು. ಕಾಡುಹಂದಿ, ಕಾಡುಕೋಣ, ಚುಕ್ಕೆ ಚುಕ್ಕೆಗಳಿರುವ ಜಿಂಕೆ, ರೆಸೆಸ್ ಜಾತಿಯ ಕೋತಿ, ವಿಭಿನ್ನ ಬಗೆಯ ಮೊಸಳೆ ಮತ್ತು ಆಮೆಗಳು, ಸಾಲ್ವಡಾರ್ ಉಡಗಳು, ಮೀನು ಹಿಡಿಯುವ ಬೆಕ್ಕುಗಳು, ಹಾರುವ ನರಿ ಪ್ರಭೇದದ ಬಾವಲಿಗಳು, ಜಿಗಿಯುವ ಕಪ್ಪೆಗಳು, ಮರಕಪ್ಪೆಗಳು, ಕಾಳಿಂಗ ಸರ್ಪ, ರ್‍ಯಾಟ್ ಸ್ನೇಕ್, ರಸೆಲ್ ವೈಪರ್ಸ್ ಮತ್ತು ನಾಯಿ ಮುಖದ ನೀರು ಹಾವುಗಳು, ಡಾಲ್ಫಿನ್‌ಗಳು, ಕಾಡುಬೆಕ್ಕು, ಚಿತಾಲ್, ಪೆಂಗೊಲಿಯನ್ ಹೀಗೆ ಹಲವು ಬಗೆಯ ಪ್ರಾಣಿ ಸಂಕುಲಗಳಿವೆ. ಗುಬ್ಬಚ್ಚಿ ಗಾತ್ರದಿಂದ ಹಿಡಿದು ರಣಹದ್ದಿನ ಗಾತ್ರದವರೆಗೆ ತೀರಾ ವಿಭಿನ್ನವಾದ ಹಕ್ಕಿಗಳಿವೆ.

ಸುಂದರ್‌ಬನ್ಸ್‌ನಲ್ಲಿ ಉಪ್ಪು ನೀರಿನಾಂಶದ ಹರಿವುಗಳೂ ಇರುವುದ ರಿಂದ ಜೀವಸಂಕುಲಗಳಿಗೆ ಅಲ್ಲಲ್ಲಿ ಸಿಹಿನೀರಿನ ಕೆರೆಗಳನ್ನು ಅಗೆದಿದ್ದಾರೆ. ಇಲ್ಲಿರುವ ಪ್ರಕೃತಿ ಸೊಬಗು ಮತ್ತು ದ್ವೀಪಗಳಲ್ಲಿನ ಜೀವಿಗಳನ್ನು ಉದ್ಯಾನ ಗಳಲ್ಲಿ ನೋಡಲೆಂದು ಪ್ರವಾಸಿಗರು ನಿರಂತರವಾಗಿ ಬರುತ್ತಲೇ ಇರುತ್ತಾರೆ. ಹೊರರಾಜ್ಯಗಳ ಮತ್ತು ವಿದೇಶಗಳ ಜೀವಶಾಸ್ತ್ರಜ್ಞರು ಅಧ್ಯಯನ ಮತ್ತು ಸಂಶೋಧನೆಗಳಿಗಾಗಿ ದೀರ್ಘಾವಧಿಯವರೆಗೆ ತಳವೂರುವುದುಂಟು.

ಸುಂದರ್‌ಬನ್ಸ್ ರಾಷ್ಟ್ರೀಯ ಉದ್ಯಾನ ಹೆಚ್ಚಾಗಿ ಜನಾಕರ್ಷಣೆ ಪಡೆದಿರುವುದನ್ನು ಗಮನಿಸಿದ ರಾಜ್ಯ ಸರ್ಕಾರ ಮತ್ತು ಕೇಂದ್ರ ಪರಿಸರ ಇಲಾಖೆ ಹತ್ತಿರದಲ್ಲಿ ಸಂಜೆಖಾಲಿ, ಲೊಥಿಯಾನ ಮತ್ತು ಹಾಲಿಡೇ ದ್ವೀಪಗಳನ್ನು ಪ್ರವಾಸಿ ತಾಣಗಳನ್ನಾಗಿ ಪರಿವರ್ತಿಸಿವೆ. ದೇಶದ ಏಳು ಪ್ರಾಕೃತಿಕ ವಿಸ್ಮಯಗಳಲ್ಲಿ ಒಂದೆಂದು ಸುಂದರ್‌ಬನ್ಸ್ ಮಾನ್ಯತೆ ಪಡೆದಿದೆ.

ಇಷ್ಟೆಲ್ಲಾ ಹಿರಿಮೆ–ಹೆಗ್ಗಳಿಕೆಯನ್ನು ಹೊಂದಿರುವ ಸುಂದರ್‌ಬನ್ಸ್ ಅತಿಯಾದ ಮಾನವ ಚಟುವಟಿಕೆಗಳಿಂದ ಸೊರಗುತ್ತ ನಡೆದಿದೆ. ಕಳ್ಳಕಾರರನ್ನು ನಿಯಂತ್ರಿಸುವುದು ದೊಡ್ಡ ಸಮಸ್ಯೆ ಎನಿಸಿದೆ. ಸಮುದ್ರಮಟ್ಟ ಏರುತ್ತಿದೆ. ಭೂಸವೆತ ಹೆಚ್ಚಾಗುತ್ತಿದೆ. ಸಮುದ್ರ ಉಕ್ಕೇರಿ ಬಂದಾಗ ಉಪ್ಪಿನ ನೀರು ಸುಂದರ್‌ಬನ್ಸ್‌ನ ದ್ವೀಪಗಳಲ್ಲಿ ನುಗ್ಗಿ ಅಪಾರ ಹಾನಿಯನ್ನುಂಟು ಮಾಡುತ್ತಿದೆ. ತಡೆಗೋಡೆಗಳನ್ನು ನಿರ್ಮಿಸುತ್ತಿದ್ದರೂ ಇವು ಪ್ರಕೃತಿಯ ಅಬ್ಬರದೆದುರು ಸಮರ್ಥವಾಗಿ ನಿಲ್ಲುತ್ತಿಲ್ಲ.

ಪರಿಸರ ನಾಶದಿಂದಾಗಿ ಬಂಗಾಲಿ ಹುಲಿಗಳ ಆಕ್ರಮಣದ ಭೀತಿಯಿಂದ ಅನೇಕರು ತಮ್ಮ ಮೂಲ ನೆಲೆ ಬಿಟ್ಟು ಬೇರೆಡೆಗೆ ಹೋಗುತ್ತಿದ್ದರೆ, ಇನ್ನು ಕೆಲವರು ಖಿನ್ನತೆಯಂತಹ ಕಾಯಿಲೆಗಳಿಗೆ ತುತ್ತಾಗುತ್ತಿದ್ದಾರೆ. ಇವೆಲ್ಲವುಗಳಿಗೆ ಪರಿಹಾರೋಪಾಯಗಳನ್ನು ಕಂಡುಕೊಳ್ಳುವ ಹೊಣೆಗಾರಿಕೆ ಸರ್ಕಾರಗಳ ಮೇಲೆ ಇದೆ.

19.

ಕುತುಬ್ ಮಿನಾರ್

ದೆಹಲಿಯ ಹೆಗ್ಗುರುತುಗಳಲ್ಲಿ ಒಂದೆಂದು ಮಾನ್ಯವಾಗಿರುವುದು ಕುತುಬ್ ಮಿನಾರ್. ನವದೆಹಲಿಯಿಂದ 8 ಮೈಲು ದೂರದಲ್ಲಿದೆ. ಕೆಂಪು ಮರಳುಗಲ್ಲು ಮತ್ತು ಬಿಳಿ ಅಮೃತಶಿಲೆಯ ಹೊದಿಕೆಗಳಿಂದ ಕೂಡಿದ ಮಿನಾರತ್ ಅಥವಾ ಸ್ತಂಭ ಗೋಪುರವಿದು. ಇದರ ಎತ್ತರ 72.5 ಮೀಟರ್‌ಗಳು ಅಥವಾ 239 ಅಡಿಗಳು. ಜಗತ್ತಿನಲ್ಲಿ ಅತಿದೊಡ್ಡ ಇಟ್ಟಿಗೆ ನಿರ್ಮಿತ ಮಿನಾರತ್ ಎಂಬ ಹೆಗ್ಗಳಿಕೆ ಇದರದ್ದು. ಹಾಗೆಯೇ ಅತ್ಯಂತ ಪರಿಪೂರ್ಣ ರೂಪದ ಗೋಪುರವೆನಿಸಿದೆ.

ನೆಲಮಟ್ಟದಲ್ಲಿ 47 ಅಡಿ ವ್ಯಾಸವನ್ನು ಹೊಂದಿರುವ ಇದು ಐದು ಅಂತಸ್ತುಗಳ ಭವ್ಯ ಕಟ್ಟಡ. ಪ್ರತಿ ಅಂತಸ್ತಿನಲ್ಲಿ ಸುಂದರ ಶಿಲ್ಪ ಕೆಲಸದಿಂದ ಅಲಂಕೃತವಾದ ಮೊಗಸಾಲೆಗಳಿವೆ. ಕುರಾನಿನ ಸಂಕ್ಷಿಪ್ತ ಸಂದೇಶಗಳನ್ನು ಕೆತ್ತಿಸಲಾಗಿದೆ. ಕುಫಿ ಶೈಲಿಯ ಕೆತ್ತನೆ ಮತ್ತು ಇಸ್ಲಾಮಿಕ್ ಕ್ಯಾಲಿಗ್ರಾಫಿಯಿಂದಾಗಿ ಹೆಚ್ಚಿನ ಮೆರಗನ್ನು ಪಡೆದಿದೆ. ಮಿನಾರತಿನ ತುದಿಯನ್ನು ತಲುಪಲು 379 ಮೆಟ್ಟಿಲುಗಳನ್ನು ಏರಬೇಕು.

ಇದನ್ನು ಕಟ್ಟಿಸಿದವ ಕುತುಬ್ ಉದ್ ದಿನ್ ಐಬಕ್. ಈ ಸ್ಮಾರಕ ಕಟ್ಟಲು ಆರಂಭಿಸಿದವ ಐಬಕ್. ಅಡಿಪಾಯ ಮತ್ತು ಮೊದಲ ಅಂತಸ್ತು ಕಟ್ಟಿಸಿದ ಬಳಿಕ ಸಾವನ್ನಪ್ಪಿದ. ನಂತರ ಇವನ ಅಳಿಯ ಶಮ್ಸುದ್ದೀನ್ ಇಲ್ತಮಿಷ್ ನಾಲ್ಕು ಅಂತಸ್ತುಗಳನ್ನು ಕಟ್ಟಿಸಿ ಸಾರ್ಥಕತೆ ಪಡೆದ. ಚರಿತ್ರೆಯ ಪುಟಗಳಲ್ಲಿ ಕುತುಬ್ ಮಿನಾರ್ ಕಟ್ಟಡದ ಉಪಸ್ಥಿತಿಯ ಕುರಿತು ಹೆಚ್ಚಿನ ಮಾಹಿತಿಗಳಿವೆ. ಇದು ಮೊದಲಿಗೆ ಹಿಂದೂಗಳಿಂದ ಕಟ್ಟಿದ ಗೋಪುರ ವಾಗಿತ್ತು. ಸಮುದ್ರಗುಪ್ತನ ಮಗನಾದ

ಎರಡನೆಯ ಚಂದ್ರಗುಪ್ತ ಇದನ್ನು ಕಟ್ಟಿಸಿರಬೇಕು, ಆಗ ಇದೊಂದು ವೀಕ್ಷಣಾಲಯವಾಗಿತ್ತು ಎಂದು ಕೆಲವು ಇತಿಹಾಸಕಾರರು ಹೇಳಿದ್ದಾರೆ.

ಇನ್ನು ಕೆಲವು ಚರಿತ್ರೆಕಾರರು ಆಗಿನ ಧಿಲ್ಲಿಕಾ ಪಟ್ಟಣದಲ್ಲಿನ ಲಾಲ್ ಕೋಟ್ ಕೋಟೆಯ ಅಳಿದುಳಿದ ಭಾಗವನ್ನೇ ಉಪಯೋಗಿಸಿಕೊಂಡು ಕುತುಬ್ ಉದ್ ದಿನ್ ಐಬಕ್ ಭವ್ಯ ಮಿನಾರತ್ ನಿರ್ಮಿಸಲು ಮುಂದಾದ ಎನ್ನುತ್ತಾರೆ. ಧಿಲ್ಲಿಕಾ ಪಟ್ಟಣದ ಲಾಲ್ ಕೋಟ್ ಹಿಂದೆ ತೋಮಾರರು ಮತ್ತು ರಜಪೂತ ಚೌಹಾಣರ ಅಧೀನದಲ್ಲಿತ್ತು.

ಭಾರತದ ಮೇಲೆ ಮೊಹಮ್ಮದ್ ಘೋರಿ ಎರಡನೆಯ ಬಾರಿ ಕ್ರಿ.ಶ. 1192ರಲ್ಲಿ ದಂಡೆತ್ತಿ ಬಂದು ಪೃಥ್ವಿರಾಜ್ ಚೌಹಾನ್‌ನನ್ನು ಎರಡನೇ ತರೈನ್ ಯುದ್ಧದಲ್ಲಿ ಸೋಲಿಸಿದ ಬಳಿಕ ಉತ್ತರ ಭಾರತದಲ್ಲಿ ಹಿಂದೂ ರಾಜರ ಆಳ್ವಿಕೆ ಅಂತ್ಯಗೊಂಡಿತು. ಮುಂದೆ ಬ್ರಿಟಿಷರು ತಮ್ಮ ವಶಕ್ಕೆ ತೆಗೆದುಕೊಳ್ಳುವವರೆಗೆ ಉತ್ತರ ಭಾರತ ಬಹುತೇಕವಾಗಿ ವಿದೇಶಿ ಮೂಲದ ವಿವಿಧ ದೊರೆಗಳ ಅಧೀನದಲ್ಲಿ ಇತ್ತು.

ಮೊಹಮ್ಮದ್ ಘೋರಿಯ ಕೈಕೆಳಗೆ ಆಡಳಿತಾಧಿಕಾರಿ (ವೈಸರಾಯ್) ಯಾಗಿದ್ದ ಕುತುಬ್ ಉದ್ ದಿನ್ ಐಬಕ್ ಘೋರಿಯ ವಿಜಯದ ಕುರುಹಾಗಿ ಕುತುಬ್ ಮಿನಾರ್ ನಿರ್ಮಿಸಲು ಮುಂದಾದ. ಈತ ಮಮಲಕ್ (ಗುಲಾಮಿ) ವಂಶದ ದೊರೆಯಾಗಿದ್ದ. ಇಂದಿಗೂ ಕುತುಬ್ ಮಿನಾರ್ ಇಸ್ಲಾಮಿಕ್ ಆಳರಸರಿಗೆ ಸಂಬಂಧಿಸಿದಂತೆ ಮಹತ್ವದ್ದೂ ಮತ್ತು ಮಹೋನ್ನತ ವಿಜಯ ಗೋಪುರ ಎನಿಸಿದೆ. ಅಂದರೆ ಐಬಕ್ ಹೊರತಾಗಿ ಬೇರೆ ಯಾವ ಇಸ್ಲಾಂ ದೊರೆ ಭಾರತದಲ್ಲಿಯೇ ಆಗಲೀ ಹೊರದೇಶದಲ್ಲಿಯೇ ಆಗಲೀ ಇಷ್ಟೊಂದು ಭವ್ಯ ಮತ್ತು ಎತ್ತರದ ವಿಜಯ ಗೋಪುರವನ್ನು ನಿರ್ಮಿಸಲಿಲ್ಲ.

ಐಬಕ್ ಮಿನಾರತ್ ಅನ್ನು ಉಷ್ ನಗರದ ಬುಖ್ತಿಯಾರ್ ಕಾಕಿ ಎಂಬ ಸಂತನಿಗೆ ನಮನ ಸಲ್ಲಿಸಲು ಕಟ್ಟಿಸಿದನೆಂದೂ ಹೇಳಲಾಗಿದೆ. ಮೊದಲು ಸ್ವಲ್ಪ ಕಾಲ ಮುಸಲ್ಮಾನರನ್ನು ಪ್ರಾರ್ಥನೆಗೆ ಕರೆಯಲು ಉಪಯೋಗಿಸಲ್ಪಟ್ಟರೂ ಮುಂದೆ ಸ್ಮಾರಕಸ್ತಂಭವೆಂದು ಮಾನ್ಯವಾಯಿತು. ಮಿನಾರತಿನ ಕೆಳಗಿನ ಮೂರು ಅಂತಸ್ತುಗಳು ಬೆಣಚು ಕಲ್ಲಿನಿಂದ ಕಟ್ಟಲ್ಪಟ್ಟು, ಕೆಮ್ಮರಳು ಶಿಲೆಯ ಹೊದಿಕೆಯಿಂದ ಕೂಡಿವೆ. 4 ಮತ್ತು 5ನೆಯ ಅಂತಸ್ತುಗಳು ಕೆಂಪು ಶಿಲೆಯಿಂದ ನಿರ್ಮಿತವಾಗಿ ಅಮೃತಶಿಲೆಯ ಹೊದಿಕೆಯನ್ನು ಹೊಂದಿವೆ. ಕುತುಬ್ ಮಿನಾರಿನ ಎಲ್ಲಾ ಅಂತಸ್ತುಗಳು ಶಾಸನಗಳ ಸಾಲುಗಳಿಂದಲೂ ಹೂವಿನ ಕೆತ್ತನೆಗಳಿಂದ ಅಲಂಕೃತವಾಗಿವೆ.

ಕ್ರಿ.ಶ. 1368ರಲ್ಲಿ ಸಿಡಿಲು ಬಡಿದು ಮೇಲಿನ ಅಂತಸ್ತು ಸಂಪೂರ್ಣವಾಗಿ ಹಾನಿಗೊಳಗಾಯಿತು. ಆಗ ತುಘಲಕ್ ವಂಶದ ಫಿರೋಜ್ ಶಹಾ ನಾಲ್ಕು ಮತ್ತು ಅಂತಸ್ತುಗಳನ್ನು ಹೊಸದಾಗಿ ನಿರ್ಮಿಸಿದ. ಬಿಳಿ ಅಮೃತಶಿಲೆ ಮತ್ತು ಮರಳುಶಿಲೆಯಿಂದ ಮೇಲಿನೆರಡು ಅಂತಸ್ತುಗಳನ್ನು ಪುನರ್ನಿರ್ಮಾಣ ಮಾಡಿ ಕೆಲವು ಬದಲಾವಣೆಗಳನ್ನು ಮಾಡಿದ. ತುಘಲಕ್ ಕಾಲದಲ್ಲಿ ರೂಢಿಯಲ್ಲಿದ್ದ ವಾಸ್ತುಶಿಲ್ಪದ ಮೆರಗು ನೀಡಿದ.

1503ರಲ್ಲಿ ಈ ಸ್ತಂಭಕ್ಕೆ ಮತ್ತೊಮ್ಮೆ ಸಿಡಿಲು ಬಡಿಯಿತು. ಆಗ ಸಿಕಂದರ್ ಲೋಧಿ ದುರಸ್ತಿ ಕಾರ್ಯ ಕೈಗೆತ್ತಿಕೊಂಡ. ಲೋಧಿ ಆಳ್ವಿಕೆಯಲ್ಲಿನ ಕೆಲವು ಶಿಲ್ಪಿಗಳು ವಿಭಿನ್ನ ಮಾದರಿಯ ಅಲಂಕಾರ ನೀಡಿದರು. ಮುಂದೆ 1782 ಮತ್ತು 1802ರಲ್ಲಿ ಭೂಕಂಪಗಳಿಂದಾಗಿ ಸ್ವಲ್ಪ ಮಿನಾರತ್ ನಲುಗಿತ್ತು. ಕೆಲವು ಭಾಗಗಳಿಗೆ ಧಕ್ಕೆಯಾಗಿತ್ತು. 1802ರಲ್ಲಿನ ಭೂಕಂಪದ ವೇಳೆ ಮೇಲಿನ ಗುಮ್ಮಟದ ಒಳಮಾಳಿಗೆ ಕುಸಿದು ಬಿದ್ದಿತ್ತಲ್ಲದೆ, ಇದಕ್ಕೆ ಆಧಾರವಾಗಿದ್ದ ಸ್ತಂಭವೂ ಹಾನಿಗೊಳಗಾಗಿತ್ತು.

1823ರಲ್ಲಿ ರಾಯಲ್ ಇಂಜಿನಿಯರ್ಸ್ ವಿಭಾಗದ ಮೇಜರ್ ಆರ್.ಸ್ಮಿತ್ ಒಳಮಾಳಿಗೆಯ ಬದಲಿಗೆ ಅಲ್ಲಿ ಬಂಗಾಳಿ ವಾಸ್ತುಶಿಲ್ಪದ ಛತ್ತರಿ ಮಾದರಿಯ ಆಧಾರವನ್ನು ಜೋಡಿಸಿದ. ಅಲ್ಲದೆ ಫಿರೋಜ್ ಶಹಾ ಕಟ್ಟಿಸಿದ್ದ ಕೋಣೆ ಇಲ್ಲವೆ ಪೆವಿಲಿಯನ್ ಬದಲಿಗೆ ಹೊಸದೊಂದು ಪೆವಿಲಿಯನ್ ನಿರ್ಮಿಸಿದ. ಆದರೆ 1848ರಲ್ಲಿ ಲಾರ್ಡ್ ಹಾರ್ಡಿಂಜ್ ಇದನ್ನು ಮತ್ತೆ ಪರಿವರ್ತನೆ

ಮಾಡಿದ. ಹೀಗೆ ಹಲವು ಬಾರಿ ಕುತುಬ್ ಮಿನಾರ್ ಬದಲಾವಣೆಗಳನ್ನು ಕಂಡಿದೆ. ವಿಭಿನ್ನ ಕಾಲಘಟ್ಟಗಳಲ್ಲಿ ದುರಸ್ತಿ ಮತ್ತು ಪುನರ್ನಿರ್ಮಾಣಗಳನ್ನು ಕಂಡರೂ ಕುತುಬ್ ಮಿನಾರಿನ ಮೂಲ ಸ್ವರೂಪವನ್ನು ಬದಲಿಸಿಲ್ಲ.

ಮಿನಾರ್ ಪಕ್ಕದಲ್ಲಿ ಕುವತ್ ಉಲ್ ಇಸ್ಲಾಂ ಹೆಸರಿನ ದೊಡ್ಡ ಮಸೀದಿ ಇದೆ. ಇದು ಭಾರತದಲ್ಲಿ ಕಟ್ಟಲ್ಪಟ್ಟ ಮೊದಲ ಮಸೀದಿ ಎಂಬ ಹಿರಿಮೆಗೂ ಪಾತ್ರವಾಗಿದೆ. ಇದರಲ್ಲಿ ಹಿಂದೂ ವಾಸ್ತುಶಿಲ್ಪದ ಛಾಯೆ ಇದೆ.

ಮಿನಾರ್‌ನ ಇನ್ನೊಂದು ಪಕ್ಕದಲ್ಲಿ ಕಬ್ಬಿಣದ ಬೃಹತ್ ಸ್ತಂಭವಿದೆ. ಆರು ಟನ್ ತೂಕವುಳ್ಳ ಇದು 24 ಅಡಿಗಳಷ್ಟು ಎತ್ತರವಿದೆ. ಕ್ರಿ.ಶ. ನಾಲ್ಕನೆಯ ಶತಮಾನದಲ್ಲಿ ಭಾರತೀಯರಿಗೆ ಲೋಹವಿಜ್ಞಾನದ ಬಗ್ಗೆ ಅರಿವಿದ್ದ ಕುರುಹಾಗಿ ಕುತುಬ್ ಮಿನಾರ್ ಆವರಣದಲ್ಲಿಯೇ ಕಬ್ಬಿಣದ ಸ್ತಂಭವಿರುವುದು ವಿಶೇಷ.

ಕಬ್ಬಿಣದ ಸ್ತಂಭವನ್ನು ಚಂದ್ರ ಎಂಬ ಧೀಮಂತ ದೊರೆಯ ನೆನಪಿಗಾಗಿ ನಿರ್ಮಿಸಲಾಗಿದೆ ಐತಿಹ್ಯವೂ ಇದೆ. ಕಬ್ಬಿಣದ ಸ್ತಂಭವನ್ನು ಸಂಸ್ಕೃತದಲ್ಲಿ ವಿಷ್ಣುಧ್ವಜವೆಂದೂ ಉಲ್ಲೇಖಿಸಲಾಗಿದೆ. ಗರುಡನ ಚಿತ್ರಣವನ್ನೂ ಈ ಸ್ತಂಭ ಹೊಂದಿದೆ. ಇದನ್ನು ಸಹ ಐಬಕ್‌ನಿಂದ ಬ್ರಿಟಿಷರವರೆಗೂ ಎಲ್ಲರೂ ಸಂರಕ್ಷಿಸಿದ್ದಾರೆ.

ಈ ಸ್ತಂಭವನ್ನು ನಿರ್ಮಿಸಿ 16 ಶತಮಾನಗಳು ಕಳೆದಿದ್ದರೂ ಮಳೆ-ಬಿಸಿಲು, ಗಾಳಿ ಹೊಡೆತಕ್ಕೆ ಗುರಿಯಾಗಿದ್ದರೂ ಸ್ವಲ್ಪವೂ ಇದಕ್ಕೆ ತುಕ್ಕು ಹಿಡಿದಿಲ್ಲ. ಇದರ ಮೇಲೆ ಚಂದ್ರಗುಪ್ತ ವಿಕ್ರಮಾದಿತ್ಯನ ವಿಜಯಗಳನ್ನು ಸಾರುವ ಕೆತ್ತಿರುವ ಶಾಸನಗಳಿವೆ. ಇವು ಇನ್ನೂ ಮಾಸಿಲ್ಲ. ಕುತುಬ್ ಮಿನಾರ್ ಮತ್ತದರ ಆವರಣದಲ್ಲಿನ ಸ್ಮಾರಕಗಳನ್ನು ಯುನೆಸ್ಕೊ 1993ರಲ್ಲಿ ಮಹತ್ವದ್ದವೆಂದು ತನ್ನ ವಿಶ್ವ ಪರಂಪರೆಯ ಪಟ್ಟಿಯಲ್ಲಿ ಗಣನೆಗೆ ತೆಗೆದುಕೊಂಡಿತು.

20.
ನೀಲಗಿರಿ ಪರ್ವತ ರೈಲು

ಬ್ರಿಟಿಷರ ಕಾಲದಲ್ಲಿ ಭಾರತದಲ್ಲಿ ಕೆಲವು ಅದ್ಭುತ ಕಾಮಗಾರಿಗಳನ್ನು ಹಮ್ಮಿಕೊಳ್ಳಲಾಯಿತು. ಇವುಗಳಲ್ಲಿ ಇಂಜಿನಿಯರಿಂಗ್ ತಂತ್ರಜ್ಞಾನದ ಪರಾಕಾಷ್ಠತೆಯದ್ದು ಎನ್ನಬಹುದಾದ ಕಾಮಗಾರಿ ಎಂದರೆ ನೀಲಗಿರಿ ಪರ್ವತ ರೈಲು ಮಾರ್ಗ. ತಮಿಳುನಾಡಿನ ಮೆಟ್ಟುಪಾಳ್ಯಮ್‌ನಿಂದ ಊಟಿವರೆಗಿನ ಅತ್ಯಂತ ಕಡಿದಾದ ಪರ್ವತ ಮತ್ತು ಕಾಡುಪ್ರದೇಶದಲ್ಲಿ ನಿರ್ಮಿಸಲಾದ 46 ಕಿ.ಮೀ.ಗಳ ಉದ್ದದ ರೈಲು ಮಾರ್ಗ ದೇಶದ ಇಂಜಿನಿಯರಿಂಗ್ ಕ್ಷೇತ್ರದಲ್ಲಿಯೇ ಅಪರೂಪವೆನಿಸಿದೆ.

ಕಲ್ಲುಬಂಡೆಗಳಿಂದಲೂ ವ್ಯಾಪಿಸಿದ ಈ ಭಾಗದಲ್ಲಿ ರೈಲು ಮಾರ್ಗವನ್ನು ನಿರ್ಮಿಸುವ ಪ್ರಸ್ತಾಪ ಬಂದಾಗ ಇದನ್ನು ಕಾರ್ಯಗತಗೊಳಿಸುವುದು ಸಾಧ್ಯವೇ? ಎಂಬ ಪ್ರಶ್ನೆ ಕಾಡಿದ್ದು ಸಹಜ. ಆದರೆ ಮಾನವನ ಇಚ್ಛಾಶಕ್ತಿ ಗೆಲುವು ಸಾಧಿಸಿತು. ನೀಲಗಿರಿ ಪರ್ವತ ಮಾರ್ಗವಾಗಿ ರೈಲು ಹಳಿಯನ್ನು

ನಿರ್ಮಿಸಬೇಕೆಂಬ ಯೋಜನೆಯನ್ನು 1985ರಲ್ಲಿ ರೂಪಿಸಲಾಯಿತು. ಆದರೆ ನಿರ್ಮಾಣ ಕಾಮಗಾರಿ ಪೂರ್ಣಗೊಂಡಿದ್ದು 45 ವರ್ಷಗಳ ನಂತರ. 1899ರಲ್ಲಿ ನಿರ್ಮಾಣಗೊಂಡಿದ್ದ ಹಳಿಯ ಮೇಲೆ ಮೊದಲ ಬಾರಿ ರೈಲು ಸಂಚರಿಸಿತು. ಆಗ ಮೆಟ್ಟುಪಾಳ್ಯಮ್‌ನಿಂದ ಕೂನೂರ್‌ವರೆಗೆ ಹಳಿಯ ಜೋಡಣೆಯಾಗಿತ್ತು. ಇದರ ಕಾಮಗಾರಿಯನ್ನು ನೀಲಗಿರಿ ರೈಲ್ವೆ ಕಂಪನಿ ನಿಭಾಯಿಸಿತ್ತು. 1903ರಲ್ಲಿ ಊಟಿಯವರೆಗೆ ರೈಲು ಮಾರ್ಗವನ್ನು ವಿಸ್ತರಿಸಲಾಯಿತು.

ಈಗ ಮೆಟ್ಟುಪಾಳ್ಯಮ್‌ನಿಂದ ಊಟಿವರೆಗಿನ 46 ಕಿ.ಮೀ.ಗಳ ಅಂತರದ ಮಾರ್ಗವನ್ನು ನೀಲಗಿರಿ ರೈಲು ನಾಲ್ಕೂವರೆ ತಾಸುಗಳಲ್ಲಿ ಕ್ರಮಿಸುತ್ತದೆ. ಕಡಿದಾದ ಮಾರ್ಗ, ತಿರುವುಗಳು ಮತ್ತು ಏರಿಳಿತಗಳು ಮಾರ್ಗದುದ್ದಕ್ಕೂ ಇರುವುದರಿಂದ ರೈಲು ಪ್ರತಿ ಗಂಟೆಗೆ 10.4 ಕಿ.ಮೀ. ವೇಗದಲ್ಲಿ ಅಂದರೆ ನಿಧಾನವಾಗಿ ಕ್ರಮಿಸುತ್ತದೆ. ಸುರಕ್ಷತೆಯ ದೃಷ್ಟಿಯಿಂದ ವೇಗವನ್ನು ನಿಯಂತ್ರಿಸಲಾಗಿದೆ.

ಮುಂಜಾನೆ 7.45ಕ್ಕೆ ಮೆಟ್ಟುಪಾಳ್ಯಮ್‌ನಿಂದ ಸಂಚಾರ ಆರಂಭಿಸುವ ರೈಲು ಮಧ್ಯಾಹ್ನ 12.30ಕ್ಕೆ ಊಟಿಯನ್ನು ತಲುಪುತ್ತದೆ. ಊಟಿಯಿಂದ 2.00 ಗಂಟೆಗೆ ಹೊರಡುವ ರೈಲು ಮೆಟ್ಟುಪಾಳ್ಯಮ್‌ಗೆ 6.30ಕ್ಕೆ ತಲುಪುತ್ತದೆ. ಆರಂಭದಲ್ಲಿ ಮದ್ರಾಸ್ ರೈಲ್ವೆ ಕಂಪನಿಯ ಮೇಲ್ವಿಚಾರಣೆಗೆ ಒಳಪಟ್ಟಿದ್ದ ಇದನ್ನು ನಂತರ ಭಾರತೀಯ ರೈಲ್ವೆ ತನ್ನ ಅಧೀನಕ್ಕೆ ತೆಗೆದುಕೊಂಡಿತು.

ಕೂನೂರ್ ನಿಲ್ದಾಣ ಮೆಟ್ಟುಪಾಳ್ಯಮ್ ಮತ್ತು ಊಟಿಗಳ ನಡುವಿನ ಮುಖ್ಯ ಸಂಪರ್ಕ ನಿಲ್ದಾಣ. ಮೆಟ್ಟುಪಾಳ್ಯಮ್‌ನಿಂದ ಕೂನೂರ್‌ವರೆಗೆ ಐದು ನಿಲ್ದಾಣಗಳಿವೆ. ಇವುಗಳೆಂದರೆ ಕಲ್ಲಾರ್, ಅಡ್ಡೆರ್ಲಿ, ಹಿಲ್ ಗ್ರೂವ್, ರನ್ನಿಮೆಡೆ ಮತ್ತು ಕಟೆರಿ. ಮತ್ತೊಂದೆಡೆ ಕೂನೂರ್ ಮತ್ತು ಊಟಿಗಳನ್ನು ಸಹ ಐದು ನಿಲ್ದಾಣಗಳು ಸಂಧಿಸುತ್ತವೆ. ವೆಲ್ಲಿಂಗ್ಟನ್, ಅರುವಂಕಾಡುಲ್, ಕೆತ್ತಿ, ಲೊವೆಡಾಲ್ ಮತ್ತು ಫರ್ನ್‌ಹಿಲ್ ಇವು ಆ ಐದು ನಿಲ್ದಾಣಗಳು.

ಮೆಟ್ಟುಪಾಳ್ಯಮ್‌ನಿಂದ ಕಲ್ಲಾರ್‌ವರೆಗಿನ 7 ಕಿ.ಮೀ.ಗಳ ಮಾರ್ಗದ ಆಸುಪಾಸಿನಲ್ಲಿ ಭತ್ತದ ಗದ್ದೆಗಳಿವೆ. ಇವಾದ ಬಳಿಕ ಮುಂದಿನ 21 ಕಿ.ಮೀ.ಅಂತರದಲ್ಲಿ ಕಡಿದಾದ ಕಲ್ಲುಬಂಡೆಗಳ ಮಾರ್ಗವೇ ವ್ಯಾಪಿಸಿದೆ.

ತಿರುವು ಮುರುವು ಮತ್ತು ಸುರಂಗಗಳ ಮೂಲಕವೇ ರೈಲು ಸಾಗುತ್ತದೆ. ಇಲ್ಲಿ ನಿಧಾನವಾಗಿ ಕ್ರಮಿಸುವ ರೈಲು ನಂತರ ಕ್ರಮೇಣವಾಗಿ ಎತ್ತರದ ಪ್ರದೇಶದ ಪಥಕ್ಕೆ ಸಂಪರ್ಕ ಪಡೆದುಕೊಂಡು ಕೂನೂರನ್ನು ಸೇರುತ್ತದೆ.

ಇಲ್ಲಿನ ಪರ್ವತ ಭಾಗ ಚಹಾ ತೋಟಗಳಿಗಾಗಿ ಹೆಸರಾಗಿದೆ. ಚಹಾ ತೋಟಗಳನ್ನು ದಾಟಿದ ಬಳಿಕ ರೈಲು ಇನ್ನು ಹೆಚ್ಚಿನ ಎತ್ತರದ ಸಂಪರ್ಕ ಸಾಧಿಸುತ್ತದೆ. ಆಗ 2,218 ಮೀಟರ್‌ಗಳಷ್ಟು ಎತ್ತರವೆನಿಸಿರುವ ಫರ್ನ್ ಹಿಲ್ ಸಿಗುತ್ತದೆ. ಇಲ್ಲಿಂದ ಮುಂದಿನದು ಊಟಿಯ ಮಾರ್ಗ. ಊಟಿ 2,600 ಮೀಟರ್‌ಗಳ ಎತ್ತರದಲ್ಲಿದೆ.

ನಾಲ್ಕೂವರೆ ತಾಸುಗಳ ಪರ್ವತ ರೈಲಿನಲ್ಲಿನ ಪ್ರಯಾಣ ಅತ್ಯಂತ ಖುಷಿ ಕೊಡುತ್ತದೆ. ಕಲ್ಲಾರ್‌ನಲ್ಲಿನ ನೀಲಿ ಬೆಟ್ಟಗಳು, ಚಹದ ತೋಟಗಳು, ನೀಲಗಿರಿ ಮರಗಳ ಸಾಲುಗಳು, ಹಚ್ಚಹಸಿರಿನ ವನರಾಶಿಯ ಸಿರಿ, ಅಲ್ಲಲ್ಲಿ ಕಾಣಸಿಗುವ ಝರಿಗಳು, ಬೆಟ್ಟದ ಮೇಲಿಂದ ಜಾರುವ ಕಿರು ಜಲಧಾರೆಗಳು ಇವೆಲ್ಲವುಗಳ ಮನಮೋಹಕ ನೋಟಗಳಿಂದಾಗಿ ಸಂಚಾರ ತುಂಬಾ ಅಹ್ಲಾದಕರ. ಊಟಿಯಂತೂ ದಕ್ಷಿಣ ಭಾರತದ ಗಿರಿಧಾಮಗಳ ರಾಣಿ ಎಂದೇ ಪ್ರಸಿದ್ಧವಾಗಿದೆ. ಇಲ್ಲಿಗೆ ಹತ್ತಿರದ ನಿಸರ್ಗ ಸೌಂದರ್ಯಕ್ಕೆ ಮಾರು ಹೋಗದವರೇ ಇಲ್ಲ.

ನೀಲಗಿರಿ ಪರ್ವತ ರೈಲಿನ ಬೋಗಿಗಳು ಗುಣಮಟ್ಟದ ಮತ್ತು ಗಟ್ಟಿಮುಟ್ಟಾದ ಕಟ್ಟಿಗೆಗಳಿಂದ ಮಾಡಿದಂಥವು. ಕಡಿದಾದ ಪರ್ವತ ಮಾರ್ಗದಲ್ಲಿ ಮತ್ತು ಸೇತುವೆಗಳ ಮೇಲೆ ಸುರಕ್ಷಿತವಾಗಿ ಸಂಚರಿಸಲು ಹಗುರವಾದ ಕಟ್ಟಿಗೆಯ ಕೋಚ್‌ಗಳನ್ನು ನಿರ್ಮಿಸಲಾಗಿದೆ. ಇವು ಕಾಲಕಾಲಕ್ಕೆ ನವೀಕರಣಗೊಳ್ಳುತ್ತಿರುತ್ತವೆ. ರೈಲಿನ ಕಿಟಕಿಗಳು ಮಾಮೂಲಿ ರೈಲಿಗಿಂತ ದೊಡ್ಡವು. ಆರಾಮವಾಗಿ ಕುಳಿತು ಪ್ರಕೃತಿಸಂಬಂಧಿ ದೃಶ್ಯಗಳನ್ನು ನೋಡಲು ಅನುಕೂಲವೆನಿಸಿವೆ.

ರೈಲಿನ ಹಿಂಭಾಗ ಮತ್ತು ಮುಂಭಾಗಗಳಲ್ಲಿ ಇಂಜಿನ್‌ಗಳಿವೆ. ಎತ್ತರ ಇಲ್ಲವೇ ಏರುಮುಖದ ಪ್ರದೇಶದಲ್ಲಿ ಹಿಂದಿನ ಇಂಜಿನ್ ರೈಲಿಗೆ ಸಮತೋಲನ ಒದಗಿಸಿದರೆ, ಇಳಿಜಾರಿನ ಪ್ರದೇಶದಲ್ಲಿ ಮುಂದಿನ ಇಂಜಿನ್ ನಿಯಂತ್ರಣ ಸಾಧಿಸುತ್ತದೆ. ತಿರುವು ಮುರುವು ಮತ್ತು ಸೇತುವೆಗಳನ್ನು

ದಾಟುವಾಗ ಎರಡೂ ಇಂಜಿನ್‌ಗಳ ನಡುವೆ ಸಂಯೋಜನೆ ಇರುತ್ತದೆ. ಮಾಮೂಲಿ ಲೊಕೊಮೋಟಿವ್ ಇಂಜಿನ್‌ಗಳಲ್ಲಿ ಎರಡು ಸಿಲಿಂಡರ್‌ಗಳಿದ್ದರೆ, ಈ ರೈಲಿನಲ್ಲಿ ನಾಲ್ಕು ಸಿಲಿಂಡರ್‌ಗಳ ವ್ಯವಸ್ಥೆ ಇದೆ.

ನೀಲಗಿರಿ ಪರ್ವತ ರೈಲುಗಳಿಗಾಗಿಯೇ ಎಕ್ಸ್ ಕ್ಲಾಸ್ ಸ್ಟೀಮ್ ರ್‍ಯಾಕ್ ಲೊಕೊಮೋಟಿವ್‌ಗಳನ್ನು ಸ್ವಿಸ್ ಲೊಕೊಮೋಟಿವ್ ಅಂಡ್ ಮಷೀನ್ ವರ್ಕ್ಸ್ ಆಫ್ ವಿಂಟರ್‌ಥರ್ ನಿರ್ಮಿಸಿಕೊಟ್ಟಿದೆ. 13 ಸುರಂಗ ಮಾರ್ಗಗಳ ಮೂಲಕ ಹಾಯುವ ರೈಲು ಒಟ್ಟು 27 ಸೇತುವೆಗಳನ್ನು ದಾಟುತ್ತದೆ. ಕೆಲವು ಸೇತುವೆಗಳನ್ನು ಭಾರೀ ಬಂದೋಬಸ್ತಿನಲ್ಲಿ ನಿರ್ಮಿಸಲಾಗಿದೆ. ಸೇತುವೆಗಳಿರುವಲ್ಲಿ ಹೆಚ್ಚಿನ ಕಬ್ಬಿಣವನ್ನು ಬಳಸಿ ಗಟ್ಟಿಮುಟ್ಟಾದ ಸೇತುವೆ ತಳಪಾಯವನ್ನು ಹಾಕಿದ್ದಾರೆ. ಒಟ್ಟು 120ಕ್ಕೂ ಹೆಚ್ಚು ತಿರುವುಗಳಿವೆ.

ಊಟಿಯ ಬಗ್ಗೆ ಸಂಕ್ಷಿಪ್ತವಾಗಿ ಹೇಳುವುದಾದರೆ ಇದು ಹಿಂದೆ ಮದ್ರಾಸ್ ರಾಜ್ಯದ ಬೇಸಿಗೆ ರಾಜಧಾನಿಯಾಗಿತ್ತು. ಇಲ್ಲಿನ ಸಸ್ಯೋದ್ಯಾನ ಹೆಸರುವಾಸಿ. ಮೆಟ್ಟಿಲು–ಮೆಟ್ಟಿಲಾಗಿರುವ ನೆಲದಲ್ಲಿರುವ ಈ ಉದ್ಯಾನದಲ್ಲಿ 650 ಕ್ಕೂ ಹೆಚ್ಚಿನ ಗಿಡಮರಗಳಿವೆ. ಕೃತಕವಾಗಿ ನಿರ್ಮಿಸಿದ 2 ಮೈಲು ಉದ್ದದ ಸರೋವರವಿದೆ. ಸಮೀಪದಲ್ಲಿ ಕುದುರೆ ಸವಾರಿಗೆ ವ್ಯವಸ್ಥೆ ಇದೆ. ಊಟಿಯಿಂದ 6 ಮೈಲು ದೂರದ ದೊಡ್ಡಬೆಟ್ಟ ನೀಲಗಿರಿ ಶ್ರೇಣಿಗಳಲ್ಲಿಯೇ ಅತ್ಯಂತ ಎತ್ತರದ ಶಿಖರ. ಪ್ರತಿ ವರ್ಷ ಸುಮಾರು ಎರಡು ದಶಲಕ್ಷಕ್ಕೂ ಹೆಚ್ಚು ಜನರು ಇಲ್ಲಿಗೆ ಪ್ರವಾಸಿಗರಾಗಿ ಬರುತ್ತಾರೆ.

1999ರಲ್ಲಿ ಡಾರ್ಜಿಲಿಂಗ್–ಹಿಮಾಲಯನ್ ರೈಲು ಮತ್ತು ನೀಲಗಿರಿ ಪರ್ವತ ರೈಲು ಇವೆರಡನ್ನೂ ಭಾರತ ಸರ್ಕಾರ ಪರ್ವತ ರೈಲುಗಳೆಂದು ಮಾನ್ಯ ಮಾಡಿತು. ನೀಲಗಿರಿ ಪರ್ವತ ಪ್ರದೇಶದಲ್ಲಿನ ಕಡಿದಾದ ಕಲ್ಲುಬಂಡೆಗಳು ಮತ್ತು ರೈಲು ಮಾರ್ಗ ನಿರ್ಮಾಣಕ್ಕೆ ಅವಶ್ಯವಿರುವ ಅರಣ್ಯ ಪ್ರದೇಶವನ್ನು ನೆಲಸಮಗೊಳಿಸಿ ಭದ್ರವಾದ ರೈಲು ಮಾರ್ಗ ನಿರ್ಮಿಸಿದ ತಂತ್ರಗಾರಿಕೆ ಮತ್ತು ಇಂಜಿನಿಯರಿಂಗ್ ಕಾಮಗಾರಿ ಹಾಗೂ ನೀಲಗಿರಿ ರೈಲು ಮಾರ್ಗದ ಪ್ರಕೃತಿ ಸೌಂದರ್ಯ ಮತ್ತು ಪ್ರವಾಸಿ ತಾಣಗಳನ್ನು ಪರಿಗಣಿಸಿ ಯುನೆಸ್ಕೊ 2005ರಲ್ಲಿ ಈ ಪುಟ್ಟ ಪರ್ವತ ರೈಲು ಮತ್ತು ಸಂಚಾರ ಮಾರ್ಗವನ್ನು ತನ್ನ ವಿಶ್ವ ಪರಂಪರೆಯ ಪಟ್ಟಿಯಲ್ಲಿ ಗುರುತಿಸಿತು.

21.
ಮಾನಸ ರಾಷ್ಟ್ರೀಯ ಉದ್ಯಾನ
ಮತ್ತು ಅಭಯಾರಣ್ಯ

ಮಾನಸ ಹುಲಿ ರಕ್ಷಿತಧಾಮ, ಮಾನಸ ಆನೆ ರಕ್ಷಿತಧಾಮ, ಮಾನಸ ಪಕ್ಷಿ ಸಂರಕ್ಷಿತ ಧಾಮಗಳನ್ನು ಒಳಗೊಂಡ ವಿಶಾಲವಾದ ಮತ್ತು ಅಭಯಾರಣ್ಯ ಮತ್ತು ರಾಷ್ಟ್ರೀಯ ಉದ್ಯಾನ ಭಾರತದ ಅತ್ಯಂತ ವಿರಳ ತಾಣಗಳಲ್ಲಿ ಒಂದು. ಒಟ್ಟು 2,83,700 ಹೆಕ್ಟೇರ್‌ಗಳಷ್ಟು ವಿಶಾಲವಾಗಿ ವ್ಯಾಪಿಸಿರುವ ಇದು ಭೂವೈವಿಧ್ಯತೆಯ ರಮ್ಯ ಪ್ರದೇಶ.

ಮಾನಸ ನದಿ ಹರಿಯುವ, ನಿತ್ಯ ಹರಿದ್ವರ್ಣದ ಕಾಡುಗಳು ವಿಶಾಲವಾಗಿ ಹರಡಿಕೊಂಡಿರುವ, ವನ್ಯಮೃಗಗಳು ಮತ್ತು ಪಕ್ಷಿಗಳ ಆವಾಸಸ್ಥಾನ. ಮಾನಸ ಭೂಭಾಗ ಪೂರ್ವ ಹಿಮಾಲಯದ ಕೆಳಭಾಗದಲ್ಲಿ ಗುರುತಿಸಲ್ಪಟ್ಟಿದೆ. ಉತ್ತರದಲ್ಲಿ ಭೂತಾನಿನೊಂದಿಗೆ ಗಡಿಯನ್ನು ಹಂಚಿಕೊಂಡಿರುವ ಮಾನಸ ಪ್ರದೇಶದಲ್ಲಿ ಹುಲ್ಲುಗಾವಲುಗಳಿವೆ. ಅಪಾರ ಸಂಪತ್ತಿನ ಮರಗಿಡಗಳಿವೆ. ಗಿಡಮೂಲಿಕಾ ಸಸ್ಯಗಳಿವೆ. ಜೀವಶಾಸ್ತ್ರಜ್ಞರ ಅಧ್ಯಯನಕ್ಕೆ ಹೇಳಿ ಮಾಡಿಸಿದ ಪ್ರಕೃತಿ ವಿಶಿಷ್ಟಗಳಿವೆ.

ಮಾನಸ ಎಂಬ ದೇವತೆಯ ಹಿನ್ನೆಲೆ ಮತ್ತು ನಂಬಿಕೆಯಂತೆ ಈ ಪ್ರದೇಶಕ್ಕೆ ಮಾನಸ ಎಂಬ ಹೆಸರು. ಹಿಂದೆ ಇದು ಉತ್ತರ ಕಾಮರೂಪ ಎಂದಾಗಿಯೂ ಕರೆಯಲ್ಪಡುತ್ತಿತ್ತು. ಉತ್ತರ ಕಾಮರೂಪದ ಮೀಸಲು ಅರಣ್ಯ, ಮಾನಸ ಹುಲಿ ಸಂರಕ್ಷಣಾ ಧಾಮ, ಕುಚುಗಾವೋನ್ ಮತ್ತು ಹಲ್ತುಗಾವೋನ್ ಅರಣ್ಯ ಪ್ರದೇಶಗಳು, ಪಶ್ಚಿಮ ಅಸ್ಸಾಂ ಅಭಯಾರಣ್ಯ, ಪಶ್ಚಿಮ ಬಂಗಾಳದಿಂದ ಅರುಣಾಚಲ ಪ್ರದೇಶ, ಇನ್ನೊಂದೆಡೆ ಭೂತಾನ್‌ವರೆಗೆ ವ್ಯಾಪಿಸಿರುವ ಪ್ರಕೃತಿ ರಮಣೀಯ ಭಾಗವೇ ವಿಶಾಲ ಮಾನಸ ಪ್ರದೇಶ.

ಮಾನಸ ನದಿ ಹಿಮಾಲಯದ ತಪ್ಪಲಿನಲ್ಲಿ ಹರಿದು ಮುಂದೆ ಮೂರು ಉಪನದಿಗಳನ್ನು ಸೃಷ್ಟಿಸುತ್ತದೆ. ಈ ಮೂರು ನದಿಗಳು ಬ್ರಹ್ಮಪುತ್ರ ನದಿಯೊಂದಿಗೆ ಸಂಗಮವಾಗಿ ಬೃಹದಾಕಾರ ತಳೆಯುತ್ತವೆ. ದ್ವೀಪದಂತಹ ವಾತಾವರಣವನ್ನು ನೆನಪಿಸುವ ನಿಸರ್ಗ ಸೌಂದರ್ಯದ ಬೀಡಿಗೆ ಇದರ ನಾಲ್ಕೂ ಕಡೆಗೂ ನಿತ್ಯ ಹರಿದ್ವರ್ಣದ, ಅರೆ ಹರಿದ್ವರ್ಣದ, ಒತ್ತು ಒತ್ತಾಗಿರುವ ಮತ್ತು ಅಂತರ ಅಂತರದಲ್ಲಿ ಬೆಳೆದಿರುವ ಹಸಿರ ಅರಣ್ಯರಾಶಿ ದೇಶಕ್ಕೆ ಅಪಾರ ಪ್ರಮಾಣದ ಪ್ರಾಕೃತಿಕ ಸಂಪನ್ಮೂಲಗಳನ್ನು ಒದಗಿಸುತ್ತಿದೆ.

ಇಲ್ಲಿ ಹುಲಿ, ಆನೆ, ಒಂದು ಕೊಂಬಿನ ರಿನೊ, ಚಿನ್ನ ವರ್ಣದ ಲಂಗೂರ, ಕಪ್ಪು ಚುಕ್ಕೆಗಳ ಜಿಂಕೆ, ಕಾಡು ನಾಯಿ, ಸಂಬಾರ್, ನೀರೆಮ್ಮೆ, ದೈತ್ಯ ಅಳಿಲು, ಗೋಲ್ಡನ್ ಕ್ಯಾಟ್, ಗಂಗಾ ಡಾಲ್ಫಿನ್, ಚಿರತೆ, ಸ್ಪಾತ್ ಕರಡಿ, ಇಂಡಿಯನ್ ಪ್ಯಾಂಗೋಲಿನ್‌ನಂತಹ ಪ್ರಾಣಿಗಳಿವೆ. ದೇಶದಲ್ಲಿ

ಎರಡನೆಯ ಹೆಚ್ಚು ಸಂಖ್ಯೆಯಷ್ಟು ಹುಲಿಗಳಿಗೆ ಮಾನಸ ಹುಲಿಧಾಮ ಆಶ್ರಯಸ್ಥಳವೆನಿಸಿದೆ. ಹುಲಿ ಮತ್ತು ಆನೆಗಳ ಸಂರಕ್ಷಣೆಗಾಗಿಯೇ ಪ್ರತ್ಯೇಕ ಸಂರಕ್ಷಣಾ ಧಾಮಗಳನ್ನು ಇಲ್ಲಿ ಸ್ಥಾಪಿಸಲಾಗಿದೆ. ರಾಷ್ಟ್ರೀಯ ಹುಲಿ ಸಂರಕ್ಷಣಾ ಮೀಸಲು ಧಾಮವನ್ನು 1973ರಲ್ಲಿ ಸ್ಥಾಪಿಸಲಾಯಿತು. ಆನೆಗಳನ್ನು ವ್ಯವಸ್ಥಿತವಾಗಿ ಇಲ್ಲಿ ವಿವಿಧ ಕಾರ್ಯಾಚರಣೆಗಳಿಗೆ ತರಬೇತಿ ನೀಡಲಾಗುತ್ತಿದೆ.

ಮಾನಸ ಪಕ್ಷಿಧಾಮ ತುಂಬಾ ಹೆಸರುವಾಸಿ. ಇಲ್ಲಿ 450ಕ್ಕೂ ಹೆಚ್ಚು ಪ್ರಭೇದದ ಪಕ್ಷಿ ಸಂಕುಲಗಳಿವೆ. ಹವಾಮಾನಕ್ಕೆ ಅನುಗುಣವಾಗಿ ವಿಭಿನ್ನ ಜಾತಿಯ ಹಕ್ಕಿಗಳು ವಲಸೆ ಬರುತ್ತಿರುತ್ತವೆ. ಬೆಂಗಾಲ್ ಫ್ಲಾರಿಕಾನ್ ಪಕ್ಷಿಯನ್ನು ಇಲ್ಲಿಯೇ ಕಾಣಬೇಕು. ದೊಡ್ಡ ಕತ್ತಿನ, ಸಣ್ಣ ಕತ್ತಿನ, ಉದ್ದನೆಯ ಕೊಕ್ಕಿನ, ಸಣ್ಣ ಕೊಕ್ಕಿನ, ಆ ವರ್ಣದ ಈ ವರ್ಣದ ಹೀಗೆ ಹಲವಾರು ಬಗೆಯ ಪಕ್ಷಿಗಳು ಇಲ್ಲಿನ ವನರಾಶಿಯಲ್ಲಿ ಮನೆಮಾಡಿಕೊಂಡಿವೆ. ಪಕ್ಷಿಶಾಸ್ತ್ರಜ್ಞರು ದೂರದ ದೇಶಗಳಿಂದ ಇಲ್ಲಿಗೆ ಅಧ್ಯಯನಕ್ಕಾಗಿ ಬರುತ್ತಾರೆ. ಅಂತಾರಾಷ್ಟ್ರೀಯ ಖ್ಯಾತಿಯ ಛಾಯಾಗ್ರಾಹಕರ ನೆಚ್ಚಿನ ತಾಣವಿದು.

ಮಾನಸ ರಾಷ್ಟ್ರೀಯ ಉದ್ಯಾನ ಮತ್ತು ಅಭಯಾರಣ್ಯದಲ್ಲಿ ಸುಮಾರು 60 ಬಗೆಯ ಸಸ್ತನಿಗಳನ್ನು ಗುರುತಿಸಲಾಗಿದೆ. ಇವುಗಳಲ್ಲಿ 22 ಪ್ರಭೇದದ ಸಸ್ತನಿಗಳನ್ನು ದೇಶದ ಇತರೆಡೆ ಅಳಿವಿನಂಚಿನಲ್ಲಿರುವ ಜೀವಿಗಳೆಂದು

ಘೋಷಿಸಲಾಗಿದೆ. ಅಂಥ ಸಸ್ತನಿಗಳು ಇಲ್ಲಿ ನಿರಾತಂಕವಾಗಿ ಇರುವುದೇ ಇಲ್ಲಿನ ಹೆಗ್ಗಳಿಕೆ. 42 ಬಗೆಯ ಉರಗ ಪ್ರಭೇದಗಳನ್ನು ಈ ಪ್ರದೇಶದಲ್ಲಿ ಅಂದಾಜಿಸಲಾಗಿದೆ.

ದೇಶದಲ್ಲಿನ ಬಹುತೇಕ ಜಾತಿಯ ಹಾವುಗಳನ್ನು ಮಾನಸ ಪ್ರದೇಶದಲ್ಲಿ ಗುರುತಿಸಲಾಗಿದೆ. 172 ವಿಶಿಷ್ಟ ತರಹದ ಗಿಡಮೂಲಿಕೆಗಳು ಸಸ್ಯಶಾಸ್ತ್ರಜ್ಞರು ಮತ್ತು ಗಿಡಮೂಲಿಕಾ ಸಂಬಂಧಿ ಔಷಧಿ ತಯಾರಿಕರ ಗಮನ ಸೆಳೆದಿವೆ. ಈ ಮೂಲಿಕಾ ಸಸ್ಯಗಳನ್ನು ಜೋಪಾನವಾಗಿ ಸಂರಕ್ಷಿಸಲಾಗಿದೆ.

ಸುಮಾರು 90 ಬಗೆಯ ಮರಗಳು ಮಾನಸ ಮೀಸಲು ಅರಣ್ಯ ಪ್ರದೇಶದಲ್ಲಿವೆ. ಇಲ್ಲಿನ ವೈವಿಧ್ಯಮಯ ವಾತಾವರಣ ಮತ್ತು ಜೀವಿ ಸಂಕುಲಗಳನ್ನು ಗಣನೆಗೆ ತೆಗೆದುಕೊಂಡು ಭಾರತ ಸರ್ಕಾರ ಮತ್ತು ಅಸ್ಸಾಂ ಸರ್ಕಾರ ಕಟ್ಟುನಿಟ್ಟಿನ ಸಂರಕ್ಷಣಾ ಕ್ರಮಗಳನ್ನು ರೂಪಿಸಿವೆ. ಅಸ್ಸೊಂ ಫಾರೆಸ್ಟ್ ರೆಗ್ಯುಲೇಷನ್ ಕಾಯ್ದೆಯನ್ನು 1891ರಲ್ಲಿಯೇ ಬ್ರಿಟಿಷರು ರೂಪಿಸಿದ್ದರು. 1927ರಲ್ಲಿ ಇಂಡಿಯನ್ ಫಾರೆಸ್ಟ್ ಕಾಯ್ದೆ ಜಾರಿಗೆ ಬಂದಿತು. 1972ರಲ್ಲಿ ಇಂಡಿಯನ್ ವೈಲ್ಡ್‌ಲೈಫ್ (ಪ್ರೊಟೆಕ್ಷನ್) ಕಾಯ್ದೆ ರೂಪುಗೊಂಡಿತು.

ಕಾಜಿರಂಗ ರಾಷ್ಟ್ರೀಯ ಉದ್ಯಾನದಲ್ಲಿರುವಂತೆ ಇಲ್ಲಿಯೂ ಒಂದು ಕೊಂಬಿನ ರಿನೊ ಅಥವಾ ಘೇಂಡಾಮೃಗ ಪ್ರವಾಸಿಗರ ಅಚ್ಚುಮೆಚ್ಚಿನ ಪ್ರಾಣಿ. ಹುಲ್ಲನ್ನು ಮೇಯುತ್ತ ಹುಲ್ಲುಗಾವಲುಗಳಲ್ಲಿ ತನ್ನ ಪಾಡಿಗೆ ಸ್ವಚ್ಛಂಧವಾಗಿ ರಿನೊಗಳು ಓಡಾಡಿಕೊಂಡಿವೆ. ಭೂತಾನ್ ಗಡಿಯೊಂದಿಗೆ ವಿಶಾಲವಾಗಿ ಹಬ್ಬಿರುವ ನಿತ್ಯಹರಿದ್ವರ್ಣದ ಕಾಡುಗಳು ಮತ್ತು ಅರೆ ಹರಿದ್ವರ್ಣದ ಕಾಡುಗಳನ್ನು ಬಳಸಿಕೊಂಡು ಭೂತಾನ್ ದೇಶ ಸಹ ರಾಯಲ್ ಮಾನಸ ರಾಷ್ಟ್ರೀಯ ಉದ್ಯಾನವನ್ನು ಸ್ಥಾಪಿಸಿದೆ.

ನಮ್ಮ ದೇಶದಲ್ಲಿ ಶತಮಾನಗಳಿಂದ ಪ್ರಕೃತಿ ಸಹಜತೆಯನ್ನು ಉಳಿಸಿಕೊಂಡಿರುವ ಅಪರೂಪದ ತಾಣಗಳಲ್ಲಿ ಒಂದು. ಇಲ್ಲಿನ ತೇವಯುಕ್ತ ನೆಲವನ್ನು ಅಂತಾರಾಷ್ಟ್ರೀಯ ಮಹತ್ವದ ನೆಲವೆಂದು ಸ್ವೀಕರಿಸಲಾಗಿದೆ. ಮಾನಸ ರಾಷ್ಟ್ರೀಯ ಉದ್ಯಾನ ಮತ್ತು ಅಭಯಾರಣ್ಯವನ್ನು ಯುನೆಸ್ಕೊ ತನ್ನ ವಿಶ್ವಪರಂಪರೆಯ ಪಟ್ಟಿಯಲ್ಲಿ 1985ರ ಡಿಸೆಂಬರ್‌ನಲ್ಲಿ ಮಾನ್ಯ ಮಾಡಿತು.

22.
ನಂದಾದೇವಿ ರಾಷ್ಟ್ರೀಯ ಉದ್ಯಾನ

ಉತ್ತರಾಖಂಡ ರಾಜ್ಯದ ವ್ಯಾಪ್ತಿಗೆ ಒಳಪಡುವ ನಂದಾದೇವಿ ರಾಷ್ಟ್ರೀಯ ಉದ್ಯಾನವನ್ನು ವಿಶ್ವಪರಂಪರೆಯ ಪಟ್ಟಿಯಲ್ಲಿ ಮಾನ್ಯ ಮಾಡಲಾಗಿದೆ. ನಂದಾದೇವಿ ರಾಷ್ಟ್ರೀಯ ಉದ್ಯಾನ ಪ್ರದೇಶ ಜೀವ ಮತ್ತು ಸಸ್ಯವೈವಿಧ್ಯಗಳನ್ನು ಒಳಗೊಂಡ ಪ್ರಾಕೃತಿಕ ಸೌಂದರ್ಯದ ಖನಿ. ಹತ್ತು ವರ್ಷಗಳಿಗೊಮ್ಮೆ ಇಲ್ಲಿನ ಸಂಪನ್ಮೂಲಗಳ ಕುರಿತು ವೈಜ್ಞಾನಿಕ ಅಧ್ಯಯನ ನಡೆಯುತ್ತದೆ.

ನಂದಾದೇವಿ ಪರ್ವತಶಿಖರ ದೇಶದಲ್ಲಿಯೇ ಎರಡನೆಯ ಎತ್ತರದ ಶಿಖರ. ಇದರ ಎತ್ತರ 7,817 ಮೀ.ಗಳು. ಭಾರತ ಮತ್ತು ನೇಪಾಳಗಳ ಗಡಿಭಾಗದಲ್ಲಿದೆ. ಉತ್ತರಾಖಂಡ ರಾಜ್ಯದ ವ್ಯಾಪ್ತಿಗೆ ಒಳಪಟ್ಟಿದೆ. ಇದರ

ಹತ್ತಿರದಲ್ಲಿಯೇ ನಂದಾದೇವಿ ರಾಷ್ಟ್ರೀಯ ಉದ್ಯಾನವಿದೆ. 1982ರಲ್ಲಿ ರಾಷ್ಟ್ರೀಯ ಉದ್ಯಾನದ ಮಾನ್ಯತೆ ಪಡೆಯುವವರೆಗೆ ಪ್ರಾಕೃತಿಕ ಸಂಪತ್ತಿನ ಎತ್ತರದ ಪ್ರದೇಶವೆನಿಸಿತ್ತು.

7,000 ಮೀಟರ್ ಎತ್ತರದದಲ್ಲಿನ ಈ ಭಾಗ ನೀರ್ಗಲ್ಲುಗಳು, ಕಡಿದಾದ ಕಾಡುಗಳಿಂದ ಆವೃತ್ತವಾಗಿದೆ. ಹಿಮಾಚ್ಛಾಧಿತ ಇಲ್ಲಿನ ಪರಿಸರದಲ್ಲಿ ಹಿಮಚಿರತೆ, ಹಿಮಾಲಯನ್ ಮಸ್ಕ್ ಡೀರ್, ಹಿಮಾಲಯನ್ ಕಪ್ಪು ಕರಡಿ ಮತ್ತು ಕಂದು ಕರಡಿ, ಭರಾಲ್ ಎಂದು ಕರೆಯಲ್ಪಡುವ ನೀಲಿ ಬಣ್ಣದ ಕುರಿಗಳಂತಹ ವಿಭಿನ್ನ ಬಗೆಯ ಪ್ರಾಣಿಗಳು ಇಲ್ಲಿವೆ. ಒಟ್ಟು 83 ಬಗೆಯ ಪ್ರಾಣಿ ಸಂಕುಲಗಳನ್ನು ಗುರುತಿಸಲಾಗಿದೆ.

ಬ್ಲ್ಯಾಕ್ ಟಿಟ್, ಹಳದಿ ಕೊಕ್ಕಿನ ಫ್ಲೈಕ್ಯಾಚರ್, ಕಿತ್ತಳೆ ವರ್ಣದ ಬುಷ್ ರಾಬಿನ್, ನೀಲಿ ಮತ್ತು ಕೆಂಪು ಬಣ್ಣಗಳ ಸಮ್ಮಿಶ್ರಣದ ರೆಡ್‌ಸ್ಟಾರ್ಟ್, ಇಂಡಿಯನ್ ಟ್ರೀ ಪಿಪಿಟ್, ರೋಸ್‌ಫಿಂಚ್, ನಟ್‌ಕ್ರ್ಯಾಕರ್‌ನಂತಹ ತೀರಾ ಅಪರೂಪದ ಪಕ್ಷಿಗಳನ್ನು ಸಹ ಕಾಣಬಹುದು. 1993ರ ಸಮೀಕ್ಷೆಯ ಪ್ರಕಾರ ಇಲ್ಲಿದ್ದ ಪಕ್ಷಿ ಪ್ರಭೇದಗಳು 114.

ಇಲ್ಲಿ ಜನವಸತಿ ಕಡಿಮೆ. ಅರಣ್ಯವಾಸಿಗಳೇ ಇಲ್ಲಿನ ಜನರು. ಇಲ್ಲಿನ ವಾತಾವರಣಕ್ಕೆ ಹೊಂದಿಕೊಂಡು ಹಲವಾರು ವರ್ಷಗಳಿಂದ ನೆಲೆಸಿದ್ದಾರೆ. ಈ ಸ್ಥಳೀಯ ಜನರು ಇಲ್ಲಿನ 97 ಸಸ್ಯ ಸಂಕುಲಗಳನ್ನು ಆಹಾರ, ಮೇವು, ಇಂಧನ, ಔಷಧಿ, ಮನೆ ಕಟ್ಟುವಿಕೆ ಮತ್ತು ಧಾರ್ಮಿಕ ಸಂಬಂಧಿ ಮುಂತಾದ ಅವಶ್ಯಕತೆಗಳಿಗೆ ಉಪಯೋಗಿಸುತ್ತಿದ್ದಾರೆ.

ಎತ್ತರದ ನೆಲೆಯಿರುವುದರಿಂದ ನೈಸರ್ಗಿಕವಾಗಿಯೇ ಇದು ರಕ್ಷಣೆಯನ್ನು ಪಡೆದುಕೊಂಡಿದೆ. ಹಾಗಾಗಿ ಸಂರಕ್ಷಣೆಗಾಗಿ ಕಟ್ಟುನಿಟ್ಟಿನ ಕ್ರಮಗಳನ್ನು ಕೈಗೊಳ್ಳುವ ಜವಾಬ್ದಾರಿ ರಾಜ್ಯ ಸರ್ಕಾರಕ್ಕೆ ಇಲ್ಲ. 1982ರಲ್ಲಿ ಇಲ್ಲಿನ ಜೀವ ಮತ್ತು ಸಸ್ಯ ವೈವಿಧ್ಯವನ್ನು ವ್ಯವಸ್ಥಿತವಾಗಿ ಸಂರಕ್ಷಿಸಿ ಅಭಿವೃದ್ಧಿಪಡಿಸುವ ನಿಟ್ಟಿನಲ್ಲಿ ಸುಮಾರು 630ಕ್ಕೂ ಹೆಚ್ಚು ಚದರ ಕಿ.ಮೀ.ಗಳ ಪ್ರದೇಶವನ್ನು ರಾಷ್ಟ್ರೀಯ ಉದ್ಯಾನವಾಗಿ ಘೋಷಿಸಲಾಯಿತು. ಇದರನ್ವಯ 1983ರಿಂದ ಇಲ್ಲಿ ಪರ್ವತಾರೋಹಣ, ಚಾರಣ ಮತ್ತಿತರ ಸಾಹಸ ಚಟುವಟಿಕೆಗಳನ್ನು ನಿಷೇಧಿಸಲಾಯಿತು. ಪರಿಸರಕ್ಕೆ ಸಾಹಸಿಗರ ತ್ಯಾಜ್ಯ ವಸ್ತುಗಳಿಂದ ತೊಂದರೆಯಾಗದಿರಲೆಂದು ಈ ಕ್ರಮ ಕೈಗೊಳ್ಳಲಾಯಿತು.

1993ರಿಂದ ಇಲ್ಲಿನ ಸಂಪನ್ಮೂಲಗಳ ಕುರಿತಾಗಿ ಹತ್ತು ವರ್ಷಗಳಿಗೊಮ್ಮೆ ವೈಜ್ಞಾನಿಕ ಅಧ್ಯಯನವನ್ನು ನಡೆಸಲಾಗುತ್ತಿದೆ. ಸ್ಥಳೀಯರ ಸಮಸ್ಯೆಗಳನ್ನು ಅರಿತುಕೊಂಡು ಅವರ ಬೇಡಿಕೆಗಳನ್ನು ಪೂರೈಸಿ ಅವರನ್ನು ಪರಿಸರ ಪ್ರವಾಸೋದ್ಯಮ ಕಾಯಕದಲ್ಲಿ ಬಳಸಿಕೊಳ್ಳಲಾಗುತ್ತಿದೆ.

ರಿಷಿಗಂಗಾ ಈ ಪ್ರದೇಶದಲ್ಲಿ ಹರಿಯುವ ನದಿ. ಇದು ದಾವುಲಿಗಂಗಾದ ಉಪನದಿ. ಇದು ಮುಂದೆ ಜೋಷಿಮಠದಲ್ಲಿ ಅಲಕನಂದಾ ನದಿಯನ್ನು ಕೂಡುತ್ತದೆ. ನಂದಾದೇವಿ ಪರ್ವತಶಿಖರದ ಹೊರತಾಗಿ ನಂದಾದೇವಿ ರಾಷ್ಟ್ರೀಯ ಉದ್ಯಾನದ ಆಸುಪಾಸಿನಲ್ಲಿ ಹನ್ನೆರಡು ಪರ್ವತಶಿಖರಗಳಿವೆ. ಇವುಗಳಲ್ಲಿ ಪ್ರಮುಖವಾದವೆಂದರೆ ದುನಾಗಿರಿ, ಚಂಗ್‌ಬಾಂಗ್, ಪೂರ್ವ ನಂದಾದೇವಿ. 1988ರಲ್ಲಿ ನಂದಾದೇವಿ ಉದ್ಯಾನವನ್ನು ವಿಶ್ವಪರಂಪರೆಯ ತಾಣವಾಗಿ ಗುರುತಿಸಲಾಯಿತು.

ನಂದಾದೇವಿ ಪರ್ವತ ಏರುವ ಅಭಿಯಾನ:

19ನೆಯ ಶತಮಾನದಲ್ಲಿ ಇದನ್ನು ಏರುವ ಸಾಹಸಗಳು ಆರಂಭವಾದವು. ಡಬ್ಲ್ಯು.ಡಬ್ಲ್ಯು. ಗ್ರಹಾಂ 1883ರಲ್ಲಿ ಶಿಖರವನ್ನು ಏರುವಲ್ಲಿ ತುಂಬ ಪ್ರಯಾಸಪಟ್ಟ. ಆದರೆ ರಿಷಿಗಂಗಾ ಕೊಳ್ಳ ಮತ್ತು ಸುತ್ತಲಿನ ಏರುಭಾಗಗಳಿಂದ ಶಿಖರವನ್ನೇರುವ ಪ್ರಯತ್ನ ನಡೆಸಿದ್ದು ಫಲ ನೀಡಲಿಲ್ಲ.

1890ರಲ್ಲಿ ಟಿ.ಜಿ. ಲಾಂಗ್‌ಸ್ಟಾಫ್, 1927 ಮತ್ತು 1932ರ ಅವಧಿಯಲ್ಲಿ ಹ್ಯೂಜ್ ರಟಲ್ಡಜ್ ಶ್ರಮಪಟ್ಟರು. ಆದರೆ ಇಲ್ಲಿನ ವಿಭಿನ್ನ ಹವಾಗುಣದಿಂದಾಗಿ ಮೇಲೆರಲು ಸಾಧ್ಯವಾಗಲಿಲ್ಲ. 1934ರಲ್ಲಿ ಎರಿಕ್ ಶಿಪ್ಟನ್ ಮತ್ತು ಎಚ್.ಡಬ್ಲು. ಟಿಲ್‌ಮನ್ ರಿಷಿಗಂಗಾ ಕೊಳ್ಳದ ಮೇಲೇರುವಲ್ಲಿ ಯಶಸ್ವಿಯಾದರು. ಎರಡು ವರ್ಷಗಳ ನಂತರ ಟಿಲ್‌ಮನ್ ಮತ್ತು ಎನ್.ಇ. ಒಡೆಲ್ ಪೂರ್ವಭಾವಿ ತಯಾರಿ ಮತ್ತು ಸ್ಥಳೀಯರ ನೆರವಿನಿಂದ ಅಂತೂ ಶಿಖರವನ್ನೇರುವಲ್ಲಿ ಸಫಲರಾದರು.

1939ರಲ್ಲಿ ನಂದಾದೇವಿ ಪ್ರದೇಶವನ್ನು ಆಟಧಾಮವೆಂದು ಘೋಷಿಸಿದ್ದರು. ಹಿರಿಯ ಅಧಿಕಾರಿಗಳು ವರ್ಷದಲ್ಲಿ ಬಿಡುವು ಸಿಕ್ಕಾಗ ಒಂದೆರಡು ಬಾರಿ ತಮಗಿಷ್ಟವಾದ ಆಟ ಮತ್ತು ಸಾಹಸ ಹವ್ಯಾಸಗಳಲ್ಲಿ ಪಾಲ್ಗೊಳ್ಳುತ್ತಿದ್ದರು. ಕಾಲಕ್ರಮೇಣ ಪರ್ವತಾರೋಹಣ ಮತ್ತು ಚಾರಣಗಳನ್ನು ಬಿಟ್ಟರೆ ಉಳಿದ ಹವ್ಯಾಸಗಳು ನಿಂತುಹೋದವು. ಹೆಚ್ಚೆಂದರೆ ಬ್ರಿಟಿಷ್ ಸೇನಾಧಿಕಾರಿಗಳು ಇತ್ತ ಬಂದಾಗ ಭೋಜನಕೂಟಗಳನ್ನು ಏರ್ಪಡಿಸುತ್ತಿದ್ದರು. ಆದರೆ ಪರ್ವತಾರೋಹಣಕ್ಕಾಗಿ ಇಂಗ್ಲೆಂಡ್ ಮತ್ತು ಅಮೆರಿಕದಿಂದ ಆಸಕ್ತಿಯುಳ್ಳವರು ನಿರಂತರವಾಗಿ ಬರುತ್ತಿದ್ದರು. ಪರ್ವತಾರೋಹಣ ಕಲಿಕೆಗೆ ಇದು ಒಳ್ಳೆಯ ತಾಣವಾಗಿತ್ತು.

23.

ವ್ಯಾಲಿ ಆಫ್ ಫ್ಲವರ್ಸ್

ಉತ್ತರಾಖಂಡ ರಾಜ್ಯದಲ್ಲಿನ ವ್ಯಾಲಿ ಆಫ್ ಫ್ಲವರ್ಸ್ ಅಥವಾ ಹೂಗಳ ಕಣಿವೆ ವಿಶ್ವಪರಂಪರೆಯ ತಾಣಗಳಲ್ಲಿ ಒಂದು. ಹತ್ತು ಕಿ.ಮೀ. ಉದ್ದ ಮತ್ತು ಎರಡು ಕಿ.ಮೀ.ಗಳ ಅಗಲದ ಈ ಹಿಮಾಚ್ಛಾದಿತ ಕಣಿವೆಯಲ್ಲಿ ಎಲ್ಲಿ ನೋಡಿದರೂ ಹೂಗಳ ರಾಶಿ. 700ಕ್ಕೂ ಅಧಿಕ ಪ್ರಭೇದದ ಹೂಗಳು ಇಲ್ಲಿವೆ. ಹಿಮಾಲಯನ್ ಪರ್ವತಶ್ರೇಣಿಯಲ್ಲಿ ಕಾಣಸಿಗುವ ಅಲ್ಪೈನ್ ಹೂಗಳು ಇಲ್ಲಿ ಹೇರಳವಾಗಿವೆ. ಇಲ್ಲಿ ಹೂಗಳು ನೈಸರ್ಗಿಕವಾಗಿ ಬೆಳೆದಿರುತ್ತವೆ. ಪುಷ್ಪಾವತಿ ನದಿ ಈ ಕಣಿವೆಯಲ್ಲಿ ಹರಿಯುತ್ತಿದೆ.

ಉತ್ತರಾಖಂಡ ರಾಜ್ಯದಲ್ಲಿಯೇ ಕಾಣಸಿಗುವ ಇನ್ನೊಂದು ಅಪರೂಪದ ಪ್ರದೇಶವೆಂದರೆ ಅದು ಹೂಗಳ ಕಣಿವೆ. 10 ಕಿ.ಮೀ. ಉದ್ದ ಮತ್ತು 2 ಕಿ.ಮೀ. ಅಗಲದ ಪ್ರದೇಶದಲ್ಲಿ ಎಲ್ಲಿ ನೋಡಿದರಲ್ಲಿ ಹೂಗಳ

ರಾಶಿ. ಹಾಗೆಂದೇ ಹೂಗಳ ಕಣಿವೆ ಎಂಬ ಹೆಸರಿದೆ. ಹೂಗಳಲ್ಲದೆ ಕಣಿವೆ ಪ್ರದೇಶದಲ್ಲಿ ವಿವಿಧ ಬಗೆಯ ಸಸ್ಯಗಳಿವೆ.

ಹೂಗಳ ಕಣಿವೆಗೆ ಪುರಾಣ ಐತಿಹ್ಯದ ನಂಟಿದೆ. ಅಸುರನ ಬಾಣ ತಗುಲಿ ಪ್ರಾಣಾಪಾಯದಲ್ಲಿದ್ದ ಲಕ್ಷ್ಮಣನಿಗೆ ಹನುಮಂತ ಸಂಜೀವಿನಿ ಗಿಡಮೂಲಿಕೆಯ ಗುಡ್ಡವನ್ನು ಹೊತ್ತೊಯ್ದಿದ್ದು ಇಲ್ಲಿಂದಲೇ ಎಂಬ ಉಲ್ಲೇಖವಿದೆ. ಹನುಮಾನ್ ಛತ್ತಿ, ಹನುಮಾನ್ ತಿಬ್ಬಾ ಮತ್ತು ಹನುಮಾನ್ ಶಿಖರಗಳು ಈ ಭಾಗದಲ್ಲಿವೆ. ಜಾನಸ್ಕರ್ ಮತ್ತು ಮಹಾ ಹಿಮಾಲಯ ಶ್ರೇಣಿಗಳ ನಡುವಿನ ಭಾಗದಲ್ಲಿ ಇದನ್ನು ಗುರುತಿಸಬಹುದು. ನಂದಾದೇವಿ ರಾಷ್ಟ್ರೀಯ ಉದ್ಯಾನಕ್ಕೆ ಹತ್ತಿರವೆನಿಸುವೆನಿಸಿದೆ. ಆದರೆ ಇಲ್ಲಿಗೆ ಸುಲಭವಾಗಿ ಬರುವಂತಿಲ್ಲ.

ಬದರಿನಾಥ ಹೆದ್ದಾರಿಯ ಮಾರ್ಗದಲ್ಲಿ ಸಿಗುವ ಗೋವಿಂದಘಾಟ್‌ನಿಂದ ಮುಂದೆ 15 ಕಿ.ಮೀ.ಗಳ ಕಾಲ್ನಡಿಗೆ. ಇಷ್ಟು ನಡೆದ ಬಳಿಕ ಘಂಗಾರಿಯಾ ಸಿಗುತ್ತದೆ. ಇಲ್ಲಿಂದ ಮತ್ತೆ 5 ಕಿ.ಮೀ. ಕ್ರಮಿಸಿದರೆ ಹೂಗಳ ಕಣಿವೆ. ಕಣಿವೆಯಲ್ಲಿ ಹೆಚ್ಚು ದಿನ ತಂಗಲು ಅವಕಾಶವಿಲ್ಲ. ಅಧ್ಯಯನಕಾರರು ಮಾತ್ರ ಅನುಮತಿ ಪತ್ರಗಳಿದ್ದರೆ ಇಂತಿಷ್ಟು ದಿನಗಳ ಕಾಲ ತಂಗಬಹುದು.

ಜುಲೈನಿಂದ ಆಗಸ್ಟ್‌ವರೆಗಿನ ಅವಧಿಯಲ್ಲಿ ಹೂಗಳ ಕಣಿವೆಯಲ್ಲಿ ಹೂಗಳು ಬೆಳೆದು ನಿಂತು ಅತ್ಯಾಕರ್ಷಕ ನೋಟ ಕಂಡುಬರುತ್ತದೆ. ಕರಾರುವಾಕ್ಕಾಗಿ ಇಲ್ಲಿನ ಹೂಗಳ ಪ್ರಬೇಧಗಳ ಗಣತಿಯಾಗಿಲ್ಲ. ಆದರೆ 700ಕ್ಕೂ ಹೆಚ್ಚು ಬಗೆಯ ಹೂ ಪ್ರಭೇದಗಳನ್ನು ಅಂದಾಜಿಸಲಾಗಿದೆ.

ಹೂಗಳ ಅಧ್ಯಯನಕಾರರ ಸ್ವರ್ಗವಿದು. ಇಂಗ್ಲೆಂಡಿನ ಫ್ರ್ಯಾಂಕ್ ಸ್ಮಿತ್ ಹೂ ಕಣಿವೆಯನ್ನು ಹೊರಜಗತ್ತಿಗೆ ಪರಿಚಯಿಸಿದ. 1931ರಲ್ಲಿ ಸ್ಮಿತ್ ಮತ್ತು ಹಾಲ್ಡ್ಸ್‌ವರ್ತ್ ಕಮೆತ್ ಕಣಿವೆಯನ್ನು ಯಶಸ್ವಿಯಾಗಿ ತಲುಪಿ ಹಿಂತಿರುವಾಗ ಇತ್ತ ಬಂದಿದ್ದರು. 1937ರಲ್ಲಿ ಸ್ಮಿತ್ ಈ ಪ್ರದೇಶದ ಅಧ್ಯಯನಕ್ಕಾಗಿಯೇ ಮತ್ತೊಮ್ಮೆ ಬಂದ. ಆಗ ಕೆಲವು ವಾರ ತಂಗಿ, ಪ್ರದೇಶದ ಕುರಿತು ತಿಳಿದುಕೊಂಡು 'ವ್ಯಾಲಿ ಆಫ್‌ಫ್ಲವರ್ಸ್'ಪುಸ್ತಕವನ್ನುಬರೆದ.

1939ರಲ್ಲಿ ಎಡಿನ್‌ಬರೋ ಉದ್ಯಾನಗಳ ಸಸ್ಯಶಾಸ್ತ್ರಜ್ಞೆಯಾಗಿದ್ದ ಮಾರ್ಗ್‌ರೇಟ್ ಲೆಗ್ಗೆ ಹೂಗಳ ಕುರಿತು ಹೆಚ್ಚಿನ ಅಧ್ಯಯನಕ್ಕಾಗಿ ಇಲ್ಲಿಗೆ ಬಂದಳು. ಆದರೆ ಬೆಟ್ಟದ ತುದಿಯ ಇಳಿಜಾರಿನಲ್ಲಿ ಬಾಗಿ ಹೂ ಕಿತ್ತುಕೊಳ್ಳುವಾಗ ಕಾಲು ಜಾರಿ ಬಿದ್ದು ಪ್ರಾಣ ಕಳೆದುಕೊಂಡಳು. ಈಕೆಯ ಕಳೇಬರಕ್ಕೆ ಸ್ಥಳೀಯ ಜನರು ಅಂತ್ಯಕ್ರಿಯೆ ನೇರವೇರಿಸಿದರು.

ಮುಂದೆ ಮಾರ್ಗ್‌ರೇಟ್ ಸೋದರಿ ಕಣಿವೆಗೆ ಬಂದು ಸ್ಮಾರಕ ನಿರ್ಮಿಸಿದಳು. ಮಾರ್ಗ್‌ರೇಟ್ ಸ್ಮಾರಕ ಇಂದಿಗೂ ಇದೆ. ವಿಚಿತ್ರದ ಸಂಗತಿ ಎಂದರೆ ಸ್ಮಿತ್ ಮತ್ತು ಮಾರ್ಗ್‌ರೇಟ್ ಇವರಿಬ್ಬರೂ ಬರುವ ಅದಷ್ಟೊ ವರ್ಷ ಸ್ಥಳೀಯರು ಕಣಿವೆಯಲ್ಲಿ ಭೂತಪ್ರೇತಗಳಿವೆ ಎಂದು ನಂಬಿ ಬಹುಅಪರೂಪದ ಈ ನೈಸರ್ಗಿಕ ಹೂತೋಟಕ್ಕೆ ಕಾಲೇ ಇಟ್ಟಿರಲಿಲ್ಲ ವೆಂದುದು.

ಹಿಮಾಲಯ ಪರ್ವತಶ್ರೇಣಿಯಲ್ಲಿ ಹೆಚ್ಚಾಗಿ ಲಭ್ಯವಿರುವ ಅಲ್ಫೇನ್ ಹೂಗಿಡಗಳ ಅನೇಕಾನೇಕ ಪ್ರಭೇದಗಳನ್ನು ಗುರುತಿಸಲಾಗಿದೆ. ಪುಷ್ಪಾವತಿ ನದಿ ಕಣಿವೆಯ ಮಾರ್ಗವಾಗಿ ಹರಿಯುತ್ತದೆ.

ಚಾರಣಪ್ರಿಯರು ಹೂಗಳ ಕಣಿವೆಗೆ ಬರುತ್ತಿರುತ್ತಾರೆ. ಇಷ್ಟೊಂದು ದೊಡ್ಡ ಪ್ರಕೃತಿ ಸಹಜ ಹೂತೋಟ ಭಾರತದಲ್ಲಿ ಮತ್ತೊಂದಿಲ್ಲ. ಯುನೆಸ್ಕೊ 2005ರಲ್ಲಿ ಇದನ್ನು ತನ್ನ ವಿಶ್ವಪರಂಪರೆಯ ಪಟ್ಟಿಯಲ್ಲಿ ಗುರುತಿಸಿತು.

24.

ಪಶ್ಚಿಮ ಘಟ್ಟಗಳು

ಭಾರತದ ಪಶ್ಚಿಮ ಭಾಗದಲ್ಲಿ ಪಶ್ಚಿಮ ಘಟ್ಟಗಳು ಇಲ್ಲವೇ ಸಹ್ಯಾದ್ರಿ ಬೆಟ್ಟಗಳಿವೆ. ದಖನ್ ಪ್ರಸ್ಥಭೂಮಿಯ ಪಶ್ಚಿಮ ಅಂಚಿನಲ್ಲಿ ಉತ್ತರದಿಂದ ದಕ್ಷಿಣದ ಭಾಗದಲ್ಲಿ ಇವುಗಳು ಹಬ್ಬಿವೆ. ದಖನ್ ಪ್ರಸ್ಥಭೂಮಿಯನ್ನು ಕೊಂಕಣ ತೀರದಿಂದ ಪ್ರತ್ಯೇಕಿಸಿವೆ. ರಾಷ್ಟ್ರೀಯ ಉದ್ಯಾನಗಳು, ವನ್ಯಜೀವಿಧಾಮಗಳು, ಮೀಸಲು ಅರಣ್ಯಗಳನ್ನು ಒಳಗೊಂಡಿರುವಂತೆ ಸುಮಾರು 39 ಪ್ರಕೃತಿ ಮಹತ್ವದ ಸ್ಥಳಗಳನ್ನು ಪಶ್ಚಿಮ ಭಾಗದ ಭಾಗಗಳಾಗಿ ಗುರುತಿಸಲಾಗಿದೆ.

ಗುಜರಾತ್ ಮತ್ತು ಮಹಾರಾಷ್ಟ್ರಗಳ ಗಡಿಭಾಗದಲ್ಲಿ ಆರಂಭಿಕ ಹಂತವನ್ನು ಹೊಂದಿರುವ ಪಶ್ಚಿಮ ಘಟ್ಟಗಳು ಗೋವಾ, ಕರ್ನಾಟಕ, ತಮಿಳುನಾಡು, ಕೇರಳಗಳವರೆಗೆ ವ್ಯಾಪಿಸಿವೆ. ದಕ್ಷಿಣದಲ್ಲಿ ಕನ್ಯಾಕುಮಾರಿಯ

ವರೆಗೆ ಒಟ್ಟು 1,600 ಕಿ.ಮೀ.ಗಳ ಉದ್ದಕ್ಕೆ ವಿಶಾಲವಾಗಿ ಹರಡಿಕೊಂಡಿವೆ.

ಜೀವಶಾಸ್ತ್ರೀಯ ಮಾನದಂಡದಲ್ಲಿ ಪಶ್ಚಿಮ ಘಟ್ಟಗಳು ವಿಶ್ವದ ಹತ್ತು ಬಹುವೈವಿಧ್ಯತೆಯ ತಾಣಗಳಲ್ಲಿ ಒಂದೆಂಬ ಮಾನ್ಯತೆ ಪಡೆದಿವೆ. 5,000ಕ್ಕೂ ಅಧಿಕ ಹೂ ಮತ್ತು ಸಸ್ಯ ಪ್ರಭೇದಗಳ ವಿಶಾಲರಾಶಿಯಿದು. 139 ಬಗೆಯ ಸಸ್ತನಿಗಳು, 508 ಪಕ್ಷಿ ಜಾತಿಗಳು, 179 ಬಗೆಯ ಉಭಯವಾಸಿಗಳ ಪ್ರದೇಶವಿದು. ವಿಶ್ವದಲ್ಲಿ ಅಳಿವಿನಂಚಿನಲ್ಲಿರುವ 325ರಷ್ಟು ಸಸ್ಯ ಪ್ರಭೇದಗಳು ಇಲ್ಲಿವೆ.

ಪಶ್ಚಿಮ ಘಟ್ಟಗಳಲ್ಲಿನ ಬಹುಮುಖ್ಯ ಪರ್ವತಶ್ರೇಣಿ ಸಹ್ಯಾದ್ರಿ. ಸಹ್ಯಾದ್ರಿ ಮಾಥೆರಾನ್, ಲೊನಾವಾಲಾ, ಮಹಾಬಲೇಶ್ವರ, ಪಂಚಗನಿ, ಅಂಬೋಲಿ ಘಾಟ್, ಕುದುರೆಮುಖ ಮತ್ತು ಕೊಡಗು ಸಹ್ಯಾದ್ರಿಯಲ್ಲಿನ ಪ್ರಮುಖ ಗಿರಿಧಾಮಗಳು. ಮಹಾರಾಷ್ಟ್ರ, ಕರ್ನಾಟಕಗಳಲ್ಲಿ ಸಹ್ಯಾದ್ರಿ ಎಂದು ಕರೆಸಿಕೊಳ್ಳುವ ಪಶ್ಚಿಮ ಘಟ್ಟಗಳು ತಮಿಳುನಾಡಿನಲ್ಲಿ ನೀಲಗಿರಿ ಎಂತಲೂ ಕೇರಳದಲ್ಲಿ ಸತ್ಯಪರ್ವತ ಎಂತಲೂ ಕರೆಯಲ್ಪಡುತ್ತಿವೆ. ನೀಲಗಿರಿ ಬೆಟ್ಟಗಳನ್ನು ತಮಿಳುನಾಡಿನಲ್ಲಿ ನೀಲಗಿರಿಮಲೈ ಬೆಟ್ಟಸಾಲುಗಳೆಂದು ಹೆಸರಿಸಲಾಗಿದೆ.

ಊಟಿ ಮತ್ತು ಕೊಡೈಕನಾಲ್ ನೀಲಗಿರಿ ಬೆಟ್ಟಗಳಲ್ಲಿನ ಪ್ರಮುಖ ಗಿರಿಧಾಮಗಳು. ಕರ್ನಾಟಕದ ಮೈಸೂರು ಹತ್ತಿರದ ಬಿಳಿಗಿರಿರಂಗನ ಬೆಟ್ಟ ಪ್ರದೇಶ, ಸೆರ್ವರಾಯನ್ ಪರ್ವತ ಶ್ರೇಣಿ ಮತ್ತು ತಿರುಮಲ ಬೆಟ್ಟಗಳು ಪೂರ್ವದ ಅಂಚಿನಲ್ಲಿದ್ದು ಇವು ಪಶ್ಚಿಮ ಘಟ್ಟಗಳನ್ನು ಪೂರ್ವ ಘಟ್ಟಗಳೊಂದಿಗೆ ಸಂಪರ್ಕ ಕಲ್ಪಿಸುತ್ತವೆ. ಅಣ್ಣಾಮಲೈ ಹಾಗೂ ಕಾರ್ಡೊಮಮ್ ಪರ್ವತಗಳನ್ನು ಸಹ ಪಶ್ಚಿಮ ಘಟ್ಟದ ವ್ಯಾಪ್ತಿಯಲ್ಲಿ ಸೇರಿಸಲಾಗಿದೆ.

ಪಶ್ಚಿಮ ಘಟ್ಟಗಳಲ್ಲಿನ ಅತಿ ಎತ್ತರದ ಶಿಖರ ಎಂದರೆ ದಕ್ಷಿಣ ಭಾಗದಲ್ಲಿನ ಅನಾಮುಡ್ಯೆ ಶಿಖರ. ಇದು 2,695 ಮೀಟರ್‌ಗಳಷ್ಟು ಎತ್ತರವಾಗಿದೆ. ಇದು ಕೇರಳ ರಾಜ್ಯದ ವ್ಯಾಪ್ತಿಯಲ್ಲಿದೆ. ಚೆಂಬ್ರಾ (2,100 ಮೀ.), ಬನಸುರಾ (2,073ಮೀ.), ವೆಲ್ಲಾರಿಮಾಲ (2,200ಮೀ.), ಅಗಸ್ತ್ಯಮಾಲ (1,868ಮೀ.) ಶಿಖರಗಳೆಲ್ಲ ಕೇರಳದಲ್ಲಿಯೇ ಇವೆ. ತಮಿಳುನಾಡಿನ ಅತಿ ಎತ್ತರದ ಶಿಖರವೆಂದರೆ ನೀಲಗಿರಿಯ ಭಾಗವಾಗಿರುವ ದೊಡ್ಡಬೆಟ್ಟ (2,637 ಮೀ.). ಕರ್ನಾಟಕದಲ್ಲಿನ ಎತ್ತರದ ಶಿಖರವೆಂದರೆ ಮುಳ್ಳಯ್ಯನಗಿರಿ. ಇದರ ಎತ್ತರ 1,950 ಮೀ.ಗಳು. ಕೇರಳ ಮತ್ತು ತಮಿಳುನಾಡು ಭಾಗಗಳ ಪಶ್ಚಿಮ ಘಟ್ಟ ಪ್ರದೇಶಗಳಲ್ಲಿ ಅನೇಕ ಬಗೆಯ ಚಹ ಮತ್ತು ಕಾಫಿ ತೋಟಗಳಿವೆ. ಕರ್ನಾಟಕದಲ್ಲಿಯೂ ಇವುಗಳನ್ನು ಕಾಣಬಹುದು.

ಪಶ್ಚಿಮ ಘಟ್ಟಗಳು ಮತ್ತು ಅರೇಬಿಯನ್ ಸಮುದ್ರದ ನಡುವಿನ ಕಿರಿದಾದ ಕರಾವಳಿ ಬಯಲನ್ನು ಕೊಂಕಣ ತೀರವೆಂದು ಹೆಸರಿಸಲಾಗಿದೆ. ಕೊಂಕಣ ಕರಾವಳಿಯ ಮಧ್ಯಭಾಗವನ್ನು ಕೆನರಾ ಮತ್ತು ದಕ್ಷಿಣದ ಭಾಗವನ್ನು ಮಲಬಾರ್ ಪ್ರದೇಶ ಇಲ್ಲವೇ ಮಲಬಾರ್ ಕರಾವಳಿ ಎಂದು ಗುರುತಿಸಲಾಗಿದೆ. ಮಹಾರಾಷ್ಟ್ರದ ಕೆಳಭಾಗದ ಪಶ್ಚಿಮ ಘಟ್ಟ ಪ್ರದೇಶ ಭಾಗವನ್ನು ದೇಶ್ ಎನ್ನಲಾಗಿದೆ. ಕರ್ನಾಟಕದಲ್ಲಿನ ಪೂರ್ವ ಕೆಳಭಾಗದ ಪಶ್ಚಿಮ ಘಟ್ಟಗಳ ಮಧ್ಯಭಾಗವನ್ನು ಮಲೆನಾಡು ಎಂದು ಹೆಸರಿಸಲಾಗಿದೆ. ದೇಶ್ ಭಾಗದಲ್ಲಿನ ದೊಡ್ಡ ನಗರ ಪುಣೆ. ಪೂರ್ವ ಮತ್ತು ಪಶ್ಚಿಮ ಘಟ್ಟಗಳು ಸಂಧಿಸುವಲ್ಲಿ ಬಿಳಿಗಿರಿರಂಗನ ಬೆಟ್ಟವಿದೆ.

ಪಶ್ಚಿಮ ಘಟ್ಟಗಳಲ್ಲಿನ ಸರೋವರಗಳು ಮತ್ತು ಜಲಾಶಯಗಳು:

ಊಟಿ ನೀಲಗಿರಿ ಬೆಟ್ಟಗಳಲ್ಲಿನ ಪ್ರಸಿದ್ಧ ಸರೋವರ. ಕೊಡೈಕನಾಲ್ ಮತ್ತು ಬೆರಿಜಾಮ್ ಸರೋವರಗಳು ಪಳನಿ ಬೆಟ್ಟಗಳಲ್ಲಿ ಇವೆ. ಕೇರಳದಲ್ಲಿನ ವೇನಾಡನಲ್ಲಿ ಪೂಕೊಡೆ ಸರೋವರವಿದೆ. ಮನ್ನಾರ್ ಪರ್ವತ ಪ್ರದೇಶಗಳಲ್ಲಿ ದೇವಿಕುಲಮ್ ಮತ್ತು ಲೆಚ್‌ಮಿ ಎಲೆಫೆಂಟ್ ಸರೋವರಗಳಿವೆ. ಪಶ್ಚಿಮ ಘಟ್ಟದಲ್ಲಿ ಕೆಲವು ಹೈಡ್ರೊ ಇಲೆಕ್ಟ್ರಿಕ್ ಮತ್ತು ನೀರಾವರಿ ಯೋಜನೆಗಳನ್ನು ಕಾರ್ಯಗತಗೊಳಿಸಲಾಗಿದೆ. ಪ್ರಮುಖ ಜಲಾಶಯಗಳೆಂದರೆ: ಮಹಾರಾಷ್ಟ್ರದಲ್ಲಿನ ಲೊನಾವಾಲಾ ಮತ್ತು ವಲ್‌ವಹನ್, ಕರ್ನಾಟಕದಲ್ಲಿನ ಕೃಷ್ಣರಾಜಸಾಗರ, ವಿ.ವಿ. ಸಾಗರ, ತುಂಗಭದ್ರ, ತಮಿಳುನಾಡಿನಲ್ಲಿನ ಮೆಟ್ಟೂರು ಡ್ಯಾಮ್, ಭವಾನಿ ಮೇಲ್ದಂಡೆ, ಮುಕುರ್ತಿ, ಸೆರ್ವಲಾರ್, ಕೊಡೈಯಾರ್, ಮಣಿಮುಥಾರ್ ಡ್ಯಾಮ್.

ಪಶ್ಚಿಮಘಟ್ಟಗಳಲ್ಲಿನ ಪ್ರಮುಖ ನದಿಗಳೆಂದರೆ ಗೋದಾವರಿ, ಕೃಷ್ಣಾ ಮತ್ತು ಕಾವೇರಿ. ಇವು ಪೂರ್ವಾಭಿಮುಖವಾಗಿ ಹರಿದು ಬಂಗಾಳ ಕೊಲ್ಲಿಗೆ ಸೇರುತ್ತವೆ. ಪೆರಿಯಾರ್, ಭರತಪುಜ್ಞಾ, ನೇತ್ರಾವತಿ, ಶರಾವತಿ, ಮಾಂಡೋವಿ ಇವು ಪಶ್ಚಿಮಾಭಿಮುಖವಾಗಿ ಹರಿದು ಅರೇಬಿಯನ್ ಸಮುದ್ರವನ್ನು ಸೇರುತ್ತವೆ.

ಪಶ್ಚಿಮಘಟ್ಟಗಳಲ್ಲಿ ಸುಮಾರು 50 ಪ್ರಮುಖ ಹೈಡ್ರೊ ಇಲೆಕ್ಟ್ರಿಕ್ ಯೋಜನೆಗಳನ್ನು ಕಾರ್ಯಗತಗೊಳಿಸಲಾಗಿದೆ. ಪ್ರಮುಖವಾದವೆಂದರೆ ಮಹಾರಾಷ್ಟ್ರದಲ್ಲಿನ ಕೋಯ್ನಾ, ಕೇರಳದಲ್ಲಿನ ಪರಂಬಿಕುಲವ್, ಕರ್ನಾಟಕದಲ್ಲಿನ ಲಿಂಗನಮಕ್ಕಿ, ಕೇರಳದ ಇಡುಕ್ಕಿ. ಇಡುಕ್ಕಿ ಏಷ್ಯಾದಲ್ಲಿನ ದೊಡ್ಡದಾದ ಅಣೆಕಟ್ಟೆಯಾಗಿದ್ದು ಕೇರಳಕ್ಕೆ ಶೇಕಡಾ 70ರಷ್ಟು ವಿದ್ಯುತ್ ಒದಗಿಸುತ್ತದೆ. ತೆಕ್ಕಡಿ ಸಮೀಪದ ಮುಲ್ಲಾರ್‌ಪೆರಿಯಾರ್ ಅಣೆಕಟ್ಟೆ ವಿಶ್ವದಲ್ಲಿಯೇ ಹಳೆಯ ಅಣೆಕಟ್ಟೆಗಳಲ್ಲಿ ಒಂದು.

ಪಶ್ಚಿಮಘಟ್ಟಗಳಲ್ಲಿ ಹಲವಾರು ಜಲಪಾತಗಳನ್ನು ನೋಡಬಹುದು. ಜೋಗ ಜಲಪಾತ ದಕ್ಷಿಣ ಏಷ್ಯಾದಲ್ಲಿಯೇ ದೊಡ್ಡದು. ಕುಂಚಿಕಾಲ್ ಫಾಲ್ಸ್, ದೂಧಸಾಗರ, ಶಿವನಸಮುದ್ರ ಮತ್ತು ಉಂಚಳ್ಳಿ ಜಲಪಾತಗಳು

ಸಹ ಹೆಚ್ಚಿನ ಜನಾಕರ್ಷಣೆ ಹೊಂದಿವೆ. ಪಶ್ಚಿಮ ಘಟ್ಟಗಳಲ್ಲಿನ ಉಗಮ ವಾಗುವ ನೀರಿನ ತೊರೆಗಳು ಮತ್ತು ಜರಿಗಳಿಗಂತೂ ಲೆಕ್ಕವೇ ಇಲ್ಲ. ಅಷ್ಟೊಂದು ಕಿರು ಜಲಧಾರೆಗಳಿವೆ.

ಪಶ್ಚಿಮಘಟ್ಟ ಪ್ರದೇಶಗಳಲ್ಲಿ ವಿವಿಧ ಜನಾಂಗಗಳ ಜನರು ವಾಸ ವಾಗಿದ್ದಾರೆ. ಜೀವನೋಪಾಯಕ್ಕಾಗಿ ಕೃಷಿ, ತೋಟಗಾರಿಕೆಗಳನ್ನು ನಡೆಸುತ್ತಿದ್ದಾರೆ. ಪಶ್ಚಿಮ ಘಟ್ಟಗಳ ವ್ಯಾಪ್ತಿಯ ಅರಣ್ಯಗಳು ದೇಶಕ್ಕೆ ಅಪಾರ ಪ್ರಮಾಣದ ಆದಾಯವನ್ನು ಒದಗಿಸುತ್ತಿವೆ. ಬಹುವೈವಿಧ್ಯತೆಯ ಇವುಗಳನ್ನು ಯುನೆಸ್ಕೊ ತನ್ನ ವಿಶ್ವ ಪರಂಪರೆಯ ಪಟ್ಟಿಯಲ್ಲಿ ಪ್ರಾಕೃತಿಕ ಮಹತ್ವದ ತಾಣಗಳಲ್ಲಿ ಪ್ರಮುಖವಾದದ್ದು ಎಂದು ಗುರುತಿಸಿದೆ.

ಪಶ್ಚಿಮಘಟ್ಟ ಪ್ರದೇಶಗಳಲ್ಲಿನ ಸೂಕ್ಷ್ಮ ಪ್ರದೇಶಗಳಲ್ಲಿ ಗಣಿಗಾರಿಕೆ, ಮರಳುಗಾರಿಕೆ ನಡೆಸಲು ಅವಕಾಶ ನೀಡಬಾರದೆಂದು ಕೇಂದ್ರ ಸರ್ಕಾರಕ್ಕೆ ಶಿಫಾರಸು ಮಾಡಿದೆ. ಹೊಸದಾಗಿ ಪರಿಸರಕ್ಕೆ ಧಕ್ಕೆಯಾಗುವಂತಹ ಕಾಮಗಾರಿಗಳನ್ನು ನಿರ್ಮಿಸಲು ಸಹ ಅವಕಾಶ ಕೊಡಬಾರದೆಂದು ತನ್ನ ವರದಿಯಲ್ಲಿ ಹೇಳಿದೆ.

25.
ಕೆಯೊಲದೆವೊ ರಾಷ್ಟ್ರೀಯ ಉದ್ಯಾನ

ಕೆಯೊಲದೆವೊ ರಾಷ್ಟ್ರೀಯ ಉದ್ಯಾನ ರಾಜಸ್ತಾನದಲ್ಲಿದೆ. ಭರತಪುರ ಪಟ್ಟಣದ ಹತ್ತಿರದಲ್ಲಿರುವ ಪಕ್ಷಿಗಳ ನೆಚ್ಚಿನ ಆವಾಸ ಸ್ಥಾನ. ನೀರಿನ ಸೆಲೆ, ಜೊಂಡಿನ ಜೌಗು ಭೂಮಿ, ಹಸಿರು ಹಸಲೆ, ಪೊದೆಗಿಡ, ಮರಗಳ ಹಂದರ– ಇವುಗಳಿಂದಾಗಿ ಕೊಯೊಲದೆವೊ ಪಕ್ಷಿಗಳು ನೆಲೆನಿಲ್ಲಲು ಅತ್ಯಂತ ಪ್ರಶಸ್ತವಾಗಿದೆ.

ಹಿಂದೆ ಇಲ್ಲಿ ಕೆಯೊಲೊದೇವ (ಶಿವನ ಇನ್ನೊಂದು ಹೆಸರು) ದೇಗುಲವಿತ್ತು. ಹಾಗಾಗಿಯೇ ಇಂದಿಗೂ ಆ ಹೆಸರಿನಿಂದ ಕರೆಯಲ್ಪಡುತ್ತಿದೆ. ಈ ಭಾಗದಲ್ಲಿ ಹರಿಯುವ ಗಂಭೀರ ಮತ್ತು ಬಂಗಾಂಗಾ ನದಿಗಳು

ಹಿಂದೆ ಪ್ರವಾಹವನ್ನುಂಟು ಮಾಡುತ್ತಿದ್ದವು. ಈ ಪ್ರಕೃತಿವಿಕೋಪವನ್ನು ತಡೆಯುವ ನಿಟ್ಟಿನಲ್ಲಿ ಭರತಪುರದ ಮಹಾರಾಜ ಸೂರಜ್ ಮಲ್ (ಕ್ರಿ.ಶ. 1726–1763) ಅಜಾನ್ ಬಂದ್ ಹೆಸರಿನ ಜಲಾಶಯವನ್ನು ನಿರ್ಮಿಸಿದ. ಪುಟ್ಟ ದ್ವೀಪದಂತಿದ್ದ ಈ ಜೊಂಡು ಜೌಗು ಮತ್ತು ಅರಣ್ಯ ಪ್ರದೇಶ ಆಗಲೇ ಪಕ್ಷಿಗಳ ನೆಲೆವೀಡಾಗಿತ್ತು.

ಎರಡು ಮೀಟರ್ ಎತ್ತರದ ಗೋಡೆಗಳನ್ನು ಕಟ್ಟಿಸಿ ನೀರು ಒಂದೇ ಮಟ್ಟವಾಗಿ ಮುಂದೆ ಹೋಗುವಂತೆ ಸೂರಜ್‌ಮಲ್ ಮಾಡಿದ್ದ. ಈ ಜಲಸಂಗ್ರಹಾರದಲ್ಲಿ ಆತ ವಿಹಾರ ಮಾಡುತ್ತಿದ್ದನಲ್ಲದೆ, ಹಕ್ಕಿಗಳನ್ನು ಬೇಟೆಯಾಡುವ ಹವ್ಯಾಸ ಬೆಳೆಸಿಕೊಂಡಿದ್ದ. 1972ರವರೆಗೂ ರಾಜ ಪರಿವಾರ ಬೇಟೆಯ ಹಕ್ಕನ್ನು ಪಡೆದಿತ್ತು. 350ಕ್ಕೂ ಹೆಚ್ಚಿನ ಪ್ರಬೇಧಗಳ ಪಕ್ಷಿಗಳಿರುವ ಈ ಸ್ಥಳವನ್ನು ರಾಜಸ್ತಾನ ಸರ್ಕಾರ ತನ್ನ ಸುಪರ್ದಿಗೆ ತೆಗೆದುಕೊಂಡು ಮೀಸಲು ಅರಣ್ಯ ಪ್ರದೇಶವೆಂದು ಘೋಷಿಸಿತು.

ಭರತಪುರದ ಮಹಾರಾಜ ಬೇಟೆ ಹಕ್ಕನ್ನು ಹೊಂದಿದ್ದಾಗ ಆತ ಬ್ರಿಟಿಷ್ ವೈಸರಾಯ್‌ಗಳ ಖುಷಿಗಾಗಿ ಪ್ರತಿವರ್ಷ ಬಾತುಕೋಳಿ ಮತ್ತಿತರ ಈಜುಪಕ್ಷಿಗಳ ಬೇಟೆಯನ್ನು ಪ್ರಾಯೋಜಿಸುತ್ತಿದ್ದ. 1938ರಲ್ಲಿ ಆಗ ಭಾರತದ ಗವರ್ನರ್ ಜನರಲ್ ಆಗಿದ್ದ ಲಾರ್ಡ್ ಲಿನ್‌ಲಿತ್‌ಗೊ ಒಂದು ದಿನದ

ಬೇಟೆಯಲ್ಲಿ 4,270ಕ್ಕೂ ಹೆಚ್ಚಿನ ಬಾತು ಪಕ್ಷಿಗಳನ್ನು ಶೂಟ್ ಮಾಡಿದ್ದ. ಈ ಬೇಟೆಯನ್ನು ಬ್ರಿಟಿಷ್ ಮಾಧ್ಯಮದವರೇ ಖಂಡಿಸಿದ್ದರು. ಹವ್ಯಾಸಿ ಬೇಟೆಗೆ ರಾಜ ಪರಿವಾರದವರು ತಾಸು, ಎರಡು ತಾಸಿನ ಬೇಟೆಯಾಡುತ್ತಿದ್ದರು. ಆದರೆ ಲಿನ್‌ಲಿತ್‌ಗೊ 4,000ಕ್ಕೂ ಹೆಚ್ಚು ಬಾತುಕೋಳಿಗಳನ್ನು ಶೂಟ್ ಮಾಡಿದ್ದು ಆತನ ಮನೋವಿಕೃತಿಯನ್ನು ಹೊರಗೆಡವಿತ್ತು.

1982ರಲ್ಲಿ ಕೇಂದ್ರ ಸರ್ಕಾರ ಕೆಯೊಲದೆವೊ ಅನ್ನು ರಾಷ್ಟ್ರೀಯ

ಉದ್ಯಾನವನ್ನಾಗಿ ಪರಿವರ್ತಿಸಿತು. ಸುತ್ತಮುತ್ತಲೂ ಹಳ್ಳಿಗಳನ್ನು ಹೊಂದಿರುವ ಈ ಜಾಗವನ್ನು ಸೂಕ್ಷ್ಮಪ್ರದೇಶವೆಂದು ಗುರುತಿಸಲಾಗಿದೆ. ರಾಷ್ಟ್ರೀಯ ಉದ್ಯಾನದ ಮಾನ್ಯತೆ ನೀಡಿದ ಮೇಲೆ ಪಕ್ಷಿಗಳ ಸಂರಕ್ಷಣೆಗೆ ಹೆಚ್ಚಿನ ಒತ್ತು ನೀಡಲಾಯಿತು. ಸ್ಥಳೀಯವಾಗಿ ಘಾನಾ ಉದ್ಯಾನವೆಂದು ಕರೆಯಲ್ಪಡುವ ಇಲ್ಲಿ ಕನಿಷ್ಠ 230 ಪಕ್ಷಿ ಸಂಕುಲಗಳು ನೆಲೆನಿಂತು ಪೋಷಿಸಲ್ಪಡುತ್ತಿವೆ.

ಹವಾಮಾನಕ್ಕನುಗುಣವಾಗಿ ವಿಶೇಷವಾಗಿ ಚಳಿಗಾಲದಲ್ಲಿ ಮಧ್ಯ ಏಷ್ಯಾದ ಹಲವು ದೇಶಗಳಿಂದ ಪಕ್ಷಿಗಳು ಇಲ್ಲಿಗೆ ವಲಸೆ ಬರುತ್ತವೆ. ಸಂತಾನೋತ್ಪತ್ತಿ ಮಾಡುತ್ತವೆ. ವಲಸೆ ಬರುವ ಪಕ್ಷಿ ಸಂಕುಲಗಳನ್ನು ಸೇರಿಸಿದರೆ

ಇಲ್ಲಿ ಒಟ್ಟು 375 ಬಗೆಯ ಪಕ್ಷಿಗಳನ್ನು ಗುರುತಿಸಲಾಗಿದೆ. ಆಸುಪಾಸಿನಲ್ಲಿ ಹರಿಯುವ ನೀರಿನ ತೊರೆಗಳು, ಹಚ್ಚಹಸಿರಿನ ವನಸಿರಿ, ವಿವಿಧ ಬಗೆಯ ಗಿಡಮರಗಳು, ಪೊದೆಗಳು ಪಕ್ಷಿಗಳು ಇಲ್ಲಿ ತಳವೂರಲು ಹೆಚ್ಚು ಅನುಕೂಲವೆನಿಸಿದೆ.

ಅಳಿವಿನಂಚಿನಲ್ಲಿರುವ ಸೈಬೀರಿಯನ್ ಕ್ರೇನ್, ಉಳಿವಿಗಾಗಿ ಹೆಣಗುತ್ತಿರುವ ದೊಡ್ಡ ಪಟ್ಟೆಗಳ ಹದ್ದು, ಮತ್ತಿತರ ಹದ್ದುಗಳು ಮತ್ತು ಮಾನವನ ಆಧುನಿಕ ವೃತ್ತಿಗಳು ಮತ್ತು ಪರಿಸರ ನಾಶದಿಂದಾಗಿ ಅಪಾಯದತ್ತ ಸರಿಯುತ್ತಿರುವ ಇನ್ನಿತರ ಆರು ಪಕ್ಷಿ ಪ್ರಭೇದಗಳನ್ನು ಇಲ್ಲಿ ಮಾತ್ರ ಹೆಚ್ಚಾಗಿ ಕಾಣಬಹುದು.

ಪಕ್ಷಿಗಳ ಹೊರತಾಗಿ 42 ಬಗೆಯ ಉರಗ ಜಾತಿಗಳು ಇಲ್ಲಿವೆ. 50 ನಮೂನೆಯ ಮೀನುಗಳನ್ನು ಲೆಕ್ಕ ಹಾಕಲಾಗಿದೆ. 15 ಬಗೆಯ ವಿಶಿಷ್ಟ ಹಾವುಗಳು, 7 ಬಗೆಯ ಹಲ್ಲಿಗಳು ಮತ್ತು ಬಗೆಬಗೆಯ ಆಮೆ ಜಾತಿಯ ಜೀವಿಗಳಿಂದಾಗಿ ಕೆಯೊಲದೆವೊ ಉದ್ಯಾನ ವಿಶಿಷ್ಟವೆನಿಸಿದೆ

ಸುತ್ತಲಿನ ಕಾಡುಗಳಲ್ಲಿ ನರಿ, ಚಿರತೆ, ಕಾಡುಹಂದಿ, ಜಿಂಕೆ, ತೋಳ, ನವಿಲು, ಬಾವಲಿ ಮುಂತಾದ ಜೀವಿಗಳನ್ನು ಗುರುತಿಸಲಾಗಿದೆ. ಜೀವಿಗಳ ಹೊರತಾಗಿ ಈ ಭಾಗದಲ್ಲಿ 379 ವಿಭಿನ್ನ ಬಗೆಯ ಸಸ್ಯ ಪ್ರಭೇದಗಳನ್ನು

ಅಂದಾಜಿಸಲಾಗಿದೆ. 1982ರಲ್ಲಿ ಕೆಯೊಲದೆವೊ ಅನ್ನು ರಾಷ್ಟ್ರೀಯ ಉದ್ಯಾನವನ್ನಾಗಿ ಘೋಷಿಸಿ ದನಗಳಿಗೆ ಹುಲ್ಲು ಮೇಯಿಸುವುದನ್ನು ನಿಷೇಧಿಸಿದಾಗ ಸುತ್ತಲಿನ ರೈತರು ಒಂದಾಗಿ ಸರ್ಕಾರದ ಜೊತೆ ಜಗಳಕ್ಕಿಳಿದಿದ್ದರು. ಇದೀಗ ದನ ಮತ್ತು ಎಮ್ಮೆಗಳ ಆಹಾರಕ್ಕಾಗಿಯೇ ಕೃತಕ ಹುಲ್ಲುಗಾವಲುಗಳನ್ನು ಬೆಳೆಸಲಾಗಿದೆ.

ಪಕ್ಷಿಗಳ ಸ್ವರ್ಗ:

ಬಾತುಕೋಳಿ, ಕೊಕ್ಕರೆ, ಬಿಳಿ ಕೊಕ್ಕರೆ, ಕಾಡು ಗುಬ್ಬಚ್ಚಿ, ಜಲಚತುರೆ, ಚುಕ್ಕೆಬಾತು, ಬಸ್ಟರ್ಡ್ ಹಕ್ಕಿ, ಬಾನಕ್ಕಿ, ಮುಕುಟಧಾರಿ ಹದ್ದು, ಕೆಂಬೂತ,

ಗೀಜಗ, ಗೂಬೆ, ಮಾಸಲು ಗೂಬೆ, ಕೋಡುಗೂಬೆ, ಫ್ಲೋರಿಕಾನ್, ಎಲೆಹಕ್ಕಿ, ಕೊಳದ ಬಕ, ಬೂದು ಬಕ, ಬುಲ್‌ಬುಲ್, ಮರಕುಟುಕ, ನೀರುಕೋಳಿ, ರಣಹದ್ದು, ಬೆಟ್ಟ ಗೊರವಂಕ, ರಾಜಹಕ್ಕಿ, ಚಂದ್ರಮುಕುಟ, ಸಾರಸ ಕೊಕ್ಕರೆ, ರಾಜಹಂಸ, ಕಡಲಕಾಗೆ, ಮೊನಾಲ್ ಕೆಂಬೂತ, ಹೊನ್ನಕ್ಕಿ, ಕಾಡು ಗೊರವಂಕ, ನವರಂಗ, ಗಂಧರ್ವ ಪಕ್ಷಿ, ಸೈಬಿರಿಯನ್ ಕ್ರೇನ್, ಕ್ರೌಂಚಪಕ್ಷಿ, ಹೆರೋನ್‌ಗಳು, ಗೋಲ್ಡನ್ ಪ್ಲೊವರ್, ಕಪಿಲ ಕಲಿಂಗ, ಭಾರದ್ವಾಜ ಹಕ್ಕಿ ಇತ್ಯಾದಿ ಇತ್ಯಾದಿಯಾಗಿ ಪಕ್ಷಿಗಳಿಂದ ಕೆಯೊಲದೆವೊ ಸಮೃದ್ಧ. ಸರ್.

ಪೀಟರ್ ಸ್ಕಾಟ್ ಇದನ್ನು ಹಕ್ಕಿಗಳ ಸ್ವರ್ಗ ಎಂದೇ ಕರೆದಿದ್ದಾರೆ. ಪ್ರತಿ ವರ್ಷ ಇಲ್ಲಿ ಕಡಿಮೆಯೆಂದರೂ 20,000 ಬಗೆಯ ಗೂಡುಗಳನ್ನು ಕಾಣಬಹುದು. ಪಕ್ಷಿಶಾಸ್ತ್ರಜ್ಞರು ಮತ್ತು ವೃತ್ತಿಪರ ಛಾಯಾಗ್ರಾಹಕರು ದೂರದೇಶಗಳಿಂದ ಆಗಮಿಸುತ್ತಾರೆ.

ಪ್ರವಾಸಿಗರಿಗಾಗಿಯೇ ಅನುಕೂಲಕರ ವ್ಯವಸ್ಥೆಗಳನ್ನು ರಾಜಸ್ಥಾನ ಸರ್ಕಾರ ಕಲ್ಪಿಸಿದೆ. ರಾಷ್ಟ್ರೀಯ ಉದ್ಯಾನ ಹತ್ತಿರದ ಶಾಂತಿಕುಟೀರದವರೆಗೆ ವಾಹನಗಳನ್ನು ಒಯ್ಯಲು ಅವಕಾಶವಿದೆ. ದೇಶೀಯ ಪ್ರವಾಸಿಗನಿಗೆ ಒಂದು ದಿನಕ್ಕಾಗಿ ಉದ್ಯಾನ ವೀಕ್ಷಣೆಗೆ 50 ರೂ.ಗಳ ದರವಿದ್ದರೆ, ವಿದೇಶಿ ಪ್ರಜೆಗೆ 200 ರೂ.ಗಳು. ಶಾಂತಿಕುಟೀರದಿಂದ ನಡಿಗೆ, ಬೈಸಿಕಲ್, ಸೈಕಲ್ ರಿಕ್ಷಾ, ಟಾಂಗಾ ಇಲ್ಲವೇ ಬೋಟ್‌ಗಳ ಮೂಲಕ ಪಕ್ಷಿಧಾಮ ವೀಕ್ಷಿಸುವ ಸೌಲಭ್ಯವನ್ನು ಕಲ್ಪಿಸಲಾಗಿದೆ. ಪ್ರವಾಸಿಗರಿಗೆ ಉದ್ಯಾನದ ಕುರಿತು ಮಾಹಿತಿ ನೀಡಲು ಗೈಡ್‌ಗಳು ಲಭ್ಯವಿರುತ್ತಾರೆ.

ಇತ್ತೀಚೆಗೆ ಉದ್ಯಾನದ ಸುತ್ತಲಿನ 27 ಸ್ಯಾಟ್‌ಲೈಟ್ ಜೌಗುಪ್ರದೇಶಗಳನ್ನು ಸಂರಕ್ಷಿತ ಇಲ್ಲವೇ ಮೀಸಲು ಪ್ರದೇಶಗಳೆಂದು ಕೇಂದ್ರ ಸರ್ಕಾರ ಘೋಷಿಸಿದೆ. ಪಕ್ಷಿಗಳು ಸ್ವಚ್ಛಂದವಾಗಿ ವಿಹರಿಸುವಂತೆ ಈ ಕ್ರಮ ಕೈಗೊಳ್ಳಲಾಗಿದೆ. ಕೆಯೊಲದೆವೊ ತಾಣ ಇಂದಿಗೂ ಅತಿವೃಷ್ಟಿ ಮತ್ತು ಅನಾವೃಷ್ಟಿಗಳನ್ನು ಎದುರಿಸುತ್ತಲೇ ಇದೆ. ಮಾನ್ಸೂನ್ ಕೈಕೊಟ್ಟಾಗ ಬಾತು ಮತ್ತಿತರ ನೀರು ಪಕ್ಷಿಗಳಿಗೆ ತೊಂದರೆಯಾಗದಿರಲಿ ಎಂದು ಎರಡು ಕೃತಕ ನೀರು ಹೊಂಡಗಳನ್ನು ನಿರ್ಮಿಸಲಾಗಿದೆ. ಈಗ ಪಂಪ್‌ಗಳ ಮೂಲಕ ಉದ್ಯಾನಕ್ಕೆ ನೀರುಣಿಸಲಾಗುತ್ತಿದೆ.

ಗಂಗಾ ಮತ್ತದರ ಉಪನದಿಗಳ ಬಯಲು ಪ್ರದೇಶದಲ್ಲಿ ಗುರುತಿಸಲ್ಪಟ್ಟಿರುವ ಈ ಭೂಭಾಗ ಪ್ರವಾಹಕ್ಕೀಡಾದಾಗ ನೀರಿನಿಂದ ಆವೃತ್ತವಾಗಿರುತ್ತದೆ. ಆಗ ಸುಮಾರು 65 ದಶಲಕ್ಷದಷ್ಟು ಮೀನುಗಳನ್ನು ಈ ತಾಣ ಪಡೆಯುತ್ತದೆ. ಪಕ್ಷಿಗಳಿಗೆ ಆಗ ಭರಪೂರ ಆಹಾರವೆನ್ನಲಡ್ಡಿಯಿಲ್ಲ. ಜಗತ್ತಿನಲ್ಲಿಯೇ ಅತಿಹೆಚ್ಚು ಪಕ್ಷಿಸಂಕುಲಗಳನ್ನು ಹೊಂದಿರುವ ತಾಣಗಳಲ್ಲಿ ಒಂದೆನಿಸಿರುವ ಇದನ್ನು ಯುನೆಸ್ಕೊ 1985ರಲ್ಲಿ ವಿಶ್ವ ಪರಂಪರೆಯ ಪಟ್ಟಿಯಲ್ಲಿ ಮಾನ್ಯ ಮಾಡಿತು.

26.
ಕಲ್ಕಾ-ಶಿಮ್ಲಾ ರೈಲ್ವೆ

ಹಿಮಾಚಲಪ್ರದೇಶದ ಪ್ರಕೃತಿ ರಮಣೀಯ ಪ್ರದೇಶಗಳಲ್ಲಿ ರಾಜಧಾನಿ ಶಿಮ್ಲಾವೂ ಒಂದು. ಹಿಂದೆ ಇದು ಸಿಮ್ಲಾ ಎಂದು ಕರೆಯಲ್ಪಡುತ್ತಿತ್ತು. ಮೊದಲ ಆಂಗ್ಲೋ-ಗುರ್ಖಾ ಯುದ್ಧದ ನಂತರ ಬ್ರಿಟಿಷರು ಇಲ್ಲಿಯೇ ನೆಲೆಗೊಂಡರು. ಹಿಮಾಲಯದ ತಪ್ಪಲಿನಲ್ಲಿ ಸುಮಾರು 2,169 ಮೀಟರ್‌ಗಳಷ್ಟು ಎತ್ತರದಲ್ಲಿದೆ ಶಿಮ್ಲಾ.

1830ರ ವೇಳೆಗಾಗಲೇ ಇದು ಬ್ರಿಟಿಷರ ಪ್ರಮುಖ ನೆಲೆಯಾಗಿ ಅಭಿವೃದ್ಧಿಯಾಗಿತ್ತು. 1864ರಲ್ಲಿ ಬ್ರಿಟಿಷ್ ಇಂಡಿಯಾದ ಬೇಸಿಗೆ ರಾಜಧಾನಿಯಾಗಿತ್ತಲ್ಲದೆ, ಬ್ರಿಟಿಷ್ ಸೇನೆಯ ಕೇಂದ್ರಕಚೇರಿಗಳಲ್ಲಿ ಒಂದೆನಿಸಿತ್ತು. ಇಲ್ಲಿ ರೈಲ್ವೆ ಮಾರ್ಗ ನಿರ್ಮಾಣಗೊಳ್ಳುವುದಕ್ಕಿಂತ ಮುಂಚೆ ಹೊರಜಗತ್ತಿಗೆ ಶಿಮ್ಲಾ ಎತ್ತಿನ ಬಂಡಿಗಳ ಮೂಲಕವೇ ಸಂಪರ್ಕ ಸಾಧಿಸಿತ್ತು.

1898ರಲ್ಲಿ ಎರಡು ಅಡಿ (610 ಮಿ. ಮೀ.) ಗೇಜ್ ಹಳಿಗಳ ರೈಲ್ವೆ ವ್ಯವಸ್ಥೆಯನ್ನು ದೆಹಲಿ-ಅಂಬಾಲಾ-ಕಲ್ಕಾ ರೈಲ್ವೆ ಕಂಪನಿ ನಿರ್ಮಿಸಲು ಆರಂಭಿಸಿತು. ಆಗ ನಿರ್ಮಾಣ ವೆಚ್ಚವನ್ನು 86,78,500 ರೂ.ಗಳೆಂದು ಅಂದಾಜಿಸಲಾಗಿತ್ತು. ಆದರೆ ಯೋಜನೆಯನ್ನು ಕಾರ್ಯಗತಗೊಳಿಸಲು ಮುಂದಾದಾಗ ವೆಚ್ಚ ದ್ವಿಗುಣಗೊಂಡಿತು. 1903 ನವೆಂಬರ್ 9ರಂದು 96.54 ಕಿ.ಮೀ. (59.99 ಮೈಲು)ಗಳ ಅಂತರದ ಮಾರ್ಗ ಕಾರ್ಯಾರಂಭಗೊಂಡಿತು.

ಅತ್ಯಧಿಕ ಮೊತ್ತದ ಬಂಡವಾಳ, ನಿರ್ವಹಣಾ ವೆಚ್ಚ ಮತ್ತು ವಿಶಿಷ್ಟ ಬಗೆಯ ಕಾಮಗಾರಿಗಳಿಂದಾಗಿ ಕಲ್ಕಾ-ಶಿಮ್ಲಾ ರೈಲ್ವೆ ಮಾರ್ಗದ ಪ್ರಯಾಣಕ್ಕಾಗಿ ಮಾಮೂಲಿ ದರಕ್ಕಿಂತ ಹೆಚ್ಚಿನ ಪ್ರಯಾಣ ದರವನ್ನೇ ನಿಗದಿ ಮಾಡಲಾಯಿತು. ಆದರೂ ನಿರ್ವಹಣಾ ವೆಚ್ಚ ಏನೇನೂ ಸಾಕಾಗಲಿಲ್ಲ. ಹೊರೆ ಹೊತ್ತು ಸಂಚಾರ ಮತ್ತು ರೈಲ್ವೆ ವ್ಯವಸ್ಥೆಯನ್ನು ನಿಭಾಯಿಸುವುದು ತರವಲ್ಲವೆಂದು ಬ್ರಿಟಿಷ್ ಇಂಡಿಯಾ ಸರ್ಕಾರವೇ 1906 ಜನವರಿ 1 ರಂದು 1,71,07,748 ರೂ.ಗಳಿಗೆ ಇದನ್ನು ತನ್ನ ನಿಯಂತ್ರಣದಲ್ಲಿರಲಿ ಎಂದು ಖರೀದಿಸಿತು. ಇದಕ್ಕೂ ಒಂದು ವರ್ಷ ಮುಂಚೆ ಇಂಡಿಯನ್ ವಾರ್ ಡಿಪಾರ್ಟ್‌ಮೆಂಟ್ ಮಾರ್ಗದರ್ಶಿ ಸೂತ್ರಗಳನ್ವಯ ಎಲ್ಲಾ ನ್ಯಾರೋ ಗೇಜ್ ವ್ಯವಸ್ಥೆಗಳಲ್ಲಿ ಏಕರೂಪತೆಯನ್ನು ಕಾಯ್ದುಕೊಳ್ಳಲು 2 ಅಡಿ, 6 ಅಂಗುಲಗಳ ಹಳಿಗಳನ್ನಾಗಿ ಪರಿವರ್ತಿಸಲಾಗಿತ್ತು.

ಕಲ್ಕಾ-ಶಿಮ್ಲಾ ರೈಲ್ವೆ ಮಾರ್ಗವನ್ನು ನಿರ್ಮಿಸಿದ್ದರ ಮುಖ್ಯ ಉದ್ದೇಶವೆಂದರೆ ಭಾರತೀಯ ರೈಲ್ವೆ ವ್ಯವಸ್ಥೆಯೊಂದಿಗೆ ಶಿಮ್ಲಾವನ್ನು ಸಂಪರ್ಕಿಸುವುದು ಆಗಿತ್ತು. ಇದೀಗ ಶಿಮ್ಲಾ ಹಿಮಾಚಲಪ್ರದೇಶದ ರಾಜಧಾನಿಯಾಗಿದ್ದರೆ, ಕಲ್ಕಾ ಪಟ್ಟಣ ಹರಿಯಾಣದ ಪಂಚಕುಲಾ ಜಿಲ್ಲೆಯಲ್ಲಿದೆ. ಕಲ್ಕಾದಿಂದ ಸಂಚಾರವನ್ನು ಆರಂಭಿಸುವ ಈ ರೈಲಿನಲ್ಲಿ ಸಂಚಾರ ಮಾಡುತ್ತ ಶಿಮ್ಲಾಕ್ಕೆ ಪ್ರಯಾಣ ಮಾಡುವುದು ರೋಮಾಂಚಕಾರಿ ಮತ್ತು ಮನಸ್ಸಿಗೆ ಅತ್ಯಂತ ಮುದ ನೀಡುವಂತಹ ಅನುಭವ. ಮಾರ್ಗದುದ್ದಕ್ಕೂ ಅಲ್ಲಲ್ಲಿ ಸಿಗುವ ಸುರಂಗಗಳು, ಸೇತುವೆಗಳು ಮತ್ತು ತಿರುವುಗಳನ್ನು ದಾಟುತ್ತ ಮುನ್ನಡೆಯುವ ರೈಲು ಪ್ರಯಾಣಿಕರನ್ನು ಹೊಸದೊಂದು ಪ್ರಪಂಚಕ್ಕೆ ಕೊಂಡೊಯ್ಯುತ್ತದೆ.

ಬೆಟ್ಟಗುಡ್ಡ ಸಾಲುಗಳಲ್ಲಿನ ಪ್ರಕೃತಿಯ ರಮಣೀಯತೆ ಪ್ರಯಾಣದುದ್ದಕ್ಕೂ ಕಣ್ಣಿಗೆ ಕಟ್ಟುತ್ತದೆ. ಡಾರ್ಜಿಲಿಂಗ್-ಹಿಮಾಲಯನ್ ರೈಲ್ವೆ, ನೀಲಗಿರಿ ಪರ್ವತ ರೈಲ್ವೆ ಮತ್ತು ಮುಂಬೈನಲ್ಲಿನ ಛತ್ರಪತಿ ಶಿವಾಜಿ ರೈಲು ನಿಲ್ದಾಣಗಳ ನಂತರ ರೈಲು ವಿಭಾಗದಲ್ಲಿ ಯುನೆಸ್ಕೊದ ವಿಶ್ವ ಪರಂಪರೆಯಲ್ಲಿ ಗುರುತಿಸಲ್ಪಟ್ಟ ತಾಣವಿದು. 2007ರಲ್ಲಿ ಕಲ್ಕಾ-ಶಿಮ್ಲಾ ರೈಲು ಮಾರ್ಗದ ವಿಶೇಷತೆಯನ್ನು ವೀಕ್ಷಿಸಲು ಆಗಮಿಸಿತ್ತು. 2008 ಜುಲೈ 8ರಂದು ಇಪ್ಪತ್ತನೆಯ ಶತಮಾನದ ಇಂಜಿನಿಯರಿಂಗ್ ಅದ್ಭುತವೆಂದು ವಿಶ್ವ ಪರಂಪರೆಯ ಪಟ್ಟಿಯಲ್ಲಿ ಮಾನ್ಯ ಮಾಡಿತು.

ಹಿಮಾಲಯದ ಶಿವಾಲಿಕ್ ತಪ್ಪಲಿನ ನಿಸರ್ಗ ರಮ್ಯತೆಯ ಹತ್ತು ಹಲವು ಗಿರಿಧಾಮಗಳು, ಹಚ್ಚಹಸಿರಿನ ವನರಾಶಿಯ ಚೆಲುವು, ಅಹ್ಲಾದಕರ ವಾತಾವರಣ ಇವೆಲ್ಲವುಗಳ ಅನುಭವವನ್ನು ಎಷ್ಟೇ ವರ್ಣಿಸಿದರೂ ಕಡಿಮೆಯೇ. ಧರಮಪುರ, ಸೋಲಾನ, ಕಂದಘಾಟ್, ತಾರಾದೇವಿ, ಬಾರೋಗ್, ಸಾಲೋಗ್ರಾ, ತೋಟು, ಸಮ್ಮರ್‌ಹಿಲ್ ಇವು ಕಲ್ಕಾ ಮತ್ತು ಶಿಮ್ಲಾ ಮಾರ್ಗದಲ್ಲಿ ಸಿಗುವ ಪ್ರಮುಖ ಗಿರಿತಾಣಗಳು ಮತ್ತು ಸ್ಥಳಗಳು.

ಸೋಲಾನ್ ಮಿನಿ ಶಿಮ್ಲಾ ಎಂದೇ ಕರೆಸಿಕೊಂಡಿದೆ. ಜೂನ್‌ನಲ್ಲಿ ಶೋಲಾನದೇವಿ ಹಬ್ಬವನ್ನು ಇಲ್ಲಿ ಬಹು ವಿಜೃಂಭಣೆಯಿಂದ ಆಚರಿಸುತ್ತಾರೆ. ಕಲ್ಕಾ-ಶಿಮ್ಲಾ ಮಾರ್ಗ ಮಧ್ಯ ಸಿಗುವ 20 ಮಧ್ಯಂತರ ನಿಲ್ದಾಣಗಳೆಲ್ಲವೂ

ಮುಂದೆ ನಿರ್ಮಿಸಲಾಗಿರುವ ಸೇತುವೆಗಳ ಬಲಬದಿಗೆ ಇವೆ. ಸೇತುವೆಗಳನ್ನು ಕಟ್ಟಲು ನಿರತರಾಗಿದ್ದ ಕಾರ್ಮಿಕರಿಗೆ ತಂಗುದಾಣಗಳನ್ನಾಗಿ ಈ ನಿಲ್ದಾಣಗಳನ್ನು ಸೇತುವೆಗಳ ಹತ್ತಿರ ನಿರ್ಮಿಸಲಾಗಿತ್ತು.

ನೂರಕ್ಕೂ ಹೆಚ್ಚು ಸುರಂಗಗಳು:

ಕಲ್ಕಾ-ಶಿಮ್ಲಾ ರೈಲು ಮಾರ್ಗ ಆರಂಭದಲ್ಲಿ 107 ಸುರಂಗಗಳನ್ನು ಒಳಗೊಂಡಿತ್ತು. 1930ರಲ್ಲಿ ನಾಲ್ಕು ಸುರಂಗಗಳನ್ನು ಸುರಕ್ಷಿತವಾಗಿಲ್ಲವೆಂದು ನೆಲಸಮಗೊಳಿಸಲಾಯಿತು. 2006ರಲ್ಲಿ 46ನೆಯ ಸಂಖ್ಯೆಯ ಸುರಂಗವನ್ನು ಸಹ ಕೆಡವಲಾಯಿತು. ಹಾಗಾಗಿ ಸದ್ಯ 102 ಸುರಂಗಗಳಿವೆ.

ಅತಿ ದೊಡ್ಡ ಸುರಂಗವೆಂದರೆ ಬಾರೋಗ್. ಈ ಸುರಂಗದ ಕುರಿತು ಸ್ಥಳೀಯರು ತಮ್ಮದೇ ಆದ ಕತೆಗಳನ್ನು ಕಟ್ಟಿಕೊಂಡಿದ್ದಾರೆ. ಚರಿತ್ರೆಯಲ್ಲಿ ದಾಖಲಾಗಿರುವಂತೆ ಈ ಸುರಂಗದ ಉಸ್ತುವಾರಿಯನ್ನು ಕರ್ನಲ್ ಬಾರೋಗ್ ಎಂಬ ಇಂಜಿನಿಯರ್ ಹೊತ್ತುಕೊಂಡಿದ್ದ. ಸುರಂಗದ ಎರಡೂ ಕಡೆಯ ಕೊನೆಯ ದ್ವಾರಗಳನ್ನು ಈತನಿಂದ ನಿರ್ಮಿಸಲು ಸಾಧ್ಯವಾಗಲೇ ಇಲ್ಲವಂತೆ.

ಹಾಗಾಗಿ ಈತನಿಗೆ ಆಗ ಕೆಲವು ರೂ.ಗಳ ಮೊತ್ತದ ದಂಡ ವಿಧಿಸಲಾಗಿತ್ತಂತೆ. ಸುರಂಗ ನಿರ್ಮಿಸುವಲ್ಲಿ ತಾನು ಪಟ್ಟ ತೊಂದರೆಗಳು ಮತ್ತು ಮೇಲಾಧಿಕಾರಿಗಳಿಂದ ವಿಧಿಸಲ್ಪಟ್ಟ ದಂಡದಿಂದ ಮನನೊಂದು ಬಾರೋಗ್ ಗುಂಡು ಹಾರಿಸಿಕೊಂಡು ಮೃತಪಟ್ಟನಂತೆ. ಈ ಸುರಂಗವನ್ನು ಮುಂದೆ ಮುಖ್ಯ ಇಂಜಿನಿಯರ್ ಎಚ್.ಎಸ್. ಹರ್ಲಿಂಗ್ಟನ್ ಎಂಬಾತ ಪೂರ್ಣ ಗೊಳಿಸಿದ. ಆದಾಗ್ಯೂ ಈ ಸುರಂಗ ಬಾರೋಗ್ ಎಂದೇ ಹೆಸರಾಗಿದೆ.

ಕಲ್ಕಾ-ಶಿಮ್ಲಾ ರೈಲು ಮಾರ್ಗ ಸಣ್ಣಪುಟ್ಟ, ಮಧ್ಯಮ ಗಾತ್ರದ ಮತ್ತು ದೊಡ್ಡ ಗಾತ್ರದ ಒಟ್ಟು 864 ಸೇತುವೆಗಳನ್ನು ಹೊಂದಿದೆ. ಕೆಲವು ಸೇತುವೆಗಳು ರೋಮನ್ ನಿರ್ಮಾಣ ಶೈಲಿಗಳನ್ನು ಹೋಲುತ್ತವೆ. 493ನೆಯ ಸೇತುವೆ ಆರ್ಚ್ ಗ್ಯಾಲರಿ ಎಂಬ ಹೆಸರನ್ನು ಪಡೆದಿದೆ. ಇದು ಕಂದಘಾಟ್ ಮತ್ತು ಕನೋಚ್ ನಿಲ್ದಾಣಗಳ ಮಧ್ಯದಲ್ಲಿದೆ. 226ನೆಯ ಸೇತುವೆ ಸೋನವಾರಾ ಮತ್ತು ಧರಮಪುರಗಳ ನಡುವೆ ಇದೆ. ಕೆಳಗೆ ಆಳವಾದ ಕಣಿವೆ ಮತ್ತು ಮೇಲೆ ಎತ್ತರವಾದ ಬೆಟ್ಟಸಾಲುಗಳೊಂದಿಗೆ ಆವೃತ್ತವಾಗಿದೆ.

ಕಲ್ಕಾ-ಶಿಮ್ಲಾ ರೈಲು ಮಾರ್ಗದ ಮತ್ತೊಂದು ವಿಶಿಷ್ಟತೆ ಎಂದರೆ ಇದು ಒಟ್ಟಾರೆ 919 ತಿರುವುಗಳನ್ನು ಹೊಂದಿರುವುದು. ಹೆಚ್ಚಿನ ಸಂಖ್ಯೆಯ ಸುರಂಗಗಳು, ಸೇತುವೆಗಳು ಮತ್ತು ತಿರುವುಗಳಲ್ಲಿ ರೈಲು ಸಾಗುವುದನ್ನು ನೋಡುತ್ತ ಪಯಣಿಸುವುದೇ ಒಂದು ಆನಂದ. ಸ್ವಾತಂತ್ರ್ಯಪೂರ್ವದಲ್ಲಿ ಬ್ರಿಟಿಷರು ನಿರ್ಮಿಸಿದ ಈ ರೈಲುವ್ಯವಸ್ಥೆಯನ್ನು ತದನಂತರ ಭಾರತ ಸರ್ಕಾರ ಅಚ್ಚುಕಟ್ಟಾಗಿ ನಿಭಾಯಿಸಿಕೊಂಡು ಬಂದಿದೆ. ಅತ್ಯಂತ ಭದ್ರವಾಗಿಯೂ ದೇಶದ ಹೆಮ್ಮೆಯ ಪ್ರತೀಕವಾಗಿಯೂ ಇರುವ ಈ ರೈಲು ವ್ಯವಸ್ಥೆ ಅಸಂಖ್ಯಾತ ಪ್ರವಾಸಿಗರನ್ನು ಆಕರ್ಷಿಸುತ್ತಿದೆ. ಪ್ರತಿವರ್ಷ ಕೇಂದ್ರ ಸರ್ಕಾರಕ್ಕೆ ಕೋಟ್ಯಾಂತರ ರೂಪಾಯಿಗಳ ಆದಾಯವನ್ನು ತಂದುಕೊಡುತ್ತಿದೆ.

27.
ಹುಮಾಯೂನ್ ಸಮಾಧಿ ಕಟ್ಟಡ ಸಂಕೀರ್ಣ

ಹುಮಾಯೂನ್ ಮೊಘಲ್ ಚಕ್ರವರ್ತಿಗಳಲ್ಲಿ ಒಬ್ಬ. ಈತ ಅಕ್ಬರನ ತಂದೆ. ದೆಹಲಿಯಲ್ಲಿನ ಪುರಾನಾ ಕಿಲಾ ಅಥವಾ ಹಳೆಯ ಕೋಟೆಯನ್ನು ಕಟ್ಟಿಸಿದವನೀತ. ಶೇರ್‌ಶಹಾ ಸೂರಿಯಿಂದ ಸೋಲಿಸಲ್ಪಟ್ಟು ಕೆಲಕಾಲ ದೇಶಬಿಟ್ಟು ಪರ್ಶಿಯಾದಲ್ಲಿ ತಲೆಮರೆಸಿಕೊಂಡಿದ್ದ ಹುಮಾಯೂನ್ ನಂತರ ಮತ್ತೆ ರಾಜ್ಯಭಾರ ಮಾಡುವಲ್ಲಿ ಯಶಸ್ವಿಯಾದ. ಪರ್ಶಿಯಾದಲ್ಲಿದ್ದಾಗ

ಅಲ್ಲಿನ ಕಲೆ, ಚಿತ್ರಕಲೆ ಮತ್ತು ವಾಸ್ತುಶಿಲ್ಪಗಳಿಂದ ಪ್ರಭಾವಿತನಾಗಿದ್ದ. ತನ್ನ ಆಡಳಿತಾವಧಿಯಲ್ಲಿ ಕಟ್ಟಡಗಳನ್ನು ನಿರ್ಮಿಸಬೇಕೆಂಬ ಯೋಜನೆ ಹಾಕಿಕೊಂಡಿದ್ದ. ಕ್ರಿ.ಶ. 1556ರಲ್ಲಿ ಸಾವನ್ನಪ್ಪಿದ.

ಈತನ ಸಾವಿನಿಂದ ಶೋಕತಪ್ತಳಾದ ಮೊದಲ ಪತ್ನಿ ಬೇಗಾ ಬೇಗ್ಂ ಅಥವಾ ಹಾಜಿ ಬೇಗ್ಂ ಪತಿಯ ಸ್ಮರಣಾರ್ಥವಾಗಿ ಸಮಾಧಿಯನ್ನು ಕಟ್ಟುವತ್ತ ಕಾರ್ಯಪ್ರವೃತ್ತಳಾದಳು. 1560ರ ದಶಕದ ಉತ್ತರಾರ್ಧದಲ್ಲಿ ಸಮಾಧಿ ಸ್ಮಾರಕ ನಿರ್ಮಾಣ ಕಾಮಗಾರಿಯನ್ನು ಆರಂಭಿಸಿದಳು. ಸಮಾಧಿ

ನಿರ್ಮಾಣ ನಿರ್ವಿಘ್ನದಿಂದ ಸಾಗಲಿ ಎಂದು ಮೆಕ್ಕಾಗೆ ಹೋಗಿ ಪ್ರಾರ್ಥನೆ ಮಾಡಿ ಬಂದಿದ್ದಳು. ಪರ್ಶಿಯಾದ ವಾಸ್ತುಶಿಲ್ಪಿ ಮಿರಾಕ್ ಮಿರ್ಜಾ ಘಿಯಾಸ್‌ನಿಗೆ ಸಮಾಧಿ ನಿರ್ಮಾಣದ ಉಸ್ತುವಾರಿ ವಹಿಸಿದಳು.

ಹುಮಾಯೂನ್ ಸಾವನ್ನಪ್ಪಿದ ಬಳಿಕ ಆತನ ಕಳೆಬರವನ್ನು ಪುರಾನಾ ಕಿಲಾದಲ್ಲಿ ಹೂಳಲಾಯಿತು. ಇದಾದ ಬಳಿಕ ಸುರಕ್ಷತೆಯ ದೃಷ್ಟಿಯಿಂದ ಪಂಜಾಬಿನ ಸರ್‌ಹಿಂದ್‌ಗೆ ತೆಗೆದುಕೊಂಡು ಹೋಗಲಾಯಿತು. ಬೇಗಾ ಬೇಗ್‌ಂಳ ವಿಶ್ವಾಸಿಕ ಸೇನಾಧಿಕಾರಿ ಖಾಂಜಾರ್ ಬೇಗ್ ಕಳೆಬರನ್ನು ಸರ್‌ಹಿಂದ್‌ಗೆ ಒಯ್ದಿದ್ದ. ಹಿಂದೂ ರಾಜ ಹೇಮು 1556ರಲ್ಲಿ ಆಗ್ರಾ ಮತ್ತು ದೆಹಲಿಗಳಲ್ಲಿನ ಮೊಘಲ್ ಪಡೆಗಳನ್ನು ಸೋಲಿಸಿದ್ದನಲ್ಲದೆ ಪುರಾನಾ ಕಿಲಾವನ್ನು ತನ್ನ ವಶಕ್ಕೆ ತೆಗೆದುಕೊಂಡಿದ್ದ. ಹೇಮು ಎಲ್ಲಿ ಹುಮಾಯೂನ್‌ನ ಗೋರಿಯನ್ನು ನಾಶಪಡಿಸುತ್ತಾನೆಂಬ ಭೀತಿಯಿಂದ ಬೇಗಾ ಬೇಂಗ್ಂ ಎಚ್ಚರಿಕೆ ವಹಿಸಿದ್ದಳು.

ಮುಂದೆ ಅಕ್ಬರ್ ಪ್ರವರ್ಧಮಾನಕ್ಕೆ ಬರುತ್ತಿದ್ದಂತೆ ದೆಹಲಿಯ ಯಮುನಾ ನದಿ ದಂಡೆಯ ಮೇಲೆ, ನಿಜಾಮುದ್ದೀನ್ ದರ್ಗಾದ ಪಕ್ಕದಲ್ಲಿ ಸಮಾಧಿ ನಿರ್ಮಿಸಲು ನಿರ್ಣಯ ಕೈಗೊಳ್ಳಲಾಯಿತು. ದೆಹಲಿಯ ಮೊಘಲ್ ದೊರೆಗಳು ಭಕ್ತಿಯನ್ನು ಹೊಂದಿದ್ದ ಸೂಫಿ ಸಂತ ನಿಜಾಮುದ್ದೀನ್ ಅಯುಲಿಯಾ ಅವರ ನಿವಾಸ ಹಿಂದೆ ಈ ಭಾಗದಲ್ಲಿತ್ತು. ಇವರ ಗೌರವಾರ್ಥ ದರ್ಗಾ ಸಹ ಕಟ್ಟಲ್ಪಟ್ಟಿತ್ತು.

ಆಗಿನ ಕಾಲದಲ್ಲಿ ಸುಮಾರು 15 ಲಕ್ಷ ರೂ.ಗಳ ವೆಚ್ಚದಲ್ಲಿ ಹುಮಾಯೂನ್ ಸಮಾಧಿಯನ್ನು ಕಟ್ಟಲಾಯಿತು. ಸಮಾಧಿ ನಿರ್ಮಿಸಲು ಎಂಟು ವರ್ಷಗಳು ಬೇಕಾದವು. ಇದಾದ ಬಳಿಕ ಎರಡು ವರ್ಷಗಳಲ್ಲಿ ಪರ್ಶಿಯನ್ ಮಾದರಿಯಲ್ಲಿ ಸಮಾಧಿಯ ನಾಲ್ಕೂ ಬದಿಯಲ್ಲಿ ಸುಂದರ ಉದ್ಯಾನಗಳನ್ನು ನಿರ್ಮಿಸಲಾಯಿತು. ಪುರಾನಾ ಕಿಲಾದ ಹತ್ತಿರ ಸಮಾಧಿಯನ್ನು ಕಟ್ಟಲಾಗಿದೆ. ದೆಹಲಿಯಲ್ಲಿನ ಪೂರ್ವ ನಿಜಾಮುದ್ದೀನ್ ಭಾಗದಲ್ಲಿ ಇದರ ಇರುವಿಕೆಯನ್ನು ಗುರುತಿಸಲಾಗಿದೆ.

ಸಿಕಂದರ್‌ನಲ್ಲಿನ ತೈಮೂರನ ಸ್ಮರಣಾರ್ಥವಾಗಿ ಕಟ್ಟಲಾದ ಘರ್

ಎ ಅಮೀರ್ ಸ್ಮಾರಕವನ್ನು ಮಾದರಿಯನ್ನಾಗಿಟ್ಟುಕೊಂಡು ಹುಮಾಯೂನ್ ಸಮಾಧಿಯನ್ನು ಕಟ್ಟಲಾಗಿದೆ. ಮೊಘಲ್ ವಾಸ್ತುಶಿಲ್ಪದ ಶ್ರೀಮಂತ ಕಟ್ಟಡವಿದು. ಇದರ ಮೇಲೆ ಪರ್ಶಿಯನ್ ವಾಸ್ತುಶಿಲ್ಪದ ಪ್ರಭಾವ ಹೆಚ್ಚಾಗಿದೆ. ಗುಮ್ಮಟ, ಮೊಗಸಾಲೆಗಳು, ಕಮಾನುಗಳು, ಪಿರಮಿಡ್ ಆಕಾರದ ಅಲಂಕರಣಗಳನ್ನು ಇಲ್ಲಿ ಕಾಣಬಹುದು. ಈ ಸಮಾಧಿಯನ್ನು ಹೆಚ್ಚಾಗಿ ಕೆಂಪು ಮರಳುಶಿಲೆಯನ್ನು ಬಳಸಿ ನಿರ್ಮಿಸಲಾಗಿದೆ.

ಹುಮಾಯೂನ್ ಸಮಾಧಿ ಕಟ್ಟಡ ಸಂಕೀರ್ಣದಲ್ಲಿ ಬೇಗಾ ಬೇಗ್ಂ, ಹಮೀದಾ ಬೇಂಗ್ಂ, ಹುಮಾಯನ್‌ನ ಮೊಮ್ಮಗ ದಾರಾ ಶಿಕೊ ಇವರಲ್ಲದೆ ಚಕ್ರವರ್ತಿ ಜಹಾಂದರ್ ಶಹಾ, ಫರುಖ್‌ಸಿಯಾರ್, ರಫಿ ಉಲ್ ದರ್ಜಾತ್, ರಫಿ ಉದ್ ದೌಲತ್ ಮತ್ತು ಎರಡನೆಯ ಆಲಂಗೀರ್ ಇವರುಗಳ ಗೋರಿಗಳಿವೆ. ಈ ಗೋರಿಗಳು ಉದ್ಯಾನಗಳಲ್ಲಿಯೇ ಕಾಣಸಿಗುತ್ತವೆ. ಭಾರತದಲ್ಲಿ ಉದ್ಯಾನಗಳಲ್ಲಿ ಗೋರಿಗಳನ್ನು ನಿರ್ಮಿಸುವ ರೂಢಿಯನ್ನು ಹುಟ್ಟು ಹಾಕಿದವ ಬಾಬರ್. ಈತನ ನೆನಪಿಗಾಗಿ ಆಫ್ಘಾನಿಸ್ತಾನದ ಕಾಬೂಲಿನಲ್ಲಿ ಬಾಘ್ ಇ ಬಾಬರ್ ಉದ್ಯಾನವನ್ನು ನಿರ್ಮಿಸಲಾಗಿತ್ತು.

ಭಾರತದಲ್ಲಿ ಉದ್ಯಾನಗಳ ನಡುವೆ ನಿರ್ಮಾಣಗೊಂಡ ಗುಮ್ಮಟ ಕಟ್ಟಡವೆಂದರೆ ಹುಮಾಯೂನ್ ಸಮಾಧಿ. ಈ ಕಟ್ಟಡದ ಮುಖ್ಯ ಗುಮ್ಮಟ

ಚಾರ್‌ಬಾಗ್ ಉದ್ಯಾನದ ಮಧ್ಯದಲ್ಲಿದೆ. ಈ ಉದ್ಯಾನ 30 ಎಕರೆಯಷ್ಟು ವಿಸ್ತಾರದಲ್ಲಿ ಹಬ್ಬಿದೆ. ಇಸ್ಲಾಂ ಗ್ರಂಥದಲ್ಲಿ ಉಲ್ಲೇಖವಾಗಿರುವ ಸ್ವರ್ಗದ ಉದ್ಯಾನವನ್ನು ಇದು ನೆನಪಿಸುತ್ತದೆ.

ಇಸ್ಲಾಂ ನಂಬಿಕೆಯಲ್ಲಿನ ಜನ್ನತ್‌ನಲ್ಲಿರುವಂತೆ ಹುಮಾಯೂನ್ ಸಮಾಧಿ ಆಸುಪಾಸಿನ ಉದ್ಯಾನವನ್ನು ನಿರ್ಮಿಸಲಾಗಿದೆ. ಜನ್ನತ್‌ನಲ್ಲಿ ಸ್ವರ್ಗದ ಬಾಗಿಲುಗಳ ಸುತ್ತ ನಾಲ್ಕು ನದಿಗಳು ಹರಿಯುತ್ತಿರುವ ಉಲ್ಲೇಖವಿದೆ. ಹುಮಾಯೂನ್ ಸಮಾಧಿಯ ಪಕ್ಕದ ಉದ್ಯಾನದ ನಾಲ್ಕೂ ಕಡೆಗೆ ಕಾಲುವೆಗಳನ್ನು ತೋಡಿ, ನೀರಿನ ಚಿಲುಮೆಗಳನ್ನು ನಿರ್ಮಿಸಿ ಕಣ್ಣು ಕೋರೈಸುವ ಕೃತ್ರಿಮ ಸೊಬಗನ್ನು ಸೃಷ್ಟಿಸಲಾಗಿದೆ. ಇಂತಹ ಭವ್ಯ ಉದ್ಯಾನ ದಕ್ಷಿಣ ಏಷ್ಯಾದಲ್ಲಿಯೇ ಇಲ್ಲ. ಉದ್ಯಾನಗಳಲ್ಲಿ ಸಣ್ಣ ಸಣ್ಣ ಸುಂದರ ಹೂತೋಟಗಳಿವೆ.

ಹುಮಾಯೂನ್ ಕಟ್ಟಡ ಸಂಕೀರ್ಣದ ಹತ್ತಿರದಲ್ಲಿ ಇನ್ನಿತರ ಕೆಲವು ಸ್ಮಾರಕಗಳಿವೆ. ಇವುಗಳಲ್ಲಿ ಮುಖ್ಯವಾದದ್ದು ಇಸಾ ಖಾನ್‌ನ ಗುಮ್ಮಟ ಮತ್ತು ಮಸೀದಿ. ಇದನ್ನು ಹುಮಾಯೂನ್ ಸಮಾಧಿಗೂ ಮುನ್ನವೇ ಕಟ್ಟಲಾಗಿತ್ತು. ಇಸಾ ಖಾನ್ ನಿಯಾಜಿ ಸೂರಿ ವಂಶದ ದೊರೆ ಶೇರ್ ಶಹಾ ಸೂರಿಯ ಆಸ್ಥಾನದಲ್ಲಿದ್ದ ಆಫ್ಘಾನದ ವಿದ್ವಾಂಸನಾಗಿದ್ದ. ಇಸಾಖಾನ್ ಗುಮ್ಮಟ ಮಸೀದಿ ಸ್ಮಾರಕವೂ ಉದ್ಯಾನದಿಂದ ಆವೃತ್ತವಾಗಿದೆ. ಮುಂದೆ ಇಲ್ಲಿ ಇಸಾಖಾನ್ ಕುಟುಂಬದ ಎಲ್ಲಾ ವ್ಯಕ್ತಿಗಳನ್ನು ಈ ಕಟ್ಟಡ ಆವರಣದಲ್ಲಿಯೇ ಹೂಳಲಾಯಿತು.

ಅಫಸರ್‌ವಾಲಾ ಗುಮ್ಮಟ ಅಥವಾ ಅಧಿಕಾರಿಗಳ ಗುಮ್ಮಟವನ್ನು ಅಫಸರ್‌ವಾಲಾ ಮಸೀದಿಗೆ ತಾಕಿಕೊಂಡಂತೆಯೇ 1566ರಲ್ಲಿ ನಿರ್ಮಿಸಲಾಯಿತು. ಅಫ್‌ಸರ್ ಹೆಸರಿನ ವಿದ್ವಾಂಸ ಅಕ್ಬರನ ಆಸ್ಥಾನದಲ್ಲಿದ್ದ. ಅಮೃತಶಿಲೆಯನ್ನು ಬಳಸಿ ಅಫ್‌ಸರ್‌ವಾಲಾ ಗುಮ್ಮಟವನ್ನು ಕಟ್ಟಲಾಗಿದೆ. ಹುಮ್ಮಾಯನ್ ಸಮಾಧಿಗೆ ಬರಬೇಕೆಂದರೆ ವೀಕ್ಷಕರು ಪಕ್ಕದ ಬು ಹಲಿಮಾ ಗುಮ್ಮಟಉದ್ಯಾನವನ್ನು ದಾಟಿ ಬರಬೇಕು.

ಅರಬ್ ಸರಾಯಿ ಎಂದರೆ ವಿಶ್ರಾಂತಿ ಗೃಹ. ಅಫ್‌ಸರ್‌ವಾಲಾ ಸ್ಮಾರಕದ ಪಕ್ಕದಲ್ಲಿ ಇರುವ ಅರಬ್ ಸರಾಯಿ ಹಿಂದೆ ಅರಬ್ ದೊರೆಗಳ ವಿಶ್ರಾಂತಿ ಗೃಹವಾಗಿತ್ತು. 300 ಜನರು ತಂಗಬಹುದಾದ ಇದರಲ್ಲಿ ಬೇಗಾ ಬೇಗ್‌ಂ ಕುಶಲಕರ್ಮಿಗಳು ಉಳಿದುಕೊಳ್ಳುವ ವ್ಯವಸ್ಥೆ ಮಾಡಿದ್ದಳು. ನೀಲಾ ಗುಂಬದ್ ಇನ್ನೊಂದು ಸ್ಮಾರಕ. ನೀಲಾ ಬುರ್ಜ್ ಎಂದೂ ಇದನ್ನು ಕರೆಯುತ್ತಾರೆ. ನೀಲಿ ವರ್ಣದ ಹೊಳಪಿನ ಟೈಲ್ಸ್‌ಗಳನ್ನು ಇದರ ಗೋಡೆಗಳಲ್ಲಿ ಬಳಸಲಾಗಿದೆ. ಇದನ್ನು ಅಕ್ಬರನ ಪೋಷಕ ಮತ್ತು ಪ್ರತಿನಿಧಿಯಾಗಿದ್ದ ಬೈರಾಂಖಾನ್‌ನ ಮಗ ಅಬ್ದುಲ್ ರಹೀಮ್ ಖಾನ್ ಇ ಖಾನ್ ನಿರ್ಮಿಸಿದ.

ಬಡಾ ಬತೇಷೆವಾಲಾ ಮಹಲ್ ಮತ್ತು ಚೋಟಾ ಬತೇಷೆವಾಲಾ ಮಹಲ್‌ಗಳು ಹುಮಾಯೂನ್ ಸಮಾಧಿ ಸಂಕೀರ್ಣದ ಹೊರಗಿರುವ ಮೊಘಲ್ ಕಾಲದ ಸ್ಮಾರಕಗಳು. ಭಾರತದ ಮೊದಲ ಸ್ವಾತಂತ್ರ್ಯ ಸಂಗ್ರಾಮದ ಬಳಿಕ ಮೊಘಲ್ ಚಕ್ರವರ್ತಿ ಬಹದ್ದೂರ್ ಶಹಾ ಮತ್ತವನ ಮೂವರು ಪುತ್ರರು ಹುಮಾಯೂನ್ ಗುಮ್ಮಟ ಕಟ್ಟಡದಲ್ಲಿ ತಲೆಮರೆಸಿಕೊಂಡಿದ್ದರು. ಕ್ಯಾಪ್ಟನ್ ಹಡ್ಸನ್ ಇವರನ್ನು ಪತ್ತೆ ಮಾಡಿಸಿ ಅವರನ್ನು ಆಗಿನ ಬರ್ಮಾದ ರಂಗೂನ್‌ಗೆ ಗಡೀಪಾರು ಮಾಡಿದ.

ಚಾರಿತ್ರಿಕವಾಗಿ ಹುಮಾಯೂನ್ ಸಮಾಧಿ ಕಟ್ಟಡ ಮಹತ್ವವನ್ನು ಪಡೆದಿದೆ. ಸಮಾಧಿ ಕಟ್ಟಡದಲ್ಲಿನ ಮೊಗಸಾಲೆಗಳಲ್ಲಿನ ಚಿತ್ರಕಲೆ ವಿಶೇಷ ಗಮನ ಸೆಳೆಯುತ್ತದೆ. ಮೊಘಲ್ ಕಲೆಯ ದ್ಯೋತಕವಾಗಿರುವ ನೋಡಲು ಭವ್ಯವಾಗಿಯೂ, ಉದ್ಯಾನಗಳಿಂದಾಗಿ ಹಸಿರುಸಿರಿಯೊಂದಿಗೆ ರಮ್ಯವಾಗಿಯೂ ಇದೆ. ಆದರೆ ತನ್ನ ಪತಿಗಾಗಿ ಬೇಗಾ ಬೇಗ್‌ಂ ಧೀಮಂತ ಸಮಾಧಿ ಕಟ್ಟಿಸಿದ್ದರೂ ಆಕೆಯ ಬಗ್ಗೆ ಹೆಚ್ಚಿನವರಿಗೆ ಗೊತ್ತಿಲ್ಲದಿರುವುದು ವಿಪರ್ಯಾಸವೇ ಹೌದು.

28.

ಜಂತರ್–ಮಂತರ್

ಹದಿನೆಂಟನೆಯ ಶತಮಾನದಲ್ಲಿ ಜಯಪುರದ ರಾಜನಾಗಿದ್ದ ಸವಾಯಿ ಜಯಸಿಂಹನಿಗೆ ಮೊದಲಿಂದಲೂ ಖಗೋಳವಿಜ್ಞಾನದಲ್ಲಿ ಹೆಚ್ಚಿನ ಆಸಕ್ತಿ ಇತ್ತು. ಚಿಕ್ಕಂದಿನಿಂದಲೇ ಇದರತ್ತ ಕುತೂಹಲವನ್ನು ಹೊಂದಿದ್ದ ಈತ ಬಹಳ ಶ್ರದ್ಧೆಯಿಂದ ಹಿಂದೂ ಖಗೋಳವಿಜ್ಞಾನ ವಿಷಯಗಳಲ್ಲಿ ಹೆಚ್ಚಿನ ಜ್ಞಾನ ಪಡೆದ. ಅರಬ್ಬಿ ಭಾಷಾಂತರದ ನೆರವಿನಿಂದ ಪ್ರಾಚೀನ ಗ್ರೀಕ್ ಗಣಿತಜ್ಞರಾದ ಟಾಲೆಮಿ ಮತ್ತು ಯೂಕ್ಲಿಡ್‌ರ ಕೃತಿಗಳನ್ನು ಅಭ್ಯಸಿಸಿದ. ಆಗಿನ ಖಗೋಳವಿಜ್ಞಾನದ ಉಪಕರಣಗಳು ಜಯಸಿಂಹನಿಗೆ ದೋಷಪೂರ್ಣವಾಗಿ ಕಂಡವು.

ಇವುಗಳಲ್ಲಿ ವ್ಯತ್ಯಾಸಗಳಿರುವುದು ಮತ್ತು ಸೂಕ್ಷ್ಮ ವಿಭಾಗಗಳಿಲ್ಲದೆ ಇರುವುದನ್ನು ಅರಿತು ಖಗೋಳ ವಿದ್ಯಮಾನಗಳನ್ನು ನಿಖರವಾಗಿ ತಿಳಿದುಕೊಳ್ಳಲೆಂದೇ ಬೃಹತ್ ಪರಿಕರ (ಉಪಕರಣ)ಗಳನ್ನು ನಿರ್ಮಿಸಲು

ಯೋಜನೆ ರೂಪಿಸಿದ. ಇದಕ್ಕಾಗಿ ಜಯಸಿಂಹ ಯೂರೋಪಿಯನ್
ಖಗೋಳವಿಜ್ಞಾನ ಸಾಹಿತ್ಯ ಮತ್ತು ವಿಚಾರಗಳನ್ನು ಸಂಗ್ರಹಿಸುವುದಕ್ಕಾಗಿ
ಫಿಗರೆಡೊ ಎಂಬ ಕ್ರೈಸ್ತ ಸನ್ಯಾಸಿಯನ್ನು ಯೂರೋಪಿಗೆ ಕಳಿಸಿದ್ದ. ಫ್ರೆಂಚ್
ಖಗೋಳಜ್ಞನಾಗಿದ್ದ ಬೋಡೆರ್ ಎಂಬ ಪಾದ್ರಿಯನ್ನು ತನ್ನಲ್ಲಿಗೆ
ಕರೆಸಿಕೊಂಡಿದ್ದ. ಕ್ರಿ.ಶ. 1727 ಮತ್ತು 1734ರ ಅವಧಿಯಲ್ಲಿ ಜಯಪುರ,
ದೆಹಲಿ, ಉಜ್ಜಯಿನಿ, ವಾರಣಾಸಿ ಮತ್ತು ಮಥುರಾಗಳಲ್ಲಿ ಜಂತರ್ ಮಂತರ್
ವೀಕ್ಷಣಾಲಯಗಳನ್ನು ನಿರ್ಮಿಸಿದ.

ಜಂತರ್ ಎಂದರೆ ಪರಿಕರ ಮತ್ತು ಮಂತರ್ ಎಂದರೆ ಸೂತ್ರ, ಹಾಗಾಗಿ
ಜಂತರ್ ಮಂತರ್ ಎಂದರೆ ಸರಳ ಅರ್ಥದಲ್ಲಿ ಸೂತ್ರಗಳನ್ನು ಆಧರಿಸಿದ
ಪರಿಕರಗಳು ಎನ್ನಬಹುದು. ಸೂತ್ರ ಎಂದರೆ ಖಗೋಳವಿಜ್ಞಾನದಲ್ಲಿ
ಲೆಕ್ಕಾಚಾರ, ಅಳತೆ, ಮಾನ ಎಂದೆಲ್ಲಾ ಅರ್ಥೈಸಲಾಗುತ್ತದೆ. ಹಾಗಾಗಿ
ಜಂತರ್ ಮಂತರ್ ಎನ್ನುವುದನ್ನು ಲೆಕ್ಕಾಚಾರಗಳ/ಅಳತೆಮಾನಗಳ
ಪರಿಕರಗಳೆನ್ನಬಹುದು. ಜಂತರ್ ಮಂತರ್ ವೀಕ್ಷಣಾಲಯಗಳಿಂದ ಆಗಿನ
ಕಾಲದಲ್ಲಿ ಸಮಯ, ಗ್ರಹಣ, ನಕ್ಷತ್ರಗಳ ಇರುವಿಕೆ, ಗ್ರಹಗಳ ಚಲನೆ,

ಭೂಮಿಯ ಚಲನೆ ಇವುಗಳನ್ನು ತಿಳಿದುಕೊಳ್ಳುತ್ತಿದ್ದರು. ಜಯಸಿಂಹ ಕಲ್ಲು, ಗಾರೆ, ಇಟ್ಟಿಗೆಗಳಿಂದ ಜಂತರ್ ಮಂತರ್ ವೀಕ್ಷಣಾಲಯಗಳನ್ನು ಕಟ್ಟಿಸಿದ.

ಜಯಪುರಿನಲ್ಲಿನ ಜಂತರ್ ಮಂತರ್ ವೀಕ್ಷಣಾಲಯ ಒಟ್ಟು ಆರು ಬೃಹತ್ ಯಂತ್ರಗಳನ್ನು ಹೊಂದಿದೆ. ಇವುಗಳೆಂದರೆ ಸಮ್ರಾಟ್ ಯಂತ್ರ, ರಾಮ ಯಂತ್ರ, ಜಯಪ್ರಕಾಶ ಯಂತ್ರ, ದಕ್ಷಿಣೋವೃತ್ತಿ ಯಂತ್ರ, ಷಷ್ಟ್ಯಂಶ ಯಂತ್ರ ಮತ್ತು ರಾಶಿ ಯಂತ್ರ. ರೇಖಾಗಣಿತದ ನಿಯಮಗಳಿಗೆ ತಕ್ಕಂತೆ ನಿರ್ಮಾಣ ಸ್ಥಳದ ಅಕ್ಷಾಂಶಗಳನ್ನೂ, ಮಧ್ಯಾಹ್ನ ರೇಖೆಗಳನ್ನು ಆಧಾರವಾಗಿಟ್ಟುಕೊಂಡು ಇದನ್ನು ಕಟ್ಟಲಾಗಿದೆ.

ಸಮ್ರಾಟ್ ಯಂತ್ರ 90 ಅಡಿಗಳಷ್ಟು ದೊಡ್ಡದಾಗಿದೆ. ಇದರಲ್ಲಿ ನೆರಳು ಗಡಿಯಾರದಂತೆ ವರ್ತಿಸುವ ಒಂದು ಕಂಬ. ಇದಕ್ಕೆ ಅಡ್ಡಲಾಗಿ ಅಳತೆಯ ಗುರುತುಗಳಿರುವ ಕಾಲುವೃತ್ತಾಕಾರದ ರಚನೆ ಇದೆ. ಕಾಲುವೃತ್ತದಲ್ಲಿ ಗಂಟೆಗಳು, ನಿಮಿಷಗಳು ಮತ್ತು ಕೋನಗಳು ಸೂಚಿಸಲ್ಪಟ್ಟಿವೆ. ಸಮ್ರಾಟ ಯಂತ್ರದಿಂದ ಸ್ಥಳೀಯ ಕಾಲವನ್ನು ತಿಳಿಯಬಹುದು.

ಜಯಪ್ರಕಾಶ ಯಂತ್ರ ಪೊಳ್ಳಾದ ಅರ್ಧವರ್ತುಲ ಫಲಕದಂತೆ ಇದೆ. ಇದರ ಒಳಭಾಗಕ್ಕೆ ಸ್ಥಾನಸೂಚಕಗಳನ್ನು ಗುರುತಿಸಲಾಗಿದೆ. ಉತ್ತರ-ದಕ್ಷಿಣ ಮತ್ತು ಪೂರ್ವ-ಪಶ್ಚಿಮವಾಗಿ ಅಡ್ಡತಂತಿಗಳಿವೆ. ಜಯಪ್ರಕಾಶ ಯಂತ್ರ ಜಯಪುರ ಮತ್ತು ದೆಹಲಿಯಲ್ಲಿ ಮಾತ್ರ ಇದೆ.

ರಾಮಯಂತ್ರದಲ್ಲಿ ನಡುವೆ ಒಂದು ಕಂಬವಿದ್ದು, ಇದರ ಸುತ್ತಲೂ ಗೋಡೆ ಇದೆ. ಗೋಡೆ ತೆರೆದಂತಿದೆ. ಗೋಡೆಯ ಒಳಭಾಗ ಮತ್ತು ನೆಲಗಳ ಮೇಲೆ ಅಳತೆಯ ಗುರುತುಗಳಿವೆ. ರಾಮಯಂತ್ರದಲ್ಲಿ ಸೂರ್ಯನ ದಿಗಂಶ ಮತ್ತು ಸೂರ್ಯನ ಪ್ರಖರತೆಯ ವಿವಿಧ ಹಂತಗಳನ್ನು ನೋಡಬಹುದು. ದಿಗಂಶಯಂತ್ರ ಒಂದು ದೊಡ್ಡ ಕೋನಮಾಪಕದಂತಿದೆ. ಇದರಿಂದಲೂ ಸೂರ್ಯನ ದಿಗಂಶ ವೀಕ್ಷಣೆ ಮಾಡಬಹುದು.

ದಕ್ಷಿಣೋವೃತ್ತಿಯಿಂದ ಮಧ್ಯಾಹ್ನವೃತ್ತ, ಷಷ್ಟ್ಯಂಶ ಯಂತ್ರದಿಂದ ಮಧ್ಯಾಹ್ನ ವೃತ್ತಚಾಪ, ರಾಶಿಯಂತ್ರದಿಂದ ಸೂರ್ಯ ಇರುವ ರೇಖಾಂಶ ಇವುಗಳನ್ನು ಗುರುತಿಸಬಹುದು. ಬೃಹತ್ ಮುಖಫಲಕಗಳು, ಮಧ್ಯಾಹ್ನ

ರೇಖಾವೃತ್ತಗಳು, ಕೋನದೂರಗಳನ್ನು ಅಳೆಯಲು ಅನುಕೂಲವಾಗುವಂತಹ ಷಷ್ಟಕ ಮುಂತಾದವು ಜಂತರ್ ಮಂತರ್ ವೀಕ್ಷಣಾಲಯದ ಕೆಲವು ಅಂಗಗಳು.

ಜಯಸಿಂಹ ಜಂತರ್ ಮಂತರ್ ನಿರ್ಮಿಸುವುದಕ್ಕೆ ಬೆಂಬಲವಾಗಿ ನಿಂತಿದ್ದವನೆಂದರೆ ಜಗನ್ನಾಥ ಪಂಡಿತ. ಈತ ಖಗೋಳವಿಜ್ಞಾನಿಯೂ, ಬರಹಗಾರನೂ ಆಗಿದ್ದ. ಜಯಸಿಂಹನ ಆದೇಶದ ಮೇರೆಗೆ ಜಗನ್ನಾಥ ಯುೂಕ್ಲಿಡ್‌ನ 'ಸುಲಭಪಾಠಗಳು' ಕೃತಿಯನ್ನು'ರೇಖಾಗಣಿತ' ಎಂಬಶೀರ್ಷಿಕೆಯಡಿ ಸಂಸ್ಕೃತದಲ್ಲಿ ಅನುವಾದಿಸಿದ್ದ. ಇನ್ನೊಂದೆಡೆ ಟಾಲೆಮಿಯ'ಆಲ್ಮಜೆಸ್ಟ್' ಕೃತಿ 'ಸವಮ್ರಾಟ ಸಿದ್ಧಾಂತ'ಶೀರ್ಷಿಕೆಯಲ್ಲಿ ತರ್ಜುಮೆಗೊಂಡಿತ್ತು.

ಬ್ರಿಟಿಷರ ಕಾಲದಲ್ಲಿ ಜಯಪುರದಲ್ಲಿನ ಜಂತರ್ ಮಂತರ್ ಕಟ್ಟಡಗಳು ನವೀಕರಣಗೊಂಡವು. ಜಯಪುರ ರಾಜ್ಯ ಸಹಾಯಕ ಇಂಜಿನಿಯರ್ ಆಗಿದ್ದ ಮೇಜರ್ ಆರ್ಥರ್ ಗ್ಯಾರೆಟ್‌ನಿಗೆ ನವೀಕರಣದ ಉಸ್ತುವಾರಿಯನ್ನು ವಹಿಸಲಾಗಿತ್ತು. 1901ರಲ್ಲಿ ಜಂತರ್ ಮಂತರ್ ಕಟ್ಟಡವನ್ನು ವ್ಯವಸ್ಥಿತವಾಗಿ ದುರಸ್ತಿ ಮಾಡಲಾಯಿತು. 1948ರಲ್ಲಿ ಇದನ್ನು ರಾಷ್ಟ್ರೀಯ ಸ್ಮಾರಕವೆಂದು ಮಾನ್ಯ ಮಾಡಲಾಯಿತು. ಖಗೋಳವಿಜ್ಞಾನದ ಬಗ್ಗೆ ಜನರಿಗೆ ಅರಿವು ಮೂಡಿಸುವ ಮತ್ತು ಅಧ್ಯಯನಶೀಲರಿಗೆ ಹೆಚ್ಚು ಉಪಯುಕ್ತವೆನಿಸಿರುವ ಇದನ್ನು ಯುನೆಸ್ಕೊ ತನ್ನ ವಿಶ್ವಪರಂಪರೆಯ ಪಟ್ಟಿಯಲ್ಲಿ ಗುರುತಿಸಿದೆ.

29.
ಫತೇಪುರ್ – ಸಿಕ್ರಿಯ ಕಟ್ಟಡಗಳು

ಭಾರತವನ್ನು ಆಳಿದ ಮೊಘಲ್ ದೊರೆಗಳಲ್ಲಿ ಅಕ್ಬರ್ ಶ್ರೇಷ್ಠನೆನಿಸಿದ್ದಾನೆ. ಶಕ್ತಿಶಾಲಿ, ಸಮರ್ಥ ಆಡಳಿತ, ಉದಾರತೆ, ಕಲೆ ಸಂಸ್ಕೃತಿಗಳ ಪೋಷಕನಾಗಿ ಮತ್ತು ಸರ್ವಧರ್ಮಗಳ ಪರಿಪಾಲಕನಾಗಿ ಚರಿತ್ರೆಯಲ್ಲಿ ತನ್ನ ಹೆಸರನ್ನು ಅಜರಾಮರವನ್ನಾಗಿಸಿಕೊಂಡಿದ್ದಾನೆ. ಈ ಧೀಮಂತ ಚಕ್ರವರ್ತಿ ಅವಿದ್ಯಾವಂತನಾಗಿದ್ದರೂ ಎಲ್ಲಾ ಕ್ಷೇತ್ರಗಳಲ್ಲಿಯೂ ಆಸಕ್ತಿ ತಾಳಿದ್ದ. ಹಿಡಿದ ಕೆಲಸವನ್ನು ಮಾಡಿ ತೋರಿಸುವ ಮನೋಭಾವದ ಅಕ್ಬರ್ ಒಳ್ಳೆಯ ಆಡಳಿತ ನೀಡಿ ಲೋಕಮಾನ್ಯನಾದ.

ಆಗ್ರಾದಿಂದ 27 ಕಿ.ಮೀ.ಗಳಷ್ಟು ಅಂತರದಲ್ಲಿರುವ ಫತೇಪುರ ಸಿಕ್ರಿಯನ್ನು ಕನಸಿನ ನಗರವನ್ನಾಗಿಸುವ ಸಂಕಲ್ಪ ತೊಟ್ಟ ಮೊಘಲ್ ಚಕ್ರವರ್ತಿ ಅದರಲ್ಲಿ ಯಶಸ್ಸು ಕಂಡ. ಮೊದಲು ಫತೇಹ್ಬಾದ್ ಎಂದು ಇದನ್ನು ಕರೆದಿದ್ದ. ಫತೇಹ್ ಇದು ಮೂಲತಃ ಅರೇಬಿಕ್ ಪದ. ಇದರ ಅರ್ಥ ವಿಜಯ ಎಂದಾಗುತ್ತದೆ. ಚಿತ್ತೂರು ಮತ್ತು ರಣಥಂಬೋರ್

ಯುದ್ಧಗಳಲ್ಲಿ ಜಯ ಪಡೆದ ನಂತರ ಅಕ್ಬರ್ ತನ್ನ ರಾಜಧಾನಿಯನ್ನು ಆಗ್ರಾದಿಂದ ಫತೇಪುರಕ್ಕೆ ವರ್ಗಾಯಿಸುವ ನಿರ್ಣಯಕ್ಕೆ ಬಂದ. ಈ ಹಿನ್ನೆಲೆಯಲ್ಲಿ ಫತೇಪುರ ಸಿಕ್ರಿಯನ್ನು ಕಟ್ಟಿಸಿದ. ಸೂಫಿ ಸಂತ ಸಲೀಮ್ ಚಿಸ್ತಿಯವರ ಸ್ಮರಣಾರ್ಥವಾಗಿಯೂ ಇದನ್ನು ನಿರ್ಮಿಸಿದ. 1571 ರಿಂದ 1585ರವರೆಗೆ ಇದು ಮೊಘಲರ ರಾಜಧಾನಿಯಾಗಿತ್ತು.

ಫತೇಪುರ ಸಿಕ್ರಿ 3 ಕಿ.ಮೀ. ಉದ್ದ ಮತ್ತು 1 ಕಿ.ಮೀ. ಅಗಲವಾಗಿದ್ದು, ಮೂರು ಕಡೆಗಳಲ್ಲಿ ಎತ್ತರವಾದ ಗೋಡೆಗಳಿಂದಲೂ ಮತ್ತು ಒಂದು ಕಡೆ ಕೃತಕವಾಗಿ ನಿರ್ಮಿಸಲಾಗಿರುವ ಸರೋವರದಿಂದ ಆವೃತ್ತವಾಗಿದೆ. ದೆಹಲಿ ಗೇಟ್, ಲಾಲ್ ಗೇಟ್, ಆಗ್ರಾ ಗೇಟ್, ಬೀರ್ಬಲ್ ಗೇಟ್, ಚಂದನಪಾಲ ಗೇಟ್, ಗ್ವಾಲಿಯರ್ ಗೇಟ್, ತೆಹ್ರಾ ಗೇಟ್, ಚೋರ್ ಗೇಟ್ ಮತ್ತು ಅಜ್ಮೀರ್ ಗೇಟ್ ಹೀಗೆ ಒಂಬತ್ತು ಬಾಗಿಲುಗಳೊಂದಿಗೆ ಫತೇಪುರ ಸಂಪರ್ಕ ಹೊಂದಿದೆ.

ಇದರ ಮುಖ್ಯ ವಾಸ್ತುಶಿಲ್ಪಿ ತುಹಿರ್ ದಾಸ್ ಆಗಿದ್ದ. ಆರಂಭದಲ್ಲಿ ಅಕ್ಬರ್ ಪರ್ಶಿಯನ್ ವಾಸ್ತುಶಿಲ್ಪ ಮಾದರಿಯಲ್ಲಿ ಫತೇಪುರದಲ್ಲಿನ ಕಟ್ಟಡಗಳನ್ನು ಕಟ್ಟಿಸಬೇಕೆಂದಿದ್ದ. ತದನಂತರ ಭಾರತದಲ್ಲಿನ ಹಿಂದೂ,

ಜೈನ ಮತ್ತಿತರ ಶಿಲ್ಪಸಿರಿಗಳಿಂದ ಪ್ರಭಾವಿತನಾಗಿ ಇಂಡೋ-ಪರ್ಶಿಯನ್ ಸಮ್ಮಿಲನದ ವಾಸ್ತುಶಿಲ್ಪದಲ್ಲಿ ಇಲ್ಲಿನ ಸ್ಮಾರಕಗಳನ್ನು ಪೂರ್ತಿಗೊಳಿಸಿದ. ಫತೇಪುರ ಮತ್ತು ಆಗ್ರಾಗಳಲ್ಲಿ ಕೆಂಪು ಮರಳುಶಿಲೆ ಧಾರಾಳವಾಗಿ ಲಭ್ಯವಿದುದ್ದರಿಂದ ಇದನ್ನೇ ಹೆಚ್ಚಾಗಿ ಬಳಸಿಕೊಂಡು ಫತೇಪುರದಲ್ಲಿನ ಕಟ್ಟಡಗಳನ್ನು ಕಟ್ಟಲಾಯಿತು.

ಬುಲಂದ್ ದರ್ವಾಜಾ ಇಲ್ಲಿನ ಪ್ರಮುಖ ಹೆಬ್ಬಾಗಿಲು ಕಟ್ಟಡ. ಅಕ್ಬರ್ ತನ್ನ ಗುಜರಾತ್ ಆಕ್ರಮಣದ ಯಶಸ್ಸಿನ ಸ್ಮರಣಾರ್ಥವಾಗಿ 176 ಅಡಿ ಎತ್ತರ, 130 ಅಡಿ ಎತ್ತರದ ಬೃಹತ್ ವಿಜಯದ್ವಾರವನ್ನು ನಿರ್ಮಿಸಿದ್ದಾನೆ. ಇದು ಜಾಮಿ ಮಸೀದಿಗೆ ದ್ವಾರದಂತೆಯೂ ಇದೆ. ಮಸೀದಿಯ ದಕ್ಷಿಣ ದ್ವಾರದಲ್ಲಿ ಅಮೃತಶಿಲೆ ಮತ್ತು ಮರಳುಗಲ್ಲಿನಿಂದ ಕಟ್ಟಲ್ಪಟ್ಟಿದೆ. ದೇಶದಲ್ಲಿರುವ ಹೆಬ್ಬಾಗಿಲುಗಳಲ್ಲಿ ವಾಸ್ತುಶಿಲ್ಪದ ಮಹತ್ವದ ದೃಷ್ಟಿಯಿಂದ ನೋಡಿದರೆ ಬುಲಂದ್ ದರ್ವಾಜಾ ಮಹೋನ್ನತವೆನಿಸುತ್ತದೆ.

ಜಾಮಿ ಮಸೀದಿ ಸಂಪೂರ್ಣವಾಗಿ ಅಮೃತಶಿಲೆಯಿಂದ ನಿರ್ಮಿಸಲ್ಪಟ್ಟಿದೆ. ಇದು ನೋಡಲು ಸುಂದರ. ಅಕ್ಬರ್ ಮಸೀದಿಯಲ್ಲಿ ತನ್ನ ಹೆಸರಿನಲ್ಲಿ 'ಖುತ್ಬ' ಅನ್ನು ಓದಿಸಿದ್ದ. ಮುಸ್ಲಿಂ ಧಾರ್ಮಿಕ ವಿಷಯಗಳನ್ನು ತನ್ನ ಹತೋಟಿಗೆ ತೆಗೆದುಕೊಂಡಿದ್ದ ಅಕ್ಬರ್ 'ದೇವರು ದೊಡ್ಡವ, ಒಳ್ಳೆಯ ಮಾರ್ಗದಲ್ಲಿನಡೆಯಲು ಎಲ್ಲರೂ ಪ್ರಯತ್ನಿಸಬೇಕು' ಎಂದು ಸಂದೇಶವನ್ನು ಜನತೆಗೆಸಾರಿದ್ದ.

ಮಸೀದಿಯ ಒಳಗಿನ ಆವರಣದಲ್ಲಿ ಸೂಫಿ ಸಂತ ಸಲೀಮ್ ಚಿಸ್ತಿಯವರ ಸಮಾಧಿ ಇದೆ. ಇದು ಸಂಪೂರ್ಣವಾಗಿ ಬಿಳಿಯ ಅಮೃತಶಿಲೆ ಯಿಂದ ನಿರ್ಮಿಸಲಾಗಿದೆ. ಗುಜರಾತಿನ ಸುಲ್ತಾನರ ವಾಸ್ತುಶಿಲ್ಪವನ್ನು ಹೋಲುತ್ತದೆ. ಚಿಸ್ತಿ ಸಮಾಧಿಯ ಪೂರ್ವಕ್ಕೆ ಕೆಂಪುಶಿಲೆಯಲ್ಲಿ ಒಂದನೇ ಇಸ್ಲಾಂ ಖಾನ್‌ನ ಸಮಾಧಿಯನ್ನು ಕಟ್ಟಲಾಗಿದೆ. ಜಹಾಂಗೀರ್ ದೊರೆಯ ಆಳ್ವಿಕೆಯಲ್ಲಿ ಇಸ್ಲಾಂ ಖಾನ್ ಮೊಘಲ್ ಸೇನೆಯಲ್ಲಿ ಪ್ರಮುಖ ಸೇನಾಧಿಕಾರಿಯಾಗಿದ್ದ. ಈತ ಸಲೀಮ್ ಚಿಸ್ತಿಯವರ ಮೊಮ್ಮಗನೂ ಹೌದು. ಇಸ್ಲಾಂ ಖಾನ್ ಸಮಾಧಿ 36 ಪುಟ್ಟ ಛತ್ತರಿಗಳುಳ್ಳ ಗುಮ್ಮಟವನ್ನು ಹೊಂದಿದೆ.

ದಿವಾನ್ ಇ ಆಮ್ ಕಟ್ಟಡದಲ್ಲಿ ಚಕ್ರವರ್ತಿ ಜನಸಾಮಾನ್ಯರನ್ನು ಭೇಟಿ ಮಾಡಿ ಅವರ ಸಂಕಷ್ಟಗಳನ್ನು ಆಲಿಸುತ್ತಿದ್ದ. ದಿವಾನ್ ಇ ಆಮ್ ದೊಡ್ಡ ಹಜಾರವನ್ನು ಒಳಗೊಂಡಿದ್ದು ಭವ್ಯವಾಗಿದೆ. ಸಾಂದರ್ಭಿಕವಾಗಿ ಇಲ್ಲಿ ವಿವಿಧ ಕಾರ್ಯಕ್ರಮಗಳು ಸಹ ನಡೆಯುತ್ತಿದ್ದವು.

ದಿವಾನ್ ಇ ಖಾಸ್ ಕಟ್ಟಡದಲ್ಲಿ ಚಕ್ರವರ್ತಿ ಮಂತ್ರಿಮಹೋದಯ ರನ್ನು, ಸಲಹೆಗಾರರನ್ನು ಭೇಟಿಯಾಗುತ್ತಿದ್ದ. ಇದು ಖಾಸಗಿ ಹಾಲ್ ಎಂದೇ ಪ್ರಸಿದ್ಧಿಯಾಗಿತ್ತು. ವಿಶೇಷವಾಗಿ ಸಾಯಂಕಾಲ ಮತ್ತು ರಾತ್ರಿಯ ವೇಳೆಗಳಲ್ಲಿ ಅಕ್ಬರ್ ಮಂತ್ರಿ ಮತ್ತು ಸಲಹೆಗಾರರನ್ನು ಸಂದರ್ಶಿಸುತ್ತಿದ್ದ.

ಇಬಾದತ್ ಖಾನಾವನ್ನು ಅಕ್ಬರ್ 1575ರಲ್ಲಿ ಕಟ್ಟಿಸಿದ. ಇದು ಧಾರ್ಮಿಕ ಕೇಂದ್ರವಾಗಿತ್ತು. ಮೊದಲು ಅಕ್ಬರ್ ಇಲ್ಲಿ ಮುಸ್ಲಿಂ ಧರ್ಮಗುರುಗಳಿಗೆ ಇದನ್ನು ಬಿಟ್ಟುಕೊಟ್ಟಿದ್ದ. ಆದರೆ ಅವರಲ್ಲಿನ ಆಂತರಿಕ ಭಿನ್ನಾಭಿಪ್ರಾಯಗಳನ್ನು ನೋಡಿ ಚಕ್ರವರ್ತಿ ಬೇಸರಗೊಂಡ. ಅದೂ ಅಲ್ಲದೆ ವ್ಯಕ್ತಿಗತನಾಗಿ ಪ್ರಬುದ್ಧತೆಗೆ ಬಂದಿದ್ದ ಅಕ್ಬರ್ ಬೇರೆ ಬೇರೆ ಧರ್ಮಗಳಲ್ಲಿನ ಆಚಾರ–ವಿಚಾರಗಳು ಹೇಗಿರಬಹುದು ಎಂಬುದನ್ನು ತಿಳಿದುಕೊಳ್ಳಲು ಮುಂದಾದ. ಹಿಂದೂ, ಜೈನ, ಜೊರಾಸ್ಟ್ರಿಯನ್ ಮತ್ತು ಕ್ರೈಸ್ತ ಧರ್ಮದ ಗುರುಗಳನ್ನು ಇಲ್ಲಿಗೆ ಕರೆಸಿಕೊಂಡು ಅವರೊಂದಿಗೆ ಆ ಧರ್ಮಗಳ ಕುರಿತು ತಿಳಿದುಕೊಂಡ.

ದೇವಿ ಮತ್ತು ಪುರುಷೋತ್ತಮರಿಂದ ಹಿಂದೂ ಧರ್ಮದಲ್ಲಿನ ಕರ್ಮ ಸಿದ್ಧಾಂತ ಮತ್ತು ಪೂರ್ವಜನ್ಮದ ನಂಬಿಕೆಗಳನ್ನು ಒಪ್ಪಿಕೊಂಡ. ಜೈನ ಧರ್ಮದ ಅಹಿಂಸೆ ತತ್ವದಿಂದ ಪ್ರಭಾವಿತನಾದ ಅಕ್ಬರ್ ತನ್ನ ನೆಚ್ಚಿನ ಹವ್ಯಾಸ ಬೇಟೆಯನ್ನು ತ್ಯಜಿಸಿದ ಮತ್ತು ಬೇಟೆಯ ಮೇಲೆ ನಿರ್ಬಂಧ ಹೇರಿದ. ಕುರಿ ಮತ್ತು ಕುದುರೆಗಳ ಕೊಲೆಯನ್ನು ನಿಷೇಧಿಸಿದ. ವೈಯಕ್ತಿಕವಾಗಿ ವರ್ಷದ ಒಂಬತ್ತು ತಿಂಗಳಲ್ಲಿ ಸಸ್ಯಾಹಾರ ಮಾಡುವ ಸಂಕಲ್ಪ ತೊಟ್ಟ. ಪಾರ್ಸಿ ಧರ್ಮದ ಪ್ರಕೃತಿಯ ಆರಾಧನೆಯನ್ನು ಮೆಚ್ಚಿದ. ಅಗ್ನಿ ಮತ್ತು ಸೂರ್ಯನ ಆರಾಧನೆಗೆ ಮುಂದಾದ. ಇಬಾದತ್ ಖಾನಾವನ್ನು ಧಾರ್ಮಿಕ ಸಂಸತ್ ಆಗಿ ಪರಿವರ್ತಿಸಿದ. ವಿವಿಧ ಧರ್ಮಗಳು ಮತ್ತು ಪಂಥಗಳ ಸಿದ್ಧಾಂತಗಳ ಪರೀಕ್ಷೆ, ವಿಮರ್ಶೆ ಮಾಡುವುದಕ್ಕಾಗಿ ಇಲ್ಲಿ ಸಭೆ ನಡೆಸುತ್ತಿದ್ದ. ಮುಂದೆ ಎಲ್ಲಾ ಧರ್ಮಗಳ ಒಳ್ಳೆಯ ಅಂಶಗಳನ್ನು ಆಯ್ದುಕೊಂಡು 'ದೀನ್ ಇ ಇಲಾಹಿ' ಎಂಬಹೊಸ ಧರ್ಮದ ರೂಪುರೇಷೆಗಳನ್ನು ಮೈತಳೆದದ್ದು ಇಬಾದತ್ ಖಾನಾದಲ್ಲಿಯೇ.

ಪಂಚ್‌ಮಹಲ್ ಐದು ಅಂತಸ್ತುಗಳ ಪಿರಮಿಡ್ ಆಕಾರದ ಕಟ್ಟಡ. ಇಲ್ಲಿನ ಪ್ರತಿಯೊಂದ ಅಂತಸ್ತು ತೆರೆದ ಪ್ರಾಂಗಣವನ್ನು ಹೊಂದಿದೆ. ನೆಲದ ಹಂತದಲ್ಲಿ 84 ಸ್ತಂಭಗಳನ್ನು ಹೊಂದಿರುವ ಈ ಕಟ್ಟಡ ಮೇಲಕ್ಕೆ ಹೋಗುತ್ತಿದ್ದಂತೆ ಸ್ತಂಭಗಳು ಕಡಿಮೆಯಾಗುತ್ತ ಹೋಗಿವೆ. ತುದಿಯಲ್ಲಿ ನಾಲ್ಕು ಸ್ತಂಭಗಳು ಮಾತ್ರ ಇವೆ. ಹೂಬಳ್ಳಿ, ಗಂಟೆ ಮತ್ತಿತ್ತರ ಚಿತ್ರಣಗಳು ಸ್ತಂಭಗಳ ಮೇಲಿವೆ.

ಟರ್ಕಿ ಸುಲ್ತಾನಾಳ ಅರಮನೆಯನ್ನು ಪರ್ಸಿ ಬ್ರೌನ್ 'ವಾಸ್ತುಶಿಲ್ಪದ ಮುತ್ತು' ಎಂದುಬಣ್ಣಿಸಿದ್ದಾರೆ. ಅರಮನೆವಿಶಾಲವಾಗಿದ್ದು ಗಿಡಮರ, ಚಿಟ್ಟೆಗಳುಮತ್ತುಸಾಂಪ್ರದಾಯಿಕ ಆಕೃತಿಗಳ ಚಿತ್ರಣಗಳೊಂದಿಗೆ ಕಣ್ಣು ಕೊರೈಸುತ್ತದೆ.

ನೌಬತ್ ಖಾನ್ ಇದು ಸಂಗೀತಕಾರರಿರುವ ಕಟ್ಟಡವಾಗಿತ್ತು. ಚಕ್ರವರ್ತಿ ಆಸ್ಥಾನಕ್ಕೆ ಮತ್ತು ಇತರೆ ಮಹತ್ವದ ಕಾರ್ಯಗಳಿಗೆ ಹೊರಟನೆಂದರೆ ಸಂಗೀತಗಾರರು ತಮ್ಮ ವಾದ್ಯಗಳನ್ನು ಮೊಳಗಿಸುತ್ತ ದೊರೆಯ ಆಗಮನವನ್ನು

ಪ್ರಕಟಿಸುತ್ತಿದ್ದರು. ಅಕ್ಬರ್‌ನ ಆಸ್ಥಾನದಲ್ಲಿ ತಾನ್‌ಸೇನ್ ಎಂಬ ಮಹಾನ್ ಸಂಗೀತ ವಿದ್ವಾಂಸನಿದ್ದನೆಂಬುದು ಇಲ್ಲಿ ಪ್ರಸ್ತಾಪಿಸತಕ್ಕ ಪ್ರಮುಖ ಅಂಶ.

ಹುಜ್ರಾ ಇ ಅನುಪ್ ತಲಾವೊ ಇದು ಅಕ್ಬರನ ಮುಸ್ಲಿಂ ಪತ್ನಿಯರ ಅಂತಃಪುರವಾಗಿತ್ತು. ಮಿರಿಯಮ್ ಉಜ್ ಜಮಾನಿ ಅರಮನೆ ಅಕ್ಬರನ ರಜಪೂತ್ ಪತ್ನಿಯರ ನಿವಾಸವಾಗಿತ್ತು. ಈ ಕಟ್ಟಡ ಗುಜರಾತಿನ ವಾಸ್ತುಶಿಲ್ಪದಿಂದ ಪ್ರಭಾವಗೊಂಡಿದೆ. ಜೋಧಾಬಾಯಿ ಮಹಲ್ ಫತೇಪುರದಲ್ಲಿನ ಭವ್ಯ ಕಟ್ಟಡಗಳಲ್ಲಿ ಒಂದು.

ಪಚಿಸಿ ಕೋರ್ಟ್ ಹೆಸರಿನ ಕಟ್ಟಡ ವಿಶಾಲ ಪ್ರಾಂಗಣವನ್ನು ಹೊಂದಿತ್ತು. ಇದರ ಬಯಲಿನಲ್ಲಿ ಆಧುನಿಕ ಲುಡೊ ಕ್ರೀಡೆಯನ್ನು ಹೋಲುವ ಒಂದು ಆಟವನ್ನು ಆಡಲಾಗುತ್ತಿತ್ತು.

ತಮ್ಮ ನೆಚ್ಚಿನ ಮಂತ್ರಿ ಬೀರ್‌ಬಲ್‌ನ ಸ್ಮರಣಾರ್ಥ ಅಕ್ಬರ್ ಬೀರ್‌ಬಲ್ ಕಟ್ಟಡವನ್ನು ನಿರ್ಮಿಸಿದ. ಪ್ರತಿಭೆಗೆ ಮನ್ನಣೆ ನೀಡುವುದರಲ್ಲಿ ಮೊದಲಿಗನಾಗಿದ್ದ ಅಕ್ಬರ್‌ನ ಆಸ್ಥಾನದಲ್ಲಿ ಬೀರ್‌ಬಲ್ ಮತ್ತು ತಾನಸೇನ್‌ರಲ್ಲದೆ ಆಗಿನ ಕಾಲದ 17 ಚಿತ್ರಕಾರರಲ್ಲಿ 13 ಹಿಂದೂಗಳೇ ಆಗಿದ್ದರು.

ದಫ್ತರ್ ಖಾನಾ (ದಾಖಲೆಗಳನ್ನು ಸಂರಕ್ಷಿಸುವ ಕಟ್ಟಡ), ಟರ್ಕಿ ಸುಲ್ತಾನ್‌ರ ಶೈಲಿಯ ಸ್ನಾನಗೃಹಗಳು, ಗ್ರಂಥಾಲಯ, ಖಜಾನಾ (ತಿಜೋರಿ ಕಟ್ಟಡ), ಕಲ್ಯಾಣ್ ಮಹಲ್, ತಕ್ಸಲ್ ಹೀಗೆ ಇನ್ನು ಅನೇಕ ಕಟ್ಟಡಗಳನ್ನು ಅಕ್ಬರ್ ಫತೇಪುರದಲ್ಲಿ ಕಟ್ಟಿಸಿದ. ಹಿಂದೂಸ್ತಾನಿ ಮತ್ತು ಪರ್ಶಿಯನ್ ವಾಸ್ತುಶಿಲ್ಪದಲ್ಲಿ ಮೇಳೈಸಿದ ಇಲ್ಲಿನ ವಾಸ್ತುಶಿಲ್ಪವನ್ನು ರಾಷ್ಟ್ರೀಯ ವಾಸ್ತುಶಿಲ್ಪವೆಂದೇ ಮಾನ್ಯ ಮಾಡಲಾಗಿದೆ. ಇಲ್ಲಿನ ಕಟ್ಟಡಗಳ ಮಹತ್ವವನ್ನು ಅರಿತ ಯೂನೆಸ್ಕೊ 1986ರಲ್ಲಿ ಈ ತಾಣವನ್ನು ತನ್ನ ವಿಶ್ವಪರಂಪರೆಯ ಪಟ್ಟಿಯಲ್ಲಿ ಗುರುತಿಸಿತು.

30.
ಡಾರ್ಜಿಲಿಂಗ್– ಹಿಮಾಲಯನ್ ರೈಲ್ವೆ

ಕಾಡು ಪರ್ವತಗಳ ನಡುವೆ, ಭವ್ಯ ಕಾಂಚನಜುಂಗಾ ಮತ್ತಿತರ ಹಿಮಶಿಖರಗಳ ಹಿಂಭಾಗದಲ್ಲಿ ಚಲಿಸುವ ರೈಲಿನಲ್ಲಿನ ಸಂಚಾರ ಅನುಭವ ರೋಮಾಂಚಕಾರಿ. ರೈಲು ಮಾರ್ಗದ ಹೆಚ್ಚಿನದು ಮೋಟಾರುಗಳು ಓಡಾಡುವ ರಸ್ತೆಯ ಪಕ್ಕದಲ್ಲಿಯೇ ಇರುವುದೊಂದು ವಿಶೇಷ. ಕೆಲವೊಮ್ಮೆ ವ್ಯಾಪಾರಿ ಮಳಿಗೆಗಳು, ಉಪಾಹಾರ ಗೃಹಗಳ ಸಾಲುಗಳ ನಡುವೆಯೂ ಸಾಗುವ ಈ ಪುಟ್ಟ ರೈಲು ಮಾರ್ಗದ ಪ್ರಯಾಣ ವಿಶಿಷ್ಟ ಅನುಭವವನ್ನೇ ನೀಡುತ್ತದೆ.

ಕೋಲ್ಕತ್ತಾ ಮತ್ತು ಸಿಲಿಗುರಿ ನಡುವಿನ ಬ್ರಾಡ್‌ಗೇಜ್ ಮಾರ್ಗವನ್ನು 1878ರಲ್ಲಿ ನಿರ್ಮಿಸಲಾಗಿತ್ತು. ಆಗ ಸಿಲಿಗುರಿಯಿಂದ ಹಿಮಾಲಯದ ತಪ್ಪಲಿನ ಡಾರ್ಜಿಲಿಂಗ್ ಅನ್ನು ಚಕ್ಕಡಿ ರಸ್ತೆ (ಕಾರ್ಟ್ ರೋಡ್)ಯ ಮಾರ್ಗ ಸಂಪರ್ಕಿಸುತ್ತಿತ್ತು. ಈ ಮಾರ್ಗದಲ್ಲಿ ಟಾಂಗಾ ಸೇವೆಗಳು ಲಭ್ಯವಿದ್ದವು.

ಟಾಂಗಾ ಸೇವೆಯೆಂದರೆ ಕುದುರೆ ಬಂಡಿಗಳ ಸಂಚಾರ. ಇಂದಿಗೂ ಪಶ್ಚಿಮ ಬಂಗಾಳದಲ್ಲಿ ಕೆಲವೆಡೆ ಟಾಂಗಾ ಸೇವೆ ಇದೆ.

ಸಿಲಿಗುರಿಯಿಂದ ಡಾರ್ಜಿಲಿಂಗ್‌ಗೆ ರೈಲು ಹಳಿಯನ್ನು ನಿರ್ಮಿಸುವ ಪ್ರಸ್ತಾಪವನ್ನು ಮುಂದಿಟ್ಟವನೆಂದರೆ ಈಸ್ಟರ್ನ್ ಬೆಂಗಾಲ್ ರೈಲ್ವೆ ಕಂಪನಿಯ ಏಜೆಂಟ್ ಆಗಿದ್ದ ಫ್ರ್ಯಾಂಕ್ಲಿನ್ ಪ್ರೆಸ್ಟೇಜ್ ಎಂಬಾತ. ಈತನ ಪ್ರಸ್ತಾಪವನ್ನು

ಬ್ರಿಟಿಷ್ ಇಂಡಿಯಾ ಸರ್ಕಾರ ಒಪ್ಪಿಕೊಂಡಿತು. ಅಲ್ಲದೆ ರೈಲು ಹಳಿಯ ನಿರ್ಮಾಣಕ್ಕಾಗಿ ಆಗಿನ ಬಂಗಾಳದ ಲೆಫ್ಟಿನೆಂಟ್ ಗವರ್ನರ್ ಸಮಿತಿಯನ್ನು ರಚಿಸಿದ್ದರು. ಸರ್. ಆ್ಯಶ್ಲೆ ಈಡನ್ ನೇತೃತ್ವದ ಸಮಿತಿ ರೈಲು ಹಳಿಯನ್ನು ನಿರ್ಮಿಸಬಹುದೆಂದು ಶಿಫಾರಸುಗಳನ್ನು ಮಾಡಿತು. ಈ ಶಿಫಾರಸುಗಳನ್ನು ಒಪ್ಪಿಕೊಂಡ ಬ್ರಿಟಿಷ್ ಇಂಡಿಯಾ ಸರ್ಕಾರ ಅದೇ ವರ್ಷ ಹಳಿಯ ನಿರ್ಮಾಣ ಕಾರ್ಯ ಆರಂಭಿಸಿತು.

ರೈಲು ಹಳಿಯ ನಿರ್ಮಾಣ ಕಾರ್ಯದ ಉಸ್ತುವಾರಿಯನ್ನು ವಹಿಸಿಕೊಂಡ ಕಂಪನಿ ಗಿಲ್ಲಾಂಡರ್ಸ್ ಅರ್ಬಥ್ನಾಟ್ ಅಂಡ್ ಕಂಪನಿ. 1880 ಆಗಸ್ಟ್ 23 ರಂದು ಸಿಲಿಗುರಿಯಿಂದ ಕರ್ಸಿಯಾಂಗ್‌ವರೆಗಿನ ಹಳಿ ಮಾರ್ಗದ ನಿರ್ಮಾಣ ಮುಗಿದು ಅದು ಸಂಚಾರಕ್ಕೆ ಮುಕ್ತಗೊಂಡಿತು. ಡಾರ್ಜಿಲಿಂಗ್‌ವರೆಗಿನ ಮಾರ್ಗ ಪೂರ್ತಿಗೊಂಡು ಕಾರ್ಯಾರಂಭ ಮಾಡಿದ್ದು 1881 ಜುಲೈ 4ರಂದು.

ಮುಂದೆ ಕೆಲವು ಇಂಜಿನಿಯರಿಂಗ್ ಸಂಬಂಧಿ ಮಾರ್ಪಾಡುಗಳನ್ನು ಮಾಡಲಾಯಿತು. ಆದರೆ ಮುಂದೆ ಪ್ರಕೃತಿ ವಿಕೋಪಗಳಿಗೆ ಇಲ್ಲಿನ ಪ್ರದೇಶ ತುತ್ತಾಯಿತು. 1897ರಲ್ಲಿ ಭೂಕಂಪ ಸಂಭವಿಸಿದರೆ, 1899ರಲ್ಲಿ ದೊಡ್ಡ ಚಂಡಮಾರುತ ಬೀಸಿತ್ತು. ಇವುಗಳಿಂದಾಗಿ ರೈಲು ಹಳಿಗೆ ಧಕ್ಕೆ ಉಂಟಾಗಿತ್ತು.

ಹಾಗಾಗಿ ಹೊಸದಾಗಿ ವ್ಯವಸ್ಥಿತ ಹಳಿ ನಿರ್ಮಾಣ ಕಾಮಗಾರಿಯನ್ನು ಕೈಗೆತ್ತಿಕೊಳ್ಳಲಾಯಿತು. ಆಗ ಹಿಲ್ ಕಾರ್ಟ್ ರಸ್ತೆ ಮಾರ್ಗದಲ್ಲಿ ಬಸ್ ಸಂಚಾರವೂ ಆರಂಭಗೊಂಡಿತು. ಇದು ರೈಲು ಮಾರ್ಗಕ್ಕಿಂತ ಕಡಿಮೆ ಅವಧಿಯ ಸಂಚಾರವಾಗಿದ್ದರಿಂದ ಡಾರ್ಜಿಲಿಂಗ್ ಹಿಮಾಲಯನ್ ರೈಲು ನೆಚ್ಚಿಕೊಳ್ಳುವವರ ಸಂಖ್ಯೆ ಕಡಿಮೆಯಾಗಿತ್ತು. ಆದರೆ ಎರಡನೆಯ ಮಹಾಯುದ್ಧದ ವೇಳೆ ಮಿಲಿಟರಿ ಸಿಬ್ಬಂದಿ ಮತ್ತು ಅಸ್ತ್ರಗಳು ಮತ್ತು

ಇತರೆ ಯುದ್ಧ ಪರಿಕರಗಳನ್ನು ಸಾಗಿಸುವಲ್ಲಿ ಡಾರ್ಜಿಲಿಂಗ್ ಹಿಮಾಲಯನ್ ರೈಲ್ವೆ ಪ್ರಮುಖ ಪಾತ್ರ ನಿಭಾಯಿಸಿತ್ತು. ಮಹಾಯುದ್ಧದ ವೇಳೆ ಗುಮ್ ಮತ್ತು ಡಾರ್ಜಿಲಿಂಗ್‌ಗಳ ನಡುವೆ ಅನೇಕ ಕ್ಯಾಂಪ್‌ಗಳು ತಲೆ ಎತ್ತಿದ್ದವು.

ದೇಶಕ್ಕೆ ಸ್ವಾತಂತ್ರ್ಯ ಬಂದ ನಂತರ ಡಾರ್ಜಿಲಿಂಗ್ ಹಿಮಾಲಯನ್ ರೈಲ್ವೆ ಭಾರತೀಯ ರೈಲ್ವೆ ವ್ಯವಸ್ಥೆಯ ಅಡಿಗೆ ಬಂದಿತು. 1958ರಲ್ಲಿ ನಾರ್ಥ್‌ಈಸ್ಟ್ ಫ್ರಂಟಿಯರ್ ರೈಲ್ವೆ ವಲಯವನ್ನು ಸ್ಥಾಪಿಸಲಾಯಿತು. 1962ರಲ್ಲಿ ಸಿಲಿಗುರಿಯಲ್ಲಿ ಹಳಿ ಮಾರ್ಗವನ್ನು ಪುನರ್‌ವಿನ್ಯಾಸಗೊಳಿಸಲಾಯಿ

ತಲ್ಲದೆ ಹೊಸ ಜಲಪೈಗುರಿಯವರೆಗೆ ಹೊಸ ಬ್ರಾಡ್‌ಗೇಜ್ ಮಾರ್ಗವನ್ನು ನಿರ್ಮಿಸಲಾಯಿತು.

ಗೋರ್ಖಾಲ್ಯಾಂಡ್ ಚಳುವಳಿ ತೀವ್ರಗೊಂಡ ಅವಧಿಯಲ್ಲಿ 1988–1989ರಲ್ಲಿ ಡಾರ್ಜಿಲಿಂಗ್ ಹಿಮಾಲಯನ್ ರೈಲ್ವೆ 18 ತಿಂಗಳು ತಾತ್ಕಾಲಿಕವಾಗಿ

ಸ್ಥಗಿತಗೊಂಡಿತ್ತು. 1999ರಲ್ಲಿ ಯುನೆಸ್ಕೊ ಈ ರೈಲು ಮಾರ್ಗವನ್ನು ತನ್ನ ವಿಶ್ವ ಪರಂಪರೆಯ ಪಟ್ಟಿಯಲ್ಲಿ ಗುರುತಿಸಿತು. ಆಗ ಜಾಗತಿಕವಾಗಿ ವಿಶ್ವ ಪರಂಪರೆಯ ಪಟ್ಟಿಯಲ್ಲಿ ಸ್ಥಾನ ಪಡೆದ ಎರಡನೆಯ ರೈಲು ಮಾರ್ಗ ಇದಾಗಿತ್ತು. ಇದಕ್ಕೂ ಒಂದು ವರ್ಷ ಮುಂಚೆ ಆಸ್ಟ್ರಿಯದ ಸೆಮರಿಂಗ್ ರೈಲ್ವೆಯನ್ನು ಮಾನ್ಯ ಮಾಡಲಾಗಿತ್ತು.

ಹೊಸ ಜಲಪೈಗುರಿಯಿಂದ ಡಾರ್ಜಿಲಿಂಗ್‌ವರೆಗಿನ ರೈಲು ಮಾರ್ಗದ ಎತ್ತರದಲ್ಲಿ ಸಾಕಷ್ಟು ವ್ಯತ್ಯಾಸವಿದೆ. ಜಲಪೈಗುರಿ 100 ಮೀಟರ್‌ಗಳಷ್ಟು ಎತ್ತರದಲ್ಲಿದ್ದರೆ, ಡಾರ್ಜಿಲಿಂಗ್‌ನಲ್ಲಿ ಇದು 2,000 ಮೀಟರ್‌ಗೂ ಹೆಚ್ಚಿನ ಎತ್ತರದಲ್ಲಿದೆ. ಈ ಮಾರ್ಗದಲ್ಲಿ ರೈಲಿನಲ್ಲಿ ಸಂಚರಿಸುವುದು ರೋಮಾಂಚನಕಾರಿ ಅನುಭವ. ಪ್ರಕೃತಿಯ ರಮ್ಯತೆಯನ್ನು ಮನತುಂಬಿಕೊಳ್ಳಬಹುದು.

ನಿಚ್ಚಳವಾದ ಹಗಲಿನಲ್ಲಿ ಹಿಮಾಲಯದ ಕಾಂಚನಗಂಗಾ ಶಿಖರವನ್ನು ಕಾಣಬಹುದು. ಡಾರ್ಜಿಲಿಂಗ್ ಚಹದ ತೋಟಗಳು, ರಣಜಿತ್ ನದಿಯ ಪಾತ್ರ, ಸುತ್ತಲಿನ ತೋಟಗಳು, ಅರಣ್ಯಗಳು, ಸಸ್ಯೋದ್ಯಾನ, ಇವುಗಳಲ್ಲಿ ಕಂಡುಬರುವ ಪಕ್ಷಿಗಳು ಇವೆಲ್ಲ ಮುದ ನೀಡುತ್ತವೆ. ಡಾರ್ಜಿಲಿಂಗ್ ತಪ್ಪಲು ಪ್ರದೇಶದಲ್ಲಿ ರೈಲು ಮೇಲಕ್ಕೇರುವ ಮತ್ತು ಕಳಗೆ ಇಳಿಯುವ, ತಿರುವು ಮುರುವುಗಳಲ್ಲಿ ಸಾಗುವ ಪರಿ ಗಮನಾರ್ಹವಾದದ್ದು.

ರೈಲು ಮಾರ್ಗದ ಮುಕ್ಕಾಲು ಭಾಗ ಮೋಟಾರುಗಳು ಸಾಗುವ ರಸ್ತೆಯ ಪಕ್ಕದಲ್ಲಿಯೇ ಇದೆ. ರಸ್ತೆಯ ಆಸುಪಾಸಿನಲ್ಲಿನ ವ್ಯಾಪಾರ ಮಳಿಗೆಗಳು, ಇತರೆ ದೈನಂದಿನ ಚಟುವಟಿಕೆಗಳು ಸಂಚಾರಿಗಳಿಗೆ ಹೆಚ್ಚು ಹತ್ತಿರವೆನಿಸಿವೆ. 80 ಕಿ.ಮೀ.ಗಳ ಮಾರ್ಗ ಐದು ಮುಖ್ಯ ಮತ್ತು 498 ಸಣ್ಣ ಸೇತುವೆಗಳನ್ನು ಒಳಗೊಂಡಿದೆ. ಒಟ್ಟು 14 ರೈಲ್ವೆ ನಿಲ್ದಾಣಗಳು ಸಿಗುತ್ತವೆ. ಸಿಲಿಗುರಿಯಿಂದ ಸುಖ್ನಾದವರೆಗಿನ ಮಾರ್ಗ 10 ಕಿ.ಮೀ. ಉದ್ದವಾಗಿದ್ದರೆ, ಉಳಿದೆಲ್ಲ ನಿಲ್ದಾಣಗಳ ಮಾರ್ಗ ಸರಾಸರಿ 6 ರಿಂದ 7 ಕಿ.ಮೀ.ಗಳು.

ಡಾರ್ಜಿಲಿಂಗ್ ಬಗ್ಗೆ ಹೇಳುವುದಾದರೆ ಇದನ್ನು ಗಿರಿಧಾಮಗಳ ರಾಣಿ ಎಂತಲೇ ಕರೆಯಲಾಗಿದೆ. ಇಲ್ಲಿನ ಚಹದ ತೋಟಗಳು ಸುಪ್ರಸಿದ್ಧ. ಇಲ್ಲಿಂದ

ಉತ್ತರಕ್ಕೆ ಹಿಮಾಲಯ ಶ್ರೇಣಿಗಳು ಮಾಲಿಕೆಗಳಂತೆ ಒಂದಾದ ಮೇಲೆ ಒಂದು ಎದ್ದು ನಿಂತಿವೆ. ಡಾರ್ಜಿಲಿಂಗ್ ಅರಣ್ಯಗಳಲ್ಲಿ 90ಕ್ಕೂ ಹೆಚ್ಚಿನ ಬಗೆಯ ಪ್ರಾಣಿಗಳು ಮತ್ತು 550 ಬಗೆಯ ಪಕ್ಷಿ ಸಂಕುಲಗಳಿವೆ. 1865ರಲ್ಲಿ ಇಲ್ಲಿ ಲಾಯ್ಡ್ ಸಸ್ಯೋದ್ಯಾನವನ್ನು ಆರಂಭಿಸಲಾಯಿತು.

ಪಕ್ಷಿ ವೀಕ್ಷಣೆಗೆ ಡಾರ್ಜಿಲಿಂಗ್ ಒಳ್ಳೆಯ ತಾಣ. ಹಿಮಾಲಯ ಶ್ರೇಣಿಯ ಒಂದು ಏಣಿಯಲ್ಲಿ ಡಾರ್ಜಿಲಿಂಗ್ ಇದೆ. 1835ರಲ್ಲಿ ಇದನ್ನು ಸಿಕ್ಕಿಂ ರಾಜರಿಂದ ಕೊಂಡುಕೊಳ್ಳಲಾಯಿತು. ಇದರ ಬಳಿ ಎರಡು ದಂಡು ಪ್ರದೇಶಗಳನ್ನು ಬ್ರಿಟಿಷರು ಕಟ್ಟಿದರು. ಡಾರ್ಜಿಲಿಂಗ್ನ ಮತ್ತೊಂದು ಆಕರ್ಷಣೆ ಎಂದರೆ ಹೊರಜಿ ಮಾರ್ಗ ಅಥವಾ ರೋಪ್‌ವೇ. ಈ ಎಂಟು ಕಿ.ಮೀ. ಉದ್ದದ ಹೊರಜಿ ಮಾರ್ಗ ಏಷ್ಯಾದಲ್ಲಿಯೇ ಅತಿ ದೀರ್ಘವಾದದ್ದು. ಕಾಡು ಪರ್ವತಗಳ ನಡುವೆ, ಭವ್ಯ ಕಾಂಚನಗಂಗಾಗಳಂತಹ ಹಿಮಶಿಖರಗಳು ಸ್ಪಷ್ಟವಾಗಿ ಕಾಣುವಂತೆ ಹಾಯುವ ಈ ಮಾರ್ಗ ನೋಡುಗರ ಕಣ್ಣುಗಳಿಗೆ ಇಂಪು ನೀಡುತ್ತದೆ. ಇದು ಪ್ರವಾಸೋದ್ಯಮ ಮತ್ತು ವ್ಯಾಪಾರಾಭಿವೃದ್ಧಿ ಎರಡನ್ನೂ ಸಾಧಿಸುವ ಮಾರ್ಗ.

31.

ಗೋವಾದ
ಕಾನ್ವೆಂಟ್ ಮತ್ತು ಚರ್ಚ್‌ಗಳು

ಗೋವಾ ಹಿಂದೆ ಪೋರ್ಚುಗೀಸರ ಅಧೀನದಲ್ಲಿತ್ತು. ಪೋರ್ಚುಗೀಸ್ ಅನ್ವೇಷಕ ಅಲ್ಫಾನ್ಸೊ ಡಿ ಅಲ್ಬುಕರ್ಕ್ 1510ರಲ್ಲಿ ಗೋವಾದ ಮೇಲೆ ಆಕ್ರಮಣ ಮಾಡಿ ಅದನ್ನು ತನ್ನ ವಶಕ್ಕೆ ತೆಗೆದುಕೊಂಡ. 1961ರವರೆಗೂ ಇದು ಪೋರ್ಚುಗೀಸರ ಅಧೀನದಲ್ಲಿಯೇ ಇತ್ತು. ಹಳೆಯ ಗೋವಾ ಪೋರ್ಚುಗೀಸರ ಚಟುವಟಿಕೆಗಳ ಕೇಂದ್ರವಾಗಿತ್ತು. ಪೋರ್ಚುಗೀಸ್ ಸಾಮ್ರಾಜ್ಯದ ರಾಜಧಾನಿಯೂ ಆಗಿತ್ತು. ಹಳೆಯ ಗೋವಾದಲ್ಲಿನ ನಾಗರಿಕ ಸ್ವರೂಪಗಳನ್ನು ಲಿಸ್ಬನ್ ನಗರದಂತೆಯೇ ಕಾಣಬಹುದು. 1635ರ ನಂತರ ಗೋವಾದಲ್ಲಿ ಯೂರೋಪಿಯನ್ನರ ನಿರಂತರ ದಾಳಿಗಳಿಂದಾಗಿ ಗೋವಾದ ವೈಭವತೆಗೆ ಪೆಟ್ಟು ಬಿದ್ದಿತು.

1542ರಲ್ಲಿ ಯಹೂದಿ ಜನಾಂಗಗಳಲ್ಲಿನ ಒಂದು ಗುಂಪು ಯೂರೋಪಿನವರ ಆಕ್ರಮಣ ಎದುರಿಸಲಾರದೆ ಹಳೆಯ ಗೋವಾಕ್ಕೆ ಬಂದಿತು. ಈ ಗುಂಪಿನ ಫ್ರಾನ್ಸಿಸ್ ಕ್ಸೇವಿಯರ್ ಹಳೆಯ ಗೋವಾದಲ್ಲಿ ಯಹೂದಿ ಸೊಸೈಟಿ ಅಥವಾ ಸಮಾಜ ಸಂಘವನ್ನು ಸ್ಥಾಪಿಸಿದ. ಈತ ಹಳೆಯ ಗೋವಾದ ಧರ್ಮಗುರು ಎನಿಸಿದ.

ಮುಂದೆ ಕೆಲವು ಚರ್ಚ್‌ಗಳು ತಲೆ ಎತ್ತಿದವು. ಸ್ಥಳೀಯ ಜನರಲ್ಲಿ ವಿದೇಶಿ ಧರ್ಮದ ಮಹತ್ವವನ್ನು ಸಾರಿ ಹೇಳುವುದು ಮತ್ತು ಮತಾಂತರ ಮಾಡುವುದು ಆಗ ಹೆಚ್ಚಾಗಿತ್ತು. ಮತಬೋಧನೆಯ ಜೊತೆಗೆ ಯೇಸು ಕ್ರಿಸ್ತನ ಸುವಾರ್ತೆಗಳನ್ನು ಬಿತ್ತರಿಸುವ ಕಾಯಕದಲ್ಲಿ ತೊಡಗಿದ್ದ ಪಾದ್ರಿಗಳು ಪೋರ್ಚುಗೀಸ್ ಅಧಿಕಾರಿಗಳಲ್ಲಿ ಕಾನ್ವೆಂಟ್ ಮತ್ತು ಚರ್ಚ್‌ಗಳನ್ನು ನಿರ್ಮಿಸಿದರೆ ತಾವು ಗಟ್ಟಿಯಾಗಿ ನೆಲೆಯೂರಬಹುದೆಂದು ಸಲಹೆ ಇತ್ತರು. ಇದನ್ನು ಮನ್ನಿಸಿದ ಪೋರ್ಚುಗೀಸ್ ಅಧಿಕಾರಿಗಳು ಹಳೆಯ ಗೋವಾದಲ್ಲಿ

ಹದಿನೆಂಟನೆಯ ಶತಮಾನದ ಹೊತ್ತಿಗೆ ಸುಮಾರು 60 ಚರ್ಚ್‌ಗಳನ್ನು ನಿರ್ಮಿಸಿದರು. ಆದರೆ ಇದೀಗ ಏಳು ಪ್ರಮುಖ ಕಾನ್ವೆಂಟ್ ಮತ್ತು ಚರ್ಚ್‌ಗಳನ್ನು ಕಾಣಬಹುದು.

ಸೆ. ಪ್ರಿಮೇಶಿಯಲ್ ಡಿ ಗೋವಾ ಅಥವಾ ಸೆ. ಕೆಥೆಡ್ರಲ್ ಗೋವಾದ ಚರ್ಚ್‌ಗಳಲ್ಲಿ ಪುರಾತನವಾದದ್ದು ಮತ್ತು ಭವ್ಯವಾದದ್ದು. ಅಲ್ಬುಕರ್ಕ್ ಹಳೆಯ ಗೋವಾವನ್ನು ಗೆದ್ದಾಗ ಸೇಂಟ್ ಕ್ಯಾಥರಿನ್ ನೆನಪಿಗಾಗಿ ಕಟ್ಟಲು ಆಯೋಜಿಸಿದ್ದ ಚರ್ಚ್ ಇದು. ಸಂಪೂರ್ಣವಾಗಿ ಇದನ್ನು ಕಟ್ಟಿ ಮುಗಿಸಲು 70ಕ್ಕೂ ಹೆಚ್ಚು ವರ್ಷಗಳು ಬೇಕಾದವು. ಹೊರಭಾಗ ಟಸ್ಕರಿನ್ ಮತ್ತು ಡೋರಿಕ್ ಶೈಲಿಗಳಲ್ಲಿಯೂ ಮತ್ತು ಒಳಭಾಗ ಕೊರಿಂತಿಯನ್ ಶೈಲಿಯಲ್ಲಿಯೂ ನಿರ್ಮಿತವಾಗಿದೆ. ಜೀಸಸ್ ಮತ್ತು ಮೇರಿ ದೇವತೆಯ ಚಿತ್ರಣಗಳನ್ನು ಸುಂದರವಾಗಿ ಕೆತ್ತಿ ಅವುಗಳಿಗೆ ಪೇಂಟ್ ಮಾಡಿ ಅಲಂಕರಿಸಲಾಗಿದೆ. ಕಟ್ಟಡ ಗಾತ್ರ ಪ್ರಮಾಣಬದ್ಧವಾಗಿದೆ. ಒಳಭಾಗ ಅತ್ಯಂತ ಸುಂದರವಾಗಿದೆ. ಏಷ್ಯಾದಲ್ಲಿರುವ ಅತಿದೊಡ್ಡ ಚರ್ಚ್ ಇದು.

ಚರ್ಚ್ ಆಫ್ ಅವರ್ ಲೇಡಿ ಆಫ್ ಡಿವೈನ್ ಪ್ರಾವಿಡೆನ್ಸ್ ಅಂಡ್ ಕಾನ್ವೆಂಟ್ ಆಫ್ ಸೇಂಟ್ ಕ್ಯಾಜೆಟನ್ ಅನ್ನು ಇಟಾಲಿಯನ್ ಪುನರುತ್ಥಾನ ಮತ್ತು ಬ್ಯಾರೋಕ್ ವಾಸ್ತುಶಿಲ್ಪಗಳನ್ನು ಬಳಸಿ ನಿರ್ಮಿಸಲಾಗಿದೆ. ರೋಮ್ ನಗರದ ಸೇಂಟ್ ಪೀಟರ್‌ನ ಬೆಸಿಲಿಕದಂತಿದೆ. ಇದನ್ನು 1656ರಲ್ಲಿ ಕಟ್ಟಲಾಯಿತು.

ಬಾಮ್ ಜೀಸಸ್ ಚರ್ಚ್ ಅತ್ಯಂತ ಪ್ರಸಿದ್ಧ. ಇಲ್ಲಿಯೇ ಸೇಂಟ್ ಕ್ಸೇವಿಯರ್‌ನ ಸಮಾಧಿಯಿದೆ. ಇಲ್ಲಿನ ಕಂಚಿನ ಕೆತ್ತನೆ ಆಕರ್ಷಕ. ಇದರ ಭಿತ್ತಿಯ ಮೇಲೆ ಕ್ಸೇವಿಯರ್‌ನ ಜೀವನಕ್ಕೆ ಸಂಬಂಧಿಸಿದ ಹಲವು ಚಿತ್ರಗಳಿವೆ. ಗೋವಾದಲ್ಲಿ ಗಾತಿಕ್ ಶೈಲಿಯಲ್ಲಿ ಕಟ್ಟಿರುವ ಅದ್ಭುತ ವಾಸ್ತು ಇದು.

ಚರ್ಚ್ ಅಂಡ್ ಕಾನ್ವೆಂಟ್ ಆಫ್ ಸೇಂಟ್ ಫ್ರಾನ್ಸಿಸ್ ಆಫ್ ಅಸ್ಸಿಸಿ ಮೊದಲು ಸಣ್ಣ ಮಂದಿರವಾಗಿತ್ತು. ನಂತರ ಇದನ್ನು ಚರ್ಚ್ ಆಗಿ ಪರಿವರ್ತಿಸಲಾಯಿತು. 1521ರಲ್ಲಿ ನಿರ್ಮಾಣಗೊಂಡಿತು. ಮೆನುಲಿನ್ ಶೈಲಿಯ ಉತ್ಕೃಷ್ಟ ಶಿಲ್ಪವನ್ನು ಒಳಗೊಂಡಿದೆ. ಹಿಂದೆ ಪೋರ್ಚುಗೀಸರು ಭಗ್ನಗೊಳಿಸಿದ್ದ ಹಿಂದೂ ದೇವಾಲಯಗಳಿಂದ ಮೂರ್ತಿಗಳನ್ನು ಸಂಗ್ರಹಿಸಿ ಇಲ್ಲಿ ಇಡಲಾಗಿದೆ. 1964ರಲ್ಲಿ ಆರ್ಕಿಯಾಲಾಜಿಕಲ್ ಸರ್ವೇ ಆಫ್ ಇಂಡಿಯಾ ಇದನ್ನು ಮ್ಯೂಸಿಯಂ ಆಗಿ ರೂಪಿಸಿದೆ.

ಕಾನ್ವೆಂಟ್ ಆಫ್ ಸಾಂತಾ ಮೋನಿಕಾ ಅಂಡ್ ಚಾಪೆಲ್ ಆಫ್ ದಿ ವೀಪಿಂಗ್ ಕ್ರಾಸ್ ಗೋವಾದಲ್ಲಿನ ಇನ್ನೊಂದು ಮುಖ್ಯ ಚರ್ಚ್. ಮೊದಲು ಇದು ಸಾಂತಾ ಮೋನಿಕಾಳ ಆಶ್ರಮವಾಗಿತ್ತು. ಇದೊಂದನ್ನು ಮಾತ್ರ ಯೂರೋಪಿಯನ್ನರು ಸ್ಥಳೀಯ ಗೋವಾ ಜನರ ಸಹಕಾರದಿಂದ 1606ರಲ್ಲಿ ಕಟ್ಟಿದರು. ಗೋವಾದಲ್ಲಿನ ಅತ್ಯಂತ ಎತ್ತರದ ಕಟ್ಟಡವಾಗಿತ್ತು. ಮೂರು ಅಂತಸ್ತುಗಳಿರುವ ಇದರ ಗೋಡೆಗಳ ಮೇಲೆ ಬೈಬಲಿನ ಅನೇಕ ಪ್ರಸಂಗಗಳನ್ನು ಭಿನ್ನ ಭಿನ್ನ ವರ್ಣಗಳಲ್ಲಿ ಚಿತ್ರಿಸಲಾಗಿದೆ. ಇದು ಟಸ್ಕಾನ್ ವಾಸ್ತುಶಿಲ್ಪದ ಕಟ್ಟಡ.

ಚಾಪೆಲ್ ಆಫ್ ಸೇಂಟ್ ಕ್ಯಾಥರಿನ್ ಅನ್ನು ಅಲ್ಬುಕರ್ಕ್ 1510ರಲ್ಲಿ ನಿರ್ಮಿಸಿದ. ಗೋವಾದ ಮೇಲಿನ ತನ್ನ ವಿಜಯದ ಸ್ಮಾರಕವಾಗಿ ಮಣ್ಣಿನಿಂದ ಇದನ್ನು ಕಟ್ಟಿಸಿದ್ದ. ನಂತರ ಇಟಾಲಿಯನ್ ಪುನರುತ್ಥಾನ ಶೈಲಿಯ ವಾಸ್ತುಶಿಲ್ಪದಲ್ಲಿ ವ್ಯವಸ್ಥಿತವಾಗಿ ನಿರ್ಮಿಸಲಾಯಿತು. ಇದನ್ನು ಆರ್ಕಿಯಾಲಾಜಿಕಲ್ ಸರ್ವೇ ಆಫ್ ಇಂಡಿಯಾ ಸಂರಕ್ಷಿಸಿದೆ.

ಚರ್ಚ್ ಆಫ್ ಲೇಡಿ ರೋಸರಿ ಸಹ ಅಲ್ಬುಕರ್ಕ್ ನಿರ್ಮಿಸಿದ್ದು. ಇಲ್ಲಿಯೇ ಅಲ್ಬುಕರ್ಕ್ ಗೋವಾದ ಮೇಲೆ ಮೊದಲ ವಿಜಯ ದಾಖಲಿಸಿದ. 1544ರಲ್ಲಿ ಚರ್ಚ್ ಕಟ್ಟಲಾಯಿತು. ಮೆನುಲಿನ್ ಪ್ರಕಾರದ ವಾಸ್ತುಶಿಲ್ಪದಿಂದ ಕೂಡಿದೆ.

ಗೋವಾದ ವೆಲ್ಹಾದ ಗುಡ್ಡವೊಂದರ ಮೇಲೆ ಪಿಲಾಡ್ ಆಶ್ರಮವಿದೆ. ಇದರ ವಿಶಾಲ ಒಳ ಅಂಗಳದಲ್ಲಿ ಅತಿಸುಂದರವಾಗಿ ಕಂಡರಿಸಿರುವ ಕಂಬವೊಂದು ನಿಂತಿದೆ. 1541ರಲ್ಲಿ ನಿರ್ಮಿಸಿದ ಉನ್ನತ ಸೇಂಟ್ ಪಾಲ್ಸ್ ಕಾಲೇಜಿನ ಒಂದು ಭಾಗ ಬೀಳದೇ ನಿಂತಿದೆ.

ಗೋವಾದಲ್ಲಿನ ಚರ್ಚ್‌ಗಳನ್ನು ವೀಕ್ಷಿಸಲು ಹೊರರಾಜ್ಯ ಮತ್ತು ವಿದೇಶಗಳಿಂದ ಲಕ್ಷಾಂತರ ಜನರು ಬರುತ್ತಿರುತ್ತಾರೆ. ಇವುಗಳಿಂದ ಪ್ರಭಾವಿತಗೊಂಡು ಮುಂದೆ ಏಷ್ಯಾದ ಹಲವೆಡೆ ಮೆನುಲಿನ್, ಬ್ಯಾರೋಕ್ ಮತ್ತು ಇಟಾಲಿಯನ್ ಶೈಲಿಗಳಲ್ಲಿ ಚರ್ಚ್‌ಗಳನ್ನು ನಿರ್ಮಿಸಲಾಯಿತು. 1986ರಲ್ಲಿ ಯುನೆಸ್ಕೊ ತನ್ನ ವಿಶ್ವ ಪರಂಪರೆಯ ಪಟ್ಟಿಯಲ್ಲಿ ಗೋವಾದ ಚರ್ಚ್ ಮತ್ತು ಕಾನ್ವೆಂಟ್‌ಗಳನ್ನು ಮಾನ್ಯ ಮಾಡಿತು.

32.
ಚಂಪಾರೇನ್ ಪಾವಗಢ ಆರ್ಕಿಯಾಲಾಜಿಕಲ್ ಪಾರ್ಕ್

ಚಂಪಾರೇನ್–ಪಾವಗಢ ಆರ್ಕಿಯಾಲಾಜಿಕಲ್ ಪಾರ್ಕ್ ಅಥವಾ ಪುರಾತತ್ವ ಉದ್ಯಾನ ಗುಜರಾತ್ ರಾಜ್ಯದ ಪಂಚಮಹಲ್ ಜಿಲ್ಲೆಯ ವ್ಯಾಪ್ತಿಗೆ ಒಳಪಡುತ್ತದೆ. ಈ ತಾಣ ಚಾರಿತ್ರಿಕ ಚಂಪಾನೇರ್ ಪಟ್ಟಣದ ಸುತ್ತಲೂ ಇದೆ. ಪಕ್ಕದ ಪಾವಗಢ ಪರ್ವತಗಳ ಕೆಳಭಾಗದಲ್ಲಿನ ಕೋಟೆ–ಕೊತ್ತಲಗಳು ಚಂಪಾನೇರ್ ಉದ್ದಕ್ಕೂ ವ್ಯಾಪಿಸಿವೆ. ಕೇವಲ ಕೋಟೆಗಳು ಮಾತ್ರವಲ್ಲದೆ ಅರಮನೆಗಳು, ಪ್ರವೇಶ ದ್ವಾರಗಳು, ಗೃಹವಸತಿ ಸಂಕೀರ್ಣಗಳು, ಜಲ ಸಂಗ್ರಹಾಲಯಗಳು, ದೇಗುಲಗಳು, ಮಸೀದಿಗಳು, ಗುಮ್ಮಟ ಮತ್ತು ಕಮಾನು

ಕಟ್ಟಡಗಳು, ಉದ್ಯಾನಗಳು ಹೀಗೆ ವಿವಿಧ ಬಗೆಯ ಕಾಮಗಾರಿಗಳಿಂದ ಈ ತಾಣ ಚಾರಿತ್ರಿಕ ಮಹತ್ವದಷ್ಟೇ ಧಾರ್ಮಿಕ ಪ್ರಾಮುಖ್ಯತೆಯನ್ನೂ ಪಡೆದಿದೆ.

ಕ್ರಿ.ಶ. ಎರಡನೆಯ ಶತಮಾನದಿಂದ ಸ್ಪಷ್ಟ ಐತಿಹಾಸಿಕ ಪುರಾವೆಗಳನ್ನು ಹೊಂದಿರುವ ಈ ಪ್ರದೇಶದ ಸುತ್ತಲಿನ ಭೂಭಾಗಗಳನ್ನು ವಿವಿಧ ಕಾಲಘಟ್ಟಗಳಲ್ಲಿ ಬೇರೆ ಬೇರೆ ಆಳರಸರು ಆಳಿ ತಮ್ಮ ಕೊಡುಗೆಗಳನ್ನು ನೀಡಿದ್ದಾರೆ.

ಪ್ರಾಚೀನ ಚಂಪಾರೇನ್ ಪಟ್ಟಣವನ್ನು ಅಹಿಲ್‌ವಾಡಾ ಅರಸರ ಕಾಲದಲ್ಲಿ ಆಡಳಿತಾಧಿಕಾರಿಯಾಗಿದ್ದ ಚಂಪಾ ಎಂಬುವನ್ನು ಮೊದಲು ನಿರ್ಮಿಸಿದನೆಂಬ ಒಂದು ವಾದವಿದೆ. ಆದರೆ 15ನೆಯ ಶತಮಾನದಲ್ಲಿ ಗುಜರಾತಿನ ಸುಲ್ತಾನನಾಗಿದ್ದ ಮಹಮೂದ್ ಬೇಗದಾ ಇದನ್ನು ಕಟ್ಟಿಸಿದನೆಂದೂ ಚರಿತ್ರೆಯಲ್ಲಿ ಉಲ್ಲೇಖವಿದೆ. ಮಹಮೂದ್ ಬೇಗದಾ ಈತ ಅಹಮದಾಬಾದ್ ನಗರವನ್ನು ನಿರ್ಮಿಸಿದ ಅಹಮ್ಮದ್ ಶಹಾನ ಮೊಮ್ಮಗ. ಗುಜರಾತಿನ ಈ ಭಾಗದ ಮೇಲೆ ಅಹಿಲ್‌ವಾಡರು, ಚೌಹಾನ್ ರಜಪೂತರು, ಸೋಲಂಕಿಗಳು, ಖಿಚಿ ಚೌಹಾನರು, ಅಲ್ಲಾವುದ್ದೀನ್ ಖಿಲ್ಜಿ ಮುಂತಾದವರೆಲ್ಲ ನಿಯಂತ್ರಣ ಸಾಧಿಸಿದ್ದರು. ಕ್ರಿ.ಶ. ಎರಡನೆಯ ಶತಮಾನದಿಂದಲೇ ಬೇರೆ ಬೇರೆ ರಾಜವಂಶಗಳು ಇಲ್ಲಿ ಆಳ್ವಿಕೆ ನಡೆಸಿದ್ದರ ಕುರಿತು ಮಾಹಿತಿ ಇದೆ.

ಪಾವಗಢದ ಪರ್ವತ ಪ್ರದೇಶದಿಂದ ಚಂಪಾನೇರ್‌ವರೆಗಿನ 3,280 ಎಕರೆಯಷ್ಟು ವಿಶಾಲ ಜಾಗದಲ್ಲಿ ಸುಮಾರು 114 ಕಟ್ಟಡ ಸ್ಮಾರಕಗಳನ್ನು ಗುರುತಿಸಲಾಗಿದೆ. ಕಬೂತರ್ ಖಾನಾ, ಮಕಬಾರಾ, ಮಕಬಾರಾ ಮಾಂಡವಿ, ಮಲೀಕ್ ಸಂದಲ್ ನಿ ವಾವ್, ಹಾಥಿಖಾನಾ ಸಿಂಧ್ ಮಾತಾ, ಸಿಕಂದರ್ ಕಾ ರೇಜಾ, ಬಾಬಾಖಾನ್ ಕಿ ದರ್ಗಾ, ನವು ಕುವಾನ್ ಸಾತ್‌ವಾಡಿ, ಚಂದ್ರಕಲಾ ವಾವ್ ಇವೆಲ್ಲವೂ ಪುರಾತತ್ವ ಉದ್ಯಾನದ ಆಸುಪಾಸಿನಲ್ಲಿವೆ.

ಮಹಮೂದ್ ಬೇಗದಾನ ಅರಮನೆ, ಜಮಾ ಮಸೀದಿ, ಇನ್ನಿತರ ಮಸೀದಿಗಳು, ಗೋರಿಗಳು, ಕೋಟೆ–ಕೊತ್ತಲಗಳು, ಗೋಪುರ ಕಟ್ಟಡಗಳು, ಯುದ್ಧಕೈದಿಗಳು ಕೂಡಿಡುತ್ತಿದ್ದ ಕಾರಾಗೃಹಗಳು, ಸ್ನಾನಗೃಹಗಳು, ಅಚ್ಚುಕಟ್ಟಾಗಿ ಕಟ್ಟಿಸಿದ ಬಾವಿಗಳು, ಜಲಸಂಗ್ರಹಾಲಯಗಳು, ಉದ್ಯಾನಗಳು, ನೀರಿನ ಹರಿವುಗಳು, ಕಾರಂಜಿಗಳು, ವಿಶ್ರಾಂತಿ ಗೃಹಗಳು ಇವೆಲ್ಲ ಸೇರಿದಂತೆ ಒಟ್ಟು ಹನ್ನೊಂದು ಬಗೆಯ ಕಟ್ಟಡ ಸ್ಮಾರಕಗಳನ್ನು ಗುರುತಿಸಲಾಗಿದೆ.

ಪಾವಗಢದ ಗುಡ್ಡದ ಮೇಲೆ ಕಾಳಿಕಾ ಮಠವಿದ್ದು, ಇದು ಹಿಂದೂಗಳಿಗೆ ಪವಿತ್ರ ಯಾತ್ರಾಸ್ಥಳವೆನಿಸಿದೆ. ಪ್ರತಿವರ್ಷ ಲಕ್ಷಾಂತರ ಭಕ್ತರು ಭೇಟಿ

ನೀಡುತ್ತಾರೆ. ಪುರಾತನ ಜೈನ ದೇಗುಲಗಳಿರುವುದರಿಂದ ಅವರಿಗೂ ಈ ತಾಣ ಪವಿತ್ರ. ಗುಜರಾತಿನಲ್ಲಿ ಆಳಿದ ಸುಲ್ತಾನರೆಲ್ಲರೂ ಅಲ್ಲಲ್ಲಿ ಮಸೀದಿಗಳನ್ನು ನಿರ್ಮಿಸಿದ್ದಾರೆ. ಚಂಪಾನೇರ್‌ನಲ್ಲಿ ಅನೇಕ ಮಸೀದಿಗಳಿವೆ. ಹಾಗಾಗಿ ಇಸ್ಲಾಂ ಮತದವರಿಗೂ ಇದು ಪೂಜನೀಯ ಸ್ಥಳ.

ಬ್ರಿಟಿಷರು ಇಲ್ಲಿಗೆ 1803ರಲ್ಲಿ ಬಂದರು. ಆಗ ಸುಮಾರು 500 ಜನರಷ್ಟೇ ಇದ್ದರು. ಹಳೆಯ ಪಟ್ಟಣ ಶಿಥಿಲಗೊಂಡು ಸುತ್ತಲೂ ಕಾಡು ಬೆಳೆದಿತ್ತು. ಕಾಲರಾ ಕಾಯಿಲೆ ಸಹ ಇಲ್ಲಿ ದಾಳಿ ಇಟ್ಟಿದ್ದರಿಂದ ಅನೇಕರು ಬೇರೆಡೆಗೆ ವಲಸೆ ಹೋಗಿದ್ದರು. ಇಲ್ಲಿ ಬ್ರಿಟಿಷರು ಕೃಷಿಭೂಮಿ ಅಭಿವೃದ್ಧಿಪಡಿಸಲು ಜನರಿಗೆ ಹೆಚ್ಚಿನ ಪ್ರೋತ್ಸಾಹಧನ ಘೋಷಿಸಿದರೂ, ಭಿಲ್ ಮತ್ತು ನಾಯಿಕದಾ ಬುಡಕಟ್ಟು ಜನಾಂಗದವರನ್ನು ಬಿಟ್ಟರೆ ಉಳಿದವರು ನೆಲೆ ನಿಲ್ಲಲಿಲ್ಲ. ಆದರೆ ಬ್ರಿಟಿಷರು ಚಂಪಾರೇನ್ ಅನ್ನು ಕಚ್ಚಾ ರೇಷ್ಮೆ ತಯಾರಿಕೆಯ ಕೇಂದ್ರವನ್ನಾಗಿ ಮಾಡುವಲ್ಲಿ ಯಶಸ್ವಿಯಾದರು. ಬ್ರಿಟಿಷರ ಕಾಲದಲ್ಲಿ ಇಲ್ಲಿಂದ ರೇಷ್ಮೆ ಹೊರಭಾಗಗಳಿಗೆ ರಫ್ತಾಗುತ್ತಿತ್ತು.

ಚಾರಿತ್ರಿಕ ಮತ್ತು ಧಾರ್ಮಿಕ ಮಹತ್ವದ ಈ ಸ್ಥಳವನ್ನು ಪ್ರವಾಸಿ ತಾಣವನ್ನಾಗಿ ಅಭಿವೃದ್ಧಿಪಡಿಸುವಲ್ಲಿ ಪುರಾತತ್ವ ಪರಿಣಿತರು ಮತ್ತು ಪರಂಪರೆ

ಟ್ರಸ್ಟ್‌ಗಳು ಕಾಳಜಿ ವಹಿಸಿದವು. ಇದರಲ್ಲಿ ಬರೋಡಾ ಹೆರಿಟೇಜ್ ಟ್ರಸ್ಟ್ ಪ್ರಮುಖ ಪಾತ್ರ ವಹಿಸಿತು. ಚಂಪಾನೇರ್-ಪಾವಗಢ ಸಾಂಸ್ಕೃತಿಕ ಧಾಮವನ್ನು ಪುರಾತತ್ವ ಉದ್ಯಾನವನ್ನಾಗಿ ಪರಿವರ್ತಿಸಲು ಮಾಸ್ಟರ್ ಪ್ಲ್ಯಾನ್ ರೂಪಿಸಿತು. ಆರ್ಕಿಯಾಲಾಜಿಕಲ್ ಸರ್ವೇ ಆಫ್ ಇಂಡಿಯಾ ಈ ಪರಿಕಲ್ಪನೆಗೆ ಸಂಪೂರ್ಣ ಬೆಂಬಲ ನೀಡಿತು. ಇವೆರಡೂ ಯುನೆಸ್ಕೊದ ಪರಂಪರೆಯ ಪಟ್ಟಿಯಲ್ಲಿ ಮಾನ್ಯತೆ ನೀಡುವಂತೆ ಪ್ರಸ್ತಾವನೆ ಸಲ್ಲಿಸಿದವು.

2004ರಲ್ಲಿ ಯುನೆಸ್ಕೊ ಇದನ್ನು ವಿಶ್ವ ಪರಂಪರೆಯ ಪಟ್ಟಿಯಲ್ಲಿ ಮಾನ್ಯ ಮಾಡಿತು. ಮಧ್ಯಯುಗೀನ ಕಾಲದ ಅಪರೂಪದ ಕಟ್ಟಡಗಳು, ಮುಂದೆ ಬ್ರಿಟಿಷರು ಸಂರಕ್ಷಿಸಿ ಅಭಿವೃದ್ಧಿಪಡಿಸಿದ ಗೃಹಸಂಕೀರ್ಣಗಳು, ಮನರಂಜನಾ ಕೇಂದ್ರಗಳು ಮತ್ತು ಉದ್ಯಾನಗಳಿಂದ ಪ್ರೇರಿತವಾಗಿ ಚಂಪಾರೇನ್-ಪಾವಗಢ ತಾಣದಲ್ಲಿ ಬರೋಡಾ ಹೆರಿಟೇಜ್ ಟ್ರಸ್ಟ್ 114 ಸ್ಮಾರಕಗಳನ್ನು ಪುರಾತತ್ವ ಮಹತ್ವವುಗಳೆಂದು ಗುರುತಿಸಿದೆ. ಇವುಗಳ ಪೈಕಿ ಆರ್ಕಿಯಾಲಾಜಿಕಲ್ ಸರ್ವೇ ಆಫ್ ಇಂಡಿಯಾ 39 ಸ್ಮಾರಕಗಳನ್ನು ಆಯ್ದುಕೊಂಡು ಇವುಗಳ ಸಂರಕ್ಷಣೆಯ ಜವಾಬ್ದಾರಿಯುನ್ನು ಹೊತ್ತುಕೊಂಡಿದೆ. ಇಲ್ಲಿನ ಶೇಕಡಾ 94 ಭಾಗದಷ್ಟು ಭೂಮಿಯನ್ನು ಅರಣ್ಯ ಇಲಾಖೆ ತನ್ನ ಮೇಲ್ವಿಚಾರಣೆಗೆ ತೆಗೆದುಕೊಂಡಿದೆ.

ಹಿಂದೂ, ಜೈನ ಮತ್ತು ಮುಸ್ಲಿಂ ಮತಗಳ ಯಾತ್ರಿಕರಿಗೆ ಇಲ್ಲಿಗೆ ಬಂದು ಉಳಿದುಕೊಳ್ಳಲು ವಸತಿ ಗೃಹಗಳನ್ನು ನಿರ್ಮಿಸಲಾಗಿದೆ. ಬರೋಡಾದಿಂದ 50 ಕಿ.ಮೀ. ದೂರದಲ್ಲಿರುವ ಚಂಪಾನೇರ್-ಪಾವಗಢ ಪುರಾತತ್ವ ಉದ್ಯಾನ ದೇಶದ ಅಪರೂಪದ ತಾಣವೆನಿಸಿದೆ.

ಇದೀಗ ಇಲ್ಲಿ ಮತ್ತು ಸುತ್ತಮುತ್ತ ಹೆಚ್ಚಿನ ಸಂಖ್ಯೆಯ ಜನವಸತಿ ಇದ್ದು ಗುಜರಾತಿನ ಪ್ರಮುಖ ಪ್ರವಾಸಿ ಕೇಂದ್ರವಾಗಿ ಮಾರ್ಪಟ್ಟಿದೆ. ಪುರಾತನ ಮತ್ತು ಮಧ್ಯಯುಗೀನ ಕಟ್ಟಡ ಸ್ಮಾರಕಗಳಾದ ಅರಮನೆ, ಕೋಟೆ-ಕೊತ್ತಲಗಳು ಪ್ರವಾಸಿ ಮತ್ತು ಇತಿಹಾಸ ಅಧ್ಯಯನಕಾರರನ್ನು ಕೈಬೀಸಿ ಕರೆದರೆ, ದೇಗುಲ, ಬಸದಿ ಮತ್ತು ಮಸೀದಿಗಳು ಆಸ್ತಿಕರ ನಂಬಿಕೆಯ ನೆಲೆಗಳಾಗಿವೆ. ಉದ್ಯಾನಗಳು, ಮನೋರಂಜನಾ ಕೇಂದ್ರಗಳು ಮತ್ತು ಆಧುನಿಕ ಮಾದರಿಯ ಕಾಮಗಾರಿಗಳಿಂದಾಗಿ ಗುಜರಾತಿನ ಈ ತಾಣ ವೈವಿಧ್ಯತೆಯ ಬೀಡಾಗಿದೆ.

33.

ನಳಂದಾ

ಇತಿಹಾಸದಲ್ಲಿ ದಾಖಲಾದ ಬಹುಪ್ರಸಿದ್ಧ ಮೊದಲ ವಿದ್ಯಾರ್ಥಿ ನಿಲಯದ ವಿಶ್ವವಿಧ್ಯಾಲಯ. ನಳಂದಾ ಹೆಸರನ್ನು ಕೇಳದ ಅಕ್ಷರಸ್ಥ ಭಾರತೀಯನೇ ಇಲ್ಲ. ಏಕೆಂದರೆ ಪ್ರಾಥಮಿಕ ಮತ್ತು ಮಾಧ್ಯಮಿಕ ಶಾಲೆಗಳಲ್ಲಿ ನಳಂದಾದ ಉಲ್ಲೇಖವಂತೂ ಇದ್ದೇ ಇರುತ್ತದೆ. ಪುರಾತನ ಕಾಲದಲ್ಲಿ ನಳಂದಾ ಲೋಕವಿಖ್ಯಾತಿಯನ್ನು ಪಡೆದ ಅತ್ಯುನ್ನತ ವಿದ್ಯಾಕೇಂದ್ರವಾಗಿತ್ತು.

ಆಗ ಜಗತ್ತಿನ ಕೆಲವು ಅಪರೂಪದ ವಿದ್ಯಾಕೇಂದ್ರಗಳಲ್ಲಿ ನಳಂದಾ ಒಂದಾಗಿತ್ತು. ಇದು ಶಿಕ್ಷಣ ಕೇಂದ್ರವಾಗಿ ತಲೆಎತ್ತುವ ಮುನ್ನ ಬೌದ್ಧ ಮತ್ತು ಜೈನ ಧರ್ಮಗಳ ಅನುಯಾಯಿಗಳು ವಾಸಿಸುತ್ತಿದ್ದ ತಾಣವಾಗಿತ್ತು. ಸಣ್ಣ ಹಳ್ಳಿಯಾಗಿದ್ದ ಇಲ್ಲಿ ಗೌತಮ ಬುದ್ಧನ ಶಿಷ್ಯ ಸಾರಿಪುತ್ರ ಕೆಲವು ವರ್ಷಗಳ ಕಾಲ ತಂಗಿದ್ದ. ಜೈನ ತೀರ್ಥಂಕರ ಮಹಾವೀರನೂ ಕೆಲವು

ವರ್ಷ ಇಲ್ಲಿ ನೆಲೆಸಿದ್ದನೆಂದು ಚರಿತ್ರೆ ಪುಟಗಳು ಹೇಳುತ್ತವೆ. ಬೌದ್ಧಮತದ ಬೋಧನೆಗಳು ಹೆಚ್ಚಾಗಿ ನಡೆಯುತ್ತಿದ್ದವು. ಗುಪ್ತರ ಕಾಲದ ದೊರೆ ಒಂದನೆಯ ಕುಮಾರಗುಪ್ತ ನಳಂದಾದಲ್ಲಿ ವಿದ್ಯಾಕೇಂದ್ರವನ್ನು ಆರಂಭಿಸಿದ. ಆಗ ಇಲ್ಲಿ ಬೌದ್ಧ, ಜೈನ ಮತ್ತು ಹಿಂದೂ ಧರ್ಮಗಳ ಅಧ್ಯಯನಗಳು ನಡೆಯುತ್ತಿದ್ದವು. ಎರಡು ಕಿ. ಮೀ.ಗಳ ವ್ಯಾಪ್ತಿಯಲ್ಲಿ ವ್ಯಾಪಿಸಿದ್ದ ನಳಂದಾ ವಿದ್ಯಾಕೇಂದ್ರದಲ್ಲಿ ಕ್ರಮೇಣ ತತ್ವಶಾಸ್ತ್ರ, ತರ್ಕಶಾಸ್ತ್ರ, ಖಗೋಳವಿಜ್ಞಾನ, ವೈದ್ಯಕೀಯ ವಿಷಯಗಳನ್ನು ಸಹ ಹೇಳಿಕೊಡಲಾಗುತ್ತಿತ್ತು. ಧಾರ್ಮಿಕ ವಿಷಯಗಳ ಬಗ್ಗೆಯೂ ಪಾಠಗಳಿರುತ್ತಿದ್ದವು. ವ್ಯಾಕರಣವನ್ನು ಸಹ ತಿಳಿಸಿಕೊಡಲಾಗುತ್ತಿತ್ತು.

ಉಚಿತ ವಿದ್ಯಾಕೇಂದ್ರ :

ನಳಂದಾ ಆಗ ಉನ್ನತ ಶಿಕ್ಷಣಕ್ಕೆ ಹೆಸರಾಗಿದ್ದಂತೆ ಇದು ವಿದ್ಯಾರ್ಥಿಗಳಿಗೆ ಉದಾರವಾಗಿಯೂ ಇತ್ತು. ಅಂದರೆ ಇಲ್ಲಿ ಪ್ರವೇಶಾತಿ ಒಂದು ಕಟ್ಟುನಿಟ್ಟಿನದ್ದಾಗಿದ್ದು ಬಿಟ್ಟರೆ ಶಿಕ್ಷಣ, ಊಟ ಮತ್ತು ವಸತಿ ಇವೆಲ್ಲವೂ ಉಚಿತವಾಗಿದ್ದವು. ಈ ಎಲ್ಲ ಖರ್ಚನ್ನು ಸರಿದೂಗಿಸಲು ಸುತ್ತಲಿನ ನೂರು ಗ್ರಾಮಗಳ ಒಂದಿಷ್ಟು ಆದಾಯ ಭಾಗವನ್ನು ಮೀಸಲಿಡಲಾಗುತ್ತಿತ್ತು. ಪ್ರವೇಶ ಪಡೆಯಬಯಸುವ ವಿದ್ಯಾರ್ಥಿ ಇಲ್ಲವೆ ವಿದ್ಯಾರ್ಥಿನಿ ಅರ್ಹತಾ ಪರೀಕ್ಷೆಯಲ್ಲಿ ತೇರ್ಗಡೆಯಾಗಬೇಕೆಂಬ ನಿಯಮವಿತ್ತು. ಇಲ್ಲಿಗೆ ಬಂದವರು ತಮಗೆ ಇಷ್ಟವಾದ ವಿಷಯಗಳ ಕುರಿತು ಅಗತ್ಯವೆನಿಸುವಷ್ಟು ತಿಳಿದುಕೊಂಡಿರಬೇಕೆಂದು ಕಡ್ಡಾಯವಾಗಿತ್ತು. ಆಯಾ ವಿಷಯಗಳಲ್ಲಿ ಪರಿಣಿತರಾದ ಶಿಕ್ಷಕರನ್ನೇ ಬೋಧನೆಗಾಗಿ ಆರಿಸಲಾಗುತ್ತಿತ್ತು. ರಾಜಮಹಾರಾಜರು ನಳಂದಾದ ಪೋಷಣೆಗೆಂದು ಧನ ಸಹಾಯ ಕಳಿಸಿಕೊಡುತ್ತಿದ್ದರು. ಹರ್ಷವರ್ಧನ ಚಕ್ರವರ್ತಿಯ ಕಾಲದಲ್ಲಿ ನಳಂದಾ ಉಚ್ಛ್ರಾಯ ಸ್ಥಿತಿಯನ್ನು ತಲುಪಿತ್ತು. ಚೀನಾದ ಯಾತ್ರಿಕ ಮತ್ತು ವಿದ್ವಾನ ಹ್ಯೂಯೆನ್‌ತ್ಸ್ಯಾಂಗ್ ಸಹ ಇಲ್ಲಿ ವಿದ್ಯಾರ್ಥಿಯಾಗಿ ಕೆಲವು ವರ್ಷ ಕಳೆದಿದ್ದ. ಹ್ಯೂಯೆನ್‌ತ್ಸಾಂಗ್ ಇಲ್ಲಿ ವಿದ್ಯಾರ್ಥಿಯಾಗಿದ್ದಾಗ ಶೀಲಭದ್ರನೆಂಬ ಘನವಿದ್ವಾನ ನಳಂದಾದ ಸ್ಥಾನಪತಿಯಾಗಿದ್ದ. ಭಾರತದ ಖಗೋಳಶಾಸ್ತ್ರಜ್ಞ ಆರ್ಯಭಟ, ಪಾಣಿನಿ ಇವರು ಸಹ ಅಧ್ಯಯನ ಮಾಡಿದ್ದರೆಂಬ ಉಲ್ಲೇಖಗಳಿವೆ. ಆಗ ಚೀನಾ,

ಟಿಬೆಟ್, ಸಿಲೋನ್ (ಶ್ರೀಲಂಕಾ), ನೇಪಾಳ, ಕಾಂಬೋಡಿಯಾ, ಮುಂತಾದ ದೇಶಗಳಿಂದ ಬೌದ್ಧಧರ್ಮದ ಕಲಿಕೆಗಾಗಿ ಇಲ್ಲಿಗೆ ಬರುತ್ತಿದ್ದರು. ನಮ್ಮ ದೇಶದಲ್ಲಿನ ರಾಜರ, ಮಾಂಡಲಿಕರ, ಮಂತ್ರಿ–ಮಹೋದಯರ ಮಕ್ಕಳು ನಳಂದಾಕ್ಕೆ ಬಂದು ವಿದ್ಯಾರ್ಜನೆ ಮಾಡಿಕೊಂಡು ಹೋಗುತ್ತಿದ್ದರು.

ಧರ್ಮಗಳ ಅಧ್ಯಯನದ ಹೊರತಾಗಿ ವಿವಿಧ ವಿಷಯಗಳ ಕಲಿಕೆಗಾಗಿ ಪರ್ಶಿಯಾ, ಇಂಡೋನೇಷ್ಯಾ, ಗ್ರೀಸ್, ಮೆಸಪೊಟಪಮಿಯಾ (ಇರಾಕ್) ಮುಂತಾದ ದೇಶಗಳಿಂದ ಹೆಚ್ಚಿನ ಸಂಖ್ಯೆಯ ವಿದ್ಯಾರ್ಥಿಗಳು ನಳಂದಾಕ್ಕೆ ಬರುತ್ತಿದ್ದರು. ಆಗ ಇಲ್ಲಿನ ಕಲಿಕಾ ಅವಧಿ ಹತ್ತರಿಂದ ಹನ್ನೆರಡು ವರ್ಷಗಳವರೆಗೆ ಇತ್ತು. ಆದರೆ ಕೆಲವು ಜ್ಞಾನಾಸಕ್ತರು ಹೆಚ್ಚಿನ ಅವಧಿಯವರೆಗೆ ಇದ್ದು ವಿದ್ಯಾರ್ಜನೆ ಮಾಡುತ್ತಿದ್ದರು. ನಳಂದಾದಲ್ಲಿ ಎಂಟು ಪಾಠಶಾಲೆಗಳು ಇದ್ದವು. ಮೂರು ಪ್ರತ್ಯೇಕ ಕೊಠಡಿಗಳಲ್ಲಿ ಗ್ರಂಥಗಳನ್ನು ಜೋಡಿಸಲಾಗಿತ್ತು. ಗ್ರಂಥಭಂಡಾರವೆಂದು ಧರ್ಮಗುಂಜವೆಂಬುದು ಹೆಚ್ಚು ಪ್ರಸಿದ್ಧಿ ಪಡೆದಿತ್ತು. ಎಲ್ಲಾ ವಿಷಯಗಳ ಕುರಿತು ಒಟ್ಟಾರೆಯಾಗಿ ಆರು ಸಾವಿರ ಗ್ರಂಥಗಳನ್ನು ಇಲ್ಲಿ ವ್ಯವಸ್ಥಿತವಾಗಿ ಜೋಡಿಸಿ ಇಡಲಾಗಿತ್ತು. ನಳಂದಾದ ಇತರೆ ಕಟ್ಟಡಗಳು ಸಹ ಭವ್ಯವಾಗಿದ್ದವು.

ನಳಂದಾ ವಿದ್ಯಾಕೇಂದ್ರದಲ್ಲಿ ವಿದ್ಯಾರ್ಥಿಗಳ ವೈಯಕ್ತಿಕ ಬದುಕು ಹೆಚ್ಚಿನ ಶಿಸ್ತು ಮತ್ತು ಭಯಭಕ್ತಿಗಳಿಂದ ಕೂಡಿತ್ತು. ಶಿಕ್ಷಕರು, ಮೇಲ್ವಿಚಾರಕರು,

ಆಳುಕಾಳುಗಳಿಗೂ ಗೌರವ ನೀಡಬೇಕಾಗಿತ್ತು. ಇಲ್ಲಿ ವಿದ್ಯೆಯ ಹೊರತಾಗಿ ಧಾರ್ಮಿಕ ವಿಧಿವಿಧಾನಗಳಿಗೆ ಮಾತ್ರ ಅನುಮತಿ ಇರುತ್ತಿತ್ತು. ಪಾಠದ ಅವಧಿಯ ನಂತರ ವಿದ್ಯಾರ್ಥಿಗಳು ವ್ಯಾಯಾಮ, ಧ್ಯಾನ ಮತ್ತು ಯೋಗಗಳಲ್ಲಿ ತೊಡಗಿಸಿಕೊಳ್ಳಬಹುದಿತ್ತು. ಆದರೆ ಮನರಂಜನಾ ವಿಷಯಗಳಿಗೆ ಇಲ್ಲಿ ಹೆಚ್ಚಿನ ಆಸ್ಪದವಿರಲಿಲ್ಲ. ಶಿಕ್ಷಕರ ಮೇಲೆ ಹೆಚ್ಚಿನ ಹೊಣೆ ಇರುತ್ತಿತ್ತು. ವಿದ್ಯಾರ್ಥಿಗಳಂತೆಯೇ ಅರ್ಹತೆ ಮತ್ತು ಹಿರಿತನಗಳ ಆಧಾರದ ಮೇಲೆ ಶಿಕ್ಷಕ ಬಳಗವನ್ನು ಆಯ್ಕೆ ಮಾಡಿಕೊಳ್ಳಲಾಗುತ್ತಿತ್ತು. ಐನೂರಕ್ಕೂ ಹೆಚ್ಚು ಅಧ್ಯಾಪಕರಿದ್ದರು. ಹ್ಯೂಯೆನ್‌ತ್ಸಾಂಗ್ ಬರವಣಿಗೆಯ ಪ್ರಕಾರ ನಳಂದಾ ಆಗ ಆರು ಅಂತಸ್ತುಗಳ ಬೃಹತ್ ಕಟ್ಟಡವನ್ನು ಹೊಂದಿತ್ತು.

ಕ್ರಿ. ಶ. ಹನ್ನೆರಡನೆಯ ಕೊನೆಯ ದಶಕದಲ್ಲಿ ದೆಹಲಿಯಲ್ಲಿನ ಸುಲ್ತಾನ ಕುತುಬುದ್ದೀನ್ ಐಬಕ್‌ನ ಆದೇಶದಂತೆ ಆತನ ಸೇನಾಧಿಪತಿ ಭುಕ್ತಿಯಾರ್ ಖಿಲ್ಜಿ ನಳಂದಾ ವಿದ್ಯಾಕೇಂದ್ರ ಮೇಲೆ ಆಕ್ರಮಣ ಮಾಡಿದ. ಬೌದ್ಧಧರ್ಮ ವನ್ನು ಸಹಿಸದ ಸುಲ್ತಾನ ನಳಂದಾ ಕೇಂದ್ರವನ್ನು ಸಂಪೂರ್ಣವಾಗಿ ಹಾಳುಗೆಡವಲು ಆದೇಶಿಸಿದ್ದ. ಭುಕ್ತಿಯಾರ್ ಖಿಲ್ಜಿ ನಳಂದಾದ ಮೇಲೆ ದಾಳಿಯಿಟ್ಟಾಗ ಆತನ ಸೈನಿಕರು ಕೈಗೆ ಸಿಕ್ಕವರನ್ನು ಹಿಂಸಿಸಿದರು. ಹೆಚ್ಚಿನ ಸಂಖ್ಯೆಯ ಬೌದ್ಧ ಭಿಕ್ಷುಗಳು ಕೊಲ್ಲಲ್ಪಟ್ಟರು. ಗ್ರಂಥಾಲಯಕ್ಕೆ ಬೆಂಕಿಯನ್ನು ಹಚ್ಚಲಾಯಿತು. ಕೆಲ ಸಾಹಸಿಗರು ಕೈಗೆ ಸಿಕ್ಕ ಕೆಲವು ಗ್ರಂಥಗಳನ್ನುಎತ್ತಿಕೊಂಡು ಓಡಿದರು. ಭಾರತ ಚರಿತ್ರೆಯಲ್ಲಿ ಅತ್ಯಂತ ದಾರುಣವಾಗಿ ನಳಂದಾ ನಾಶಕ್ಕೊಳಗಾಯಿತು. ಸುತ್ತಲಿನ ಬೌದ್ಧ ವಿಹಾರಗಳನ್ನು ಸಹ ಹಾಳುಗೆಡವಲಾಯಿತು. ಮತ್ತೆ ಇಲ್ಲಿ ಏನೂ ಸಿಗಲಾರದೆಂದು ಮನವರಿಕೆ ಯಾದಾಗ ಖಿಲ್ಜಿ ಮತ್ತವನ ಸಂಗಡಿಗರು ರಾಜಧಾನಿಗೆ ತೆರಳಿದರು.

ಹನ್ನೆರಡನೆಯ ಶತಮಾನದ ಬಳಿಕ ನಳಂದಾ ಉಳಿದ ದೇಶೀಯ ಆಳರಸರಿಂದ ನಿರ್ಲಕ್ಷಕ್ಕೆ ಒಳಗಾಯಿತು. ಮತ್ತೆ ವಿದ್ಯಾಕೇಂದ್ರವನ್ನು ಪುನರುಜ್ಜೀವನಗೊಳಿಸುವ ಗಂಭೀರ ಪ್ರಯತ್ನಗಳು ನಡೆಯಲಿಲ್ಲ. ಏಕೆಂದರೆ ಹದಿನೇಳನೆಯ ಶತಮಾನದವರೆಗೆ ಉತ್ತರ ಭಾರತದಲ್ಲಿ ಮೊಘಲ ಆಳ್ವಿಕೆಯ ಪ್ರಾಬಲ್ಯವಿದ್ದದ್ದು. ಹತ್ತೊಂಬತ್ತನೆಯ ಶತಮಾನದಲ್ಲಿ ನಳಂದಾ ಮತ್ತದರ ಆಸುಪಾಸಿನಲ್ಲಿ ಕೆಲವು ಖಾಸಗಿ ವ್ಯಕ್ತಿಗಳು ಉತ್ಖನನ ನಡೆಸಿದರು.

1847 ರಲ್ಲಿ ಮೇಜರ್ ಕಿಟ್ಟೊ ಎಂಬಾತ ನಳಂದಾದ ಅವಶೇಷಗಳ ಬಗ್ಗೆ ಹೆಚ್ಚು ಸ್ಪಷ್ಟನೆಗಳನ್ನು ಒದಗಿಸಿದ. 1861 ರಲ್ಲಿ ಭಾರತೀಯ ಪುರಾತತ್ವ ಸರ್ವೇಕ್ಷಣಾ ಇಲಾಖೆ ಮಹತ್ವದ ಉತ್ಖನನಗಳನ್ನು ನಡೆಸಿತು. ಪಾಟ್ನಾದ ಹತ್ತಿರದ ರಾಜಗೃಹದ ಬಳಿ ಉತ್ಖನನ ನಡೆದಾಗ ಪ್ರಾಚೀನ ನಳಾಂದಾದ ಅವಶೇಷಗಳು ಗೋಚರಿಸಿದವು.

ನಳಂದಾ ವಿವಿ ಪುನರಾರಂಭಕ್ಕೆ ಮುನ್ನುಡಿ ಹೇಳಿದ ಅಬ್ದುಲ್ ಕಲಾಂ:

2006 ರಲ್ಲಿ ಆಗ ರಾಷ್ಟ್ರಪತಿಯಾಗಿದ್ದ ಡಾ. ಎ. ಪಿ. ಜೆ. ಅಬ್ದುಲ್ ಕಲಾಂ ಬಿಹಾರಕ್ಕೆ ಭೇಟಿ ಇತ್ತಾಗ ಪ್ರಾಚೀನ ನಳಂದಾ ವಿದ್ಯಾಕೇಂದ್ರವನ್ನು ವಿಶ್ವವಿದ್ಯಾಲಯವಾಗಿ ಪುನರುಜ್ಜೀವನಗೊಳಿಸಲು ಕರೆ ಇತ್ತರು. ಕೇಂದ್ರ ಸರ್ಕಾರ ಮತ್ತು ಬಿಹಾರ ಸರ್ಕಾರಗಳು ನಳಂದಾ ವಿಶ್ವವಿದ್ಯಾಲಯ ಪುನರ್ ಸ್ಥಾಪನೆಗೆ ಒಪ್ಪಿಗೆ ಸೂಚಿಸಿದವು. ಬಿಹಾರದ ಸಂಪುಟ 2009 ರಲ್ಲಿ ನಳಂದಾ ವಿವಿ ಸ್ಥಾಪನಾ ಮಸೂದೆಯನ್ನು ಅಂಗೀಕರಿಸಿತು. ಮರುವರ್ಷ ಕೇಂದ್ರ ಸರ್ಕಾರ ನಳಂದಾ ವಿವಿ ಕಾಯ್ದೆಯನ್ನು ಒಪ್ಪಿಕೊಂಡಿತು. ನಳಂದಾದಿಂದ ಇಪ್ಪತ್ತು ಕಿ.ಮೀ. ದೂರದಲ್ಲಿನ ರಾಜಗೃಹದಲ್ಲಿ ಹೊಸದಾಗಿ ಭವ್ಯ ಕಟ್ಟಡವನ್ನು ನಿರ್ಮಿಸಲಾಗುವುದು. ನಳಂದಾ ವಿಶ್ವವಿದ್ಯಾಲಯ ಪುನರ್‌ಸ್ಥಾಪನೆಗಾಗಿ ಕೇಂದ್ರ ಸರ್ಕಾರ ಒಟ್ಟಾರೆ 2,700 ಕೋಟಿ ರೂ.ಗಳನ್ನು ಬಿಡುಗಡೆ ಮಾಡಿದೆ. ಇದೇ ಸೆಪ್ಟೆಂಬರ್ ಒಂದರಿಂದ 15 ವಿದ್ಯಾರ್ಥಿಗಳನ್ನು ಮಾತ್ರ ಸೇರಿಸಿಕೊಂಡು ತರಗತಿಗಳನ್ನು ಆರಂಭಿಸಲಾಗಿದೆ. ನಳಂದಾ ವಿಶ್ವವಿದ್ಯಾಲಯದ ಕುಲಪತಿಗಳಾಗಿ ಹೆಸರಾಂತ ಅರ್ಥಶಾಸ್ತ್ರಜ್ಞ ಮತ್ತು ನೊಬೆಲ್ ಪುರಸ್ಕೃತ ಅಮರ್ತ್ಯಸೇನ್ ನೇಮಕಗೊಂಡಿದ್ದಾರೆ. ಮುಂದಿನ ದಿನಗಳಲ್ಲಿ ಸುಮಾರು 440 ಎಕರೆಯಷ್ಟು ಭೂಮಿಯಲ್ಲಿ ನಳಂದಾ ವಿಶ್ವವಿದ್ಯಾಲಯ ಭವ್ಯವಾಗಿ ನಿರ್ಮಾಣಗೊಳ್ಳಲಿದೆ. ಇಲ್ಲಿ ವಿಜ್ಞಾನ, ಸಮಾಜವಿಜ್ಞಾನ, ತತ್ವಶಾಸ್ತ್ರ ಇತ್ಯಾದಿ ವಿಷಯುಗಳಲ್ಲಿ ಸ್ನಾತಕೋತ್ತರ ದರ್ಜೆಯುವರೆಗೆ ವಿದ್ಯಾಭ್ಯಾಸ ನೀಡಲಾಗುವುದು.

●●●●